മാതൃഭാഷയ്ക്കുവേണ്ടിയുള്ള സമരം

INSIGHT PUBLICA

നടക്കാവ്, കോഴിക്കോട്, കേരള
www.insight publica.com
ഈ-മെയിൽ: insightpublica@gmail.com
തലക്കെട്ട്: **മാതൃഭാഷയ്ക്കുവേണ്ടിയുള്ള സമരം**
രചയിതാവ്: **പി. പവിത്രൻ**
ആദ്യത്തെ ഇൻസൈറ്റ് പതിപ്പ്: **മെയ് 2024**
ISBN 978-93-5517-507-6
പ്രിന്റിങ് & പബ്ലിഷിംഗ്
ഇൻസൈറ്റ് ഇൻ പബ്ലിക്ക പ്രിന്റേഴ്സ് & പബ്ലിഷേഴ്സ് പ്രൈ.ലിമിറ്റഡ്
വില: 430/-

മാതൃഭാഷയ്ക്കുവേണ്ടിയുള്ള സമരം

പി. പവിത്രൻ

INSIGHT PUBLICA®

കോഴിക്കോട് ജില്ലയിൽ വടകരയ്ക്കടുത്ത് മേമുണ്ടയിൽ ജനനം.

മേമുണ്ട ഹൈസ്കൂൾ, മടപ്പള്ളി ഗവ. കോളേജ്, തലശ്ശേരി ബ്രണ്ണൻ കോളേജ്, കോഴിക്കോട് സർവകലാശാല എന്നിവിടങ്ങളിൽ വിദ്യാഭ്യാസം. കാലടി സംസ്കൃത സർവകലാശാലയിൽ മലയാളം അധ്യാപകൻ.

ആശാൻ കവിത- ആധുനികാനന്തര പാഠങ്ങൾ, എം എൻ വിജയൻ എന്ന കേരളീയ ചിന്തകൻ, പ്രണയരാഷ്ട്രീയം, കോളനിയനന്തരവാദം; സംസ്കാര പഠനവും സൗന്ദര്യശാസ്ത്രവും, മാർക്സ് ഗാന്ധി അംബേദ്കർ- ആധുനികതാവാദത്തിന്റെ രാഷ്ട്രീയ സൗന്ദര്യശാസ്ത്രം, ഭൂപടം തലതിരിക്കുമ്പോൾ, ആധുനികതയുടെ കുറ്റസമ്മതം എന്നീ കൃതികൾ പ്രസിദ്ധീകരിച്ചിട്ടുണ്ട്.

ഭാര്യ: പി ഗീത, മക്കൾ: അപർണ്ണ, അതുൽ.
വിലാസം: പ്രശാന്തി, അങ്ങാടിപ്പുറം, പിൻ 679321
ഫോൺ: 9495139971

പി. പവിത്രൻ

ഉള്ളടക്കം

ആമുഖം

ജാതി,മതവ്യത്യാസമില്ലാതെ ഒരു ജനതയെന്ന നിലയിൽ കേരളീയരെ ഒന്നിച്ച നിർത്തുന്ന മുഖ്യശക്തി മലയാളഭാഷയാണ്. കേരളസംസ്ഥാനം രൂപീകരിക്കപ്പെട്ടതും മലയാളഭാഷയുടെ പേരിൽ തന്നെ. ആധുനിക സമൂഹങ്ങളെല്ലാം ഭാഷാസമൂഹങ്ങളാണ്. ഒരു ഭാഷാസമൂഹത്തിൽ അംഗമാകുന്നത് മറ്റൊരു ഭാഷ സംസാരിക്കുന്നതിനോ പഠിക്കുന്നതിനോ പ്രയോഗിക്കുന്നതിനോ അതിൽ ആത്മാവിഷ്കാരം നടത്തുന്നതിനോ തടസ്സമാകുന്നില്ല. ബഹുത്വസ്വഭാവുള്ളതാണ് ഭാഷയുമായി നമുക്കുള്ള ബന്ധം. ഗോത്ര, ജാതി, മത സ്വത്വബോധങ്ങളെക്കാൾ ഭാഷാസമൂഹ സങ്കല്പം ആധുനികവും ജനാധിപത്യപരവുമാകുന്നത് അതുകൊണ്ടാണ്.

വികസിത സമൂഹങ്ങളുടെ ആധുനികീകരണ പ്രക്രിയ അവരുടെ മാതൃഭാഷയിലൂടെയാണ് നടന്നത്. നവോത്ഥാനം, മതനവീകരണം, ശാസ്ത്രത്തിൻറെയും തത്വചിന്തയുടെയും മണ്ഡലങ്ങളിലെ പ്രബുദ്ധത എന്നിവയുടെയെല്ലാം വാഹകം അവിടങ്ങളിലെ ജനഭാഷയായിരുന്നു. എന്നാൽ കോളനീകരണം ജനഭാഷയെ ഈ പ്രക്രിയകളിൽനിന്ന് അകറ്റി നിർത്തിയത് നമ്മുടെ ആധുനികീകരണത്തെ പരിമിതപ്പെടുത്തി. ആധുനികീകരണവും ജനാധിപത്യവൽക്കരണവും ജനകീയവും സമഗ്രവുമാകണമെങ്കിൽ മാതൃഭാഷ എല്ലാ മേഖലകളിലും പ്രയോഗക്ഷമമാകണം. മാതൃഭാഷയ്ക്ക് കടന്നു ചെല്ലാൻ അനുവാദമുള്ള ഇടങ്ങളിലേ സാധാരണമനുഷ്യന് കടന്നു ചെല്ലാനാകൂ. വിദ്യാഭ്യാസത്തിലായാലും ഭരണതലത്തിലായാലും കോടതിയിലായാലും വൈജ്ഞാനിക മേഖകളിലായാലും മാതൃഭാഷയുടെ വികാസം ജനതയുടെ സമഗ്രമായ വികാസം തന്നെയാണ്. ഒരു ഭാഷയയുടെ വൈജ്ഞാനികശേഷി ആ ജനതയുടെ പൊതുവായ വികാസത്തിൻറെ അടയാളമാണ്.

മലയാളഭാഷയ്ക്കു വേണ്ടി ചോദിക്കാനും വാദിക്കാനും ആളുകളും സംഘടനകളും സജീവമായി രംഗത്തില്ലാതിരുന്ന ഒരു ഘട്ടത്തിലാണ് മലയാള ഐക്യവേദി രൂപീകരിക്കപ്പെടുന്നത്. 2009 നവംബർ 14, 15 തിയ്യതികളിൽ വടകരയിൽവെച്ചു നടന്ന ഒരു സമ്മേളനത്തിലാണ് ഈ കൂട്ടായ്മ രൂപീകരിക്കപ്പെട്ടത്. ഉന്നതവിദ്യാഭ്യാസ കൗൺസിലിൻറെ നേതൃത്വത്തിൽ നടന്ന ബിരുദപുനസ്സംഘടനയിൽ മലയാളം ഉൾപ്പെടെയുള്ള ഭാഷകൾ അവഗണിക്കപ്പെട്ടതാണ് ഇങ്ങനെയൊരു സംഘടനയ്ക്ക് രൂപം നൽകാൻ പെട്ടെന്നുണ്ടായ പ്രകോപനമെങ്കിലും മാതൃഭാഷ സമസ്തമേഖലകളിലും നേരിടുന്ന അവഗണനയെ സംബോധന ചെയ്തുകൊണ്ടാണ് മലയാള ഐക്യവേദി അതിൻറെ നയരേഖയ്ക്ക് രൂപം നൽകിയത്. മലയാളഭാഷയുടെ ഉന്നമനത്തിനുവേണ്ടി രണ്ടുദശകത്തിനു മുമ്പ് രൂപീകരിച്ച സംഘടനകളായ മലയാളസംരക്ഷണവേദിയും മലയാളസമിതിയുമായി ചേർന്ന് മലയാള ഐക്യവേദി പൊതുവായ ഒരു സമരപ്രസ്ഥാനത്തിന് രൂപം നൽകി. അങ്ങനെയാണ് ഐക്യമലയാള പ്രസ്ഥാനം 2010 നവംബർ 27-ന് സ്ഥാപിക്കപ്പെടുന്നത്. തുടർന്ന് നിരവധി സമരങ്ങൾ ഈ പ്രസ്ഥാത്തിൻറെ മുൻകയ്യിൽ നടന്നു.

മലയാളത്തെ കേരളത്തിലെ സ്കൂളുകളിൽ നിർബന്ധിത ഒന്നാം ഭാഷയാക്കി മാറ്റുന്നതിനുള്ള സമരമായിരുന്നു ആദ്യത്തേത്. 2011-ൽ സർക്കാരിനെക്കൊണ്ട് ഇത്തരമരൊരു തീരുമാനമെടുപ്പിക്കാൻ സമരത്തിലൂടെ സാധിച്ചു. ഭാഷാന്യൂനപക്ഷങ്ങളുടെ അവകാശങ്ങളെ സംരക്ഷിച്ചുകൊണ്ടു തന്നെ കേരളത്തിൻറെ ഭരണഭാഷ പൂർണമായും മാതൃഭാഷയാക്കുന്നതുൾപ്പെടെയുള്ള കാര്യങ്ങൾ മുൻനിർത്തി സമഗ്രമലയാള നിയമം പാസ്സാക്കാനുള്ളതായിരുന്നു അടുത്ത പ്രധാനപ്പെട്ട പ്രക്ഷോഭം. 2015 ഡിസംബർ 17-ന് കേരളനിയമസഭയിൽ ഐകകണ്ഠേന ഇത്തരമൊരു ബില്ല് പാസ്സാക്കാൻ സാധിച്ചു. "മലയാളഭാഷ: വ്യാപനവും പരിപോഷണവും" എന്ന പേരിലുള്ള ഈ ബില്ല് ഇന്ത്യൻ പ്രസിഡൻറിൻറെ അനുമതിക്കായി അയച്ചുകൊടുത്ത് ഇനിയും തിരിച്ചുവന്നിട്ടില്ലെങ്കിലും അത് കേരളത്തിലെ പൊതുമണ്ഡലത്തിലും ജനപ്രതിനിധികൾക്കിടയിലും മലയാളത്തെ അവഗണിക്കാൻ കഴിയാത്ത വിഷയമാക്കി മാറ്റി. അതിൻറെ ഭാഗമായി ഭരണഭാഷ മലയാളമാക്കുന്നതിനുള്ള ഉത്തരവുകൾ വന്നു. കോടതിഭാഷ മലയാളമാക്കാൻ ജസ്റ്റിസ് വി.ആർ. കൃഷ്ണയ്യർ തുടങ്ങി കാൽലക്ഷത്തോളം പേർ ഒപ്പിട്ട ഭീമഹർജി ഐക്യമലയാള പ്രസ്ഥാനം സർക്കാറിന് സമർപ്പിച്ചു. അതിനുവേണ്ടിയുള്ള ചില

ച്ചുവടുകൾ എടുപ്പിക്കാൻ കഴിഞ്ഞു. മലയാള ഐക്യവേദി പ്രസിഡൻറ് ഡോ.വി.പി.മാർക്കോസിൻറെ നേതൃത്വത്തിൽ 2016 ഒക്ടോബർ 22 മുതൽ 31 വരെ കാസർകോഡു നിന്ന് തിരുവനന്തപുരത്തേക്ക് മാതൃഭാഷാവകാശ ജാഥ നടന്നു. കേരളത്തിലെ എല്ലാ സ്കൂളുകളിലും മലയാളം നിർബന്ധമാക്കുന്നതിനുള്ള ബില്ല് നിയമസഭയിൽ കൊണ്ടുവരുന്നതിനുള്ള ശ്രമമാണ് അടുത്തതായി നടത്തിയത്. "മലയാള പഠനനിയമം" എന്ന പേരിലുള്ള ഈ ബില്ല്2017 മെയ്27-ന് നിയമസഭയിൽ പാസ്സായി. കേരളനിയമസഭയുടെ അറുപതാം വാർഷികത്തോടനുബന്ധിച്ച് ഇതിനു വേണ്ടി പ്രത്യേക സമ്മേളനം തന്നെ വിളിച്ചുകൂട്ടുകയായിരുന്നു. തുടർന്ന് അതിനുള്ള ചട്ടങ്ങളുണ്ടാക്കാനുള്ള ഇടപെടലുകൾ നടത്തി. ഇപ്പോഴും നിയമസഭയിലെ എല്ലാ അംഗങ്ങളും ~ഒന്നിച്ചു ചേർന്ന് പാസ്സാക്കിയ ഈ നിയമം പ്രായോഗികതലത്തിൽ നടപ്പിലാക്കയിട്ടില്ല.

2019 ആഗസ്റ്റ് 29 മുതൽ സെപ്തംബർ 16 വരെ കേരള പി. എസ്. സിക്കു മുമ്പിൽ നടന്ന അനിശ്ചിതകാല നിരാഹാരസമരം കേരളത്തിൻറെ ജനാധിപത്യചരിത്രത്തിൽ വളരെ പ്രധാനപ്പെട്ടതായിരുന്നു. കേരള അഡ്മിനിസ്ട്രേറ്റീവ് സർവീസിനുള്ള പരീക്ഷ മലയാളത്തിലും എഴുതാനുള്ള അവകാശത്തിനുള്ള സമരമായിരുന്നു അത്. തിരുവോണനാളിൽ കേരളത്തിലെ സാംസ്കാരിക ലോകം അതിനായി നിരാഹാരമിരിക്കാൻ തയ്യാറായി. കെ.എ.എസ് ഉൾപ്പെടെ കേരളത്തിൽ ബിരുദം യോഗ്യതയായ എല്ലാ പരീക്ഷകളും മലയാളത്തിലും തമിഴ്, കന്നഡ ഉൾപ്പെടെയുള്ള ന്യൂനപക്ഷ ഭാഷകളിലും എഴുതാമെന്ന അവസ്ഥയുണ്ടാക്കാൻ സമരത്തിന് സാധിച്ചു.

പിൽക്കാലത്ത് പ്രൈമറി ക്ലാസുകളിൽ മലയാളം പഠിപ്പിക്കാൻ മലയാളം പഠിച്ചവർ തന്നെ വേണമെന്നും മലയാളം പി.എസ്. സി പരീക്ഷകളിൽ നിർബന്ധവിഷയമാക്കണമെന്നും മറ്റുമുള്ള ആവശ്യങ്ങൾ ഉന്നയിച്ചുകൊണ്ട് അനേകം പ്രക്ഷോഭങ്ങൾക്ക് ഐക്യമലയാള പ്രസ്ഥാനം നേതൃത്വം നൽകി. കേരളീയ പൊതുബോധത്തെ മാതൃഭാഷാനുകൂലമായി നിലനിർത്തുന്നതിനുള്ള സമരങ്ങൾ തുടരുകയാണ്.

ഒന്നര പതിറ്റാണ്ടു നീണ്ടുനിന്ന ഈ പ്രക്ഷോഭങ്ങൾക്കിടയിലാണ് 2014 മാർച്ച് 15-ന് മാതൃഭാഷയ്ക്കു വേണ്ടിയുള്ള സമരം എന്ന ഈ പുസ്തകം പ്രസിദ്ധീകരിക്കപ്പെട്ടുന്നത്. കഴിഞ്ഞ സമരങ്ങളുടെ ഒരു രേഖ എന്ന നിലയിലും തുടർ സമരങ്ങൾക്കുള്ള ഒരു സൂചകമെന്ന

നിലയിലുമാണ് ഇങ്ങനെയൊരു പുസ്തകം മലയാള ഐക്യവേദി പ്രസിദ്ധീകരിച്ചത്. നിയമസഭയ്ക്കു മുമ്പിൽ നടന്ന ഒരു വലിയ പ്രക്ഷോഭസന്ദർഭത്തിൽ വി.എസ്.അച്യുതാനന്ദനാണ് ഈ പുസ്തകം പ്രകാശനം ചെയ്തത്. ആറുമാസത്തിനകം പുതിയ പതിപ്പ് പുറത്തിറങ്ങിയെന്നത് ഇതിലെ ആശയങ്ങൾക്ക് ലഭിച്ച പ്രാചരവും പിന്തുണയും വ്യക്തമാക്കുന്നു. ഇതിലെ ചില ലേഖനങ്ങൾ കേരളത്തിലെ സർവകലാശാലകളിലെ മലയാളപാഠ്യപദ്ധതിയുടെ ഭാഗവുമായിത്തീർന്നിട്ടുണ്ട്. ഈ പുസ്തകത്തിലെ ആറു ലേഖനങ്ങൾ മലയാളസർവകലാശാല സ്ഥാപിക്കേണ്ടതിൻറെ ആവശ്യകത ഊന്നുന്നതും അതിൻറെ സ്വഭാവം എന്തായിരിക്കണമെന്ന് വിശദീകരിക്കുന്നതുമാണ്. സർവകലാശാല സ്ഥാപിക്കപ്പെടുന്നതിനു മുമ്പ് എഴുതപ്പെട്ടവയാണ് അവ. 2012 നവം. 1-ന് മലയാളസർവകലാശാല സ്ഥാപിക്കപ്പെട്ടു. ഇപ്പോൾ അവിടെ ശാസ്ത്രമുൾപ്പെടെ വിവിധ വിഷയങ്ങൾ മലയാളത്തിൽ പഠിക്കുകയും ഗവേഷണം നടത്തുകയും ചെയ്യുന്നു എന്നത് അക്കാലത്ത് നടത്തിയ ഇടപെടലുകളുടെ വിജയമായിത്തന്നെ കാണാം.

പത്തുവർഷത്തിനു ശേഷം വീണ്ടും മാതൃഭാഷയ്ക്കു വേണ്ടിയുള്ള സമരം എന്ന ഈ പുസ്തകം പ്രസിദ്ധീകരിക്കപ്പെടുകയാണ്. ഇന്ത്യയുടെ ഭാഷാപരവും സാംസ്കാരികവും മതപരവുമായ വൈവിധ്യങ്ങൾ ചോദ്യം ചെയ്യപ്പെടുന്ന ഈ ഘട്ടത്തിൽ ഇന്ത്യയുടെ ജനാധിപത്യവൽക്കരണത്തിൻറെ മേഖലകളിലെ മറ്റു സമരങ്ങളോടൊപ്പം തന്നെ നിർണായകമാണ് ഭാഷാമേഖലയിലുള്ള സമരവും. കേരളത്തിലാകട്ടെ പൊതുവിദ്യാലയങ്ങളിൽ മാതൃഭാഷാമാധ്യമ ക്ലാസുകൾതന്നെ ഇല്ലാതായിക്കൊണ്ടിരിക്കുന്നു. ബിരുദതലത്തിൽ സാഹിത്യവിദ്യാഭ്യാസം കേവലം ശേഷീവികസനത്തിൻറെ ഭാഗം മാത്രമായി അളവിലും ഗുണത്തിലും ചുരുക്കപ്പെടുന്നു. സൗന്ദര്യബോധവും വൈകാരികതയുമാണ് യുക്തിബോധത്തോടൊപ്പം മനുഷ്യനെ മനുഷ്യനാക്കി നിർത്തുന്നത് എന്ന കാര്യം വിസ്മരിക്കപ്പെടുന്നു. ഈ സാഹചര്യത്തിൽ മാതൃഭാഷയുടെ പ്രാധാന്യം ഉച്ചത്തിൽ ആവർത്തിച്ച് പറയാൻ നാം ബാധ്യതപ്പെടുന്നുണ്ട്.

ഈ പുസ്തകത്തിൻറെ രൂപകല്പനയിൽ പങ്കാളികളായ എല്ലാവരോടുമുള്ള നന്ദി ഈ സന്ദർഭത്തിൽ രേഖപ്പെടുത്തുന്നു. കെ.കൃഷ്ണരാജ്, ഇ.ദിനേശൻ. സി.വി സുധീർ എന്നിവർ ഈ പുസ്തകത്തിൻറെ നിർമ്മാണത്തിൽ നേരിട്ടു പങ്കാളികളാണ്. മാതൃഭാഷയ്ക്കു

വേണ്ടി സമരരംഗത്തിറങ്ങിയവരും പിന്തുണച്ചവരുമായ എല്ലാവരെയും ഇവിടെ ഓർമിക്കുന്നു. പത്താംവർഷത്തിൽ ഇതിൻറെ രണ്ടാംപതിപ്പ് പ്രസിദ്ധീകരിക്കാൻ തയ്യാറായ ഇൻസൈറ്റ് പബ്ലിക്കയ്ക്കും സുമേഷിനും നന്ദി. തുടർസമരങ്ങൾക്ക് ഈ പുസ്തകം വഴികാട്ടിയാകുമെന്ന് പ്രതീക്ഷിക്കുന്നു.

പി പവിത്രൻ

1

മാതൃഭാഷയ്ക്കുവേണ്ടിയുള്ള സമരം

ഭാഷ, നവോത്ഥാനം, ജനാധിപത്യം

ഭാഷ എന്നത് വെറും ഉപകരണമല്ല, സാമൂഹ്യവും ചരിത്രപരവും സൗന്ദര്യാത്മകവും രാഷ്ട്രീയവുമായ ഒരു പ്രതിഭാസമാണ്. അത് സർഗാത്മക ശക്തിയാണ്. ജനിച്ചുവീണപാടെ ഒരു ശിശുവിനെ സമൂഹത്തിൽ നിന്ന് വേർപെടുത്തി ഒറ്റയ്ക്ക് ജീവിക്കാൻ വിട്ടാൽ അതിന് സ്വയമൊരു ഭാഷ രൂപപ്പെടുത്താനാവില്ല. ഒന്നിലേറെ ശിശുക്കളെ എല്ലാ ഭാഷകളിൽ നിന്നും വേർപെടുത്തി വളരാനനുവദിച്ചാലും അവർക്ക് ഒരു ഭാഷ രൂപപ്പെടുത്താനാവില്ല. ചരിത്രപരവും സാമൂഹ്യവുമായി വികസിച്ചു വന്ന ഏതെങ്കിലും ഒരു ഭാഷയുമായി ചേർക്കപ്പെടുമ്പോൾ മാത്രമാണ് മനുഷ്യശിശു ഭാഷാശേഷി ആർജ്ജിക്കുന്നത്. ഈയർത്ഥത്തിൽ നോക്കിയാൽ ജന്മസിദ്ധമല്ല ഭാഷ. പകരം സാമൂഹ്യമായ ഒരു ശേഷിയാണ് എന്നു കാണാം.

മാതൃഭാഷയും നവോത്ഥാനവും ജനാധിപത്യവും തമ്മിൽ ഏറ്റവും കൂടുതൽ ബന്ധം സൂക്ഷിക്കപ്പെടുന്നത് കേരളത്തിലാണ്. മാതൃഭാഷയെന്ന നിലയിൽ ലോകത്തിൽ ഇരുപത്തിയാറാം സ്ഥാനത്തുള്ള മലയാളം (ഉപഭാഷകൾക്ക് സ്വതന്ത്രപദവി നൽകുന്ന ചില കണക്കുകളിൽ അത് 34-ാം സ്ഥാനംവരെ പോകും) കേരളത്തിൽ എല്ലാ മതവിശ്വാസികളുടെയും ഭാഷയാണ്. ദക്ഷിണേന്ത്യയിൽ പലയിടത്തും മുസ്ലിങ്ങളുടെ മാതൃഭാഷയായി ഉർദു വരുന്നുണ്ട്. ഭക്തിപ്രസ്ഥാനകാലത്തു തന്നെ മലയാളം കേരളത്തിൽ ഹിന്ദുക്കളുടെയും മുസ്ലിങ്ങളുടെയും ക്രിസ്ത്യാനികളുടെയും ഭക്തിയുടെ ഭാഷയായിരുന്നു. എഴുത്തച്ഛന്റെ അതേകാലത്ത് രചിക്കപ്പെട്ട മുഹിയുദ്ദീൻമാലയുടെ ലിപി അറബിയാണെങ്കിലും ഭാഷ മലയാളമാണ്. ജ്ഞാനപ്പാന മുതൽ പുത്തൻപാന വരെ ഭക്തിയുടെ പ്രതിനിധിയായി നില്ക്കുന്നത് മലയാളമാണ്. പല നല്ല മലയാളപദങ്ങളും സൂക്ഷിച്ചുവെച്ചിട്ടുള്ളത് മാപ്പിളഭാഷയുമാണ്. പെരുന്നാൾ എന്ന പദം തന്നെ നോക്കുക.

ലോകത്തെ ആദ്യത്തെ മുപ്പത്തിയഞ്ചുഭാഷകളിൽ മൂന്നിലൊന്നും ഇന്ത്യൻഭാഷകളാണ്. യൂറോകേന്ദ്രിത കൊളോണിയൽ വിദ്യാഭ്യാസം

മറച്ചുപിടിച്ച വസ്തുതയാണിത്. ഉപഭാഷകളെയും അനുബന്ധഭാഷകളെയും ചേർത്താൽ മാതൃഭാഷയെന്ന നിലയിൽ ഹിന്ദിയുടെ സ്ഥാനം ഇംഗ്ലീഷിനു മേലെയാണ്. ചൈനീസും സ്പാനിഷും ഹിന്ദിയും കഴിഞ്ഞേ ഇംഗ്ലീഷ് വരൂ. (ഉത്തരേന്ത്യയിലെ പ്രാദേശിക ഭേദങ്ങൾക്ക് സ്വതന്ത്രഭാഷാപദവി നൽകുന്ന പുതിയ കണക്കുകളിൽ ഹിന്ദിയുടെ സ്ഥാനം വ്യത്യസ്തമാണ്). സ്വാതന്ത്ര്യം നേടി ആറു പതിറ്റാണ്ടു കഴിഞ്ഞിട്ടും ഒരു ജനതയെന്ന നിലയിൽ എണ്ണംകൊണ്ടും വണ്ണം കൊണ്ടും ഇന്ത്യൻ ഭാഷകളുടെ വലിപ്പവും ഇന്ത്യൻ ജനതയുടെ സാംസ്കാരിക ഉല്പാദനശേഷിയും അവരെ അറിയിക്കാതിരിക്കാൻ നമ്മുടെ വിദ്യാഭ്യാസ പദ്ധതി കിണഞ്ഞു ശ്രമിക്കുന്നുണ്ട്. ലോകഭാഷകളിൽ ആദ്യപദവികളുള്ള ഈ ഇന്ത്യൻ ഭാഷകളിൽ പലതുകൊണ്ടും മലയാളത്തിന് പ്രാധാന്യമുണ്ട്.

ദക്ഷിണേന്ത്യയിൽ ഏറ്റവുമധികം ശതമാനം ജനം സംസാരിക്കുന്ന സംസ്ഥാനഭാഷ മലയാളമാണ്. കർണാടകത്തിൽ കന്നഡ അവിടത്തെ ജനസംഖ്യയുടെ എഴുപതുശതമാനത്തിൽ താഴെയുള്ളവരുടെ മാത്രം മാതൃഭാഷയാണ്. ആന്ധ്രയിൽ തെലുങ്ക് മാതൃഭാഷയായിട്ടുള്ളവർ എൺപത്തിയഞ്ചു ശതമാനത്തിൽ താഴെയാണ്. കൊണ്ടാടപ്പെടുന്ന തമിഴ്നാട്ടിൽ തമിഴ് മാതൃഭാഷയായിട്ടുള്ളവരുടെ ശതമാനം തൊണ്ണൂറിൽ താഴെയാണ്. കേരളത്തിൽ മലയാളം തൊണ്ണൂറ്റിയാറു ശതമാനത്തിന്റെയും മാതൃഭാഷയാണ്. അതുകൊണ്ടുതന്നെ മാതൃഭാഷയ്ക്കുവേണ്ടിയുള്ള എല്ലാ ശ്രമങ്ങളും ഏറ്റവും വ്യാപകമായ ജനാധിപത്യവൽക്കരണത്തെ പ്രതിനിധീകരിക്കുന്നത് ദക്ഷിണേന്ത്യൻ സംസ്ഥാനങ്ങളിൽ കേരളത്തിലായിരിക്കും.

മാതൃഭാഷ ഒരു നവോത്ഥാന സങ്കല്പമാണ്. നവോത്ഥാനത്തിന്റെ രാഷ്ട്രീയ സാമ്പത്തിക സാമൂഹ്യ സാംസ്കാരിക തലങ്ങളെ പ്രതിനിധീകരിക്കുന്ന സങ്കല്പമാണത്. പടിഞ്ഞാറ് നവോത്ഥാനവുമായും മതനവീകരണവുമായും അത് ബന്ധപ്പെട്ടിരിക്കുന്നു. നമ്മെ സംബന്ധിച്ചിടത്തോളവും ഇത് മതത്തിന്റെ അപശുദ്ധവൽക്കരണവുമായും ഭാഷയുടെ സൗന്ദര്യവൽക്കരണവുമായും ജനകീയവൽക്കരണവുമായും ബന്ധപ്പെട്ടിരിക്കുന്നു. അധിനിവേശത്തിൽനിന്നുള്ള മോചനത്തിന്റെയും ഭാഗമാണ് നമ്മുടെ മാതൃഭാഷാവബോധം.

കേരളീയ നവോത്ഥാനവുമായും ഒരു ജനാധിപത്യസമൂഹമെന്ന നിലയിലുള്ള നമ്മുടെ വികാസവുമായും മാതൃഭാഷയായ മലയാളം എങ്ങിനെ ബന്ധപ്പെട്ടിരിക്കുന്നുവെന്നതിലേക്ക് കടക്കുന്നതിനു മുമ്പ്

നമുക്ക് ഭാഷയെ സംബന്ധിച്ച ചില അടിസ്ഥാന സങ്കല്പനങ്ങളിലേക്കു കടക്കേണ്ടതുണ്ട്. യൂറോപ്യൻ നവോത്ഥാനഘട്ടത്തിൽ ഭാഷയെ സംബന്ധിച്ച് ഉയർന്നുവന്ന ധാരണകൾ എന്തെന്ന് ആരായേണ്ടതുണ്ട്. എന്തെന്നാൽ ഈ സങ്കല്പനങ്ങളിലെ വിമോചനപരമായ ആശയങ്ങളെന്നപോലെ തന്നെ മർദ്ദനപരമായ ആശയങ്ങളും ഇന്നും നമ്മുടെ അക്കാദമിക പണ്ഡിതന്മാർ കൊണ്ടുനടക്കുന്നുണ്ട്.

മാതൃഭാഷ-ജനിതക സങ്കല്പമല്ല, സാമൂഹ്യസങ്കല്പമാണ്

മാതൃഭാഷ എന്നത് ഒരു ജനിതകമായ സങ്കല്പമല്ല, സാമൂഹ്യമായ സങ്കല്പമാണ് എന്നതാണ് ഏറ്റവും നിർണായകമായ കാര്യം.

> മറ്റുള്ള ഭാഷകൾ കേവലം ധാത്രിമാർ
> മർത്ത്യന് പെറ്റമ്മ തൻ ഭാഷ താൻ

എന്ന വള്ളത്തോളിന്റെ വരികൾ മുൻനിർത്തിയാണ് നാം മാതൃഭാഷയെ നിർവചിക്കാറുള്ളത്. പെറ്റമ്മയും പോറ്റമ്മയും തമ്മിലുള്ള വ്യത്യാസമായി ഇതു വിശദീകരിക്കപ്പെടാറുണ്ട്. ദേശീയസമരത്തിന്റെ മൂല്യമൂൾക്കൊണ്ട് അന്ന് വള്ളത്തോൾ എഴുതിയ ഈ വരികൾ ജനാധിപത്യയുക്തിയിലും ശാസ്ത്രീയമായ അർഥത്തിലും ഇന്ന് പൂർണമായ ശരി ഉൾക്കൊള്ളുന്നതല്ല. മാതൃഭാഷ ജനിതകമാണ് എന്ന ധാരണയാണ് അതിനെ മണ്ണിന്റെ മക്കൾവാദത്തിലേക്കും മറ്റു ജനതകൾക്കെതിരെയുള്ള അക്രാമകമായ യുക്തിയിലേക്കും വളർത്തുന്നത്. ഈ ധാരണയാണ് ഭാഷാവാദത്തെ പാരമ്പര്യത്തിലൂന്നിയ സ്വത്വവാദമായി തെറ്റിദ്ധരിപ്പിക്കുന്നതും. മഹാരാഷ്ട്രയിൽ ശിവസേനയും നവനിർമാണസേനയും മറാഠിയെ മുന്നോട്ടുവെക്കുന്നത് ഈ ജനിതക യുക്തിയിലാണ്. അമ്മയിൽ നിന്ന് ജനിതകമായി കൈമാറി വരുന്നതല്ല മാതൃഭാഷ എന്നു വ്യക്തമായാൽ മാതൃഭാഷാവാദം ഫാസിസ്റ്റ് യുക്തിക്ക് വളമാകുകയില്ല. ജനാധിപത്യവൽക്കരണത്തിന്റെയും വ്യക്തിയുടെ സാമൂഹ്യവൽക്കരണത്തിന്റെയും അനിവാര്യമായ ഉപാധിയാണ് മാതൃഭാഷയ്ക്കു വേണ്ടിയുള്ള വാദമെന്ന് വ്യക്തമാകുകയും ചെയ്യും. ഏതു ഭാഷയാണോ ഒരു ശിശു തൊട്ടടുത്ത സാഹചര്യങ്ങളിൽ നിന്ന് ആർജ്ജിക്കുന്നത് ആ ഭാഷയാണ് മാതൃഭാഷ. തമിഴ്നാട്ടിലെയോ ബീഹാറിലെയോ തൊഴിലാളികളുടെ മക്കൾ മലയാളപരിസരത്ത് വ്യക്തികളെന്ന നിലയിൽ ജീവിക്കുമ്പോൾ അവരുടെ മാതൃഭാഷ മലയാളമാണ്. അതുപോലെ വിദേശത്ത് വ്യക്തികളെന്ന നിലയിൽ താമസിക്കുന്ന മലയാളി ദമ്പതിമാ

രുടെ മക്കൾ അവിടെത്തന്നെ വളരുകയാണെങ്കിൽ അവരുടെ മാതൃഭാഷ അതതിടത്തെ ഭാഷയായിരിക്കും. വ്യക്തിപരിസരമല്ല, സാമൂഹ്യപരിസരമാണ് ഒരു ഭാഷയെ മാതൃഭാഷയാക്കുന്നത്. ഭൂരിപക്ഷങ്ങൾ സംസാരിക്കുന്ന ഭാഷയിൽ നിന്ന് വ്യത്യസ്തമായി ഒരു ന്യൂനപക്ഷം സാമൂഹ്യസ്വഭാവത്തോടെ മാതൃഭാഷ കൈകാര്യം ചെയ്യുമ്പോൾ അത് ന്യൂനപക്ഷഭാഷയെന്ന നിലയിൽ മാതൃഭാഷാപദവി നേടുകയും ചെയ്യുന്നു. ഇങ്ങനെ സാമൂഹ്യപദവി ആർജ്ജിക്കുന്ന ഇടങ്ങളിലാണ് തമിഴും കന്നഡയും കേരളത്തിൽ ന്യൂനപക്ഷ ഭാഷയാകുന്നത്. ആദിവാസിഭാഷകളെല്ലാം മാതൃഭാഷയെന്ന നിലയിൽ തുല്യആദരവ് അർഹിക്കുന്നുവെന്നു മാത്രമല്ല, അടിച്ചമർത്തപ്പെടുന്ന ഭാഷകളെന്ന നിലയിൽ കൂടുതൽ പരിഗണന അർഹിക്കുകയും ചെയ്യുന്നു.

ദാന്തെ -മാതൃഭാഷയുടെ നിർവചനം

ലോക നവോത്ഥാനത്തിന്റെ ആദ്യനായകനായി കണക്കാക്കപ്പെടുന്ന ദാന്തെയാണ് മാതൃഭാഷയെ സാമൂഹ്യമായ അർത്ഥത്തിൽ ആദ്യമായി നിർവചിച്ചത്. 'ഡി വൾഗാരി ഇലക്വൻഷ്യ' (1306, പ്രസിദ്ധീകരണം 1529) എന്ന പ്രബന്ധത്തിലാണ് ദാന്തെ ഇക്കാര്യം പറയുന്നത്. ഏതൊരു ഭാഷയാണോ നാം ശിശുക്കളായിരുന്ന കാലത്ത് നമ്മുടെ ആയമാർ നമ്മോട് സംസാരിച്ചിരുന്നത് ആ ഭാഷയാണ് മാതൃഭാഷ എന്നാണ് അദ്ദേഹം പറഞ്ഞത്. കൃത്രിമമായി വ്യാകരണം പഠിച്ച് നാം ഉണ്ടാക്കിയെടുക്കുന്ന ലത്തീനല്ല, പകരം സാമൂഹ്യമായി ആർജ്ജിക്കുന്ന ഇറ്റാലിയനായിരുന്നു ദാന്തെയെ സംബന്ധിച്ചിടത്തോളം മാതൃഭാഷ. അതാണ് കൂടുതൽ ഉദാത്തവും. ദൈവികവും ഉദാത്തവുമായി അതുവരെ കണക്കാക്കപ്പെട്ട ലാറ്റിനെയാണ് ദാന്തെ തള്ളുന്നത്. കൃത്രിമമായതിനെതിരെ പ്രാകൃതികമായതിനെ മുന്നോട്ടുവെക്കുകയാണ് ദാന്തെ. കൃത്രിമമായത് മനുഷ്യസൃഷ്ടം പ്രാകൃതികമായത് ദിവ്യം (വ്യക്തിയുടെ അകംലോകത്തെ ദിവ്യമായി കാണുന്നു). പ്രകൃതി സാമൂഹ്യപ്രകൃതിയാണ്, തൊട്ടടുത്ത സമൂഹമാണ്.

ലത്തീനു പകരം ദേശ്യഭാഷയായ ഇറ്റാലിയനെ കാവ്യഭാഷയായി ഉപയോഗിക്കുന്ന സന്ദർഭത്തിലാണ് നവോത്ഥാനം ആരംഭിക്കുന്നതും. ജനങ്ങളുടെ ഭാഷയെ സാഹിത്യഭാഷയും വിജ്ഞാനഭാഷയുമാക്കി മാറ്റുന്ന സന്ദർഭമാണത്. യൂറോപ്പിലെ വിവിധ ദേശീയതകളുടെ വികാസത്തിന്റെ അടിസ്ഥാനവുമാണത്. ബൈബിളിനെ പ്രാദേശിക ഭാഷകളിലേക്ക് വിവർത്തനം ചെയ്യാമെന്നു വന്നപ്പോഴാണ് യൂറോപ്പിൽ

മതനവീകരണത്തിനും തുടക്കം കുറിക്കുന്നത്. ലൂഥറൻ വിപ്ലവം ഈ ആശയം ഉൾക്കൊള്ളുന്നതാണ്. ഏതു വ്യക്തിക്കും തന്റെ മാതൃഭാഷയിലൂടെ നേരിട്ട് ദൈവത്തെ അറിയാമെന്നു വന്നപ്പോഴാണ് ഭക്തി ജനാധിപത്യപരമായത്. മേല്പത്തൂരിന്റെ സംസ്കൃതത്തിലൂടെയല്ല, പൂന്താനത്തിന്റെ പച്ചമലയാളത്തിലൂടെയാണ് ഗുരുവായൂരപ്പൻ പ്രസാദിപ്പിക്കപ്പെടുക എന്ന, ഭക്തിയും വിഭക്തിയും തമ്മിലുള്ള വേർപിരിയലിന്റെ കേരളീയ സന്ദർഭവും ഇതാണ് സൂചിപ്പിക്കുന്നത്. ഇന്ത്യയിലെ ഭക്തി പ്രസ്ഥാനകാലം പ്രാദേശിക ഭാഷകളുടെ വികാസത്തിന്റെ ഘട്ടവുമായിരുന്നു. യുക്തിപരമായ പ്രബുദ്ധതയെയും ശാസ്ത്രബോധത്തെയും അപമിത്തീകരണത്തെയും പോപ്പിൽനിന്നുള്ള സ്വാതന്ത്ര്യത്തെയും ആ അർത്ഥത്തിൽ ജനാധിപത്യപരമായ ആധുനിക ദേശീയതകളെയുമാണ് ആധുനിക യൂറോപ്യൻഭാഷകളുടെ വികാസം പ്രതിനിധീകരിച്ചത്.

ഭാഷ ബോധപൂർവമായ പ്രക്രിയ മാത്രമാണ് എന്നു ധരിക്കുന്നവരാണ് അന്യഭാഷയും മാതൃഭാഷയും തമ്മിൽ ഭേദമില്ല എന്നു വിചാരിക്കുന്നത്. ഭാഷ ജന്മസിദ്ധമാണെന്നും ജനിതകമാണെന്നും ധരിക്കുന്നതിന്റെ മറുവശമാണ് അത് ബോധപൂർവം മാത്രമാണെന്ന ധാരണയും. സാമൂഹ്യമായിരിക്കെത്തന്നെ അബോധവുമാണ് ഭാഷയുടെ പ്രവർത്തനം. ഭാഷ ബോധപൂർവമായ പ്രക്രിയ മാത്രമാണ് എന്നും അതിലെ യുക്തിപരമല്ലാത്ത കാര്യങ്ങളെ അരിച്ചു മാറ്റണമെന്നും പതിനേഴാം നൂറ്റാണ്ടിൽ പ്രബുദ്ധതാപരമായ ആധുനികതയുടെ ഘട്ടത്തിൽ യാന്ത്രികമായ സമീപനം പുലർത്തിയവർ ചിന്തിച്ചിരുന്നു. എന്നാൽ പിൽക്കാലത്ത് ഭാഷയുടെ വേരുകൾ അബോധത്തിലാണ് നിലനില്ക്കുന്നത് എന്ന് സിദ്ധാന്തവൽക്കരിക്കപ്പെട്ടു. ആ നിലയിലാണ് അത് സൗന്ദര്യാത്മകവും വൈകാരികവുമാണ് എന്ന് പറയുന്നത്. മാതൃഭാഷാപരമായ വിദ്യാഭ്യാസം വൈകാരിക വിദ്യാഭ്യാസമാണ് എന്നു പറയുന്നത്. പ്രബുദ്ധതയുടെ ഘട്ടം മുതൽ ഭാഷയെക്കുറിച്ചുള്ള യാന്ത്രിക വീക്ഷണങ്ങളെ സാമാന്യമായി ഒന്നു നോക്കിക്കാണാൻ ശ്രമിക്കാം.

പ്രബുദ്ധതയും ലോകഭാഷയ്ക്കായുള്ള അന്വേഷണവും

മലയാളം പോലുള്ള മാതൃഭാഷകൾക്ക് വേണ്ടി നിലകൊള്ളുന്നവരോട് പൊതുവെ ചോദിക്കാറുള്ള ഒരു ചോദ്യമുണ്ട്. ലോകത്തിൽ ഒരൊറ്റ ഭാഷ പോരേ? ഭാഷ ഭിന്നിക്കുന്നതുകൊണ്ടുള്ള എല്ലാ പ്രശ്നങ്ങളും അതോടെ ഇല്ലാതാകുകയില്ലേ? അതേ പോലെ മറ്റൊരു ചോദ്യവുമുണ്ട്. സാഹിതീയമായ ഭാഷാപ്രയോഗങ്ങൾ പഠിക്കുന്നതുകൊണ്ട് എന്തു

പ്രയോജനമാണുള്ളത്? ഈ രണ്ടു വാദങ്ങളുടെയും വേരുകൾ പ്രബുദ്ധതാപരമായ ആധുനികതയുടെ ഘട്ടത്തിൽ തന്നെയാണ്. പ്രബുദ്ധതാഘട്ടത്തിൽ രണ്ടു കാര്യങ്ങൾ മുന്നോട്ടുവെക്കപ്പെട്ടിരുന്നു:

1. സാർവലൗകികമായ ഒരൊറ്റ ഭാഷയ്ക്കു വേണ്ടിയുള്ള അന്വേഷണം.
2. ഭാഷയെ ആലങ്കാരികതയിൽ നിന്നും വികാരപരതയിൽ നിന്നും സ്വതന്ത്രമാക്കുന്നതിനുള്ള ശ്രമം.

പ്രബുദ്ധതാപരമായ ആധുനികതയുടെ അടിസ്ഥാന സങ്കല്പനമായിരുന്നു സാർവലൗകികത. ആധുനിക തത്വചിന്തയുടെ പിതാവായി കണക്കാക്കപ്പെടാറുള്ള റെനെ ദക്കാർത്ത് ഗണിതശാസ്ത്രയുക്തിയിലുള്ള ഒരു സാർവലൗകികത ഭാഷയുടെ കാര്യത്തിലും മുന്നോട്ടുവെച്ചിരുന്നു. 1629 ൽ ദക്കാർത്ത് എഴുതി: "ഒരു കൃത്രിമ ഭാഷ സാധ്യമാണ്. അതിന് ആധാരമായിട്ടുള്ള ശാസ്ത്രവും കണ്ടെത്താൻ കഴിയും. ഈ ഭാഷയുടെ സഹായത്തോടെ വസ്തുതകളുടെ സാരാംശത്തെപ്പറ്റി യുക്തിചിന്ത നടത്താൻ ഇന്നു തത്വചിന്തകന്മാർക്കു കഴിയുന്നതിനെക്കാൾ എളുപ്പത്തിൽ കൃഷിക്കാർക്ക് കഴിയുകയും ചെയ്യും" (കോൺഡ്രാറ്റോവ്: 139). ദക്കാർത്തിന്റെ അഭിപ്രായത്തിൽ സാർവലൗകികഭാഷ ശാസ്ത്രീയവും മാനവികവുമായ എല്ലാ സങ്കല്പനങ്ങളിലേക്കുമുള്ള സവിശേഷവും യുക്തിയുക്തവുമായ താക്കോൽ ആയിരിക്കണം. സാധാരണ സംഖ്യാപരമ്പരയ്ക്കു തുല്യം എല്ലാ ആശയങ്ങളും ക്രമാനുഗതമായി ചിട്ടപ്പെടുത്താൻ കഴിയുമെന്ന് അദ്ദേഹം വിശ്വസിച്ചു.

ബേക്കൺ

ഭാഷയുടെ ആലങ്കാരികതയെ ഒതുക്കുക അതിനെ യുക്തിഭദ്രമാക്കുക എന്നതും പ്രബുദ്ധതയുടെ ഒരു ലക്ഷ്യമായിരുന്നു. പ്രകൃതിയുടെ ഗർഭപാത്രത്തിലേക്ക് കടന്നുചെന്ന് അതിന്റെ ദൈവിക രഹസ്യങ്ങൾ കണ്ടെത്തുക എന്ന ലക്ഷ്യമാണ് ആധുനിക ശാസ്ത്രപദ്ധതികൾക്ക് തുടക്കം കുറിച്ച ഫ്രാൻസിസ് ബേക്കണുണ്ടായിരുന്നത്. ഭാഷയ്ക്ക് ആ പ്രക്രിയയിൽ റഫറൻഷ്യൽ ധർമമേയുള്ളൂ എന്ന് ബേക്കൺ കരുതി. ഭാഷ പ്രകൃതിയിലേക്കല്ലാതെ തന്നിലേക്കു നോക്കരുത്. ഭാഷയുടെ ദുരുപയോഗം തടയാൻ സാർവലൗകികമായ കൃത്രിമഭാഷ വേണമെന്നാണ് ബേക്കന്റെ വാദം. രാജാവിന് ജനതയെ ശരിയായി ഭരിക്കണമെങ്കിൽ ഇത്തരമൊരു ഭാഷ ആവശ്യമാണ്. സാഹിത്യപരവും ആലങ്കാരികവുമായ ഭാഷയ്ക്കെതിരെ നിന്ന ബേക്കൺ ഇച്ഛാശക്തിയെ ബലപ്പെടുത്താനുതകുന്നതാകണം അലങ്കാരഭാഷ എന്നും വിചാരിച്ചു.

ലോകഭാഷാ സങ്കല്പത്തിന്റെ പിന്നാലെ പോയ മറ്റൊരു ചിന്തകൻ ലിബനിസാണ്. പൊതുവായ ഘടകങ്ങൾ ഉപയോഗിച്ച് കെട്ടിപ്പടുക്കാവുന്ന പൊതുവായ ലോകഭാഷ എന്നതായിരുന്നു അത്. ചില കുറിപ്പുകളിൽ ലെബിനിസിന്റെ ശ്രമം ഒടുങ്ങി. ലോകഭാഷ സൃഷ്ടിക്കാനുള്ള തുടർന്നുള്ള ശ്രമങ്ങളെല്ലാം പാളുകയാണ് ചെയ്തത്. പത്തൊമ്പതാം നൂറ്റാണ്ടിൽ ജൊഹാൻ മാർട്ടിൻ ഷ്ളിയർ എന്ന കത്തോലിക്കാ പുരോഹിതൻ 1879 ൽ വൊളാപുക് എന്ന കൃത്രിമഭാഷ ഉണ്ടാക്കാൻ ശ്രമിച്ചു. ക്രിസ്തുമത വിശ്വാസികളുടെ യൂറോപ്പിന് ഏക വിശ്വാസമെന്നപോലെ ഏക ഭാഷയും ഉണ്ടാക്കാനുള്ള ശ്രമമായിരുന്നു അത്. (കോൺഡ്രാറ്റോവ്: 141). നാലു ദശകത്തോളം ആ ഭാഷ ചത്തും ജീവിച്ചും നിലനിന്നു. 1912 ൽ ഷ്ളിയർ മരണമടഞ്ഞു. അദ്ദേഹത്തെക്കുറിച്ച് തൊട്ടുപിന്നാലെ ഇറങ്ങിയ പുസ്തകമാണ് അതിലെ അവസാനത്തെ പുസ്തകം. അതോടെ ആ ഭാഷയും മരണമടഞ്ഞു.

ഭാഷ നേരിട്ട് പ്രകൃതിയെ പ്രതിനിധീകരിക്കുന്നു എന്ന ധാരണയ്ക്കുപ്പുറത്തേക്ക് ഭാഷയെ അതായിത്തന്നെ പഠിക്കണം എന്ന ധാരണ പിന്നീട് രൂപപ്പെടുന്നു (Bauman: 31). ബേക്കന്റെ ധാരണയെ തള്ളി ഈ ധാരണ മുന്നോട്ടു വെക്കുന്നത് തത്വചിന്തകനായ ജോൺ ലോക്കാണ് (1671). ഭാഷ സവിശേഷമായ മനുഷ്യ പെരുമാറ്റത്തിന്റെ മേഖലയാണ്. ഒരു മനുഷ്യന്റെ സ്വയം ശക്തിസ്രോതസ്സാണ് ഭാഷ. വസ്തുക്കൾ, കർമങ്ങൾ, ചിഹ്നങ്ങൾ ഇവ പരസ്പരം വ്യത്യസ്തമായി നില്ക്കുന്നതാണ്. ഇവ പരസ്പര ഭിന്നമായ സ്വതന്ത്രമണ്ഡലങ്ങളാണ്. ഭാഷയെ വ്യക്തി മനസ്സുമായി ബന്ധിപ്പിക്കുന്ന ഈ സമീപനം ഓരോ മനുഷ്യന്റെയും ധാരണാ പ്രപഞ്ചത്തെ അംഗീകരിക്കുന്നതിലേക്ക് നയിക്കും. യാന്ത്രികമായ ഏകതയെ തള്ളി വ്യക്തിവൈവിധ്യത്തെ അംഗീകരിക്കുന്ന ലോക്കിന്റെ ഈ വാദം ഫലത്തിൽ ഓരോ മനുഷ്യന്റെയും ജനാധിപത്യപരമായ വിഷയിത്വത്തെ അംഗീകരിക്കലാണ് എന്നു കാണാം.

ഭാഷയും അധിനിവേശവും

ഒരു വശത്ത് ഭാഷയുടെ ജനാധിപത്യവൽക്കരണം നടക്കുന്ന അതേ ഘട്ടത്തിൽ തന്നെ അത് ആധിപത്യത്തിനുള്ള ഉപകരണമായും തിരിച്ചറിയപ്പെടുന്നുണ്ട്. 1492-ലാണ് (സ്പെയിൻകാരനായ കൊളംബസ് അമേരിക്കയിലെത്തിയ അതേ കൊല്ലം) ഒരു ആധുനിക യൂറോപ്യൻ ഭാഷയുടെ പ്രധാനമായ വ്യാകരണം ഉണ്ടാകുന്നത്-സ്പാനിഷിന്റെ വ്യാകരണഗ്രന്ഥമായ *ഗ്രമാറ്റിക്ക കാസ്റ്റില്ലാന* എന്ന അന്റോ

ണിയോ നെബ്രിജ (Antonio de Nebrija)യുടെ കൃതി. സ്പാനിഷ് ഭാഷയുടെ കാസ്റ്റിലിയൻ രൂപം. ഭാഷയും സാമ്രാജ്യവും സുഹൃത്തുക്കളാണ് എന്നും രണ്ടും വളരുന്നതും തളരുന്നതും ഒന്നിച്ചാണ് എന്നും അദ്ദേഹം വാദിച്ചു (Joseph: 102). അർത്ഥശൂന്യമായ നോവലും മറ്റും വായിച്ച് നേരം കളയുന്നതിന് പകരം ഭാഷയെ കൃത്യമായി ഉപയോഗിക്കാൻ നാട്ടുകാരെ പഠിപ്പിക്കാനാണ് താൻ ഈ കൃതി രചിക്കുന്നത് എന്നാണ് അദ്ദേഹം പറയുന്നത്. (സാഹിത്യപരമായ ഉപയോഗത്തിന്റെ എതിരെയാണ് ഈ മാനകീകരണം വരുന്നത്).

മൂന്നു കാര്യങ്ങളാണ് നെബ്രിജ ലക്ഷ്യമാക്കിയത് (Joseph:103)

1. രാഷ്ട്രത്തെ മഹത്വവൽക്കരിക്കൽ
2. മനുഷ്യ മനസ്സിനെ നന്നാക്കൽ
3. ഭാഷയെ മാറ്റമില്ലാതെ നിലനിർത്തൽ

നവോത്ഥാനകാല ഭാഷാപഠനത്തിന്റെ പൊതുപ്രത്യേകതയാണ് ഈ മൂന്നുമെന്ന് ജോസഫ് ചൂണ്ടിക്കാണിക്കുന്നുണ്ട്.

സ്പെയിൻ കീഴടക്കുന്ന പുതിയ രാജ്യങ്ങളിലെ ജനങ്ങൾക്ക് സ്പാനിഷ് ഭാഷ പഠിക്കാനാണ് നെബ്രിജ വ്യാകരണം രചിക്കുന്നത്. അത്തരത്തിൽ സ്പെയിനിന്റെ നിയമങ്ങൾ അവരെ അനുസരിപ്പിക്കാൻ കൂടിയാണത്. ആത്മാവിന്റേയോ മനസ്സിന്റേയോ വിഷയത്തിൽനിന്ന് ഭാഷ രാഷ്ട്രീയത്തിന്റെ വിഷയമായി മാറുകയാണ്.

ഭാഷയും ദേശീയതയും

ഭാഷയാണ് ദേശീയതയുടെ മാനദണ്ഡം എന്ന കാഴ്ചപ്പാട് പത്തൊമ്പതാം നൂറ്റാണ്ടിന്റെ തുടക്കത്തോടെ യൂറോപ്പിൽ രൂപപ്പെട്ടുന്നുണ്ട്. നെപ്പോളിയൻ രാജ്യങ്ങളെ കീഴടക്കിത്തുടങ്ങിയപ്പോൾ ജർമൻ പ്രദേശത്തെ ജനത തങ്ങൾ ഒരന്യശക്തിയാൽ കീഴടക്കപ്പെട്ടതായി തിരിച്ചറിഞ്ഞു. കീഴടക്കിയതിന്റെ മാനദണ്ഡം ഭാഷാപരമാണ് എന്നും അവർ തിരിച്ചറിഞ്ഞു. ഭാഷയാണ് ദേശീയതയുടെ അടിസ്ഥാനം എന്ന വീക്ഷണം ഫിഷെ 1806-ൽ മുന്നോട്ടുവെക്കുന്നു. മതസമൂഹത്തിൽനിന്ന് ഭിന്നമായി മതേതരമായ ആധുനിക സാമൂഹികതയെ മുന്നോട്ടുവെച്ചത് ഭാഷയാണ്. വ്യക്തി, ദേശീയത, രാഷ്ട്രം തുടങ്ങിയ ആധുനികമൂല്യങ്ങൾ മാതൃഭാഷയിലൂടെ മാധ്യസ്ഥീകരിക്കപ്പെട്ടതാണെന്ന് ഇത് വ്യക്തമാക്കുന്നു. ദൈവത്തിന്റെ പ്രജകൾ എന്നതു വിട്ട് രാജാവിന്റെ പ്രജകൾ

എന്ന ജനാധിപത്യബോധത്തിലേക്ക് കടക്കുമ്പോഴാണ് ഭാഷയും ദേശീയതയും ഭൂമിയിലെ സമൂഹത്തിലെ, ഭാഷയുടെ പ്രശ്നവും വരുന്നത്. അപ്പോഴാണ് മതപരമായ പ്രാർത്ഥനാതലം വിട്ട് രാഷ്ട്രീയത്തിലേക്ക് ഭാഷ കടക്കുന്നത്. ദൈവവും വ്യക്തിയും തമ്മിലുള്ള ഭാഷയുടെ പ്രാർത്ഥനാപരമായ ലംബമാന തലത്തിന് പകരം സാമൂഹ്യമായ തിരശ്ചീന തലം പ്രധാനമാകുന്നു.

നെപ്പോളിയന്റെ ആക്രമണത്തിനു മുമ്പുതന്നെ ഇംഗ്ലണ്ടിൽ ഭാഷ അധിനിവേശവുമായി ബന്ധപ്പെട്ട ദേശീയ പ്രശ്നമായിരുന്നു. 1066-ൽ ഇംഗ്ലണ്ടിനെ നോർമൻകാർ ആക്രമിച്ച് കീഴടക്കുന്നുണ്ട്. ഫ്രഞ്ചായിരുന്നു അവരുടെ മാതൃഭാഷ. അതോടെ ഫ്രഞ്ചുഭാഷ ഇംഗ്ലണ്ടിലെ ഉപരിവർഗത്തിന്റെ ഭാഷയായി. ഭരണവും കോടതിയുമെല്ലാം ഫ്രഞ്ചിലായി. നോർമൻ ആധിപത്യം കഴിഞ്ഞ് നാലു നൂറ്റാണ്ടു കഴിഞ്ഞിട്ടും പൂർണമായി കോടതി നടപടികളെ അപകോളനീകരിക്കാൻ ഇംഗ്ലീഷുകാർക്ക് കഴിഞ്ഞിരുന്നില്ല. 1731-ൽ, ഇംഗ്ലണ്ടിലെ കോടതികളിൽ ഇനി ലാറ്റിനോ ഫ്രഞ്ചോ ഉപയോഗിച്ചാൽ വാക്കൊന്നിന് അമ്പതു പവൻ പിഴ എന്നു ഉത്തരവിറക്കിയതിനു ശേഷമാണ് കോടതി ഭാഷ ഇംഗ്ലീഷായത് (രാജരാജവർമ്മ, എഴുമറ്റൂർ : 21). ഇംഗ്ലണ്ടിൽ ഇങ്ങനെ ഭാഷാപരമായ ദേശീയബോധം വളരാൻ തുടങ്ങിയപ്പോഴാണ് വിജ്ഞാനഭാഷയെന്ന നിലയിലും ഇംഗ്ലീഷ് വികസിച്ചത്. അപ്പോഴാണ് ഐസക് ന്യൂട്ടൺ *ഓപ്റ്റിക്സ്* എന്ന തന്റെ ശാസ്ത്രഗ്രന്ഥം ഇംഗ്ലീഷിൽ രചിച്ചത്. അതിനു മുമ്പ് അദ്ദേഹവും (ഉദാഹരണത്തിന് *പ്രിൻസിപ്പിയ*) മറ്റു ശാസ്ത്രജ്ഞന്മാരും ശാസ്ത്രകൃതികൾ ലാറ്റിനിലാണ് എഴുതിയിരുന്നത്. ജർമൻ ദാർശനികനായ ഇമ്മാനുവൽ കാന്റ് ആണ് ജർമൻ ഭാഷയിൽ ശാസ്ത്രവും തത്വശാസ്ത്രവും പഠിപ്പിച്ചു തുടങ്ങുന്നത്.

മാതൃഭാഷകളും ഇന്ത്യയുടെ ആധുനികീകരണവും

ഇന്ത്യയുടെ ആധുനികീകരണത്തിൽ രണ്ടു തരം പ്രവണതകളുണ്ടായിരുന്നതായി കാണാം. കൊളോണിയൽ അധികാരം രൂപീകരിച്ച കൊളോണിയൽ ആധുനികതയാണ് ഒന്ന്. ദേശീയവാദവും ജനകീയ സമരങ്ങളും സൃഷ്ടിച്ച ദേശീയവാദ ആധുനികതയും ജനകീയ ആധുനികതയുമാണ് മറ്റത്. ഓറിയന്റലിസ്റ്റുകളുടെ പഠനത്തെയും മുൻവിധികളെയും മുൻനിർത്തി രൂപപ്പെട്ട കൊളോണിയൽ ആധുനികത സംസ്കൃതത്തെയാണ് പ്രമാണമാക്കിയത്. അതിൽ നിന്ന് വ്യത്യസ്തമായി ദേശീ

യസമരവും ജനകീയ കീഴാളസമരങ്ങളും അതിന്റെ അവബോധവും മാതൃഭാഷകളെ മുൻനിർത്തിയുള്ളതായിരുന്നു. ഈ സമീപനത്തിന്റെ തുടർച്ചയായിരുന്നു ഗാന്ധിയുടെ ഭാഷാവീക്ഷണവും. *ഹിന്ദ്സ്വരാജും എന്റെ സത്യാന്വേഷണ പരീക്ഷകളും* ഗാന്ധിജി എഴുതിയത് മാതൃഭാഷയായ ഗുജറാത്തിയിലാണ്.

കേരളീയ നവോത്ഥാനം - മതാതീതമായ മലയാളി എന്ന ബോധത്തിന്റെ രൂപീകരണം

കേരളത്തിന്റെ ആധുനികീകരണത്തിന്റെയും നവോത്ഥാനത്തിന്റെയും ഘട്ടത്തിൽത്തന്നെ മാതൃഭാഷയുടെ പ്രസക്തി ഉറപ്പിക്കപ്പെട്ടിരുന്നു. മാതൃഭാഷ പഠിക്കേണ്ടത് ആവശ്യമാണെന്ന് സമുദായ നവീകരണത്തിനു ശ്രമിച്ച ആളുകൾക്കും മതപ്രചാരകർക്കും അറിയാമായിരുന്നു. ജനങ്ങളെ ആന്തരികമായി പരിവർത്തിപ്പിക്കാൻ വേണ്ടത് മാതൃഭാഷയിലൂടെയുള്ള ഉദ്ബോധനമാണ് എന്ന കാര്യം അവർക്കറിവുള്ളതായിരുന്നു. ആത്മാവിനെയും മനസ്സിനെയും സ്പർശിക്കുന്നത് മാതൃഭാഷയാണ് എന്ന പൊതുവായ മതനവീകരണയുക്തികൂടി ഇതിലുണ്ട്. സാമൂഹ്യതലത്തിൽ നിലനിന്ന മാതൃഭാഷയുടെ പ്രയോഗം ഒരു രാഷ്ട്രീയപ്രശ്നമായി ഉയരുന്നത് പത്തൊമ്പതാം നൂറ്റാണ്ടിന്റെ രണ്ടാം പകുതിയിലാണ്. തുടക്കം മുതലേ കൊളോണിയലിസത്തിനെതിരെയും സംസ്കൃത കേന്ദ്രിതമായ ബ്രാഹ്മണകേന്ദ്രിത ലോകബോധത്തിനെതിരെയുമുള്ള അവബോധത്തിന്റെ ഭാഗമാണിതെന്നു കാണാം.

വിദ്യാഭ്യാസ മേഖലയിൽത്തന്നെ ഈ ഇടപെടൽ കാണാം. ഇംഗ്ലീഷിനെ വാഴ്ത്തുന്ന മെക്കാളെ മിനുട്ട്സിനെ മിഷണറിമാർ അംഗീകരിച്ച എന്നതിന് തെളിവില്ല. ബ്രിട്ടീഷ് ഭരണത്തിന്റെ താത്പര്യവും മതപരമായ മിഷണറി താത്പര്യവും ഒന്നാണെന്നു വരുന്നില്ല. അറിവിനെ സാമൂഹ്യ പ്രബുദ്ധതയ്ക്ക് ഉപയോഗിക്കുന്നതും ഭരണത്തിന്റെ കേവലം ഉപകരണം മാത്രമായി കാണുന്നതും തമ്മിലുള്ള വ്യത്യാസം ഇവിടെയും പ്രകടമാണ്. പടിഞ്ഞാറുണ്ടായ മട്ടിലുള്ള ഒരു ലൂഥറിയൻ വിപ്ലവമാണ് മാതൃഭാഷയുടെ കാര്യത്തിൽ ക്രൈസ്തവ പുരോഹിതരിലൂടെ കേരളത്തിൽ വരുന്നത്. രാജ്യസമാചാരവും പശ്ചിമോദയവും പോലുള്ള പ്രസിദ്ധീകരണങ്ങൾ തുടങ്ങുന്നതോടെ അച്ചടി കേന്ദ്രിതമായ ഒരു പൊതുമണ്ഡലം കേരളത്തിൽ രൂപപ്പെട്ടുന്നുണ്ട്. ജോർജ്ജ് മാത്തനും ഹെർമൻ ഗുണ്ടർട്ടും ജോഹന്നസ് ഫ്രോൺ മേയറുമെല്ലാം ഈ സമീപനം ശക്തമായി മുന്നോട്ടുവെക്കുന്നുണ്ട്.

ജോർജ്ജ് മാത്തൻ (1819-1870)

1867 ലാണ് ബാലാഭ്യസനം എന്ന പ്രഭാഷണ ലേഖനത്തിൽ റവ. ജോർജ് മാത്തൻ മാതൃഭാഷയിൽ വിദ്യാഭ്യാസം നടത്തേണ്ട ആവശ്യകതയെക്കുറിച്ച പറയുന്നത്. കച്ചേരികളിലെ ഭാഷയും മലയാളമാകണമെന്ന് അദ്ദേഹം വാദിക്കുന്നുണ്ട്. "അധ്വാനവും പഠനവും കൂടാതെ മാതൃഭാഷയിൽ അറിവുണ്ട്. മാവേലിക്കര നിന്ന ഇവിടേക്ക കരുനാഗപ്പള്ളിൽക്കൂടെ നേർവഴിയേ വരാകുമ്പോൾ കാർത്തികപ്പള്ളിൽക്കൂടെ എന്തിന ച്ചുറ്റുന്നു. അന്യഭാഷ പഠിക്കുന്നതിന വേണ്ടി വരുന്ന സമയത്തെ ഉപകാരമുള്ള കാര്യങ്ങളെ വശമാകുന്നതിൽ ചിലവിടമെല്ലോ" (സാമുവൽ: 438) എന്നിങ്ങനെ അന്യഭാഷയിലൂടെയുള്ള പഠനം വളഞ്ഞതും അധ്വാനമേറിയതും കൃത്രിമവുമാണെന്ന് ജോർജ്ജ് മാത്തൻ വാദിക്കുന്നുണ്ട്. എത്ര പഠിച്ചാലും മലയാളിയുടെ ഇംഗ്ലീഷിനെ ഇംഗ്ലീഷുകാർ അംഗീകരിച്ച തരില്ലെന്നും അദ്ദേഹം കാണുന്നുണ്ട്. "അവർ മുറിയിംഗ്ലീഷ് പറെവാനും എഴുതുവാനും പ്രാപ്തന്മാരായി വരുന്നതിൽ അവരുടെ നിഗളം വർധിക്കുന്നുവെങ്കിലും അവരുടെ അവശബ്ദം കേൾക്കുന്നതും അനക്ഷരം കാണുന്നതും സാക്ഷാൽ എംഗ്ലീഷുകാർക്ക ഹാസ്യമാകുന്നു"(440).

ഭാഷാശാസ്ത്രപരവും മനശ്ശാസ്ത്രപരവുമായ നിർണായകമായ ഒരു കാര്യം ജോർജ്ജ് മാത്തൻ ഇവിടെ സൂചിപ്പിക്കുന്നു. ഭാഷയുടെ രണ്ടു തരം അർത്ഥത്തെപ്പറ്റിയുള്ള സിദ്ധാന്തമാണത്. "എല്ലാ ഭാഷയിലും ചില മൊഴികൾക്ക പദാർത്ഥം കൂടാതെ ഭാവാർത്ഥവുമുണ്ടു. ചെറുക്കൻ എന്നും ബാലകൻ എന്നുമുള്ള നാമങ്ങൾക്ക പദാർത്ഥം ഒന്നുവെന്നു വരികിലും ചെറുക്കൻ എന്നതിൽ ഒരു നിന്ദാഭാവവും കൂടെ മനസ്സിൽ ഉളവാകുന്നു. അങ്ങനെ തന്നെ അമ്മ എന്നും മാതാവു എന്നുമുള്ളവ പദാർത്ഥത്തിൽ തുല്യം തന്നെയെങ്കിലും ഭാവാർത്ഥപ്രകാരം അമ്മ എന്നതിൽ മാനവും ആകുന്ന ഉള്ളിൽ അധികമായി ഉദിക്കുന്നതു. ഇതുപോലുള്ള ഭാവാർത്ഥങ്ങൾ കൊച്ചിലേ കേട്ടു ശീലിച്ചിരിക്കുന്ന ജന്മഭാഷാപദങ്ങളോട്ടു അല്ലാതെ അഭ്യസനത്താൽ വശമാകുന്ന അന്യഭാഷയിൽ മൊഴികളോട്ടു ചിന്തയിൽ അനുബന്ധപ്പെട്ടു വരികയില്ല. ആകയാൽ ദോഷത്തോട്ടു വെറുപ്പും ഗുണത്തോട്ടു സ്നേഹവും വലിപ്പത്തോട്ടു മാനവും ആപത്തോട്ടു ഭയവും ഇങ്ങനെയുള്ള വികാരങ്ങളെ മനസ്സിൽ ഉദിപ്പിക്കുന്നതിന അന്യഭാഷ ജന്മഭാഷയോളം ഫലിക്കയില്ല എന്നതു തെളിവു തന്നെ. എന്നാൽ അഭ്യസനത്തിന്റെ മുഖ്യസാധ്യം വിദ്യാവർധനം അല്ല, സുശീലനമാകയാൽ ഇങ്ങനത്തെ ഫലം കുറവായിരിക്കുന്നതു വലിയ

ഊനതയല്ലോ"(441-2). ഇന്നും മാതൃഭാഷാ മാധ്യമപഠനത്തിന് വേണ്ടിയുള്ള ശക്തമായ വാദമായി ഇതു നിലകൊള്ളുന്നുണ്ട്.

ഭരണഭാഷയ്ക്കും കോടതിഭാഷയ്ക്കും വേണ്ടിയുള്ള വാദവും അദ്ദേഹം ഉയർത്തുന്നു. "നമ്മുടെ തമ്പുരാൻ തിരുമനസ്സിലെ ജന്മഭാഷ മലയാണ്മ ആയിരിക്കുമ്പോൾ അവിടുത്തേ വക കോട്ടുകളിലും കച്ചേരികളിലും അതിനുപകരം തമിഴിനെ കൊള്ളിക്കുന്നതും അവിടുത്തെ ബഹുമാനവും കുട്ടികളുടെ ഉപകാരവും നോക്കിയല്ല"(444).

മക്തി തങ്ങൾ (1847-1912)

നവോത്ഥാനനായകരിൽ ഒരാളായ സനാവുല്ല മക്തിതങ്ങൾ കേരളത്തിലെ മുസ്ലിങ്ങളോട് മലയാളം പഠിക്കാൻ ആവശ്യപ്പെടുന്നുണ്ട്. മലയാളം മാതൃഭാഷ മാത്രമല്ല, ഈമാൻ നൽകുന്ന ഗുരു ഭാഷയാണെന്നും നല്ല വിശ്വാസികളാകണമെങ്കിൽ മാതൃഭാഷ നന്നായി പഠിച്ച് അറിഞ്ഞിരിക്കണമെന്നും അദ്ദേഹം ഉദ്ബോധിപ്പിക്കുന്നുണ്ട്. മതം അറബിയിലൂടെ പഠിപ്പിക്കുന്നതിന്റെ ദോഷങ്ങൾ ഒന്നൊന്നായി അദ്ദേഹം വിശദീകരിച്ചു:

(അ) മാതൃഭാഷ മാത്രം അല്ലാ മലയാളിയെ ഇസ്ലാമാക്കുന്ന ഗുരുഭാഷയായ മലയാളം പഠിക്കായ്കയാൽ വേദാഭ്യാസം ദോഷപ്പെടുന്നു. ഈമാൻ നഷ്ടപ്പെടുന്നു. എങ്ങനെ എന്നാൽ ഗുരുസ്ഥാനത്തിരിക്കുന്ന പണ്ഡിതൻ അറബി പദാർത്ഥം ഗ്രഹിക്കാതെയും ശിഷ്യനെ ധരിപ്പിക്കാൻ ഭാഷാപദം അറിയാതെയും ഉഴലുന്നു. അറബി പദത്തെ തന്നെ മടക്കി മടക്കി പറഞ്ഞും അതോടൊന്നിച്ച ആംഗ്യം ചേർത്തും മധ്യത്തിൽ തോന്നിയവാസം ഓരോരോ വാക്കുകൾ പറഞ്ഞും ഒരു വിധേന കാര്യം ധരിപ്പിക്കുന്നു.

(ആ) മേൽപ്രകാരം പറയുന്ന വാക്കുകളിൽ ചിലത് നിരർത്ഥകമായും ചിലത് ദുരർത്ഥമായും (മതത്തിനു വിരുദ്ധമായും) ഭവിക്കുന്നു. ചൊല്ലിക്കൊടുക്കുന്നതിന്നുള്ള ഭാഷാപദത്തിന്റെ അർത്ഥം എന്ത്? ഭാഷ ഏത്? എന്നു ചോദിക്കുകയോ മാറ്റി പറയേണമെന്നാവശ്യപ്പെടുകയോ ചെയ്താൽ കോപം ഒഴികെ നിവർത്തിയില്ല.

(ഇ) അറബി പദത്തിനും മലയാളപദത്തിനും ഉള്ള സാർത്ഥം ഗ്രഹിക്കായ്കയാൽ ഗുരുശിഷ്യന്മാർ കാഫിറാകുന്നു.

മലയാളം പഠിക്കുന്നതിൽ മതവിരോധം ഉണ്ടെന്നുള്ള ധാരണ അഹങ്കാരമാണെന്നും തങ്ങൾ ആരോപിക്കുന്നു. മലയാള ഭാഷ പഠിക്കാ

ത്തത് കൊണ്ട് മുസ്ലിങ്ങൾക്ക് പൊതുവെയും പണ്ഡിതന്മാർക്ക് പ്രത്യേകമായും വന്നു ചേരുന്ന കഷ്ടാവസ്ഥ തങ്ങൾ വിശദീകരിക്കുന്നുണ്ട്. പത്ത് പതിനാലു കൊല്ലം പഠിച്ച മുസ്ല്യാർ അറബി ഭാഷയിലോ മലയാള ഭാഷയിലോ ഒരു വാചകം എഴുതാനും ഒരു സദസ്സിൽ ഇങ്ങനെ ഒരു വിഷയത്തെ സംബന്ധിച്ച് സംസാരിക്കാനും നിവൃത്തിയില്ലാതിരിക്കുന്നു. ശൈഖിന്റെ ഗതിയും ഇതു തന്നെ. ഇതിന്റെ കാരണം ഭാഷ ഗ്രഹിക്കാത്തതു തന്നെ (മുഹമ്മദ്: 32). അറബി ഭാഷാജ്ഞാനത്തിനൊത്ത ഭാഷാജ്ഞാനം മലയാളത്തിലും സമ്പാദിക്കണം(33). സംസ്കൃതം-മലയാളം-അറബി നിഘണ്ടുവിന്റെ കയ്യെഴുത്ത് കോപ്പിയും മക്തിതങ്ങൾ തയ്യാറാക്കിയിരുന്നു (33). ഖുർ ആന് വേണ്ടവിധം മലയാള പരിഭാഷയില്ലാത്തതിനെയും അദ്ദേഹം വിമർശിച്ചു. ആയിരത്തിൽ മീതെ സംവത്സരം കഴിഞ്ഞിട്ടും വേദാധാരം സ്വന്തം ഭാഷയിൽ പരിഭാഷപ്പെടുത്തി ഗ്രഹിക്കണം, ഗ്രഹിപ്പിക്കണം എന്നുള്ള അഭിപ്രായം ജനത്തിൽ ജനിക്കാതിരിക്കുന്നത് ശോചനീയം തന്നെ(43) എന്നും അദ്ദേഹം നിരീക്ഷിച്ചു.

ക്രിസ്തീയ സമുദായത്തോട് ജോർജ്ജ് മാത്തനും മുസ്ലിം സമുദായത്തോട് മക്തി തങ്ങളും ഉദ്ബോധിപ്പിച്ച കാര്യങ്ങൾ തന്നെയാണ് ശ്രീനാരായണഗുരു ഹിന്ദുസമുദായത്തോട് പറഞ്ഞതും. തലശ്ശേരിയിൽ ജഗന്നാഥക്ഷേത്ര പ്രതിഷ്ഠയ്ക്ക് വന്ന ഗുരുവിനെ തർക്കത്തിൽ തോല്പിക്കാൻ വേണ്ടി കടത്തനാട്ടെ സംസ്കൃത പണ്ഡിതനായ മണന്തല നീലകണ്ഠൻ മൂസ്സത് സംസ്കൃതത്തിൽ വാദിക്കാൻ തുടങ്ങിയപ്പോൾ പണ്ഡിതരേ, നമുക്ക് നാട്ടുകാർക്ക് മനസ്സിലാവുന്ന മലയാളത്തിൽ സംസാരിക്കാം എന്നു പറഞ്ഞ സന്ദർഭം വലിയൊരു വ്യതിയാനത്തെ കുറിക്കുന്നതായിരുന്നു.

മലയാളി സഭയും മലയാളി എന്ന പത്രവും ഒക്കെ ആ കാലഘട്ടത്തിൽ മലയാളി എന്ന ബോധം രൂപപ്പെടുത്തുന്നുമുണ്ടായിരുന്നു. തിരുവിതാംകൂർ മഹാരാജാസ് കോളേജ് പ്രൊഫസറായിരുന്ന പി. താണുപിള്ള സോഷ്യൽ യൂനിയൻ എന്ന ഒരു സംഘടന രൂപീകരിച്ചു. സി. കൃഷ്ണപിള്ളയുടെ സാരഥ്യത്തിൽ 1885-ൽ അത് മലയാളിസഭ എന്നാക്കി മാറ്റി. ഈ സഭയാണ് 1891-ൽ 10,038 പേർ ഒപ്പിട്ട മലയാളി മെമ്മോറിയൽ കൊടുക്കുന്നതിലേക്ക് എത്തിയ അന്തരീക്ഷം സൃഷ്ടിച്ചത്. ഭാഷാപോഷിണിസഭയുടെ ശ്രമങ്ങളും ആധുനിക ഭാഷയായി മലയാളത്തെ മാറ്റുന്നതിനുള്ളതായിരുന്നു.

ഭാഷാപ്രസ്ഥാനത്തിന്റെ വൈജ്ഞാനിക തലം

ഭക്തികാവ്യങ്ങളുടെ ഭാഷ എന്ന നിലയിൽ മാത്രമല്ല വിജ്ഞാന ഭാഷയെന്ന നിലയിലും മലയാളം നേരത്തേതന്നെ അതിന്റെ ശക്തി തെളിയിച്ചിട്ടുണ്ട്. ലീലാതിലകത്തിൽ തന്നെ കേരളം എന്ന അവബോധം രൂപപ്പെടുന്നത് എം. ആർ. രാഘവവാര്യരെപ്പോലുള്ള പഠിതാക്കൾ ചൂണ്ടിക്കാണിച്ചിട്ടുണ്ട്. ഭാഷാകൗടിലീയം, ബ്രഹ്മാണ്ഡപുരാണം, ഭാഷാഭഗവദ്ഗീത തുടങ്ങിയ വിവർത്തനങ്ങളിലൂടെ നേരത്തെ രൂപപ്പെട്ട മലയാളഭാഷയുടെ വൈജ്ഞാനികശേഷി ഇതാണ് കാണിക്കുന്നത്. ഇതിൽ പലതും ഇന്ത്യൻ ഭാഷകളിൽ ആദ്യത്തെ വിവർത്തനങ്ങളുമാണെന്നു കാണാം. ആയുർവേദം, ജ്യോതിശാസ്ത്രം തുടങ്ങിയ മേഖലകളിൽ മാതൃഭാഷാപരമായ നിരവധി കൃതികൾ ഉണ്ടായിരുന്നു. *ആലത്തൂർ മണിപ്രവാളം*, *യോഗാമൃതം* തുടങ്ങിയ കൃതികൾ, *യുക്തിഭാഷ* (1639)എന്ന ഗണിത ഗ്രന്ഥം. എല്ലാം നേരത്തെതന്നെ മലയാളത്തിന്റെ വൈജ്ഞാനികശേഷിയെ വെളിപ്പെടുത്തുന്നവയാണ്. ഇതിന്റെ തുടർച്ചയാണ് നവോത്ഥാന ഘട്ടത്തിൽ ഏറ്റെടുക്കപ്പെടുന്നത്.

എൽ. ജോഹാന്നസ് മേയർ *പ്രകൃതിശാസ്ത്ര*ത്തിലെ സമർപ്പണ ലേഖനത്തിൽ പറയുന്നു. മലയാള ഭാഷയിലും ഈ രാജ്യത്തെ വിദ്യാഭ്യാസത്തിലും താത്പര്യമുള്ള ആരും തന്നെ ഈ രാജ്യത്ത് ഔദ്യോഗികമായി അവർ പ്രദാനം ചെയ്യുന്ന രീതിയിൽ സംതൃപ്തരാണ് എന്നെനിക്ക് തോന്നുന്നില്ല. സെക്കന്ററി വിദ്യാഭ്യാസം പൂർണമായും വിദേശ മാധ്യമത്തിൽ നടത്തുകയാണെങ്കിൽ-ഏതാണ്ടെല്ലാ ആത്മനിഷ്ഠ വിനിമയവും ഇംഗ്ലീഷിലൂടെ നടത്തുകയാണെങ്കിൽ-എല്ലാ ശാസ്ത്രീയ അഭ്യസനവും സാധാരണ ദൈനംദിന പ്രവർത്തനങ്ങൾക്കുപരിയായ എല്ലാം തന്നെ ഏതാനും ചിലർക്കു മാത്രം മനസ്സിലാകുന്ന ഭാഷയിൽ നടത്തുകയാണെങ്കിൽ ഭാഷയുടെ തനിമയും അഭിമാനവും ഭഗ്നമാകുക തന്നെ ചെയ്യും (ബാലകൃഷ്ണൻ: 230).

കൊളോണിയൽ കാലഘട്ടത്തിലെ ഭാഷാനയത്തിൽനിന്നും കൂടുതൽ ജനാധിപത്യവൽക്കരണത്തിലേക്ക് ഭാഷയെ എത്തിക്കുന്നതിനുള്ള പരിശ്രമങ്ങൾ കാണുന്നത് ഏ. ആർ. രാജരാജവർമയിലാണ്. തിരുവിതാംകൂർ പാഠപുസ്തക കമ്മിറ്റിയിലൂടെയുള്ള കേരളവർമ്മയുടെ പ്രവർത്തനത്തെ സർവകലാശാലാ തലത്തിലേക്ക് ഉയർത്തുന്നതും ആധുനികഭാഷയെന്ന നിലയിൽ മലയാളഭാഷയുടെ ആസൂത്രണത്തിന്റെ അടിസ്ഥാന യുക്തികൾ രൂപപ്പെടുത്തുന്നതും ഏ. ആറാണ്.

നാട്ടുഭാഷാവിദ്യാഭ്യാസം ആരംഭിച്ചതിന്റെ കനകജൂബിലിയോടനുബന്ധിച്ച് 1917 ൽ അദ്ദേഹം നടത്തിയ 'നാട്ടുഭാഷാ വിദ്യാഭ്യാസം' എന്ന പ്രസംഗത്തിൽ ഭാഷാഭിവൃദ്ധിയുമായി ബന്ധപ്പെട്ട അനേക കാര്യങ്ങൾ മുന്നോട്ടുവെക്കുന്നുണ്ട്. ആധുനിക ഇന്ത്യൻ ഭാഷകളുമായുള്ള താരതമ്യം നടത്തിക്കൊണ്ടാണ് അദ്ദേഹം മലയാളത്തിന്റെ ആധുനികീകരണത്തെ കുറിച്ചുള്ള സങ്കല്പങ്ങൾ മുന്നോട്ടുവെക്കുന്നത്. "മറാട്ടി, ഹിന്ദി, ബംഗാളി മുതലായ നാട്ടുഭാഷകളുടെ സ്ഥിതി നോക്കുക. ആ ഭാഷകളെയും മലയാളഭാഷയേയും തമ്മിൽ ഒത്തു നോക്കുന്നതായാൽ നമുക്ക് അഭിമാനത്തിൽ വക ഒന്നുമേ കാണുകയില്ലെന്നാണ് എന്റെ വിശ്വാസം" എന്ന് നാട്ടുഭാഷാ പോഷണത്തിന് മലയാളികൾക്കുള്ള അലംഭാവത്തെ അദ്ദേഹം വിമർശിക്കുന്നുണ്ട് (രാജരാജവർമ്മ: 34).

അന്നത്തെ ഇംഗ്ലീഷ് മാധ്യമത്തിലൂടെയുള്ള വിദ്യാഭ്യാസ സമ്പ്രദായത്തെ ഏ. ആർ. വിമർശിക്കുന്നു. "പ്രൊഫസറന്മാർ നമ്മെ പഠിപ്പിക്കുന്നതും പരീക്ഷകളിൽ ചോദ്യങ്ങൾക്ക് ഉത്തരമെഴുതേണ്ടതും ഇംഗ്ലീഷിലാണ്. അതുകൊണ്ട് ആ വക വിഷയങ്ങളെ, ശാസ്ത്രസമുദ്രത്തിൽ നിന്ന് ഇംഗ്ലീഷു വാചകങ്ങളാകുന്ന തവി കൊണ്ട് കോരിക്കുടിച്ച്, ആ കബളങ്ങൾ വേണ്ടും വണ്ണം ദഹിപ്പിച്ച്, കിട്ടാംശം തള്ളി, സാരാംശം വേർതിരിച്ച് ശരീരധാതുക്കളിൽ ലയിച്ചു ചേരുന്നതിനു അവസരം കൊടുക്കാതെ, അതുകളെ അർധ ജരണം കൊണ്ട് വികൃതമായ ആമാവസ്ഥയിൽ തന്നെ ഉത്തരക്കടലാസുകളിൽ ഉദ്വമിച്ചാൽ മതി എന്നു മിക്ക വിദ്യാർത്ഥികളും വിചാരിച്ചുപോരുന്നതായിട്ടാണ് എന്റെ അനുഭവം". ഇംഗ്ലീഷിൽ പഠിക്കുന്ന വിഷയം മാതൃഭാഷയിലാക്കുന്നത് അസാധ്യമല്ല എന്ന് അദ്ദേഹം ചൂണ്ടിക്കാട്ടുന്നു. "പക്ഷെ ശാസ്ത്രവ്യവഹാരം സാങ്കേതിക പദങ്ങളുടെ ഉപയോഗം കൂടാതെ സാധിക്കുന്നതല്ലാത്തതിനാൽ പുതിയ ശാസ്ത്രതത്വങ്ങൾ നമ്മുടെ പൂർവികന്മാർ ഗ്രഹിച്ചിട്ടില്ലാത്തതു കൊണ്ട്, നാട്ടുഭാഷയിൽ ആ വക പദങ്ങൾ ഉപയോഗത്തിന് തയ്യാറായി കാണുകയില്ല എന്നൊരു ദുർഘടം ഇവിടെയുണ്ട്. ഈ വക പദങ്ങളെ ഇംഗ്ലീഷിൽ നിന്നു തന്നെ കടംവാങ്ങാം; നമ്മുടെ ഭാഷയിൽ ഉള്ള പര്യായങ്ങളിൽ ഒന്നിനെ, പരിഭാഷ കൊണ്ട് അർത്ഥത്തിനു വ്യാപ്തിയോ സങ്കോചമോ ആവശ്യം പോലെ ചെയ്തു വിവക്ഷിതമായ ഉപയോഗത്തിന് മാത്രമായി നീക്കിവെക്കാം. പുതിയ പദങ്ങളെ സൃഷ്ടിക്കാം" എന്ന് ശാസ്ത്രവിഷയങ്ങൾ മലയാളത്തിൽ കൊണ്ടുവരുന്നതിനുള്ള വഴിയും അദ്ദേഹം നിർദ്ദേശിക്കുന്നുണ്ട് (36).

1893-ൽ കൃഷ്ണൻ പാണ്ടാലയുടെ *രസതന്ത്രം* പുറത്തുവരുന്നു. സി. പി. അച്യുതമേനോനും മറ്റും ഇതിനെ പ്രശംസിക്കുന്നുണ്ട്. ഇതിലെ സാങ്കേതിക പദനിർമാണത്തിൽ മുഖ്യപങ്ക് വഹിച്ചത് കേരളപാണിനി തന്നെയാണ്. ഏ.ആർ. തന്നെ സ്വയം ശാസ്ത്രലേഖനങ്ങൾ എഴുതി; മറ്റുള്ളവരെക്കൊണ്ട് എഴുതിക്കുകയും ചെയ്തു. 1904-ൽ *കൃഷിശാസ്ത്രം* എന്ന പുസ്തകം സ്വദേശാഭിമാനി രാമകൃഷ്ണപിള്ള പുറത്തിറക്കുന്നു. ഈ പുസ്തകം ഏ. ആറാണ് എഡിറ്റു ചെയ്തത് (ബാലകൃഷ്ണൻ: 47).

ആദ്യത്തെ ശാസ്ത്രമാസികയായ ധന്വന്തരി 1903-ലാണ് വരുന്നത്. മലയാളത്തിലെ ആദ്യത്തെ വിജ്ഞാനകോശമായ *സമസ്തവിജ്ഞാനഗ്രന്ഥാവലി*യുടെ ആദ്യത്തെ അഞ്ചുഭാഗങ്ങൾ ആർ. ഈശ്വരപിള്ള 1936-37-ൽ പ്രസിദ്ധീകരിച്ചു. അ യിൽ തുടങ്ങുന്ന ശീർഷകങ്ങൾ മാത്രമാണ് അവ. 1950-73-ൽ *വിജ്ഞാനം* എന്ന പേരിൽ പോപ്പുലർ എൻസൈക്ലോപിഡിയ മാത്യു എം. കുഴിവേലി പുറത്തിറക്കുന്നു. ശാസ്ത്രഗ്രന്ഥങ്ങൾ മലയാളത്തിൽ ഇറക്കാൻ കഴിയുമെന്ന ആത്മവിശ്വാസം ആ ഘട്ടത്തിലുണ്ടായിരുന്നു. മദിരാശി സർവകലാശാലയിലെ മലയാളവിഭാഗം ഇതിന് മുൻകയ്യെടുക്കുന്നതു കാണാം. സി.എൽ. സുബ്രഹ്മണ്യൻ ബി.എസ്.സി. വിവർത്തനം ചെയ്ത വെർണർ ഹൈസൻബർഗിന്റെ *പരമാണുശാസ്ത്രം* എന്ന പുസ്തകം 1962-ലാണ് മദിരാശി സർവകലാശാല പുറത്തിറക്കുന്നത്. സി. പുരുഷോത്തമനും എം. ലീലാവതിയും ചേർന്ന് വിവർത്തനം ചെയ്ത സർ ജെയിംസ് ജീൻസിന്റെ *അദ്ഭുത പ്രപഞ്ചം* എന്ന പുസ്തകം 1963-ൽ മദിരാശി സർവകലാശാല തന്നെ പുറത്തിറക്കുന്നുണ്ട്. ഈ ഗഹനങ്ങളായ പുസ്തകങ്ങൾ വിവർത്തനം ചെയ്യാൻ കഴിയുന്ന ഭാഷയ്ക്കാണ് ബിരുദ തലത്തിൽ ശാസ്ത്രം പഠിപ്പിക്കാൻ പദകോശമില്ലെന്ന് ദശകങ്ങൾ കഴിഞ്ഞ് നാം ആവലാതി പറയുന്നത്!

ദേശീയ പ്രസ്ഥാനത്തിന്റെ ആശയങ്ങൾ ശക്തിപ്പെടുന്ന കാലത്തു തന്നെയാണ് 1927-ൽ സമസ്ത കേരള സാഹിത്യപരിഷത്ത് ഭാഷാപോഷണം കൂടി അജണ്ടയായി സ്വീകരിച്ച് മുന്നോട്ടുവരുന്നത്.

മതനവീകരണത്തിന്റെ ഘട്ടം കഴിഞ്ഞ് യുക്തിവാദത്തിലേക്ക് കടന്നപ്പോഴും മാതൃഭാഷാവിദ്യാഭ്യാസത്തിനു വേണ്ടിയുള്ള വാദം ശക്തിപ്പെടുകയാണുണ്ടായത്. കീഴാള നവോത്ഥാന നായകനും യുക്തിവാദിയുമായ സഹോദരൻ അയ്യപ്പൻ മാതൃഭാഷയിൽ വിദ്യാഭ്യാസം ചെയ്യേണ്ടതിന്റെ ആവശ്യകത ഊന്നിപ്പറയുന്നുണ്ട്. 1934 ൽ എഴുതിയ മലയാള

ഭാഷയുടെ അഭിവൃദ്ധിമാർഗം (ഷീജ: 458) എന്ന ലേഖനത്തിൽ അദ്ദേഹം ഇതിനായി ശക്തമായ വാദമുഖങ്ങൾ ഉയർത്തുന്നു:

1. ജനങ്ങൾക്ക് അഭിവൃദ്ധി ഉണ്ടായാലും അതനുസരിച്ച് അവരുടെ ഭാഷയ്ക്ക് അഭിവൃദ്ധി ഉണ്ടായില്ലെന്നു വരും. അത് അവരുടെ അഭിവൃദ്ധി ഭാഷയിൽ പ്രതിഫലിക്കാനുള്ള സ്വാഭാവിക മാർഗങ്ങൾ അടഞ്ഞുപോകുന്നതു കൊണ്ടാണ്. അതാണ് മലയാള ഭാഷയ്ക്ക് നേരിട്ടിരിക്കുന്ന പ്രധാന തരക്കേട്.
2. സർക്കാർ ഭാഷയും വിദ്യാഭ്യാസ ഭാഷയും ആക്കാൻ മലയാളം പോര എന്നത് അന്ധവിശ്വാസമാണ്.
3. ഭരണതലത്തിൽ ആഭ്യന്തരമായ എഴുത്തുകൾ ഇംഗ്ലീഷിൽ ആക്കി വെച്ചിരിക്കുന്നത് അനാവശ്യവും ദോഷകരവുമാണ്.
4. കോടതികളിലെ വിധി പ്രസ്താവം ഉൾപ്പെടെ മലയാളത്തിലാകണം. മലയാളം സർക്കാർ ഭാഷയാക്കിയാൽ സർക്കാർ സർവീസിനോ കോടതികൾ നിയമസഭകൾ മുതലായ സ്ഥാപനങ്ങൾക്കോ എന്തെങ്കിലും ഹാനിയോ വിഷമമോ നേരിടുമെന്ന് ആരെങ്കിലും വിചാരിക്കുന്നുണ്ടെങ്കിൽ അത് അടിസ്ഥാനരഹിതമായ ഒരു ഭയമാണ്.
5. വിദ്യാഭ്യാസം മാതൃഭാഷയിലായിരിക്കണമെന്നുള്ള അഭിപ്രായം ഇപ്പോൾ വിദ്യാഭ്യാസ പ്രവർത്തകരുടെ ഇടയിൽ മിക്കവാറും സർവ സമ്മതമായ സ്ഥിതിയിൽ എത്തിയിട്ടുണ്ട്. അത് ഭാഷാഭിവൃദ്ധിക്കു മാത്രമല്ല, വിദ്യാഭ്യാസാഭിവൃദ്ധിക്കും ആവശ്യമാണ്. ഒരു പുതിയ ഭാഷ പഠിച്ച് അതിൽക്കൂടി വിദ്യാഭ്യാസം ചെയ്യുന്നതിലും വിദ്യാഭ്യാസത്തിനു എളുപ്പം മാതൃഭാഷയിൽക്കൂടി വിദ്യാഭ്യാസം ചെയ്യുന്നതാണെന്നുള്ളതിനു സംശയമില്ല. തിരുവിതാംകൂറിലെ മലയാളം മുഖ്യപരീക്ഷ പാസാകുന്നവർക്ക് ഇംഗ്ലീഷ് സ്കൂൾ ഫൈനൽ പരീക്ഷ പാസാകുന്നവരേക്കാളും അറിവും അറിവു കൈകാര്യം ചെയ്യുന്നതിനുള്ള സാമർത്ഥ്യവും കൂടുമെന്നുള്ളത് അതാതു പരീക്ഷകൾ പാസായിട്ടുള്ള രണ്ടു കൂട്ടരെയും നേരിട്ടു പരിചയമുള്ളവർക്കൊക്കെ അറിയാവുന്ന ഒരു പരമാർത്ഥമാകുന്നു(459).
6. റഷ്യയിൽ വിപ്ലവത്തിനു മുമ്പ് റഷ്യാ ഗവണ്മെന്റിന്റെ കീഴിലുള്ള ഭിന്നദേശക്കാരായ പല ദേശക്കാരുടെ സർക്കാർ ഭാഷയും വിദ്യാഭ്യാസ ഭാഷയും റഷ്യൻ ഭാഷയാക്കുവാൻ റഷ്യൻ മേൽക്കോയ്മ നിർബന്ധിച്ചിരുന്നു. വിപ്ലവശേഷം തൊഴിലാളി ഗവണ്മെന്റ് അവ

രുടെ കീഴിലുള്ള എല്ലാ ദേശക്കാരും അവരവരുടെ ഭാഷയിൽ തന്നെ വിദ്യാഭ്യാസവും ഗവണ്മെന്റു നടപടികളും നടത്തുന്ന സമ്പ്രദായം സ്വീകരിച്ചു. അതതു ദേശക്കാരുടെ ഭാഷകൾ അഭിവൃദ്ധിപ്പെടേണ്ടത് അവരുടെ അഭിവൃദ്ധിക്ക് ഒഴിച്ചുകൂടാത്ത ആവശ്യമായിട്ടാണ് ഇപ്പോൾ റഷ്യൻ ഗവണ്മെന്റു വെച്ചിട്ടുള്ളത് (461).

പണ്ഡിറ്റ് കെ. പി. കറുപ്പനും കൊച്ചിയിൽ മാതൃഭാഷാവിദ്യാഭ്യാസത്തിനും ഭരണഭാഷയ്ക്കും വേണ്ടി ശക്തമായി വാദിച്ചിരുന്നു.

സമൂഹത്തിന്റെ എല്ലാ തലത്തിലും വന്ന ഈ ഭാഷാവബോധത്തിന്റെ പശ്ചാത്തലത്തിലാണ് കേരളത്തിലെ ആദ്യത്തെ സർവകലാശാല 1937 ൽ തിരുവിതാംകൂർ സർവകലാശാലയുടെ രൂപത്തിൽ സ്ഥാപിക്കപ്പെടുന്നത്. ഈ സർവകലാശാലയുടെ സ്ഥാപന ലക്ഷ്യവും മാതൃഭാഷയെ മുൻനിർത്തി വിജ്ഞാനത്തെ വികസിപ്പിക്കലായിരുന്നു (അതെത്രത്തോളം നടന്നുവെന്നത് വേറെ കാര്യം).

ഒരു ജനാധിപത്യസമൂഹമായി കേരളത്തെ മാറ്റുന്നതിൽ ഏറ്റവും നിർണായകമായ സമരമായിരുന്നു മാതൃഭാഷയ്ക്കു വേണ്ടി നടന്നത് എന്ന് ഇതെല്ലാം കാണിക്കുന്നു. 1957 ൽ ഇ.എം.എസ്സിന്റെ ആദ്യത്തെ മന്ത്രിസഭ അധികാരമേറ്റപ്പോൾ നടത്തിയ പ്രഖ്യാപനങ്ങളിൽ മുഖ്യമായ ഒന്ന് ഭരണവും ഉന്നതവിദ്യാഭ്യാസവും മാതൃഭാഷയിൽ ആക്കുമെന്നതായിരുന്നു. ഭരണഭാഷ മലയാളമാക്കുന്നതിനുള്ള ശ്രമത്തിൽ അന്ന് ഭരണപ്രതിപക്ഷ ഭേദമില്ലായിരുന്നു. ഭരണഭാഷ മലയാളമാക്കുന്നത് അസാധ്യമാണെന്ന് ആക്ഷേപിച്ചവർക്ക് മറുപടി കൊടുത്തത് പ്രതിപക്ഷത്തുള്ള പനമ്പിള്ളി ഗോവിന്ദമേനോനാണ്. ഭരണഭാഷയാക്കുന്നതിനു വേണ്ട പദകോശം മലയാളത്തിനില്ല എന്നു വാദിച്ചവർക്ക് അദ്ദേഹം കൊടുത്ത മറുപടി, ശരീരത്തിൽ പേശികൾ വരാൻ കാത്താൽ അഭ്യാസം എടുക്കാനാവില്ലെന്നും അഭ്യാസം എടുത്തുകൊണ്ടേ ശരീരത്തിൽ പേശികൾ വളരൂ എന്നുമാണ്. ഭരണഭാഷ മലയാളമാക്കുന്നതിന് കോമാട്ടിൽ അച്യുതമേനോന്റെ കമ്മീഷനെ ആ സർക്കാർ നിയമിക്കുകയും കമ്മീഷൻ അതിനുള്ള നിർദ്ദേശങ്ങൾ വെക്കുകയും ചെയ്തു. 1969-ലെ ഭരണഭാഷാ പ്രഖ്യാപനം ഇതിന്റെ തുടർച്ചയായിരുന്നു. 1973-ൽ കോടതി ഭാഷ മലയാളമാക്കാനുള്ള ഉത്തരവുമുണ്ടായി. ഇത് പിന്നീട് അവഗണിക്കപ്പെട്ടപ്പോഴാണ് 1985-ൽ ജസ്റ്റിസ് കെ. കെ. നരേന്ദ്രന്റെ നേതൃത്വത്തിലുള്ള കമ്മിറ്റിയെ നിയമിച്ചത്. 1987-ൽ കമ്മിറ്റി വെച്ച നിർദ്ദേശം, കൃത്യമായി ശ്രമിച്ചാൽ അടുത്ത ഒന്നോ രണ്ടോ കൊല്ല

ങ്ങളിൽ കോടതിഭാഷ മലയാളമാക്കാൻ കഴിയും എന്നതായിരുന്നു. എന്നാൽ കഴിഞ്ഞ ഇരുപത്തിയഞ്ചു കൊല്ലമായി അതിനുള്ള ഒരു ശ്രമവും നടക്കുകയുണ്ടായില്ല.

പുതിയ ലോകത്ത് ഒരു സമൂഹമെന്ന നിലയിൽ മലയാളിക്ക് തല യുയർത്തി നില്ക്കാൻ കഴിയണമെങ്കിൽ മാതൃഭാഷ എല്ലാ തലങ്ങളിലും സ്ഥാപിക്കപ്പെടേണ്ടതുണ്ട്. മാതൃഭാഷ നഷ്ടപ്പെട്ട സമൂഹങ്ങൾ സാംസ്കാരികമായി മാത്രമല്ല, സാമ്പത്തികമായും തകർന്നടിഞ്ഞതിന്റെ ചരിത്ര മാണുള്ളത്. മതേതരവും ജനാധിപത്യപരവുമായ സമൂഹമെന്ന നിലയി ലുള്ള മലയാളിയുടെ നിലനില്പ് മലയാളത്തിന്റെ നിലനില്പിനെയും വളർച്ചയെയും ആശ്രയിച്ചിരിക്കുന്നു.

(ഭാഷാപോഷിണി, 2013 ആഗസ്റ്റ്)

ഗ്രന്ഥസൂചി

ബാലകൃഷ്ണൻ കാവുമ്പായി. 2007, *മലയാള ശാസ്ത്ര സാഹിത്യപ്രസ്ഥാനം ഒരു പഠനം*, കേരള ശാസ്ത്ര സാഹിത്യപരിഷത്ത്, തൃശ്ശൂർ.

കോൺഡ്രാറ്റോവ്. എ. 1979, *ശബ്ദങ്ങളും ചിഹ്നങ്ങളും*, കേരളഭാഷാ ഇൻസ്റ്റിറ്റ്യൂട്ട്, തിരുവനന്തപുരം.

ജെയിംസ് ജീൻസ്, സർ. 1963, *അദ്ഭുത പ്രപഞ്ചം*, വിവ. സി. പുരുഷോത്തമൻ & എം. ലീലാവതി, മദിരാശി സർവകലാശാല.

ജോഹാനസ് ഫ്രോൺ മേയർ. 1883, *പ്രകൃതിശാസ്ത്രം A Malayalam Catechism of Physics with a repertory in English* (തിരുവിതാംകൂർ രാജാവ് വിശാഖം തിരുനാളിന് സമർപ്പണം) മംഗലാപുരം ബാസൽ മിഷൻ ബുക് & ട്രാക്റ്റ് ഡെപ്പോസിറ്ററി .

മക്തിതങ്ങൾ. 2006, *മക്തിതങ്ങളുടെ സമ്പൂർണകൃതികൾ*, വചനം ബുക്സ്, കോഴിക്കോട്.

മുഹമ്മദ് അബ്ദുൾ കരീം. കെ.കെ. 1997, *മഖ്ദി തങ്ങളുടെ ജീവചരിത്രം*, യുവത ബുക് ഹൗസ്, കോഴിക്കോട്.

രാജരാജ വർമ്മ, എഴുമറ്റൂർ. 2008, *ഭാഷയും ഭരണഭാഷയും*, ഇൻഫർമേഷൻ & പബ്ലിക് റിലേഷൻസ് വകുപ്പ്, കേരള സർക്കാർ.

രാജരാജവർമ്മ, ഏ.ആർ. 1987, *ഏ.ആർ. രാജരാജവർമ്മയുടെ തെരഞ്ഞെടുത്ത പ്രബന്ധങ്ങൾ*, രഞ്ജിമ പബ്ലിക്കേഷൻസ്, മമ്മൂട്.

ഷീജ, എം.പി. 2010, *സഹോദരൻ അയ്യപ്പൻ-ജീവിതവും കൃതികളും*, മൈത്രി ബുക്സ്, തിരുവനന്തപുരം.

സാമുവൽ ചന്ദനപ്പള്ളി. 1992, *റവ. ജോർജ്ജ് മാത്തൻ കൃതികളും പഠനവും*, ഓറിയന്റൽ റിസർച്ച് ഇൻസ്റ്റിറ്റ്യൂട്ട് ചന്ദനപ്പള്ളി .

സേതുരാമൻ, കെ. 2011, *മലയാളത്തിന്റെ ഭാവി*, മാതൃഭൂമി ബുക്സ്, കോഴിക്കോട്.

ഹൈസൻബർഗ്, ഡബ്ല്യു. 1962, *പരമാണുശാസ്ത്രം*, വിവ. സി.എൻ. സുബ്രഹ്മണ്യൻ ബി. എസ്. സി., മദിരാശി സർവകലാശാല.

Joseph, John E. 2004, *Language and Identity - National, Ethnic, Religious*, Palgrave, Macmillan, Hampshire.

Bauman, Richard& Charles L. Briggs. 2003, *Voices of Modernity - Language Ideologies and the politics of Equality*, Cambridge University Press.

ഭാഷാചരിത്രത്തിൽ പുതിയ അധ്യായം

"നമ്മൾ ഇവിടെ സമ്മേളിക്കുമ്പോൾ നമ്മുടെ മാതൃഭാഷ നമ്മുടെ സംസ്ഥാനത്തെ എല്ലാ വിദ്യാലയങ്ങളിലും ഒന്നാം ഭാഷയായി പഠിപ്പിക്കണമെന്നാവശ്യപ്പെട്ട് സെക്രട്ടറിയേറ്റ് പടിക്കൽ ഭാഷാസ്നേഹികൾ നിരാഹാരസമരം നടത്തുന്നത് നമ്മൾ അപ്പുറത്തും ഇപ്പുറത്തും ഇരിക്കുന്നവരെ സംബന്ധിച്ച് ലജ്ജാകരം തന്നെയാണ്. രാജ്യത്തെ മറ്റൊരു സംസ്ഥാനത്തെയും പാഠ്യപദ്ധതിയിൽ അതതിടത്തെ മാതൃഭാഷയ്ക്ക് ഇല്ലാത്ത ദുരനുഭവം കേരളത്തിൽ മലയാളത്തിനുണ്ടായത് ഈ കാലമത്രയും നമുക്ക് പരിഹരിക്കാൻ കഴിഞ്ഞിട്ടില്ല. അതുകൊണ്ട് ബഹുമാനപ്പെട്ട അംഗം പ്രകടിപ്പിച്ച ഉത്കണ്ഠ ന്യായമാണ്. സംസ്ഥാനത്തെ എല്ലാ വിദ്യാലയങ്ങളിലുമെന്നല്ല, നമ്മുടെ സംസ്ഥാന പരീക്ഷാബോർഡിനു കീഴിലുള്ള വിദ്യാലയങ്ങളിൽപോലും പൂർണമായി നമ്മുടെ മാതൃഭാഷ ഒന്നാംഭാഷയല്ല എന്നത് വലിയ കുറച്ചിലാണ്. അതുകൊണ്ട് ബഹുമാനപ്പെട്ട അംഗം പ്രകടിപ്പിച്ച ഉത്കണ്ഠ ന്യായമാണ്". (22. 12. 2010-ന് മുഖ്യമന്ത്രി വി.എസ്. അച്യുതാനന്ദൻ നിയമസഭയിൽ സി.പി. മുഹമ്മദിന്റെ ഉപക്ഷേപത്തിനു നൽകിയ മറുപടി).

നിരന്തരമായ സമരത്തിനും സമ്മർദ്ദങ്ങൾക്കും ശേഷം കേരളത്തിലെ സ്കൂളുകളിൽ പത്താംക്ലാസ് വരെ മലയാളം നിർബന്ധിത ഒന്നാം ഭാഷയാക്കിയിരിക്കുന്ന ഉത്തരവ് 2011 മെയ് 6-ന് പുറത്തിറങ്ങിയിരിക്കുന്നു. ഇതു കേട്ട് സംസ്കൃതം, അറബി, ഉർദു തുടങ്ങിയ വിഷയങ്ങൾ പഠിപ്പിക്കുന്ന അധ്യാപകർ ഞെട്ടേണ്ടതില്ല. അവരുടെ ഒരു പിരീഡും നഷ്ടപ്പെടുകയില്ല. നാലു പിരീഡുള്ള മലയാളത്തിന്റെ ഒന്നാം പേപ്പറല്ല എല്ലാവർക്കും നിർബന്ധമാക്കിയത്. അത് ഇപ്പോഴും സംസ്കൃതത്തിനോ അറബിക്കോ ഉർദുവിനോ വേണ്ടി വെച്ചുമാറാവുന്നതു തന്നെയാണ്. നേരത്തെ തന്നെ ഉണ്ടായിരുന്ന, നിർബന്ധമായി എല്ലാവരും പഠിക്കേണ്ട രണ്ടു പിരീഡുള്ള രണ്ടാം പേപ്പറാണ് ഒരു പിരീഡുകൂടി വർധിപ്പിച്ചുകൊണ്ട് മൂന്നു പിരീഡുകളോടെ നിർബന്ധിത ഒന്നാം ഭാഷയായ മലയാളത്തിന്റെ പേപ്പർ എന്ന പേരിൽ ഇപ്പോൾ വരുന്നത്. മലയാള പഠനത്തിൽ ഒരു പിരീഡിൽ വന്ന ഈ വർധനയെ സത്യത്തിൽ

മലയാളം നിർബന്ധ ഒന്നാം ഭാഷയാക്കി എന്ന പ്രഖ്യാപനം വഴി പൊതു വിദ്യാലയങ്ങളിൽ സംഭവിക്കുന്നുള്ളൂ.

ഇംഗ്ലീഷ് ഭാഷാ പ്രേമികളും ബേജാറാകേണ്ടതില്ല. ഇപ്പോഴും എല്ലാവരും പഠിക്കേണ്ട ആറു പിരീഡുള്ള ഭാഷ സ്കൂളുകളിൽ ഇംഗ്ലീഷ് തന്നെ. നിർബന്ധിത ഒന്നാം ഭാഷയായ മലയാളത്തിന് അതിൽ പകുതി, മൂന്നു പിരീഡേ ഉള്ളൂ. മലയാളത്തെ സംസ്കൃതം, അറബി, ഉർദു തുടങ്ങിയ ഭാഷകളുമായി വെച്ചുമാറാതെ ഐച്ഛികഭാഷയായും സ്വീകരിക്കുന്ന വിദ്യാർത്ഥികൾ മാത്രമാണ് ഈ പുതിയ ഉത്തരവു പ്രകാരവും ഒന്നാം ഭാഷയുടെ എല്ലാ വലുപ്പത്തോടും കൂടി മലയാളം ഏഴു പിരീഡുകൾ പഠിക്കുന്നുള്ളൂ. പേര് രണ്ടാം ഭാഷ എന്നാണെങ്കിലും പ്രയോഗത്തിൽ ഇപ്പോഴും ഒന്നാം ഭാഷ ആറു പിരീഡുള്ള, എല്ലാവരും പഠിക്കേണ്ട രണ്ടാം ഭാഷയായ ഇംഗ്ലീഷ് തന്നെ.

ഒന്നാം ഘട്ടത്തിൽ ഇപ്പോഴത്തെ ഉത്തരവിൽ പറഞ്ഞ മാറ്റങ്ങൾ വരുത്തുകയും ഭാവിയിൽ മറ്റേതു ഭാഷ പഠിക്കുന്നവർക്കും തുല്യമായി മലയാളം പഠിക്കാൻ കഴിയുന്ന മട്ടിൽ കൂടുതൽ പഠനസമയം (അതായത് ഇപ്പോഴത്തെ നിർബന്ധിതമായ മൂന്നു പിരീഡിനു പകരം നാലു പിരീഡ്) മലയാളത്തിന് കണ്ടെത്തണം എന്ന് എസ്. സി. ഇ. ആർ. ടി. നിർദ്ദേശിക്കുന്നുണ്ട്. ഈ നിർദ്ദേശം കൂടി ഭാവിയിൽ നടപ്പിലായാൽപോലും ഇംഗ്ലീഷ് രണ്ടുപിരീഡുകളുടെ ഭൂരിപക്ഷത്തിൽ സർവപ്രധാനഭാഷയായി നിലനില്ക്കും.

എല്ലാവരും പഠിക്കാനായി രണ്ടാം പേപ്പറിൽ വർധിപ്പിച്ച ഒരു പിരീഡും അന്യഭാഷകൾക്ക് പരിക്കില്ലാതെയാണ് കണ്ടെത്തിയിട്ടുള്ളത്. എട്ട്, ഒമ്പത്, പത്ത് ക്ലാസുകളിൽ ഈ പിരീഡ് എടുത്തിട്ടുള്ളത് ഐ. ടി.യിൽനിന്നാണ്. എല്ലാ വിഷയങ്ങളും ഐ.ടി. ബന്ധിതവിഷയങ്ങളായി മാറിയതോടുകൂടി ഇപ്പോൾ നീക്കിവെച്ചിട്ടുള്ള അത്രയും പിരീഡുകൾ ഐ. ടി.ക്കായി ആവശ്യമില്ല എന്ന കാഴ്ചപ്പാടിന്റെ ഭാഗമായാണ് ഐ.ടി.യുടെ നാലുപിരീഡിൽ ഒരു പിരീഡ് മലയാള പഠനത്തിനായി മാറ്റിവെക്കുന്നത്. അഞ്ചു മുതൽ ഏഴു വരെയുള്ള ക്ലാസുകളിലാവട്ടെ ആഴ്ചയിൽ ഒരു ദിവസം എല്ലാ പിരീഡുകളിൽ നിന്നും അഞ്ചുമിനിറ്റു വീതം മാറ്റിവെച്ച് പുതുതായി ഒരു പിരീഡ് മലയാളം രണ്ടാം പേപ്പറിന്റെ നിലവിലുള്ള രണ്ടു പിരീഡിനോട് കൂട്ടിച്ചേർക്കുന്നു. ചുരുക്കത്തിൽ മറ്റു ഭാഷാ വിഷയങ്ങളുടെ പഠനത്തെ ഒരു വിധത്തിലും ബാധിക്കാതെയാണ് ഇപ്പോഴത്തെ മലയാളത്തിന്റെ പീരീഡ് വർധന. മൂന്നു പീരി

ഡിൽ പഠിപ്പിക്കുന്ന മലയാളമാണ് അടിസ്ഥാനപാഠാവലിയായി എല്ലാത്തരം സ്കൂളുകളിലും എല്ലാ വിദ്യാർത്ഥികളും ഇനി പഠിക്കേണ്ടത്.

സർക്കാർ-എയ്ഡഡ് പൊതുധാരാ സ്കൂളുകളിൽ ഒരു പിരീഡ് വർധന മാത്രമാണ് സംഭവിച്ചിട്ടുള്ളതെങ്കിൽ പൊതുധാരയിൽ നിന്ന് വ്യത്യസ്തമായി നില്ക്കുന്ന സ്കൂളുകളിൽ ഈ ഉത്തരവ് മാതൃഭാഷാപഠനത്തെ കൂടുതൽ ഗുണകരമായാണ് ബാധിക്കാൻ പോകുന്നത്. ഓറിയന്റൽ സ്കൂളുകൾ, സി.ബി.എസ്.ഇ, ഐ.സി.എസ്.ഇ. എന്നീ മേഖലകളിലെല്ലാം ഇപ്പോൾ മൂന്ന പിരീഡുള്ള മലയാളം അടിസ്ഥാന പാഠാവലി പത്താംക്ലാസ് വരെ പഠിപ്പിക്കേണ്ടിവരും. മൂന്നെങ്കിൽ മൂന്ന് എന്ന നിലയിൽ അത്തരം സ്ഥാപനങ്ങളിലെ വിദ്യാർത്ഥികൾക്ക് ഗുണകരമാകുകയാണ് ഈ പ്രഖ്യാപനം.

ഓറിയന്റൽ സ്കൂളുകൾ

ബ്രിട്ടീഷ് ഭരണകാലത്ത് ആരംഭിച്ചവയാണ് ഓറിയന്റൽ സ്കൂളുകൾ. അത്തരം ചില സ്കൂളുകൾ ഇപ്പോഴും നിലനില്ക്കുന്നുണ്ട്. ബ്രിട്ടീഷ് കാഴ്ചപ്പാട് പ്രകാരം ഹിന്ദുക്കളും മുസ്ലിങ്ങളും ചേർന്നതാണ് ഇന്ത്യ. ഹിന്ദുക്കളുടെ ഭാഷ സംസ്കൃതവും മുസ്ലിങ്ങളുടെ ഭാഷ അറബിയും. അവർക്ക് മാതൃഭാഷയില്ല (ഈ നിലയിൽ നോക്കിയാൽ ഇംഗ്ലണ്ടിലുള്ളവർ ലാറ്റിൻ പഠിച്ചാൽ മതി, ഇംഗ്ലീഷ് ഒരക്ഷരവും പഠിക്കേണ്ടതില്ല!). ഈ വികലമായ കൊളോണിയൽ കാഴ്ചപ്പാട് ഇത്രയും കാലം തിരുത്തപ്പെട്ടിരുന്നില്ല. മാതൃഭാഷ തൊടാതെ, മാതൃഭാഷയിലെ ഒരക്ഷരവും പഠിക്കാതെയാണ് ഓറിയന്റൽ സ്കൂളുകൾ ഇത്രയും കാലം നിലനിന്നത്. ഇപ്പോൾ ഈ തെറ്റാണ് തിരുത്തപ്പെടുന്നത്. ഇന്ത്യക്ക് സ്വാതന്ത്ര്യം ലഭിച്ചു എന്ന അറിവ് അറുപത്തിനാല് വർഷത്തിനുശേഷം ഓറിയന്റൽ സ്കൂളുകളിൽ എത്തുകയാണ്. മൂന്ന പിരീഡുള്ള അടിസ്ഥാന പാഠാവലി ഇവിടെ പഠിപ്പിക്കപ്പെടും. മേൽ സൂചിപ്പിച്ചതുപോലെ ഇവിടെയും ഒന്നാം പേപ്പർ നിലവിലുള്ളതുപോലെ അറബിയോ സംസ്കൃതമോ ആയി തുടരും.

ഓറിയന്റൽ സ്കൂൾ പോലെ തന്നെ മലയാളം തീരെ പഠിപ്പിക്കാതെ പകരം രണ്ടാം പേപ്പറായി സ്പെഷൽ ഇംഗ്ലീഷ് പഠിപ്പിക്കുന്ന ചില വിദ്യാലയങ്ങളുമുണ്ട്. ഇവിടെ രണ്ടാം പേപ്പർ മൂന്ന പിരീഡുള്ള മലയാളം അടിസ്ഥാന പാഠാവലിയാകണം. ഓറിയന്റൽ സ്കൂളുകളിലും സ്പെഷൽ ഇംഗ്ലീഷ് പഠിപ്പിക്കുന്ന സ്കൂളുകളിലും ഐ. ടി.യുടെ മൂന്ന പിരീഡുകൾ മലയാളപഠനത്തിന് മാറ്റിവെക്കാനും ഐ. ടി.ക്ക് അധികസമയം കണ്ടെത്തുവാനുമാണ് നിർദ്ദേശം.

അതുപോലെ തന്നെ അന്യസംസ്ഥാനങ്ങളിൽനിന്ന് കേരളത്തിലെത്തുന്ന വിദ്യാർത്ഥികളുടെ കാര്യം. കേരളത്തിൽനിന്ന് അന്യസംസ്ഥാനങ്ങളിൽ പോകുന്ന വിദ്യാർത്ഥികൾ അവിടത്തെ ഭാഷ നിർബന്ധമായി പഠിക്കേണ്ടിയിരുന്നെങ്കിലും (കർണാടകയിലും തമിഴ്നാട്ടിലും ഇതു പ്രൊഫഷണൽ കോളജുകളിലും നിർബന്ധമാണ്) നമ്മൾ അതിഥികൾക്ക് നമ്മുടെ ഭാഷ നിർബന്ധമാക്കിയിരുന്നില്ല. ഇവർക്ക് രണ്ടു പിരീഡ് മലയാളം പ്രാഥമികതലത്തിൽ പഠിപ്പിക്കണം. ഇതിനായി ഈ വർഷം തന്നെ നിലവാരം തുലനപ്പെടുത്തുന്നതിനുള്ള പാഠപുസ്തകങ്ങൾ ലഭ്യമാക്കണം. നാലുകൊല്ലം തുടർച്ചയായി കേരളത്തിൽ ഉള്ള അതിഥി വിദ്യാർത്ഥികൾ (അപ്പോഴേക്കും അവർ അതിഥികളല്ല വീട്ടുകാരായി മാറിക്കഴിഞ്ഞിരിക്കും എന്ന ന്യായത്തിൽ) കേരളത്തിലെ പാഠ്യപദ്ധതിയനുസരിച്ചുള്ള പുസ്തകം വെച്ച് പത്താംക്ലാസ് പരീക്ഷയെഴുതണം. നാലുവർഷത്തിൽ കുറഞ്ഞ കാലയളവിലേ അവർ കേരളത്തിലുള്ളൂ എങ്കിൽ നിലവാരം തുലനപ്പെടുത്തുന്ന പുസ്തകങ്ങൾ വെച്ച് പത്താം ക്ലാസ് പരീക്ഷ എഴുതിയാൽ മതി.

സർക്കാർ - എയ്ഡഡ് വിദ്യാലയങ്ങളിലെ ഒരു പിരീഡ് വർധന, ഓറിയന്റൽ സ്കൂളുകളിലും സ്പെഷ്യൽ ഇംഗ്ലീഷ് പഠിപ്പിച്ചിരുന്ന സ്കൂളുകളിലും മൂന്നു പിരീഡ് മലയാളപഠനം, അന്യസംസ്ഥാനങ്ങളിൽ നിന്നെത്തുന്ന വിദ്യാർത്ഥികൾക്കുള്ള നിലവാരം തുലനപ്പെടുത്തലും തുടർന്ന് തുല്യപാഠ്യപദ്ധതിയും എന്നീ കാര്യങ്ങൾ 2011-2012 അധ്യയന വർഷം മുതൽ നടപ്പിലാക്കുന്നതിനാണ് നിർദ്ദേശം. ഇതിനുള്ള മാസ്റ്റർ ടൈംടേബിൾ ഉണ്ടാക്കുന്നതിനുള്ള ചുമതല പൊതുവിദ്യാഭ്യാസ ഡയറക്ടർക്ക് നൽകിയിരിക്കുന്നു.

സി.ബി.എസ്.ഇ. - ഐ.സി.എസ്.ഇ. സ്കൂളുകൾ

സി.ബി.എസ്.ഇ. സ്കൂളുകളിലും പത്താംക്ലാസ് വരെ മൂന്നു പിരീഡ് മലയാള പഠനം നിർബന്ധമാകുകയാണ്. "സംസ്ഥാനത്തിനകത്ത് പ്രവർത്തിക്കുന്ന സി.ബി.എസ്.ഇ./ ഐ.സി.എസ്.ഇ./ മറ്റു ബോർഡുകൾ എന്നിവയുടെ നിയന്ത്രണത്തിലുള്ള എല്ലാ സ്കൂളുകളിലും മലയാളം നിർബന്ധവിഷയമായി പഠിപ്പിക്കേണ്ടതാണ്. ലോവർ പ്രൈമറി ഘട്ടത്തിൽ കേരളപാഠാവലി എട്ടു പിരീഡും അപ്പർ പ്രൈമറിയിലും ഹൈസ്കൂളിലും അടിസ്ഥാനപാഠാവലി മൂന്നു പിരീഡും പഠിപ്പിക്കേണ്ടതാണ്. നിലവിൽ ഒരു വിഷയമായി മലയാളം പഠിക്കുന്നവർക്ക് ഏഴു പിരീഡ് കേരളപാഠാവലിക്കും അടിസ്ഥാനപാഠാവലിക്കുമായി മാറ്റി

വയ്ക്കണം" എന്നാണ് ഉത്തരവിലുള്ളത്. ഈ നിർദ്ദേശം നടപ്പാക്കാനാവശ്യമായ നടപടികൾ പൊതുവിദ്യാഭ്യാസ സെക്രട്ടറി കൈക്കൊള്ളുന്നതാണ്.

ഹയർ സെക്കന്ററി സ്കൂളുകൾ

സർക്കാർ-എയ്ഡഡ് ഹയർ സെക്കന്ററി സ്കൂളുകളിൽ മലയാളം നേരത്തെ നിർബന്ധമല്ല. നിർബന്ധഭാഷയായ ഇംഗ്ലീഷ് കഴിഞ്ഞാൽ മലയാളമോ ഹിന്ദിയോ സംസ്കൃതമോ അറബിയോ ഉർദുവോ മറ്റേതെങ്കിലും ഭാഷയോ പഠിക്കാമെന്നതാണ് നിർദ്ദേശിക്കപ്പെട്ടിരുന്നത്. എന്നാൽ മലബാറിൽ കഴിഞ്ഞ വർഷം 178 സ്കൂളുകളിൽ പുതുതായി ഹയർ സെക്കന്ററി കോഴ്സുകൾ നൽകിയപ്പോൾ ഭാഷാനയത്തിൽ സർക്കാർ ഒരു മാറ്റം വരുത്തുകയുണ്ടായി. ഒരു ഹയർ സെക്കന്ററി കോഴ്സിൽ ഒരു സ്കൂളിൽ രണ്ടാം ഭാഷയായി രണ്ടെണ്ണമേ ഉണ്ടാകാൻ പാടുള്ളൂ എന്നതായിരുന്നു അത്. ഇത് ഒരു ഉത്തരവായി ഇറങ്ങിയിരുന്നില്ല. പകരം മാനേജ്മെന്റുകൾ പൂരിപ്പിച്ചു നൽകേണ്ട അപേക്ഷയിൽ രണ്ടാംഭാഷയായി തെരഞ്ഞെടുക്കാവുന്ന ഭാഷകൾ രണ്ട് എന്ന് നിഷ്കർഷിക്കുകയായിരുന്നു. ഇതോടെ മലബാറിലെ ഒമ്പത് സ്കൂളുകളിൽ ഹയർ സെക്കന്ററി തലത്തിൽ താത്പര്യപൂർവം എടുക്കണമെന്നുദ്ദേശിച്ചവർക്കും മലയാളം പഠിക്കാൻ കഴിയാത്ത അവസ്ഥയായി. കോഴിക്കോട് ജില്ലയിൽ പുറമേരി കടത്തനാട്ട് രാജാസ് ഹൈസ്കൂൾ പോലെ ഭാഷാസാഹിത്യപഠനമേഖലയിൽ ചരിത്രപരമായ സ്ഥാനമുള്ള സ്കൂളുകളിലും പത്തുവരെ മലയാളം പഠിച്ചിറങ്ങുന്ന കുട്ടിക്ക് പതിനൊന്നാം ക്ലാസിൽ മലയാളം എടുക്കാൻ പറ്റാത്ത അവസ്ഥ വന്നു. പകരം ഹിന്ദിയോ സംസ്കൃതമോ നിർബന്ധമായും എടുക്കണമെന്നും വന്നു. ഇതേ അവസ്ഥ പാലക്കാട് ജില്ലയിലെ പെരുവമ്പ്, പട്ടാമ്പിയിലെ പരുതൂർ, മലപ്പുറം ജില്ലയിലെ ദാറുൽ ഉലൂം എന്നിവിടങ്ങളിലുമുണ്ടായി. മലയാളത്തിന്റെ പൂർണമായ തിരോധാനത്തിന്റെ തുടക്കമായി സംശയിക്കപ്പെട്ട ഈ നിർദ്ദേശത്തോട് വലിയ പ്രതിഷേധമുണ്ടായി. സ്കൂളുകളിൽ ഒപ്പുശേഖരണവും പ്രതിഷേധയോഗങ്ങളും നടന്നു. വിദ്യാർത്ഥികൾ തന്നെ തിരുവനന്തപുരത്ത് വിദ്യാർത്ഥി മലയാളവേദിയുടെ ആഭിമുഖ്യത്തിൽ പത്രസമ്മേളനം നടത്തുകയും മുഖ്യമന്ത്രിയെയും വിദ്യാഭ്യാസമന്ത്രിയെയും കണ്ട് നിവേദനം നൽകുകയും ചെയ്തു. ആ വിദ്യാർത്ഥികൾ ഇക്കഴിഞ്ഞ വർഷം തങ്ങൾക്ക് മലയാളം പഠിക്കാൻ അവസരമുണ്ടാകുമെന്ന് ആശിച്ച് കാത്തിരുന്നു. മറ്റു ഭാഷകൾ നിർബ

ന്ധപൂർവം പഠിക്കേണ്ടിവന്ന അവർക്ക് കഴിഞ്ഞ വർഷം മലയാള പഠനത്തിനുള്ള അവസരം നഷ്ടപ്പെട്ടു.

ഈ സാഹചര്യം ഉണ്ടാകരുതെന്നതാണ് പുതിയ ഉത്തരവിലുള്ള ഹയർ സെക്കന്ററിയിലെ മലയാളപഠനത്തെ സംബന്ധിച്ച നിർദ്ദേശങ്ങളുടെ താത്പര്യം. "എല്ലാ ഹയർ സെക്കന്ററി സ്കൂളിലും മലയാള പഠനത്തിന് അവസരമുണ്ടാകണം. നിലവിലുള്ള സ്കൂളുകളിൽ മലയാളപഠനത്തിനുള്ള അവസരം ലഭ്യമാണ്. എന്നാൽ പുതുതായി ഹയർ സെക്കന്ററി കോഴ്സ് ആരംഭിച്ച ചില സ്കൂളുകളിൽ മലയാളപഠനത്തിന് അവസരമില്ല എന്ന് കാണുന്നു. ഈ സ്കൂളുകളിൽ 2011-12 അധ്യയനവർഷം പ്ലസ് വൺ-ന് മലയാളം ഉറപ്പ് വരുത്തണം. ഭാവിയിൽ അനുവദിക്കുന്ന എല്ലാ ഹയർ സെക്കന്ററി കോഴ്സുകളിലും രണ്ടാം ഭാഷയായി ആദ്യം അനുവദിക്കുന്നത് മലയാളമായിരിക്കണം". ഇതു നടപ്പാക്കുന്നത് സംബന്ധിച്ച വിശദാംശങ്ങളും സാമ്പത്തികബാധ്യതയും കണക്കാക്കി സമർപ്പിക്കാൻ ഹയർ സെക്കന്ററി ഡയറക്ടറെ ചുമതപ്പെടുത്തിയിരിക്കുകയാണ്.

വൊക്കേഷണൽ ഹയർ സെക്കന്ററി

വൊക്കേഷണൽ ഹയർ സെക്കന്ററിയിലാണ് മലയാളത്തിന് ഈ ഉത്തരവ് പുതിയ തുറസ്സുകൾ നൽകുന്നത്. താത്പര്യപൂർവം വൊക്കേഷണൽ മേഖലയിലേക്ക് കടക്കുന്നവരോടൊപ്പം ഉപരിപഠനത്തിന് സാധ്യതയില്ലാത്ത, സാമ്പത്തികമായും സാമൂഹ്യമായും പിന്നോക്കം നിൽക്കുന്ന കുട്ടികൾ വൊക്കേഷണൽ ഹയർ സെക്കന്ററി കോഴ്സുകളിൽ എത്തിപ്പെടുന്നുണ്ട്. അതിൽ പലരും നാട്ടിൽത്തന്നെ തൊഴിൽ തേടുന്നവരുമാണ്. ഇതിൽ ഇംഗ്ലീഷ് ഭാഷയുടെ കടമ്പയിൽത്തട്ടി കോഴ്സ് പൂർത്തിയാക്കാൻ കഴിയാത്ത, സാങ്കേതിക കാര്യങ്ങളിൽ മിടുക്കുള്ള അനേകം പേരുണ്ട്. ഇംഗ്ലീഷ് എടുക്കാൻ താത്പര്യമില്ലെങ്കിൽ പകരം മലയാളം പഠിക്കാൻ ഇപ്പോഴത്തെ ഉത്തരവ് ഇവർക്ക് സാധ്യത തുറന്നിടുന്നു. വൊക്കേഷണൽ ഹയർ സെക്കന്ററിയിൽ നിലവിൽ ഇംഗ്ലീഷ് മാത്രമാണ് ഭാഷ എന്ന നിലയിൽ പഠിക്കാൻ അവസരമുള്ളത്. ഈ അവസ്ഥയിൽ മാറ്റം വരണം. മലയാളം പഠിക്കാൻ ആഗ്രഹിക്കുന്ന വിദ്യാർത്ഥികൾക്ക് ഇംഗ്ലീഷിനു പകരം മലയാളം തെരഞ്ഞെടുക്കാൻ എല്ലാ വൊക്കേഷണൽ ഹയർ സെക്കന്ററി സ്കൂളുകളിലും അവസരം നൽകണം. ഇവിടെ ഹയർ സെക്കന്ററിയിലെ പാഠപുസ്തകങ്ങൾ ഉപയോഗിച്ചാൽ മതിയാകും. ഭാഷാധ്യാപക നിയമനത്തിന്റെ കാര്യത്തിൽ

ഹയർ സെക്കന്ററിയിൽ പിന്തുടരുന്ന രീതി തന്നെ ഇവിടെയും നടപ്പിലാക്കണം .

ഇതു നടപ്പിലാക്കുന്നത് സംബന്ധിച്ച വിശദാംശങ്ങളും അതുവഴി ഉണ്ടാകുന്ന സാമ്പത്തിക ബാധ്യതയും കണക്കാക്കി സമർപ്പിക്കാൻ വൊക്കേഷണൽ ഹയർസെക്കന്ററി ഡയറക്ടറെ ചുമതലപ്പെടുത്തിയിരിക്കുകയാണ്.

പഠനമാധ്യമം-പാഠപുസ്തകങ്ങൾ

ഹയർ സെക്കന്ററി-വൊക്കേഷണൽ ഹയർ സെക്കന്ററി പഠനമാധ്യമത്തെ സംബന്ധിച്ച മറ്റൊരു നിർദ്ദേശവും ഉത്തരവിലുണ്ട്. പഠനമാധ്യമം ഇപ്പോൾ മാതൃഭാഷയാണെങ്കിലും അതിനു വേണ്ട പാഠപുസ്തകങ്ങൾ മലയാളത്തിൽ ഇല്ലാത്ത അവസ്ഥയാണുള്ളത്. ഇതു പരിഹരിക്കലാണ് ഈ നിർദ്ദേശത്തിന്റെ ലക്ഷ്യം. " ഹയർ സെക്കന്ററി-വൊക്കേഷണൽ ഹയർ സെക്കന്ററി വിദ്യാർത്ഥികൾക്ക് ഭാഷാവിഷയങ്ങൾ ഒഴികെയുള്ളവയ്ക്ക് മലയാളത്തിൽ പൊതുപരീക്ഷ എഴുതുന്നതിന് അവസരം നൽകുകയും ചോദ്യപേപ്പറുകളിൽ ദ്വിഭാഷാരീതി നടപ്പിലാക്കുകയും ചെയ്തിട്ടുണ്ട്. ഇത് ഈ വിഭാഗം വിദ്യാർത്ഥികളുടെ പഠനത്തിന് പ്രോത്സാഹനമായിട്ടുണ്ട്. എന്നാൽ ഇതിനു പൂരകമായി മലയാളമാധ്യമത്തിൽ നിലവാരമുള്ള പാഠപുസ്തകങ്ങൾ ഇന്നു ലഭ്യമല്ല. അതിനാൽ എല്ലാ വിഷയങ്ങൾക്കും മലയാളഭാഷയിലുള്ള പുസ്തകങ്ങൾ രൂപപ്പെടുത്തേണ്ടതാണ്. 2012-13 അധ്യയനവർഷം ഇവ ലഭ്യമാക്കണം". ഈ ഉത്തരവ് നടപ്പിലാക്കുന്നതിന്റെ ചുമതല എസ്.സി.ഇ.ആർ.ടി. ക്കു നൽകിയിരിക്കുന്നു.

വിദ്യാഭ്യാസ അവകാശനിയമം-മാതൃഭാഷ പഠനമാധ്യമം

കേന്ദ്ര സർക്കാർ മുന്നോട്ടുവെച്ച വിദ്യാഭ്യാസ അവകാശനിയമം അനേകം നിഷേധാത്മക വശങ്ങൾ ഉൾക്കൊള്ളുന്നതാണെങ്കിലും അതിൽ ഗുണകരമായ ചില ഘടകങ്ങളുമുണ്ട്. അതിലൊന്ന് പഠനമാധ്യമത്തെ സംബന്ധിച്ചുള്ളതാണ്. എട്ടാം തരം വരെ പഠനമാധ്യമം മാതൃഭാഷയാകണം എന്നതാണ് ആ നിർദ്ദേശം. വിദ്യാഭ്യാസ അവകാശനിയമം കേരളത്തിൽ നടപ്പിലാക്കുമ്പോൾ എല്ലാ തരം സ്കൂളുകളിലും എട്ടാംക്ലാസ് വരെ മലയാളമായിരിക്കണം പഠനമാധ്യമമെന്ന് പുതിയ ഉത്തരവ് നിഷ്കർഷിക്കുന്നു. " വിദ്യാഭ്യാസ അവകാശനിയമം നടപ്പിലാക്കുന്നതിന്റെ ഭാഗമായി 8-ാം ക്ലാസുവരെ എല്ലാ സ്കൂളുകളിലും

പഠനമാധ്യമം മാതൃഭാഷയാക്കേണ്ടതാണ്. പലപ്പോഴും സാമൂഹിക സമ്മർദ്ദങ്ങളുടെ പേരിലാണ് സർക്കാർ സ്കൂളുകൾ ഉൾപ്പെടെയുള്ള പ്രൈമറി വിദ്യാലയങ്ങളിൽ പോലും ഇംഗ്ലീഷ് മാധ്യമ ഡിവിഷനുകൾ അനുവദിച്ചത്. വിദ്യാഭ്യാസ അവകാശനിയമത്തിന്റെ വെളിച്ചത്തിൽ 8-ാം ക്ലാസ് വരെ പഠന മാധ്യമം മാതൃഭാഷയാക്കുന്നതിന് പശ്ചാത്തലമൊരുക്കാൻ വിപുലമായ ബോധവൽക്കരണ പ്രവർത്തനങ്ങൾ നടത്തേണ്ടതുണ്ട്. 2011-12 അധ്യയനവർഷം മാതൃഭാഷാ മാധ്യമത്തിന്റെ പ്രാധാന്യം സമൂഹത്തെ ബോധ്യപ്പെടുത്തുന്നതിനുള്ള പരിപാടികൾ സംഘടിപ്പിക്കണം". ഈ നിർദ്ദേശം നടപ്പിലാക്കാനുള്ള സാമൂഹികാന്തരീക്ഷം വികസിപ്പിക്കാൻ ആവശ്യമായ ആസൂത്രണം നടത്താനും വിദ്യാഭ്യാസ വകുപ്പിന്റെ കീഴിലുള്ള വിവിധ സ്ഥാപനങ്ങളെയും ഡിപ്പാർട്ടുമെന്റുകളെയും ഏകോപിപ്പിക്കുവാനും പൊതുവിദ്യാഭ്യാസ സെക്രട്ടറിക്ക് ചുമതല നൽകിയിരിക്കുന്നു.

ഭാഷാപഠനത്തിന്റെ മേൽനോട്ടം വഹിക്കുന്നതിനുള്ള പുതിയ ചില അക്കാദമിക സംവിധാനങ്ങളെ സംബന്ധിച്ചും ഉത്തരവിൽ പറയുന്നു. മലയാള പഠനം ശക്തിപ്പെടുത്തുന്നതിനും പുതിയ സാഹചര്യത്തിൽ വിവിധ ഭാഷാപശ്ചാത്തലങ്ങളിൽ നിന്നു വരുന്ന വിദ്യാർത്ഥികൾക്ക് ഉചിതമായ പഠനാനുഭവം നൽകുന്നതിനും പ്രത്യേക അധ്യാപക പരിശീലനം നടപ്പിലാക്കണം. സംസ്ഥാനത്തെ വിവിധ തരം സ്കൂളുകളിലെ ഭാഷാപഠനനിലവാരം ഉറപ്പുവരുത്തുന്നതിനുള്ള അക്കാദമിക് സംവിധാനം ക്രമീകരിക്കണം. ഇതിനായി ഒരു മോണിറ്ററിംഗ് സെൽ രൂപീകരിക്കണം. ജില്ലാ തലത്തിൽ ഡയറ്റുകൾ കേന്ദ്രീകരിച്ചും ഇതു രൂപീകരിക്കണം എന്നിങ്ങനെയാണ് നിർദ്ദേശങ്ങൾ. ഇതിനുള്ള ചുമതലയും എസ്.സി.ഇ.ആർ.ടിക്ക് നൽകിയിരിക്കുന്നു.

പത്താംക്ലാസിന് ശേഷം ഏതെങ്കിലും ഭാഷ പഠിച്ചാൽ മതി എന്ന അവസ്ഥ ഈ ഉത്തരവിന് ശേഷവും നിലനില്ക്കുന്നു. മാതൃഭാഷ എല്ലാവരും പഠിച്ചിരിക്കണമെന്ന ഏറ്റവും പ്രാഥമികമായ നിലപാട് കേരളചരിത്രത്തിലാദ്യമായി ഈ ഉത്തരവിലൂടെയാണ് അംഗീകരിക്കപ്പെട്ടിരിക്കുന്നത്. എന്നാൽ ഭാഷാസാഹിത്യപഠനത്തെ സംബന്ധിച്ച സമ്പൂർണമായ പ്രഖ്യാപനമായി ഇത് ഇനിയും വളർന്നിട്ടില്ല. അങ്ങിനെ വളരണമെങ്കിൽ സൈദ്ധാന്തികമായിത്തന്നെ മറ്റൊരു നിലപാടിലേക്കുകൂടി എത്തിച്ചേരേണ്ടതുണ്ട്.

ഭാഷാപഠനം- ഇനി വേണ്ട മുന്നേറ്റം

മാതൃഭാഷാ പഠനം സ്കൂൾ തലം വരെ മാത്രമല്ല, ബിരുദമുൾപ്പെടെ എല്ലാ തലങ്ങളിലും നിർബന്ധിതമാക്കണമെന്നതാണ് മലയാളത്തിനു വേണ്ടി നിലകൊള്ളുന്ന വ്യക്തികളും പ്രസ്ഥാനങ്ങളും കാലാകാലങ്ങളായി ആവശ്യപ്പെട്ടുകൊണ്ടിരിക്കുന്നത്. എന്തിന് മലയാളം നിർബന്ധമായി പഠിക്കണം എന്ന എതിർചോദ്യം സ്കൂൾതലം മുതൽ സർവകലാശാലാതലം വരെ നിലനില്ക്കുന്നുമുണ്ട്. മാതൃഭാഷാ പഠനം പത്താംക്ലാസിന് ശേഷം നടത്താൻ ചില സ്കൂളുകളിൽ സംവിധാനമില്ലെന്ന് ചൂണ്ടിക്കാണിച്ച് തിരുവനന്തപുരത്ത് പത്രസമ്മേളനം നടത്തുമ്പോൾ ഒരു പത്രപ്രതിനിധി ചോദിച്ചു: പത്താംക്ലാസ് വരെ മലയാളം പഠിച്ചില്ലേ, ഇനി മറ്റൊരു ഭാഷ പഠിക്കട്ടെ. അതിലെന്താണ് തെറ്റ്? ഈ പത്രപ്രതിനിധിയുടെ നിലപാടു തന്നെയാണ് ഉന്നതവിദ്യാഭ്യാസ കൗൺസിലും സ്വീകരിച്ചത്. 2009-ലെ ബിരുദ പുന:സംഘടനയുടെ ഘട്ടത്തിൽ കേരളത്തിലെ എല്ലാ സർവകലാശാലകളിലും എല്ലാ വിദ്യാർത്ഥികൾക്കും മലയാളത്തിന്റെ ഒരു പേപ്പർ നിർബന്ധമാക്കണമെന്ന് ഭാഷാസ്നേഹികൾ നിർദ്ദേശിച്ചപ്പോൾ (ഒ.എൻ.വി ഉൾപ്പെടെയുള്ളവർ ഈ നിർദ്ദേശവുമായി ചെന്ന് വിനീതമായി അപേക്ഷിച്ചിട്ടും) കൗൺസിൽ അത് തള്ളുകയാണ് ചെയ്തത്. മാതൃഭാഷയെ സ്കൂൾതലം മുതൽ സർവകലാശാലാതലം വരെ ഏതെങ്കിലും ഒരു ഭാഷ മാത്രമായി കാണുന്ന നിലപാട് വിമർശിക്കപ്പെട്ടേ മതിയാവൂ.

മാതൃഭാഷയും 'ഏതെങ്കിലും ഒരു ഭാഷ'യും

മാതൃഭാഷയും അന്യഭാഷയും തമ്മിലുള്ള വ്യത്യാസം മൂന്നാണ്.

1. മാതൃഭാഷയ്ക്ക് ഒരു ജനതയുമായുള്ളത് ചരിത്രപരമായ ബന്ധമാണ്.
2. മാതൃഭാഷ സാമൂഹ്യമാണ്.
3. മാതൃഭാഷയാണ് പ്രത്യക്ഷയുക്തിക്കപ്പുറത്തെ സൗന്ദര്യാത്മക ജീവിതത്തെ രൂപപ്പെടുത്തുകയും വികസിപ്പിക്കുകയും ചെയ്യുന്നത്.

മാതൃഭാഷയ്ക്കു വേണ്ടി വാദിക്കുന്നവരെ അന്യഭാഷാ വിരോധികളായി മുദ്രകുത്താനാണ് പലർക്കും താത്പര്യം. മാതൃഭാഷയ്ക്കു വേണ്ടി വാദിക്കുന്നവർ അന്യഭാഷ പ്രയോഗിക്കുമ്പോഴും അന്യഭാഷാഗ്രന്ഥങ്ങൾ വായിച്ച് അതിലെ ആശയങ്ങൾ എഴുത്തിൽ ഉപയോഗിക്കുമ്പോ

ഴും ഇതേ ആളുകൾ തന്നെ പരിഹസിക്കുകയും ചെയ്യും. മലയാളം സർവകലാശാല വന്നാലുള്ള അപകടമായി ഒരു വിമർശകൻ ഒരു ചർച്ചയിൽ പറഞ്ഞത് അങ്ങനെ ഒരു സർവകലാശാല വന്നാൽ ഇംഗ്ലീഷ് വായിച്ചിട്ട് മലയാളത്തിൽ എഴുതുന്ന ബുജികളുടെ എണ്ണം കൂടും എന്നാണ്. അന്യഭാഷയിലെ ആശയങ്ങളെ മലയാളി സ്വീകരിക്കുന്നതിനെ അടിസ്ഥാനപരമായി ഭയക്കുന്നത് മാതൃഭാഷയ്ക്കു വേണ്ടി വാദിക്കുന്നവരല്ല, അതിനെ എതിർക്കുന്നവരാണ് എന്നു സൂക്ഷിച്ചു നോക്കിയാൽ കാണാം.

നമ്മുടെ ആധുനികീകരണത്തിന്റെ പരിമിതി മൂലം, ഭാഷയെ സംബന്ധിച്ച് രണ്ടു സിദ്ധാന്തങ്ങളാണ് നാം മലയാളികൾ, പൊതുവെ പൊതുമണ്ഡലത്തിൽ സൂക്ഷിക്കുന്നത്:

1. ഭാഷാപഠനം മതപഠനവുമായി മാത്രം ബന്ധപ്പെട്ടിരിക്കുന്നു എന്ന വാദം.
2. ഭാഷ വ്യക്തിപരം മാത്രമാണ് എന്ന ആധുനിക വ്യക്തി- ഉപകരണവാദം.

കുടുംബജീവിതത്തിൽ മതജാതിബോധം പുലർത്തിക്കൊണ്ടു തന്നെ പുതിയ ലോകത്തിൽ സാമ്പത്തിക വിജയം നേടുന്നതിനു പറ്റിയ ഭാഷാപ്രമാണമാണ് ഇവ രണ്ടും ചേരുമ്പോഴുള്ളത്. നമ്മുടെ ഇംഗ്ലീഷ് മീഡിയം സ്കൂളുകൾ നോക്കിയാൽ ഇതു വ്യക്തമാകുകയും ചെയ്യും. മിക്കവാറും മത-ജാതി-ആൾ ദൈവ ശക്തികളുടെ ഉടമസ്ഥതയിലുള്ളവയാണവ. ഇപ്പോൾ ഇംഗ്ലീഷ് മീഡിയം സ്കൂളുകളുടെ അതേ ചേരുവയിലേക്ക് നമ്മുടെ ദൃശ്യമാധ്യമങ്ങളുടെ ഉടമസ്ഥതയും വന്നു കൊണ്ടിരിക്കുന്നു എന്നതിനാൽ മാധ്യമങ്ങൾ ഈ നിലപാട് തുടരാനാണ് സാധ്യത. പലപ്പോഴും നമ്മുടെ ആധുനിക വ്യക്തിവാദങ്ങളുടെ പിന്നിൽ പോലും പ്രച്ഛന്നമായ മതവാദമാണുള്ളതെന്നു കാണാം. നമ്മുടെ പ്രാർത്ഥനാഗാനങ്ങൾ നിലനില്ക്കുന്നിടത്തോളം നമ്മുടെ മാതൃഭാഷ നിലനില്ക്കുമെന്ന് പറയുമ്പോൾ അത് മതപരമായ സൗന്ദര്യബോധത്തിൽ നിന്ന് ആധുനിക സൗന്ദര്യബോധത്തിലേക്ക് വികസിക്കാത്ത മനസ്സിനെയാണ് കാണിക്കുന്നത്.

മതപരവും ജാതിപരവുമായ സാമൂഹ്യരൂപങ്ങളിൽ നിന്ന് വ്യത്യസ്തമായി മാതൃഭാഷയിലൂന്നിയ ഒരു സമൂഹത്തെ വിഭാവനം ചെയ്യുമ്പോഴും അതിനുവേണ്ടി പ്രവർത്തിച്ചു തുടങ്ങുമ്പോഴുമാണ് മാതൃഭാഷ സർവപ്രധാനമായി വരുന്നത്. മതത്തിനും മതപരിവേഷമുള്ള ഭാഷ

കൾക്കും അവയുടെ പുനരുല്പാദനത്തിന് സംവിധാനങ്ങളുണ്ട്. അറബിയും സംസ്കൃതവും മതചടങ്ങുകളുമായി ബന്ധിപ്പിച്ചാണ് നാം കാണുന്നത്. (അറബിയോ ഉർദുവോ സംസ്കൃതമോ മതഭാഷകളല്ല. ലോകത്തിൽ ഒരു ഭാഷയും മതഭാഷയല്ല. എല്ലാ ഭാഷകളും ലോകത്തിലെ എല്ലാവർക്കും ഒരുപോലെ അവകാശപ്പെട്ടതാണ്. സംസ്കൃതവും അറബിയും വിദ്യാഭ്യാസരംഗത്ത് വികസിക്കുന്നതിന് തടസ്സമായി നില്ക്കുന്നത് ഈ തെറ്റായ നിലപാടുമൂലമാണ്). അതുകൊണ്ടു തന്നെ മതബന്ധഭാഷകളായി കരുതപ്പെടുന്നവയ്ക്ക് പ്രാർത്ഥനാച്ചടങ്ങുകളിലൂടെ അവയുടെ പരിമിതതലങ്ങളിലുള്ള പുനരുല്പാദനം സാധ്യമാണ്. എന്നാൽ ഒരു ജനതയുടെ സമ്പൂർണമായ ജൈവജീവിതം അതു ജീവിച്ചുതീർക്കുന്ന മാതൃഭാഷ അങ്ങിനെ മതപരമായ പ്രാർത്ഥനാച്ചടങ്ങുകളിലൂടെ മാത്രം പുനരുല്പാദിപ്പിക്കപ്പെടേണ്ടതല്ല.

രക്തബന്ധത്തിൽ അടിസ്ഥാനപ്പെടുത്തിയ കുടുംബവും മതസ്ഥാപനങ്ങളുമാണല്ലോ മത ജാതി സംസ്കാരത്തിന്റെ പുനരുല്പാദനത്തിന്റെ കേന്ദ്രങ്ങൾ. എന്നാൽ ആധുനിക പൗരജീവിതത്തിന്റെ സന്ദർഭങ്ങളും സ്ഥാപനങ്ങളുമാണ് മാതൃഭാഷയുടെയും അതുമായി ബന്ധപ്പെട്ട സംസ്കാരത്തിന്റെയും കേന്ദ്രങ്ങൾ. അതിന്റെ പുനരുല്പാദനത്തിന്റെ ഏറ്റവും പ്രധാനപ്പെട്ട അടിസ്ഥാനം തെരുവുകളും വിദ്യാഭ്യാസ സ്ഥാപനങ്ങളും ഭരണവുമാണ്. തെരുവുകളിലെ ബോർഡുകളിൽനിന്ന് മാതൃഭാഷ പൂർണമായും അപ്രത്യക്ഷമാകുന്നത് ഒരു സമൂഹത്തിന്റെ മാതൃഭാഷയുടെ പുനരുല്പാദനശേഷി തകർക്കുന്നതിന്റെ ഭാഗമാണ്. മറ്റെത്രയും ഭാഷകൾ തെരുവുകളിലെ ബോർഡുകളിൽ പ്രത്യക്ഷപ്പെടട്ടെ, പക്ഷെ മാതൃഭാഷ കൂടി പ്രാധാന്യത്തോടെ ഉണ്ടാകണം എന്നു വാദിക്കുന്നത് ഇതുകൊണ്ടാണ്. വിദ്യാഭ്യാസത്തിന്റെയും ഭരണത്തിന്റെയും കാര്യം പറയാനുമില്ല. മൂലധന വാഴ്ചയുടെ കാലത്ത് ഭാഷാപരമായ പുനരുല്പാദനത്തിന്റെ ഇത്തരം സ്ഥാപനങ്ങൾക്ക് വരുന്ന മാറ്റം സ്വാഭാവികമായ മാറ്റമല്ല. സാമ്പത്തിക രാഷ്ട്രീയ പ്രക്രിയകളുമായി ബന്ധപ്പെട്ട മാറ്റമാണവയെല്ലാം. മൂലധന നിയമങ്ങൾ പ്രകൃതി നിയമമായി കാണുന്നവർക്കേ ഭാഷയുടെ അധിനിവേശം സ്വാഭാവികമായ പ്രകൃതിനിയമമായി, പരിണാമമായി തോന്നുകയുള്ളൂ.

ഭാഷ വ്യക്തിപരമായ കാര്യം മാത്രമാണ് എന്നതാണല്ലോ രണ്ടാമത്തെ വാദം. വ്യക്തികൾ തമ്മിലുള്ള ആശയവിനിമത്തിന്റെ ഉപാധി എന്നതിനപ്പുറം ആധുനികസമൂഹനിർമിതിയുടെ പശയും പശിമയു

മാണ് മാതൃഭാഷ എന്നതാണ് ഇങ്ങിനെ വാദിക്കുന്നവർ കാണാതെ പോകുന്നത്. ആധുനികസമൂഹങ്ങളെല്ലാം മാതൃഭാഷാ സമൂഹങ്ങളാണ്. സമൂഹത്തെ സംബന്ധിച്ച ജാതിപരവും മതപരവുമായ പഴയ സങ്കല്പങ്ങളിൽ നിന്ന് സ്വതന്ത്രമായി ചിന്തിക്കുന്നവർക്കു മാത്രമേ അന്യഭാഷയിൽ നിന്ന് വ്യത്യസ്തമായി മാതൃഭാഷയുടെ സവിശേഷത വ്യക്തമാകുകയുള്ളൂ. മാതൃഭാഷയ്ക്ക് സർവകലാശാല വേണമെന്നു പറയുമ്പോൾ അതു വന്നാൽ മറ്റു ഭാഷകളും സർവകലാശാലയ്ക്ക് ആവശ്യപ്പെടുമെന്ന് പറയുന്നവർക്ക് മാതൃഭാഷയുടെ സവിശേഷത മനസ്സിലായിട്ടില്ല. മാതൃഭാഷയ്ക്ക് ഏൽക്കുന്ന ഏതൊരു പരിക്കും സമൂഹത്തിന്റെ ബോധാബോധങ്ങൾക്ക് ഏൽക്കുന്ന ക്ഷതമാണെന്ന് മനസ്സിലായിട്ടില്ല. എൻഡോസൾഫാൻ ബാധിച്ച കുട്ടികൾ മനുഷ്യവംശത്തിന്റെ ജനിതക കുതിച്ചുചാട്ടമാണ്, അത് മരണലക്ഷണമല്ല, പരിണാമമാണ് എന്നു കരുതുന്നവർ മാത്രമേ അധീശഭാഷയാൽ വികലമാക്കപ്പെടുന്ന മാതൃഭാഷ സ്വാഭാവികമായി പരിണമിക്കുകയാണ് എന്ന് തെറ്റിദ്ധരിക്കൂ. ഭാഷയിലെ എൻഡോസൾഫാൻ വിരുദ്ധസമരം തനിമാവാദമല്ല, സമൂഹശരീരത്തിന്റെ ജൈവപ്രക്രിയകളെ സംരക്ഷിക്കുന്നതിനുള്ള സമരമാണ്.

ജനസമൂഹങ്ങൾ ഗോത്രവിശുദ്ധികൾക്കപ്പുറത്ത് പരസ്പരം കലർന്ന് ആധുനിക മനുഷ്യവംശം നിർമിക്കപ്പെടുന്നതുപോലെയാണ് ഭാഷകൾ തമ്മിൽ പരസ്പരം കണ്ടും സ്വാധീനിച്ചും വളരുന്നത്. ആരോഗ്യകരമാണത്. എന്നാൽ മാതൃഭാഷ വിളയേണ്ട ജൈവ ഭൂമികളെ (വീട്, കളിത്തൊട്ടിൽ, ഞാറ്റടികൾ (നഴ്സറി) എന്നിവ) മുഴുവൻ സിമന്റു നിലങ്ങളാക്കുമ്പോൾ മണ്ണിന്റെ സ്വാഭാവികജൈവപരിണാമമാണ് സംഭവിക്കുന്നതെന്ന് വാദിക്കുന്നവർ വ്യക്തികളുടെ സമാഹാരം മാത്രമാണ് സമൂഹം എന്നു കരുതുന്നവരാണ്. ഭാഷയുടെ ജൈവമായ സൂക്ഷ്മജീവിതം മനസ്സിലാക്കാനുള്ള സൗന്ദര്യശേഷി നഷ്ടപ്പെട്ടവരാണ്. ഒരു ജനതയെ ചരിത്രപരമായും സാമൂഹ്യമായും സൗന്ദര്യാത്മകമായും ബന്ധിപ്പിക്കുന്ന ജൈവശക്തിയാണ് മാതൃഭാഷ എന്നു തിരിച്ചറിയാത്തവരാണ്.

മാതൃഭാഷയുടെ ജൈവികത ജനിതകമല്ല, സാമൂഹ്യമാണ്

മാതൃഭാഷ എന്നത് ജനിതകമായ ഒരു സങ്കല്പമാണ് എന്നാണ് പലരും ധരിക്കുന്നത്; അമ്മ പറയുന്ന ഭാഷ എന്ന അർത്ഥത്തിൽ. മാതൃഭാഷയ്ക്ക് സ്വയം ജൈവശക്തിയുണ്ടെന്നു പറയുമ്പോൾ അതിനർത്ഥം അത് അമ്മയുടെയും അച്ഛന്റെയും ശരീരത്തിലൂടെ ശിശുവിന് സ്വാഭാവികമായി ലഭിക്കുന്നതാണ് എന്നതല്ല. മാതൃഭാഷ എന്നത് സാമൂഹ്യ

മായ സങ്കല്പമാണ്. പരിസ്ഥിതികളിൽ നിന്ന്, തൊട്ടടുത്ത സമൂഹത്തിൽനിന്ന് അതിന്റെ ബോധാബോധങ്ങളിൽ നിന്ന് സ്നേഹദ്വേഷങ്ങളുടെ ആവിഷ്കരണങ്ങളിൽ നിന്ന് ശിശു ആർജ്ജിക്കുന്ന ഭാഷയെ ആണ് മാതൃഭാഷ എന്നു വിളിക്കേണ്ടത്.

ഇംഗ്ലണ്ടിൽ ഇംഗ്ലീഷ് മാതൃഭാഷയായ കുട്ടികളോടൊപ്പം വളരുകയും അവിടെത്തന്നെ ഭാവി ജീവിതം ജീവിക്കുകയും ചെയ്യുന്ന മലയാളികളായ അച്ഛനമ്മമാരുടെ കുട്ടിയുടെ മാതൃഭാഷ ഇംഗ്ലീഷാണ് മലയാളമല്ല. അതുപോലെ ഇംഗ്ലീഷോ മറ്റേതെങ്കിലും ഭാഷയോ സംസാരിക്കുന്ന മാതാപിതാക്കളുടെ കുട്ടികൾ കേരളത്തിൽ വളരുകയും ഇവിടത്തെ സാമൂഹ്യജീവിതത്തിൽ പങ്കുചേരുകയും ചെയ്യുമ്പോൾ അവരുടെ മാതൃഭാഷ മലയാളം തന്നെയാണ് ഇംഗ്ലീഷല്ല. എല്ലാ ഭാഷകളും ലോകജനതയുടെ പൊതുവായ സ്വത്താണ്. മതപരമോ ഗോത്രപരമോ ആയ ഒരു ചടങ്ങുമില്ലാതെ നടത്താവുന്ന പുതിയ അംഗത്വമെടുക്കലാണ് അന്യഭാഷയിൽ ചേക്കേറുമ്പോൾ സംഭവിക്കുന്നത്. ഏറ്റവും ജനാധിപത്യപരവും ആധുനികവും മതേതരവും സ്വാഭാവികവുമായ പ്രക്രിയയും പ്രവൃത്തിയുമാണത്. അതിനുള്ള സ്വാതന്ത്ര്യം ഏതൊരാൾക്കുമുണ്ട്. തന്റെ അമ്മയോ അച്ഛനോ അംഗമായിരുന്ന ഭാഷ എന്നതുകൊണ്ടല്ല, താൻ ജീവിതം കൊണ്ട് അംഗമായ സമൂഹത്തിന്റെ ഭാഷ എന്ന നിലയിലാണ് ഒരാളുടെ മാതൃഭാഷ മനസ്സിലാക്കപ്പെടേണ്ടത്. കേരളത്തിലെ സാമൂഹ്യജീവിതത്തിൽ ഉൾച്ചേരുമ്പോൾ, പൗരത്വത്തിന്റെ യാന്ത്രികതയ്ക്കപ്പുറത്ത് അതിന്റെ സാമൂഹ്യവൈജ്ഞാനിക സൗന്ദര്യജീവിതത്തിന്റെ കൂടി ആഴത്തിലുള്ള അംഗത്വം സ്വീകരിക്കേണ്ടതുണ്ട്. അതിന് മലയാളമെന്ന മാതൃഭാഷയുടെ അക്ഷരവും വാക്യവും മാത്രമല്ല സൗന്ദര്യശേഷി കൂടി അയാൾ സ്വാംശീകരിക്കേണ്ടതുണ്ട്. ഫാസിസ്റ്റായ 'മണ്ണിന്റെ മക്കൾ വാദ' (ഈ മണ്ണിൽ ജനിച്ചവരേ ഇവിടെ ജീവിക്കാവൂ, അവർക്കേ ജോലി കൊടുക്കാവൂ എന്ന വാദം. ബോംബെ പോലുള്ള നഗരങ്ങളിൽ നഗരവൽക്കരണത്തോടെ മാതൃഭാഷയും അതിന്റെ ജനാധിപത്യമൂല്യങ്ങളും നഷ്ടപ്പെട്ടപ്പോഴാണ് മാതൃഭാഷയ്ക്കു വേണ്ടിയുള്ള ജനാധിപത്യസമരം ദിശമാറി ഫാസിസമായിത്തീരുന്നത്)ത്തിൽ നിന്ന് വ്യത്യസ്തമാണത്.

മാതൃഭാഷയെ ജനിതകമായാണ് നിർവചിക്കേണ്ടത് എന്ന അടിസ്ഥാനപരമായ തെറ്റിൽ നിന്നാണ് മാതൃഭാഷാവാദം ഫാസിസ്റ്റ് വാദമായി മാറുന്നത്. മാതൃഭാഷയെ സാമൂഹ്യമായി നിർവചിക്കുമ്പോൾ ഈ

തെറ്റ് ഒഴിവാക്കപ്പെടുക മാത്രമല്ല ഭാഷാബോധം ജനാധിപത്യബോധത്തെ വിപുലപ്പെടുത്തുന്നതിനുള്ള സഹായിയുമായിത്തീരുന്നു. ഒരു സമൂഹത്തിന്റെ മാതൃഭാഷ ആ സമൂഹത്തിൽ ജീവിക്കുന്ന ഏതൊരു വ്യക്തിയും ആർജ്ജിക്കണമെന്ന് പറഞ്ഞാൽ അതിന് മറ്റൊരു ഭാഷയും അയാൾ പഠിക്കരുത് എന്നർത്ഥമില്ല. എത്ര ഭാഷ ഒരാൾ വ്യക്തിതലത്തിൽ പഠിച്ചെടുക്കുന്നുവോ അത്രയും നല്ലത്. അയാളുടെ ആശയശേഷിയെ അത് വികസിപ്പിക്കുക തന്നെയാണ് ചെയ്യുന്നത്. IELTS എന്ന ബോർഡ് വെച്ച് നാട്ടിലെല്ലാം ഇംഗ്ലീഷ് പഠിപ്പിക്കുന്നതിൽ യാതൊരു തെറ്റുമില്ല. ഇംഗ്ലീഷ് മാത്രമല്ല, തൊഴിൽ തേടി താൻ ചെല്ലുന്ന ഇടത്തെ ഏതു ഭാഷയും പഠിക്കാനുള്ള സംവിധാനം നമ്മുടെ നാട്ടിലുണ്ടാകണം. സ്പാനിഷും ജർമനും ചൈനീസും ആഫ്രിക്കൻ ഭാഷകളുമെല്ലാം പഠിപ്പിക്കാനുള്ള സംവിധാനം നമ്മുടെ നാട്ടിലുണ്ടാകണം (യഥാർത്ഥത്തിൽ മലയാളം സർവകലാശാല ഇതിനുള്ള സ്ഥാപനമെന്ന നിലയിൽ കൂടിയാണ് നിർവചിക്കപ്പെട്ടത്). ലോകത്തിലെ വിവിധ ഭാഷകളുടെ പഠനത്തിനുള്ള സംവിധാനം നമുക്ക് ഇവിടെ തുടങ്ങാം. തിരിച്ച് മലയാള പഠനകേന്ദ്രങ്ങൾ ലോകത്തിലെമ്പാടും ഉണ്ടാകുകയും ചെയ്യട്ടെ.

പ്രൊഫഷണൽ കോഴ്സുകളിലും മലയാളപഠനം

മാതൃഭാഷാപഠനം സൗന്ദര്യാത്മക വിദ്യാഭ്യാസമാണ് എന്ന് അംഗീകരിച്ചാൽ പ്രൊഫഷണൽ കോഴ്സുകളിലും മലയാള പഠനം ആവശ്യമാകും. ഭൗതികശാസ്ത്രപഠനത്തോടൊപ്പം ആത്മീയ വിദ്യാഭ്യാസവും എന്നാണ് മതങ്ങൾ പറയുക. വിശ്വാസികൾ അതു സ്വന്തം ചെലവിൽ നടത്തിക്കൊള്ളട്ടെ. ശാസ്ത്രസാങ്കേതിക വിദ്യാഭ്യാസത്തോടൊപ്പം സൗന്ദര്യാത്മക വിദ്യാഭ്യാസം എന്നാണ് മതേതരത്വം അടിസ്ഥാനമാക്കിയ നമ്മുടെ സമൂഹത്തിൽ വരേണ്ട പൊതുവായ നിലപാട്. മതം സനാതന സൗന്ദര്യബോധത്തെ മുന്നോട്ടുവെക്കുമ്പോൾ സാമൂഹ്യമായ പുതിയ തിരിച്ചറിവുകൾക്കനുസരിച്ച് പുതിയ നൈതികതകളിലൂന്നിയ സൗന്ദര്യബോധം സാഹിത്യകൃതികൾ നൽകുന്നു. മതത്തിനപ്പുറത്ത് നൈതികത സങ്കല്പിക്കപ്പെടുന്നത് സാഹിത്യത്തിലും ഇതര കലാസംസ്കാര രൂപങ്ങളിലുമാണ്.

മാതൃഭാഷാപഠനം സൗന്ദര്യാത്മകവിദ്യാഭ്യാസമാണ് എന്ന് അംഗീകരിച്ചാൽ അന്യഭാഷാപഠനങ്ങളുടെ നിലയല്ല അതിന് വേണ്ടത് എന്നു വ്യക്തമാകും. അക്ഷരവും വാക്യവും ഉറച്ചാൽ അന്യഭാഷാപഠനം നടന്നു എന്നു പറയാം. അപ്പോഴും അത് സൗന്ദര്യാത്മക വിദ്യാഭ്യാസമാകു

ന്നില്ല. സൗന്ദര്യാത്മക വിദ്യാഭ്യാസമാകണമെങ്കിൽ അത് വൈകാരികവിദ്യാഭ്യാസമാകണം. വൈകാരികശേഷി വളരുന്ന ഘട്ടത്തിലാണ് അത് ഏറ്റവും പ്രധാനമാകുന്നത്. ഭാഷാശേഷി വളരുന്ന പത്താം ക്ലാസ് വരെയുള്ള ഘട്ടത്തെക്കാൾ അതിനുശേഷമുള്ള ഘട്ടമാണ് അതിന്റെ കാലം. ഭാഷാപഠനം അപ്പോൾ സാഹിത്യ(സാഹിത്യം എന്നതുകൊണ്ടുദ്ദേശിക്കുന്ന എല്ലാ വിശാലതയോടും കൂടി)പഠനം കൂടിയായിത്തീർന്നേ പറ്റൂ. അപ്പോഴാണ് യുക്തിപരമായ വിദ്യാഭ്യാസത്തെ പൂരിപ്പിക്കുന്നതാണ് മാതൃഭാഷാസാഹിത്യവിദ്യാഭ്യാസം എന്ന് അംഗീകരിക്കപ്പെടുക. പ്ലസ് റ്റു തലത്തിലും ബിരുദതലത്തിലും ബിരുദാനന്തര തലത്തിലുമെല്ലാം അപ്പോൾ സാഹിത്യപഠനം വിശാലമായ സംസ്കാരപഠനമെന്ന നിലയിൽ പരിഗണിക്കപ്പെടേണ്ടിവരും. എം.ബി.ബി. എസിനും എഞ്ചിനിയറിംഗിനുമെല്ലാം ഭാഷാസാഹിത്യപഠനം അനിവാര്യമാകും (ഇപ്പോൾ തന്നെ കേരളത്തിന് പുറത്ത് പലയിടങ്ങളിലും അതുണ്ട്). താരാശങ്കർ ബാനർജിയുടെ *ആരോഗ്യനികേതനവും* അംബികാസുതൻ മാങ്ങാടിന്റെ *എൻമകജെയും* എം.ബി.ബി.എസിനുള്ള പാഠപുസ്തകമായിത്തീരും അപ്പോൾ. ബഷീറിന്റെ *ഭൂമിയുടെ അവകാശികൾ* എഞ്ചിനിയറിംഗിന്റെ പാഠ്യപദ്ധതിയിൽ കടന്നുവരും. സാങ്കേതികമികവു മാത്രമല്ല, രോഗിയോട് കാരുണ്യം കൂടിയുള്ള ഡോക്ടറും ഭൂമിയോട് കാരുണ്യമുള്ള എഞ്ചിനിയറും അപ്പോഴാണ് രൂപപ്പെടുക. എൻഡോസൾഫാൻ നിരോധിക്കാനുള്ള സമരം അപ്പോൾ സാഹിത്യകാരന്മാരുടെ മാത്രം വിഷയമായിരിക്കുകയില്ല. മലയാളവിദ്യാർത്ഥികളിൽ നിന്നല്ല എം.ബി.ബി.എസ്. വിദ്യാർത്ഥികളിൽ നിന്നായിരിക്കും അതിന്റെ ആദ്യത്തെ പ്രതിഷേധം പൊട്ടിപ്പുറപ്പെടുക.

മെഡിക്കൽ എഞ്ചിനിയറിംഗ് കോഴ്സുകളിൽ സാങ്കേതിക മികവിനോടൊപ്പം സാമൂഹ്യനീതിയും എന്ന മുദ്രാവാക്യം മുന്നോട്ടുവെക്കുമ്പോൾ, സാമൂഹ്യനിയന്ത്രണം വേണം എന്ന് വാദിക്കുമ്പോൾ അത് ഫീസിളവിലും സംവരണത്തിലും മാത്രമായി ഒതുങ്ങിപ്പോകരുത്. പാഠ്യപദ്ധതിയിലാകെ സാമൂഹ്യനീതിയുടെ നനവ് പരക്കണം. അത്തരത്തിലുള്ള സമീപനമുള്ളവരാകണം വിദ്യാഭ്യാസ പരിഷ്കരണങ്ങൾക്ക് നേതൃത്വം നൽകേണ്ടത്. പ്രജ്ഞയോടൊപ്പം കരുണയും. യുക്തിയോടൊപ്പം സൗന്ദര്യബോധവും.

ഉന്നതവിദ്യാഭ്യാസ കൗൺസിൽ ഭാഷാപഠനത്തിൽ മാറ്റം വരുത്തിയപ്പോൾ ആദ്യം വെച്ച നിർദ്ദേശം സൗന്ദര്യാത്മകതയെ സംബ

ന്ധിച്ച ഘടകങ്ങളെ തീരെ കണക്കിലെടുക്കാതെയുള്ളതായിരുന്നു. ശാസ്ത്രം പഠിക്കുന്ന വിദ്യാർത്ഥികൾ അവർ പഠിക്കുന്ന ശാസ്ത്രവുമായി ബന്ധപ്പെട്ട ഭാഷയാണ്, സാഹിത്യമാണ് പഠിക്കേണ്ടത് എന്നതായിരുന്നു ഒരു വാദം. യഥാർത്ഥത്തിൽ ശാസ്ത്രയുക്തിയുടെ ഉദാഹരണങ്ങൾ സാഹിത്യകൃതിയിൽ തപ്പുകയല്ല, ശാസ്ത്രയുക്തിയെയും സാങ്കേതികയുക്തിയെയും വിമർശനാത്മകമായി സമീപിക്കുന്ന സൗന്ദര്യാത്മകത ശാസ്ത്രവിദ്യാർത്ഥികളിൽ വളർത്തുകയാണ് വേണ്ടത്. അത് അവരുടെ ശാസ്ത്ര സാങ്കേതിക പഠനത്തെ ശക്തിപ്പെടുത്തുകയും സമൂഹാഭിമുഖമാക്കുകയുമാണ് ചെയ്യുക.

നിർഭാഗ്യവശാൽ വിദ്യാഭ്യാസ പരിഷ്കരണങ്ങളിൽ ഭാഷാപഠനത്തെ സംബന്ധിച്ച മേഖല കാരുണ്യത്തിന്റെയും സാമൂഹ്യനിതീയുടെയും എതിർദിശയിലാണ് ഇക്കഴിഞ്ഞ വർഷങ്ങളിൽ സഞ്ചരിച്ചത്. ഉന്നതവിദ്യാഭ്യാസ കൗൺസിലിന്റെ പരിഷ്കരണം കേരളത്തിലെ ബിരുദതല കോഴ്സുകളിൽ നിന്ന് മലയാളത്തെ വെട്ടിമാറ്റാൻ ശ്രമിച്ചപ്പോഴാണല്ലോ അതിൽ പ്രതിഷേധിച്ച് കേരളത്തിലെമ്പാടും മലയാള വേദികൾ രൂപപ്പെട്ടതും ആ വേദികളെല്ലാം ചേർന്ന് മലയാള ഐക്യ വേദിയായി ഏകോപിച്ച് പ്രവർത്തിക്കാൻ തുടങ്ങിയതും.

മലയാളം അധ്യാപകരുടെ കാര്യമല്ല, മലയാളികളുടെ കാര്യമാണ്

കെ.കെ. സുബൈർ, ഡോ. പുതുശ്ശേരി രാമചന്ദ്രൻ, ഡോ. കെ.എം. ഭരതൻ എന്നിവർ നേതൃത്വം കൊടുക്കുന്ന,കേരള സംസ്ഥാനത്തുടനീളം എല്ലാ ജില്ലകളിലും പ്രവർത്തിക്കുന്ന മലയാള ഐക്യവേദി, എം.കെ. ചാന്ദ് രാജ്, ഹരിദാസൻ, ആർ. നന്ദകുമാർ എന്നിവരുടെ നേതൃത്വത്തിലുള്ള തിരുവനന്തപുരം കേന്ദ്രമാക്കി കഴിഞ്ഞ രണ്ടു ദശകത്തിലേറെ മാതൃഭാഷയുടെ വികസനത്തിനായി നിലകൊള്ളുന്ന മലയാള സമിതി, ഡോ. ജോർജ്ജ് ഇരുമ്പയം, ജസ്റ്റിസ് വി.ആർ. കൃഷ്ണയ്യർ, പ്രൊഫ. എം. കെ. സാനു എന്നിവരുടെ നേതൃത്വത്തിലുള്ള മലയാളത്തെ വിദ്യാലയത്തിലും പൊതുജീവിതത്തിലും ഉയർത്തിപ്പിടിക്കാനായി രണ്ടര ദശാബ്ദത്തിലേറെ പരിശ്രമിച്ച മലയാള സംരക്ഷണവേദി എന്നിവയാണ് മലയാളം നിർബന്ധിത ഒന്നാം ഭാഷയാക്കിക്കൊണ്ടുള്ള ഇപ്പോഴത്തെ ഉത്തരവിലേക്ക് നയിച്ച സമരത്തിന് നേതൃത്വം നൽകിയത്. കേരളത്തെ രാഷ്ട്രീയമായി ഐക്യപ്പെടുത്തുന്നതിനുള്ള ഐക്യകേരളപ്രസ്ഥാനത്തിനു ശേഷം കേരളത്തെ ഭാഷാപരമായും

വൈകാരികമായും മൂർത്തമായി ഐക്യപ്പെടുത്തുന്നതിനുള്ള 'ഐക്യമലയാള പ്രസ്ഥാന'ത്തിന് ഈ മൂന്നു സംഘടനകളും ചേർന്ന് രൂപം കൊടുത്തു. തിരുവനന്തപുരത്തെ മലയാളസമിതിയുടെ നേതാക്കളായ ഹരിദാസും ചാന്ദ് രാജും നന്ദകുമാറും സെക്രട്ടറിയേറ്റ് കയറിയിറങ്ങുമ്പോൾ, മലയാളം അധ്യാപകരല്ലാത്ത നിങ്ങൾക്ക് ഈ ഉത്തരവ് പുറത്തിറങ്ങുന്നതിൽ എന്താണ് ഇത്ര താത്പര്യം എന്നാണ് കേൾക്കേണ്ടി വന്ന ചോദ്യം. ഇതു മലയാളം അധ്യാപകരുടെ കാര്യമല്ല. എല്ലാ മലയാളികളുടെയും കാര്യമാണ് എന്നതായിരുന്നു അവരുടെ ഉത്തരം.

തിരുവനന്തപുരത്ത് തെരുവിലൂടെ നീങ്ങിയ ജാഥകളും സമരങ്ങളുമാണ് മലയാളം എന്ന ഒരു ഭാഷ കേരളത്തിലുണ്ടെന്ന് ഇടതുപക്ഷ മുന്നണിയെയും ഐക്യജനാധിപത്യമുന്നണിയെയും ഓർമപ്പെടുത്തിയത്. അതിൽ കൂടുതലും അണിനിരന്നത് വിദ്യാർത്ഥികളും മലയാളം കൊണ്ട് പ്രത്യക്ഷത്തിൽ ഉപജീവനം നടത്താത്ത തൊഴിലാളികളുമായിരുന്നു. സംസ്ഥാനത്തുടനീളം ഫെബ്രുവരി 21 ലോകമാതൃഭാഷാദിനമായി കൊണ്ടാടിയപ്പോഴാണ് അതിന്റെ ആഗോള പ്രസക്തിയിലേക്കും നമ്മൾ ഉണർന്നത്. കേരള ചരിത്രത്തിലാദ്യമായി രണ്ടു മുന്നണികളുടെയും തെരഞ്ഞെടുപ്പ് മാനിഫെസ്റ്റോകളിൽ അപ്പോഴാണ് മലയാളം സ്ഥാനം പിടിച്ചത്. ഇപ്പോൾ അധികാരത്തിൽ വരുന്ന ഐക്യജനാധിപത്യമുന്നണി മലയാളം സർവകലാശാലയുൾപ്പെടെയുള്ള വാഗ്ദാനങ്ങളാണ് കേരള ജനതയ്ക്കു മുമ്പിൽ വെച്ചിട്ടുള്ളത്. നിയുക്ത മുഖ്യമന്ത്രി ഉമ്മൻ ചാണ്ടിയും ഇപ്പോഴത്തെ രണ്ട് ഭരണപക്ഷ എം. എൽ. എ മാരും (സി. പി. മുഹമ്മദ്, പാലോട് രവി) പങ്കെടുത്ത സമരമായിരുന്നു മലയാളം ഒന്നാം ഭാഷയാക്കുന്നതിനു വേണ്ടി തിരുവനന്തപുരത്ത് നടന്നത്. അതിന്റെ ഉത്തരവിലേക്ക് നയിച്ച നിർദ്ദേശങ്ങളിൽ ഒപ്പിട്ടവരിൽ ഭരണ പ്രതിപക്ഷഭേദമില്ലാതെ സംഘടനാനേതാക്കളും (കെ.എസ്.ടി.എ. ജനറൽ സെക്രട്ടറി ഷാജഹാനും കെ.ജി.ടി.യു. പ്രസിഡന്റ് ജെ. ശശിയും) സാംസ്കാരിക പ്രവർത്തകരുമുണ്ട്.

അതുകൊണ്ടു തന്നെ മലയാളം ഭരണഭാഷയാക്കിക്കൊണ്ടുള്ള 1969-ലെ പ്രഖ്യാപനത്തിനു ശേഷം ഭാഷയ്ക്കു വേണ്ടിയുണ്ടായ ഏറ്റവും നിർണായകമായ 6. 5. 2011-ലെ ഉത്തരവ് ഈ വർഷം തന്നെ അടിയന്തിരമായി നടപ്പിലാക്കാനുള്ള ഉത്തരവാദിത്തം ഇപ്പോൾ അധികാരത്തിലെത്തിയിരിക്കുന്ന മുന്നണിക്കുണ്ട്. മലയാളത്തിനു മുമ്പിൽ തല

കുനിച്ചുകൊണ്ട് നിയമസഭയിൽ അപ്പുറത്തും ഇപ്പുറത്തും ഇരിക്കുന്നവർക്ക് ഇതു ലജ്ജാകരമാണ് എന്ന് ഇനിയൊരു മുഖ്യമന്ത്രിയും പറയാനുള്ള സാഹചര്യമില്ലാതിരിക്കട്ടെ.

(*പേടിക്കേണ്ട, ഒന്നാം ഭാഷ നിങ്ങളെ രണ്ടാമതാക്കില്ല*,
മാതൃഭൂമി ആഴ്ചപ്പതിപ്പ്, 2011 ജൂൺ 12-18)

ഒന്നാംഭാഷാ ഉത്തരവ് അറബിക്കടലിൽ

കേരള നിയമസഭയിൽ ഭരണപക്ഷത്തെയും പ്രതിപക്ഷത്തെയും ജനപ്രതിനിധികളെ നോക്കി 22. 12. 2010 ന് അന്നത്തെ മുഖ്യമന്ത്രി വി. എസ്. അച്യുതാനന്ദൻ നടത്തിയ പ്രസ്താവന ഒന്നുകൂടി ഓർക്കാം. "നമ്മൾ ഇവിടെ സമ്മേളിക്കുമ്പോൾ നമ്മുടെ മാതൃഭാഷ നമ്മുടെ സംസ്ഥാനത്തെ എല്ലാ വിദ്യാലയങ്ങളിലും ഒന്നാംഭാഷയായി പഠിപ്പിക്കണമെന്നാവശ്യപ്പെട്ട് സെക്രട്ടറിയേറ്റ് പടിക്കൽ ഭാഷാസ്നേഹികൾ നിരാഹാരസമരം നടത്തുന്നുവെന്നത് നമ്മൾ അപ്പുറത്തും ഇപ്പുറത്തും ഇരിക്കുന്നവരെ സംബന്ധിച്ച് ലജ്ജാകരം തന്നെയാണ്. രാജ്യത്തെ മറ്റൊരു സംസ്ഥാനത്തെയും പാഠ്യപദ്ധതിയിൽ അതതിടത്തെ മാതൃഭാഷയ്ക്ക് ഇല്ലാത്ത ദുരനുഭവം കേരളത്തിൽ മലയാളത്തിനുണ്ടായത് ഈ കാലമത്രയായിട്ടും നമുക്ക് പരിഹരിക്കാൻ കഴിഞ്ഞിട്ടില്ല. അതുകൊണ്ട് ബഹുമാനപ്പെട്ട അംഗം പ്രകടിപ്പിച്ച ഉത്കണ്ഠ ന്യായമാണ്. സംസ്ഥാനത്തെ എല്ലാ വിദ്യാലയങ്ങളിലുമെന്നല്ല, നമ്മുടെ സംസ്ഥാന പരീക്ഷാ ബോർഡിനു കീഴിലുള്ള വിദ്യാലയങ്ങളിൽപോലും മാതൃഭാഷ ഒന്നാം ഭാഷയല്ല എന്നത് വലിയ കുറച്ചിലാണ്. പതിറ്റാണ്ടുകൾക്കപ്പുറത്തേ നമ്മുടെ വിദ്യാഭ്യാസ വകുപ്പിനും കരിക്കുലം കമ്മിറ്റികൾക്കും മനപ്പൂർവമോ അല്ലാതെയോ പറ്റിയ തെറ്റാണിത്. മാതൃഭാഷ പഠിക്കാതെ സ്കൂൾ ഫൈനൽ പാസാകാമെന്ന അവസ്ഥയാണുള്ളത്". സെക്രട്ടറിയേറ്റിനു മുമ്പിൽ നിരാഹാരമനുഷ്ഠിക്കുന്ന ഭാഷാസ്നേഹികളെ ചൂണ്ടിക്കാട്ടി സഭാംഗമായ സി.പി. മുഹമ്മദ് അവതരിപ്പിച്ച ഉപക്ഷേപത്തിനുള്ള മറുപടിയിലാണ് വി.എസ്. ഇക്കാര്യം പറഞ്ഞത്. തുടർന്ന് വി.എസ്. സർക്കാറിന്റെ അവസാനനാളുകളിൽ 6. 5. 2011 നാണ് മലയാളം നിർബന്ധിത ഒന്നാംഭാഷയാക്കുന്നതിനുള്ള ഉത്തരവ് പുറത്തിറങ്ങിയത്.

മലയാളം നിർബന്ധിത ഒന്നാംഭാഷയാക്കുക എന്ന നയം കഴിഞ്ഞ സർക്കാറിന്റെ മുൻഗണനയിലുണ്ടായിരുന്ന ഒന്നായിരുന്നില്ല. അങ്ങിനെയായിരുന്നെങ്കിൽ അത് ഈ അവസാനനാളുകളിലേക്ക് മാറ്റിവെക്കേണ്ടതുണ്ടായിരുന്നില്ല. രണ്ടുവർഷത്തോളം സമരമായും എഴുത്തായും പ്രസ്താവനകളായും ഇക്കാര്യത്തിൽ വന്ന പ്രതിഷേധമാണ്

സർക്കാറിനെ കൊണ്ട് അന്ന് ആ നടപടിയെടുപ്പിച്ചത്. മാതൃഭൂമി ഉൾപ്പെടെയുള്ള പത്രങ്ങൾ നിരവധി മുഖപ്രസംഗങ്ങൾ എഴുതി. സുകുമാർ അഴീക്കോട്, എം.ടി., ഒ.എൻ.വി. തുടങ്ങിയവർ അനേകം പ്രസ്താവനകൾ ഇറക്കി. കേരളത്തിലെ മാതൃഭാഷാ സ്നേഹികളുടെ സംഘടനകളായ മലയാള ഐക്യവേദിയും മലയാള സമിതിയും മലയാള സംരക്ഷണവേദിയും 'ഐക്യമലയാളപ്രസ്ഥാന'മെന്ന പേരിൽ ഒറ്റക്കെട്ടായി ഭരണ പ്രതിപക്ഷഭേദമില്ലാതെ സാംസ്കാരിക പ്രവർത്തകരെ പങ്കെടുപ്പിച്ചുകൊണ്ട് സെക്രട്ടറിയേറ്റിനു മുമ്പിൽ സമരവുമായെത്തി. ഈ സാഹചര്യവും വി. എസ്. വ്യക്തിപരമായി കാണിച്ച താത്പര്യവും ചേർന്നപ്പോഴാണ് മലയാളം നിർബന്ധിത ഒന്നാംഭാഷ എന്ന ഉത്തരവ് സംഭവിച്ചത്.

ചരിത്രപരമായിരുന്നു ആ ഉത്തരവ്. മറ്റൊരു ഭാഷയുടെയും പഠനസമയത്തെ ബാധിക്കാത്ത ആ ഉത്തരവിൽ പ്രധാനമായി അഞ്ചു കാര്യങ്ങളാണ് പറഞ്ഞിരുന്നത്.

1. കേരളത്തിലെ എല്ലാ പൊതുവിദ്യാലയങ്ങളിലും മലയാളം നിർബന്ധിത ഒന്നാംഭാഷയായിരിക്കും. ഇപ്പോൾ ആഴ്ചയിൽ രണ്ടുപിരീഡായി പഠിപ്പിക്കുന്ന രണ്ടാംഭാഷയുടെ രണ്ടാംപേപ്പറിന് ഒരു പിരീഡു കൂടി ചേർത്ത് ഇനി മുതൽ പത്താംക്ലാസ് വരെ മൂന്നു പിരീഡ് മലയാളം പഠിപ്പിക്കണം.
2. മലയാളം തീരെ പഠിപ്പിക്കാതിരിക്കുന്ന, ബ്രിട്ടീഷ് കാലത്ത് രൂപം നൽകപ്പെട്ട ഓറിയന്റൽ സ്കൂളുകൾ എന്ന പേരിലുള്ള വിദ്യാലയങ്ങളിലും പത്താംക്ലാസ് വരെ ഇനി മുതൽ ആഴ്ചയിൽ മൂന്നു പിരീഡ് മലയാളം പഠിപ്പിച്ചിരിക്കണം.
3. കേരളത്തിൽ പ്രവർത്തിക്കുന്ന സി.ബി.എസ്.ഇ., ഐ.സി.എസ്.ഇ. സിലബസുകൾ പിന്തുടരുന്ന ഇംഗ്ലീഷ് മാധ്യമത്തിലുള്ള വിദ്യാലയങ്ങളിലും മലയാളം പത്താക്ലാംസ് വരെ മൂന്ന് പിരീഡ് പഠിപ്പിച്ചിരിക്കണം. അതിന് സന്നദ്ധമല്ലാത്ത സ്കൂളുകൾക്ക് നോ ഒബ്ജക്ഷൻ സർട്ടിഫിക്കറ്റ് നൽകരുത്.
4. കേരളത്തിൽ ചില പ്ലസ് റ്റു സ്കൂളുകളിൽ കുട്ടികൾ ആഗ്രഹിച്ചാൽ പോലും മലയാളം രണ്ടാംഭാഷയായി പഠിക്കാൻ കഴിയാത്ത സാഹചര്യമുണ്ട്. അത്തരം സ്കൂളുകളിൽ നിർബന്ധമായും മലയാളം പഠിപ്പിക്കാനുള്ള സാധ്യത ഉറപ്പിക്കണം. മലയാളം പഠിപ്പിക്കാത്ത പ്ലസ് റ്റു സ്കൂളുകൾ ഇനി ഉണ്ടായിരിക്കരുത്.

5. കേരളത്തിലെ എല്ലാ വൊക്കേഷണൽ ഹയർ സെക്കന്ററി സ്കൂളുകളിലും മലയാളം പഠിക്കാൻ അവസരമുണ്ടാകണം.

പ്രഖ്യാപനം ഗംഭീരം തന്നെ. മാതൃഭാഷാശിശു ആരോഗ്യവാനും സുന്ദരനുമാണ്. എന്നാൽ മാതാപിതാക്കൾ ആഗ്രഹിക്കാതെ ജനിച്ച സന്തതിക്ക് സംഭവിക്കുന്ന ഉപേക്ഷയാണ് ഈ ഉത്തരവിന് പിന്നീട് അനുഭവിക്കേണ്ടിവന്നത്. വഴിയിലുപേക്ഷിക്കപ്പെട്ട അതിനെ സംരക്ഷിക്കാൻ അനാഥമന്ദിരം പോലും ഉണ്ടായില്ല. അടുത്ത സർക്കാർ വന്നു. ആദ്യം ഈ ഉത്തരവ് ഈ വർഷം നടപ്പിലാക്കുകയില്ല എന്ന് വിദ്യാഭ്യാസ മന്ത്രി പറഞ്ഞു. അതിന് പ്രതികരണങ്ങളുണ്ടായി. അപ്പോൾ മുഖ്യമന്ത്രി നേരിട്ട് രംഗത്തെത്തി ഈ വർഷം തന്നെ നടപ്പിലാക്കുമെന്ന് പറഞ്ഞു. 2011 ജൂൺ 27 ന് ഇതു കാണിച്ച് ഒരു ഉത്തരവ് ഇറങ്ങി. വിചിത്രമായിരുന്നു ആ ഉത്തരവ്. സാധാരണ ക്ലാസ് സമയത്തിനു മുമ്പോ ക്ലാസ് സമയത്തിനു ശേഷമോ മലയാളത്തിനുള്ള ഈ അധിക പീരീഡുകൾ പഠിപ്പിക്കാം. അതിനായി ഒരു ചില്ലിക്കാശും സർക്കാർ ചെലവാക്കുന്നതുമല്ല. അവിഹിത സന്തതിക്ക് ചെലവു നൽകാൻ പിതാവ് തയ്യാറല്ലെന്നർത്ഥം. തസ്തികയും പിരീഡുമില്ലാതെ മലയാളം പഠിപ്പിക്കാൻ കഴിയുമെന്ന അദ്ഭുതം! ഫിസിക്സോ കെമിസ്ട്രിയോ എഞ്ചിനിയറിംഗോ മെഡിസിനോ പഠിപ്പിക്കാൻ അതത് വിദ്യാഭ്യാസ സ്ഥാപനങ്ങളിൽ അധ്യാപകരെ നിയമിക്കണമെന്ന് വാദിക്കുന്നത് അതത് ബിരുദധാരികളുടെ തൊഴിൽ പ്രശ്നമല്ല, പൊതുപ്രശ്നവും വിദ്യാർത്ഥികളുടെ അവകാശപ്രശ്നവുമാണ്. അത് മലയാളമാകുമ്പോൾ കേരളത്തിന്റെ പൊതുവായ സാംസ്കാരിക പ്രശ്നവുമാണ്. എന്നാൽ മലയാളം പഠിപ്പിക്കാൻ പിരീഡും തസ്തികയും വേണമെന്ന് വാദിക്കുന്നത് അധ്യാപകരുടെ സ്വകാര്യ പ്രശ്നം മാത്രമാണെന്ന് വ്യാഖ്യാനിക്കപ്പെട്ടു. പിരീഡും തസ്തികയുമില്ലാതെ എവിടെ നിന്നോ അധ്യാപകവേഷം കെട്ടിയ ചിലർ പ്രത്യക്ഷപ്പെട്ട് ഇല്ലാത്ത മണിക്കൂറുകൾ ഉണ്ടാക്കി വേണം മലയാളം പഠിപ്പിക്കാൻ!

ഈ ഉത്തരവിനെതിരെ എല്ലാ ഭാഗത്തുനിന്നും പ്രതിഷേധം ശക്തമായപ്പോൾ മറ്റൊരു ഉത്തരവ് 2011 സപ്തംബർ ഒന്നിന് വന്നു. അതു പ്രകാരം ഒരു ദിവസത്തെ എല്ലാ പിരീഡുകളിൽ നിന്നും അഞ്ചു മിനിറ്റു വീതം ശേഖരിച്ച് ഒരു പിരീഡുണ്ടാക്കണം. അത് ആരു പഠിപ്പിക്കും എന്ന കാര്യത്തിൽ അപ്പോഴും വ്യക്തതയുണ്ടായില്ല. ഒടുവിൽ ദിവസവേതനത്തിൽ അധ്യാപകരെ ഡയറ്റിന്റെ ചെലവിൽ ഇതിനായി നിയ

മിക്കാം എന്ന് 2012 മെയ് 10 ന്റെ സെക്രട്ടറിതല ചർച്ചയിൽ തീരുമാന മായി. എന്നിട്ടും ഉത്തരവിലെ ആത്മാർത്ഥതക്കുറവ് അവ്യക്തതക ളായി നിലനില്ക്കുന്നതുകൊണ്ട് പൊതുവിദ്യാലയങ്ങളിൽ പോലും അധി കാരികൾ അധിക പിരീഡുകൾ പഠിപ്പിക്കാൻ തയ്യാറായില്ല. ഓറി യന്റൽ സ്കൂളുകൾ, ഇംഗ്ലീഷ് മാധ്യമ വിദ്യാലയങ്ങൾ എന്നിവയുടെ കാര്യ ത്തിൽ സർക്കാർ ഒരു നടപടിക്കും തയ്യാറായതുമില്ല.

അതിനിടയിൽ പുതിയ ഇംഗ്ലീഷ് മാധ്യമ വിദ്യാലയങ്ങൾ തുടങ്ങു ന്നതിനുള്ള സർക്കാർ നിബന്ധനകൾക്കെതിരെ ഹൈക്കോടതിയിൽ മാനേജ്മെന്റുകൾ നൽകിയ ഹരജിയിൽ മലയാളം നിർബന്ധമായും പഠിപ്പിച്ചിരിക്കണം എന്ന വകുപ്പിനെയും അവർ ചോദ്യം ചെയ്തു. മാതൃ ഭാഷാ പഠനത്തിന്റെ പ്രാധാന്യം എതിർവാദത്തിൽ വിശദീകരിക്കാൻ സർക്കാർ തയ്യാറായില്ല. അങ്ങിനെ ഇംഗ്ലീഷ് മീഡിയക്കാർ മലയാളം പഠിച്ചിരിക്കണമെന്നത് നിയമപരമായ ബാധ്യത അല്ലാതായി.

പൊതുവിദ്യാലയങ്ങളിലും ഇംഗ്ലീഷ് മാധ്യമ വിദ്യാലയങ്ങളിലും ഇങ്ങനെയാണ് ഇത് തള്ളപ്പെട്ടതെങ്കിൽ ഒന്നാം ഭാഷാ ഉത്തരവിൽ പറഞ്ഞ പ്ലസ് റ്റു തലത്തിലെ അവസ്ഥയും തീരെ വ്യത്യസ്തമല്ല. പ്ലസ് റ്റു തലത്തിൽ മലയാളം പഠിക്കാൻ അവസരമില്ലാത്ത സ്കൂളുകളിൽ മല യാളം പഠിപ്പിക്കുന്നതിനുള്ള നിർദ്ദേശമോ അതിനുള്ള നടപടികളോ ഹയർ സെക്കന്ററി ഡയറക്ടറേറ്റിന്റെ ഭാഗത്തുനിന്നുണ്ടായിട്ടില്ല. വൊക്കേഷണൽ ഹയർ സെക്കന്ററിയിൽ മലയാളം എടുത്ത് പഠിക്കാ മെന്ന നിർദ്ദേശത്തിനാകട്ടെ ഒരു തുടർ നടപടിയും ഉണ്ടായില്ല.

ഈ അവഗണനയുടെ പരകോടിയിലാണ് നമുക്ക് ക്ലാസിക്കൽ പദവിയുടെ കോടികളുടെ വാഗ്ദാനം ലഭിക്കുന്നത്. പി.കെ. രാജശേ ഖരൻ മുമ്പ് ഒരു ലേഖനത്തിലെഴുതിയതു പോലെ ക്ലാസിൽ പഠിപ്പിച്ചി ട്ടുമതി ക്ലാസിക്കൽ പദവി നേടേണ്ടത് എന്ന കാര്യത്തിൽ നമുക്ക് യാതൊരു നിർബന്ധവുമുണ്ടായില്ല. തമിഴിന് ക്ലാസിക്കൽ പദവി നേടു ന്നതിനു മുമ്പ് ആ ഭാഷ ക്ലാസിൽ പഠിപ്പിക്കാൻ തമിഴ്നാട് സർക്കാർ എന്താണ് ചെയ്തത് എന്ന് നാം മനസ്സിലാക്കണം. തമിഴ് നിർബന്ധിത ഒന്നാംഭാഷയാക്കുന്നതിനുള്ള ഉത്തരവ് കോടതികളിൽ ചോദ്യം ചെയ്യാ തിരിക്കാൻ അവർ അതിനായി ഒരു ബില്ല് നിയമസഭയിൽ കൊണ്ടുവ രികയാണ് ചെയ്തത്. അത്തരത്തിൽ ഒന്നാം ഭാഷാ ഉത്തരവ് സംരക്ഷി ക്കുന്ന മട്ടിലുള്ള ഒരു ബില്ല് നിയമസഭയിൽ കൊണ്ടുവരാൻ കേരളസർ ക്കാരും തയ്യാറാകണം. സ്വഭാഷയെ വീട്ടിൽ പട്ടിണിക്കിട്ടുകൊണ്ട്

പുറത്ത് അതിന് ആരോഗ്യശ്രീമാൻ പദവി വേണമെന്ന് വാദിക്കുന്നത് അപഹാസ്യമാണ്.

മാതൃഭാഷാ വിദ്യാഭ്യാസത്തോടുള്ള ഇന്നോളമുള്ള സർക്കാറുകളുടെ സമീപനത്തിൽ കണ്ടത് കേരളത്തിലെ പൊതുസമൂഹത്തിന്റെ മനോഭാവം കൂടിയാണ്. എന്നാൽ വിദ്യാഭ്യാസത്തിൽ മാതൃഭാഷ എത്രത്തോളം പ്രാധാന്യമുള്ളതാണെന്ന് ഇന്ന് എല്ലാ അർത്ഥത്തിലും അംഗീകരിക്കപ്പെട്ടുകൊണ്ടിരിക്കുകയാണ്. വിദ്യാഭ്യാസ അവകാശ നിയമം തന്നെ എട്ടാം തരം വരെയെങ്കിലും മാതൃഭാഷയാകണം പഠനമാധ്യമം എന്നു പറയുന്നതു നോക്കുക. മാതൃഭാഷാ വിദ്യാഭ്യാസം എങ്ങിനെ ഒരു സമൂഹത്തിന്റെ സാമ്പത്തിക വളർച്ചയ്ക്ക് അനിവാര്യമാണെന്ന് മനസ്സിലാക്കാൻ കെ. സേതുരാമൻ എഴുതിയ ഏറെ ചർച്ച ചെയ്യപ്പെട്ട *മലയാളത്തിന്റെ ഭാവി* എന്ന പുസ്തകം ഒന്നു മറിച്ചുനോക്കുകയെങ്കിലും ചെയ്യുക. മലയാളിയുടെ സാംസ്കാരിക മൂലധനമാണ് മലയാളം എന്ന ഭാഷയും അതിൽ രചിക്കപ്പെട്ട സാഹിത്യവും. പുതിയ ലോകത്ത് സാമ്പത്തിക രംഗത്തു പോലും ഭൗതിക ഉല്പന്നങ്ങളെക്കാൾ പ്രാധാന്യം നേടുന്നുണ്ട് സാംസ്കാരിക ഉല്പന്നങ്ങൾ. പത്രങ്ങളും പുസ്തകങ്ങളും ദൃശ്യമാധ്യമങ്ങളും മറ്റുമുൾക്കൊള്ളുന്ന നമ്മുടെ മാതൃഭാഷാവ്യവസായം പരമ്പരാഗതവ്യവസായങ്ങളെക്കാൾ സാമ്പത്തിക മേഖലയിൽ പ്രധാനവുമാണ്.

എന്തുകൊണ്ടാണ് കേരളം മറ്റു സംസ്ഥാനങ്ങളെക്കാൾ മതസഹിഷ്ണുത കാണിക്കുന്നത് എന്ന കാര്യം പലപ്പോഴും നാം ചർച്ച ചെയ്യാറുണ്ട്. അതിന് കാരണം തങ്ങളാണെന്ന് ഓരോ രാഷ്ട്രീയ പാർട്ടിയും അവകാശവാദമുയർത്താറുണ്ട്. എന്നാൽ അതിന്റെ ശരിയായ ഉത്തരം നാമെല്ലാം ഒരേ ഭാഷയിലും സാഹിത്യത്തിലുമാണ് വളർന്നത് എന്നതാണ്. കേരളത്തിൽ മുസ്ലിമിന്റെയും ക്രിസ്ത്യാനിയുടെയും ഹിന്ദുവിന്റെയും മാതൃഭാഷയായ മലയാളം മതേതരത്വമെന്ന നമ്മുടെ ഭരണഘടനാമൂല്യത്തെ കൂടി ഊട്ടിയുറപ്പിക്കുന്നതാണ്. അത് തന്റേതല്ലാത്ത മതത്തിന്റെ മൂല്യങ്ങളെയും സൗന്ദര്യാത്മക മൂല്യങ്ങളായി സ്വാംശീകരിക്കാൻ ഒരാളെ പ്രേരിപ്പിക്കുന്നു. (ഇതല്ല മറ്റു സംസ്ഥാനങ്ങളിൽ പലയിടത്തും വ്യത്യസ്തമതങ്ങൾ ഭാഷകൊണ്ടുതന്നെ പരസ്പര പ്രവേശമില്ലാതെ വേറിട്ടുനില്ക്കുന്നു). മാതൃഭാഷാവിദ്യാഭ്യാസം കിട്ടാത്ത പുതിയ തലമുറയാണ് വർഗീയതയിലേക്ക് വീഴുന്നതും. സഹിഷ്ണുതയുടെ സൗന്ദര്യബോധം നമ്മുടെ മക്കളിലേക്കും പടരണമെങ്കിൽ എല്ലാവരും മാതൃ

ഭാഷ പഠിക്കുന്നുവെന്ന് ഉറപ്പിക്കേണ്ടതുണ്ട്. കോടതി ഈ കാര്യം പരിഗണിക്കേണ്ടതായിരുന്നു.

ഉമ്മൻചാണ്ടി സർക്കാറിന്റെ ഒരു വർഷത്തെ പ്രവർത്തനങ്ങളുടെ നേട്ടങ്ങളുടെ കൂട്ടത്തിൽ ഏറ്റവും മുമ്പിൽ പ്രൊഫ. സുകുമാർ അഴീക്കോടിന്റെ ചിത്രം നൽകിക്കൊണ്ട് അദ്ദേഹത്തിന്റെ അഭിനന്ദനവാക്യങ്ങളും വെച്ചാണ് ഒന്നാംഭാഷാ ഉത്തരവ് നൽകിയിരുന്നത്. അഴീക്കോടിന്റെ ആത്മാവ് രോഷാകുലമാകാതിരിക്കാനെങ്കിലും അദ്ദേഹം അന്തരിച്ച് ഒരു വർഷം കഴിയുന്ന ഈ വേളയിൽ മലയാളം നിർബന്ധിത ഒന്നാം ഭാഷയാക്കുന്നതിനുള്ള ബില്ല് നിയമസഭയിൽ അവതരിപ്പിക്കാൻ സർക്കാർ സന്നദ്ധമാകണം. അതായിരിക്കും അദ്ദേഹത്തിന് ഏറ്റവും ഉചിതമായ സ്മാരകവും.

(മാതൃഭൂമി ദിനപത്രം, 2013 ഫെബ്രുവരി 7)

മക്തിതങ്ങൾ- മാതൃഭാഷയുടെ പോരാളി

ദക്ഷിണേന്ത്യൻ സംസ്ഥാനങ്ങളിലെ ഔദ്യോഗിക ഭാഷകളിൽ ശതമാനക്കണക്കിൽ ഏറ്റവും വലിയഭാഷ മലയാളമാണ്. സംസ്ഥാനത്തിന്റെ ജനസംഖ്യയിൽ തൊണ്ണൂറ്റിയാറു ശതമാനത്തിന്റെയും മാതൃഭാഷയാണത്. മുസ്ലിമിന്റെയും ക്രിസ്ത്യാനിയുടെയും ഹിന്ദുവിന്റെയും മാതൃഭാഷ മലയാളം തന്നെ. അതുകൊണ്ടുതന്നെ കേരളത്തിൽ എല്ലാ മതങ്ങളുടെയും നവീകരണത്തിന്റെയും നവോത്ഥാനത്തിന്റെയും അജണ്ടയിലെ മുഖ്യ ഇനങ്ങളിലൊന്ന് മലയാളത്തിനു വേണ്ടിയുള്ള വാദമായിരുന്നു.

മതവിഷയങ്ങളിൽ ക്രിസ്തുമതത്തിലെയും ഇസ്ലാമിലെയും പുരോഹിതർ തമ്മിൽ രൂക്ഷമായ തർക്കങ്ങൾ പത്തൊമ്പതാം നൂറ്റാണ്ടിന്റെ രണ്ടാം പകുതിയിൽ നടക്കുന്നുണ്ട്. എന്നാൽ ഭാഷയുടെ കാര്യത്തിൽ എല്ലാ മതങ്ങളിലെയും പുരോഗമനവാദികൾക്ക് ഒറ്റ ശബ്ദമായിരുന്നു. അറിവ് സംസ്കൃതത്തിലായാലും സുറിയാനിയിലായാലും അറബിയിലായാലും ലത്തീനിലായാലും അത് മാതൃഭാഷയിലൂടെയാണ് ജനങ്ങളിലെത്തേണ്ടത് എന്നതായിരുന്നു നവോത്ഥാനത്തിന്റെ പൊതുവായ മുദ്രാവാക്യം.

റവ. ജോർജ് മാത്തൻ 1867 ലെ തന്റെ 'ബാലാഭ്യസനം' എന്ന പ്രഭാഷണലേഖനത്തിൽ വിദ്യാഭ്യാസ മാധ്യമമായി ഉപയോഗിക്കേണ്ടത് മാതൃഭാഷയായ മലയാളമാകണം എന്നു വാദിക്കുന്നുണ്ട്. കോടതി ഭാഷ എന്ന നിലയിലും മലയാളമാണ് വേണ്ടത് എന്ന് ഭാഷാശാസ്ത്രജ്ഞൻ കൂടിയായ അദ്ദേഹം നിർദ്ദേശിച്ചു. മുസ്ലിം സമുദായത്തിൽ നിന്ന് മാതൃഭാഷയ്ക്കു വേണ്ടി പത്തൊമ്പതാം നൂറ്റാണ്ടിൽ മുഴങ്ങിയ ഏറ്റവും വലിയ ശബ്ദം സയ്യിദ് സനാഉല്ലാഹ് മക്തിതങ്ങളുടേതാണ് (1847-1912). മലപ്പുറം ജില്ലയിലെ വെളിയങ്കോട്ടുകാരനായ അദ്ദേഹത്തിന്റെ ചരമത്തിന്റെ നൂറാം വർഷമാണിത്.

മക്തിതങ്ങളുടെ പ്രവർത്തനങ്ങൾക്ക് രണ്ടു തലമുണ്ടായിരുന്നു. ഒന്ന് ഇസ്ലാമിനെ വിമർശിക്കുന്ന ക്രൈസ്തവപുരോഹിതർക്ക് മറുപടി

കൊടുക്കുക. അതേ സമയം സമൂഹത്തിനകത്തെ യാഥാസ്ഥിതികതയെ തിരുത്താൻ ശ്രമിക്കുക. യാഥാസ്ഥിതികതയുടെ അടിസ്ഥാനങ്ങളിലൊന്നായി അദ്ദേഹം കരുതിയത് മാതൃഭാഷാപഠനത്തോട് സമുദായം കാണിക്കുന്ന അവഗണനയാണ്. അന്ന് ലഭ്യമായ വിജ്ഞാനസാധ്യത മുഴുവൻ ഉപയോഗപ്പെടുത്തിയാണ് മക്തിതങ്ങൾ ഈ രണ്ടു മേഖലയിലും സ്വന്തം വാദങ്ങൾ രൂപപ്പെടുത്തുന്നത്. മധ്യകാലത്ത് യൂറോപ്പ് ഇരുട്ടിലായിരുന്നപ്പോൾ വെളിച്ചം നൽകിയത് മധ്യപൗരസ്ത്യദേശമായിരുന്നു എന്ന് യൂറോപ്യൻ പഠിതാക്കളെ ഉദ്ധരിച്ചുകൊണ്ടു തന്നെ അദ്ദേഹം സ്ഥാപിക്കുന്നുണ്ട്. യൂറോ കേന്ദ്രീകരണത്തിനെതിരെയുള്ള വാദങ്ങളുടെ തുടക്കം തങ്ങളിൽ കാണാം. മലയാളി മുസ്ലിം എന്നതാണ് അദ്ദേഹം ആവർത്തിച്ചുറപ്പിക്കുന്ന ഒരു സ്വത്വബോധം. മതകാര്യത്തിൽ അദ്ദേഹം ഏറ്റുമുട്ടിയത് മാതൃഭാഷയുടെ മറ്റൊരു പോരാളിയായ റവ. ഫ്രോൺ മേയറുമായാണെന്നത് ശ്രദ്ധേയമാണ്. മേയറുടെ 1883 ലെ *പ്രകൃതിശാസ്ത്രം* എന്ന ഗ്രന്ഥത്തിൽ വിവിധ വിജ്ഞാനങ്ങൾ മലയാളത്തിൽ പഠിപ്പിക്കേണ്ടതിന്റെ ആവശ്യകത ബോധ്യപ്പെടുത്തുന്നുണ്ട്. മലയാളത്തിലൂന്നി വിവിധ സമുദായങ്ങളിലെ ബുദ്ധിജീവികൾ പങ്കാളികളാകുന്ന കേരളീയ പൊതുമണ്ഡലത്തിന്റെ രൂപീകരണത്തിന്റെ ഭാഗമായിരുന്നു ഈ തർക്കങ്ങളെല്ലാം.

കേരളീയ മുസ്ലിങ്ങളുടെ മാതൃഭാഷ മലയാളമായിരുന്നെങ്കിലും എഴുതാനുപയോഗിച്ചിരുന്നത് അറബി ലിപിയാണ്. ഇതാണ് അറബിമലയാളമെന്ന് അറിയപ്പെട്ടത്. ഇതിൽ നിന്ന് വ്യത്യസ്തമായി മലയാള ലിപിയിൽ ആദ്യമായി പുസ്തകമിറക്കിയ മുസ്ലിം എഴുത്തുകാരൻ മക്തി തങ്ങളാണ്. അദ്ദേഹത്തിന്റെ *കഠോര കുഠാരം* (1884) എന്ന കൃതിയാണ് മലയാള ലിപിയിലെഴുതപ്പെട്ട കേരളീയ മുസ്ലിമിന്റെ ആദ്യഗ്രന്ഥം.

നിരവധി ലേഖനങ്ങളിലൂടെ മക്തിതങ്ങൾ മാതൃഭാഷാപഠനത്തിന്റെ പ്രാധാന്യം ഉയർത്തിപ്പിടിച്ചു. 'തമിഴ് രാജ്യം മുതൽ മലയാള രാജ്യനിവാസികളായ മുസ്ലിം ജനവും വിദ്യാഭ്യാസവും' എന്ന ലേഖനത്തിൽ (*മക്തിതങ്ങളുടെ സമ്പൂർണകൃതികൾ*) അദ്ദേഹം മതപഠനത്തിന് മാതൃഭാഷ എത്ര ഒഴിച്ചു കൂടാത്തതാണെന്നു വാദിക്കുന്നു. നിലവിലിരുന്ന മതപഠനത്തിന്റെ അവസ്ഥ വിവരിച്ച ശേഷം മാതൃഭാഷയ്ക്ക് സ്ഥാനം നൽകാത്തതിനെ വിമർശിക്കുകയാണ് അദ്ദേഹം. (കേരളത്തിലെ വിവിധ സർവകലാശാലകളിലെ മലയാളം ബിരുദാനന്തര പാഠ്യപദ്ധതിയിൽ ഈ ലേഖനമുണ്ട്).

അറബിയിലുള്ള പത്തുകിത്താബ് നേരിട്ട് പഠിക്കുന്നതിന് പകരം അത് മലയാളത്തിൽ വിവർത്തനം ചെയ്ത് പഠിക്കണമെന്നാണ് അദ്ദേഹം ആവശ്യപ്പെടുന്നത്. "അറബി വാചകത്തെ മലയാളത്തിൽ ഭാഷപ്പെടുത്തി പഠിക്കുന്നതിനു പകരം ആ കിത്താബ് പത്തും ഭാഷപ്പെടുത്തി ആ ഭാഷാന്തര കിത്താബു വായിക്കുന്നതായാൽ ഏറ്റവും എളുപ്പമുണ്ട്. ഒരു കൊല്ലം കൊണ്ടുണ്ടാകുന്ന അറിവു രണ്ടു മാസം കൊണ്ടുണ്ടാകും".

'ഇസ്ലാമെന്നാൽ അറബി' എന്ന സമീപനത്തെയും അദ്ദേഹം എതിർക്കുന്നു: "ഇസ്ലാം ജനമൊക്കെയും മൗലവിമാരാകണമെന്നോ അറബിഭാഷ പഠിച്ചിരിക്കണമെന്നോ മതം നിർബന്ധിക്കുന്നില്ല. അസാധ്യമായതിൽ നിർബന്ധിക്കുന്നതുമല്ല. ഈ നിലയിൽ പാഠശാലകൾ അത്രയും മൗലവി സ്ഥാനത്തെ ഉദ്ദേശിച്ച സ്ഥാപിക്കുന്നതും ഉദ്ദേശനിയമങ്ങളിൽ കുട്ടികളെ കെട്ടിക്കൂട്ടുന്നതും മതവിധിക്ക് വിപരീതമെന്നു മാത്രമല്ല മതത്തിനും ജനത്തിനും ദോഷമായും ഭവിക്കുന്നു". ദേശവാസികൾ ഒക്കെയും മൗലവി ആവണമെന്ന് മതം നിർബന്ധിക്കുന്നില്ല, അതു സാധിക്കുന്നതുമല്ല എന്ന് അദ്ദേഹം നിരീക്ഷിക്കുന്നു.

ദാന്തെയും ലൂഥറും മുതൽ ലോകനവോത്ഥാനത്തിന്റെയും മതനവീകരണത്തിന്റെയും ഭാഗമായി ഉന്നയിച്ച കാര്യങ്ങൾതന്നെയാണ് കേരളീയ പരിസരത്ത് തങ്ങൾ മുന്നോട്ടുവെച്ചത്. ഭക്തി ഹൃദയത്തോടടുക്കണമെങ്കിൽ അത് മാതൃഭാഷയിലാകണം. "മാതൃഭാഷ മാത്രമല്ല, മലയാളിയെ ഇസ്ലാമാക്കുന്ന ഗുരുഭാഷയുമായ മലയാളം പഠിക്കായ്കയാൽ വേദാഭ്യാസം ദോഷപ്പെടുന്നു. ഈമാൻ നഷ്ടപ്പെടുന്നു. എങ്ങിനെയെന്നാൽ ഗുരുസ്ഥാനത്തിരിക്കുന്ന പണ്ഡിതൻ അറബി പദാർത്ഥം ഗ്രഹിക്കാതെയും ശിഷ്യനെ ധരിപ്പിക്കാൻ ഭാഷാപദം അറിയാതെയും ഉഴലുന്നു. അറബി പദങ്ങളെ തന്നെ മടക്കി മടക്കി പറഞ്ഞും അതോടൊന്നിച്ച ആംഗ്യം ചേർത്തും മധ്യത്തിൽ തോന്നിയവിധം ഓരോ വാക്കുകൾ പറഞ്ഞും ഒരു വിധേന കാര്യം ധരിപ്പിക്കുന്നു".

മലയാളം മാതൃഭാഷ മാത്രമല്ല, ഗുരുഭാഷ കൂടിയാണ്. "പടച്ചവനെ സംബന്ധിക്കുന്ന സകല അറിവുകളും ആരാധനാമുറകളും പഠിപ്പിക്കുന്ന ഗുരുവായും ലൗകിക ആവശ്യങ്ങളെ നിറവേറ്റിത്തരുന്ന സഹായിയായും ഇരിക്കുന്നതു മാതൃഭാഷയായ മലയാളം ആകുന്നു". അറബി പഠിക്കാത്തതുകൊണ്ടല്ല, മലയാളം പഠിക്കാത്തതു കൊണ്ടാണ് വിദ്യാർത്ഥി കാഫിറാകുന്നത് എന്നാണ് തങ്ങളുടെ വാദം. " അറബി പദത്തിനും

മലയാള പദത്തിന്നുമുള്ള സാരാർത്ഥം ഗ്രഹിക്കായ്കയാൽ ഗുരുശിഷ്യന്മാർ കാഫിറാകുന്നു".

മലയാളം പഠിക്കാതെ മതം ശുദ്ധമാകുന്നതും പ്രകാശിക്കുന്നതുമല്ല. മത പ്രചരണത്തെതന്നെ അതെങ്ങിനെ ബാധിക്കുന്നുവെന്ന് അദ്ദേഹം വിശദീകരിക്കുന്നു: "പത്തുപതിനാലു കൊല്ലം പഠിച്ച മുസ്ല്യാർ അറബി ഭാഷയിലോ മലയാള ഭാഷയിലോ ഒരു വാചകം എഴുതാനും ഒരു സദസ്സിൽ ഇറങ്ങി ഒരു വിഷയത്തെ സംബന്ധിച്ച സംസാരിക്കാനും നിവൃത്തിയില്ലാതിരിക്കുന്നു. ശൈഖിന്റെ ഗതിയും ഇതുതന്നെ. ഇതിന്റെ കാരണം ഭാഷ ഗ്രഹിക്കാത്തതു തന്നെ". ദേശഭാഷ പഠിക്കാതിരിക്കുന്നതിൽ ജനം മാത്രമല്ല മതവും ദോഷപ്പെടുന്നുവെന്നും ഖുർആൻ മുതലുള്ള പ്രമാണങ്ങൾ ഒന്നും വിവർത്തനം ചെയ്യപ്പെടാതിരിക്കുന്നത് മതത്തിന് എങ്ങിനെ ദോഷമുണ്ടാക്കുന്നുവെന്നും അദ്ദേഹം ചൂണ്ടിക്കാണിച്ചു.

സ്വന്തഭാഷയിൽ അറിവില്ലാതെ അന്യഭാഷയിൽ മികവുണ്ടാകും എന്ന വാദത്തെ അദ്ദേഹം തള്ളിക്കളഞ്ഞു. "പൂർവം മുതൽ ഇന്നുവരെ ഉണ്ടായിരിക്കുന്ന പാഠശാലകളിൽ ആദ്യം സ്വന്തഭാഷ പഠിപ്പിക്കുന്നതിന്റെയും ആ നിയമത്തെ ലോകാസകലം സ്വീകരിച്ചിരിക്കുന്നതിന്റെയും ഉദ്ദേശം ഇതു തന്നെ. ലോക നടപടിക്കു കേവലം എതിരായി മലയാള ഇസ്ലാം സ്വന്തഭാഷയെ പഠിക്കാതെ കേവലം ത്യജിച്ച അന്യഭാഷയായ അറബി ഭാഷയെ പഠിക്കുന്നതിലുള്ള ദോഷം സ്വല്പമല്ലെന്നും" അദ്ദേഹം വാദിച്ചു. ഭരണ കാര്യങ്ങൾ പരിചയപ്പെടാൻ ഇംഗ്ലീഷു പഠിക്കാനും അദ്ദേഹം നിർദ്ദേശിച്ചു.

മുസ്ലിങ്ങളുടെ സാമൂഹ്യമായ അന്തസ്സുയർത്താനും മാതൃഭാഷാ പഠനം അനിവാര്യമാണെന്ന് അദ്ദേഹം കണ്ടു. "തനിക്കു കീഴായിരിക്കുന്ന ജനത്തിൽ വിദ്വാനായും പണ്ഡിതനായും ഘോഷിക്കുന്നതല്ലാതെ ഇതര ജനത്തിൽ ഇറങ്ങി ശബ്ദിക്കാൻ അശേഷം ധൈര്യം ഉണ്ടാകുന്നതല്ല. അഥവാ മലയാളികളിൽ ഇറങ്ങി സംസാരിക്കുന്നതായാൽ മലകളിൽ നിന്നു കൊണ്ടുവരപ്പെട്ടതോ എന്നു ഊഹിച്ചു വിസ്മയിക്കയോ പരിഹസിക്കയോ ചെയ്യും".

സംസ്കൃത വിഭക്തിയല്ല, മലയാള ഭക്തിയാണ് പ്രധാനമെന്നു പറഞ്ഞ പൂന്താനത്തിന്റെ തുടർച്ച തന്നെയാണ് അറബി വിഭക്തിയെക്കാൾ പ്രധാനം മലയാള ഭക്തിയാണെന്നു പറയുന്ന മക്തിതങ്ങ

ളിലും കാണുന്നത്. ഖുർ ആൻ മലയാളത്തിൽ വിവർത്തനം ചെയ്യണമെന്ന് ആദ്യം ആവശ്യപ്പെട്ടവരിൽ ഒരാൾ മക്തിതങ്ങളായിരുന്നു. വേദാധികാരത്തെ സംബന്ധിച്ച് ചട്ടമ്പി സ്വാമികൾ മുതൽ വള്ളത്തോൾ വരെ മറുവശത്ത് നടത്തിക്കൊണ്ടിരുന്നതും ഇതു തന്നെയാണല്ലോ.

"നാട്ടുഭാഷയായ സ്വന്തഭാഷ പഠിക്കാതെ വിദ്വാനെന്നു നടിക്കുന്നു. വേദഭാഷയായ അറബിഭാഷയെ ഭാഷപ്പെടുത്താൻ ഒരുങ്ങുന്നു. നാട്ടുഭാഷയും സ്വന്തംഭാഷയുമായ മലയാളം വായിപ്പാനും എഴുതാനും അറിയാത്തവരെ ഗുരുക്കന്മാരാക്കി വായിപ്പാനും എഴുതാനും അറിയാത്ത കുട്ടികളെ ഏല്പിക്കുന്നു. വാദപ്രമാണങ്ങൾ ഭാഷപ്പെടുത്താൻ നിയമിക്കുന്നു" എന്നൊക്കെ വിലപിക്കുന്നുമുണ്ട് അദ്ദേഹം.

ഇഹലോകത്തു മാത്രമല്ല പരലോകത്തും മാതൃഭാഷയ്ക്ക് പ്രവേശമുണ്ട്. "മലയാള ഭാഷ മാതൃഭാഷയായാലും അത് ഈമാൻ എന്ന വിശ്വാസ സംഗതികളെ ധരിപ്പിക്കുന്ന ഗുരുവായും മരണം വരേയും മരണാനന്തരം താനും ദൈവത്തോട് അപേക്ഷിപ്പാൻ തുണയായും ഇരിക്കുന്ന അവസ്ഥയ്ക്കു ആദ്യം പഠിച്ചുണരേണ്ടതായ ഈ ഭാഷയെ നിരസിച്ചും നിന്ദിച്ചും അഭ്യസിക്കാതിരിക്കുന്നതും പട്ടുമൂഢർക്കു മാത്രം അലങ്കാര"മാണെന്ന് അദ്ദേഹം പറഞ്ഞു.

നവോത്ഥാനത്തിന്റെ ഈ സന്ദേശം ഇന്നത്തെ പാഠശാലകൾ എത്രത്തോളം സ്വീകരിക്കുന്നുണ്ട് എന്ന അന്വേഷണം നാം നടത്തേണ്ടതുണ്ട്. സ്വർഗകവാടം മലയാളത്തിലും തുറക്കുമെന്നിരിക്കെ നമ്മുടെ വിദ്യാലയ കവാടങ്ങളിൽ നാം എത്രത്തോളം മലയാളം ഉപയോഗിക്കുന്നുണ്ട്? മലയാളഭാഷയും സാഹിത്യവും വിവിധ മതങ്ങളുടെ ഉടമസ്ഥതയിലുള്ള വിദ്യാലയങ്ങളിൽ എത്രത്തോളം പഠിപ്പിക്കുന്നുണ്ട് എന്ന ആത്മപരിശോധനയ്ക്കുള്ള സന്ദർഭം കൂടിയാണ് മക്തിതങ്ങളുടെ ഈ നൂറാം ചരമവാർഷികം.

(മാതൃഭൂമി ദിനപത്രം, 2013 ജനുവരി 5)

കോടതിഭാഷയും ജനാധിപത്യവും

"അവനെ തൂക്കരുത്, വെറുതെ വിട്ടേക്കൂ" എന്ന ന്യായാധിപന്റെ വിധിപ്രസ്താവത്തിൽ ഒരു കോമ സ്ഥാനം മാറിയപ്പോൾ നിരപരാധി തൂക്കിലേറ്റപ്പെട്ടുവെന്നത് ഇംഗ്ലീഷ് ഭാഷയിൽ അടയാളങ്ങൾക്കുള്ള പ്രാധാന്യം സൂചിപ്പിക്കാൻ വേണ്ടി നമ്മൾ എപ്പോഴും പറയാറുള്ള കഥ യാണ്. എന്നാൽ ഭാഷ തന്നെ മാറിപ്പോകുമ്പോൾ എത്ര നിരപരാധി കൾ കോടതികളിൽ ശിക്ഷിക്കപ്പെടുന്നുണ്ട് എന്ന് വ്യക്തമാക്കാൻ ഇംഗ്ലീഷ് എഴുത്തിന്റെ ഈ കഥ മതിയാവുകയില്ല. മലയാളമെന്ന മാതൃ ഭാഷ കോടതിയിൽ ഉപയോഗിക്കപ്പെടാത്തതിലെ അനീതി എല്ലാ ദിവ സവും ആവർത്തിക്കുന്ന ഒരു യാഥാർഥ്യം മാത്രമാണ്. താൻ പണം കൊടുത്ത് നിയമിച്ച വക്കീൽ എന്താണ് തനിക്കു വേണ്ടി വാദിക്കുന്നത് എന്നും ആ വാദത്തിന്റെ അടിസ്ഥാനത്തിൽ എന്താണ് ന്യായാധിപൻ വിധിച്ചത് എന്നും അറിയാനുള്ള അവകാശം പൗരാവകാശമാണ്.

കണ്ണൂർ ജയിലിലെ തടവുകാരെ സംബോധന ചെയ്ത് ഭാഷാപ്രേമി യായ ഒരു ഉദ്യോഗസ്ഥൻ നിങ്ങളുടെ ഇടയിൽ നിങ്ങളെ ശിക്ഷിച്ച വിധി വായിച്ച് മനസ്സിലാക്കാൻ കഴിഞ്ഞവർ കൈപൊക്കുക എന്നു പറ ഞ്ഞപ്പോൾ ഒരൊറ്റ കൈയും പൊങ്ങുകയുണ്ടായില്ല. ഒരു കേസിൽ പ്രതി യാക്കപ്പെട്ടയാൾ തന്നെ ശിക്ഷിച്ച ന്യായാധിപന് തടവിൽ കിടന്ന് ഒരു കത്തെഴുതി. സംഭവം നടക്കുന്ന സമയത്ത് ആ സ്ഥലത്ത് താൻ ഉണ്ടാ യിരുന്നില്ലെന്നും തനിക്കറിയാത്ത ഭാഷയിലാണ് വാദം നടന്നത് എന്നതിനാലാണ് തനിക്ക് അത് അവിടെ പറയാൻ കഴിയാതെ പോയത് എന്നും കാണിച്ചായിരുന്നു കത്ത്. അന്ന് താൻ എവിടെയാ യിരുന്നു എന്നതിന്റെ രേഖ ഇന്ന സ്ഥലത്തുണ്ടെന്നും കത്തിൽ സൂചിപ്പി ച്ചിരുന്നു. മനുഷ്യത്വമുള്ള ഈ ന്യായാധിപൻ അയാൾ സൂചിപ്പിച്ച രേഖ കാണാൻ വേണ്ടി മാത്രം ആ സ്ഥലത്തേക്ക് യാത്ര ചെയ്തു. രേഖ പരി ശോധിച്ചപ്പോൾ അയാൾ പറഞ്ഞത് ശരിയാണെന്ന് ബോധ്യപ്പെ ടുകയും ചെയ്തു. വിധി പ്രസ്താവിച്ചു കഴിഞ്ഞതിനാൽ ആ നീതിമാന് തന്റെ സർവീസ് ജീവിതത്തിലെ ഒരു നോവായി അത് മനസ്സിൽ സൂക്ഷി ക്കാനേ കഴിഞ്ഞുള്ളൂ.

ഭരണഭാഷ ഭരിക്കപ്പെടുന്നവരുടെ ഭാഷയാകണമെന്നത് ജനാധിപത്യത്തിന്റെ പ്രാഥമികമായ പാഠമാണ്. ലോകത്തിലെ എല്ലാ ജനതകളും ജനാധിപത്യത്തിലേക്കുള്ള അവരുടെ യാത്രയിൽ ഭാഷാപരമായ ഈ ഘട്ടം പിന്നിട്ടിട്ടുണ്ട്. നമ്മെ രണ്ടു നൂറ്റാണ്ടോളം അടക്കി ഭരിച്ച ഇംഗ്ലീഷുകാർ തന്നെ അവരുടെ ചരിത്രത്തിലെ ഒരു ഘട്ടത്തിൽ മാതൃഭാഷ ഭരണഭാഷയും കോടതിഭാഷയുമാക്കുന്നതിന് വേണ്ടി തെരുവിലിറങ്ങിയിട്ടുണ്ട്. ഇംഗ്ലീഷുകാർ എ.ഡി. 1066 ൽ ഫ്രഞ്ചുഭാഷ സംസാരിക്കുന്ന നോർമൻകാരുടെ ആധിപത്യത്തിന് കീഴിലായി. രണ്ടു നൂറ്റാണ്ടോളം അവർ ഭരിച്ചു. ഭരണവും കോടതിയും വിദ്യാഭ്യാസവുമെല്ലാം ഫ്രഞ്ചിലായി. അവരുടെ ഭരണം അവസാനിച്ച് നാലു നൂറ്റാണ്ടോളം പിന്നിട്ടപ്പോഴും അവർക്ക് പൂർണമായും കോടതി ഭാഷ ഇംഗ്ലീഷാക്കാൻ കഴിഞ്ഞില്ല. രേഖകൾ ലത്തീനിലും വാദങ്ങൾ ഫ്രഞ്ചിലും തുടർന്നു. ഇംഗ്ലീഷ് മൂന്നാംഭാഷ പോലുമായിരുന്നില്ല. നിരവധി ഇടപെടലുകൾക്ക് ശേഷം 1731 ൽ ഇംഗ്ലണ്ടിൽ ജോർജ് രണ്ടാമന്റെ കാലത്ത് ഒരു നിയമം വന്നു. ഇനി ആരെങ്കിലും ഇംഗ്ലണ്ടിലെ കോടതികളിൽ ഫ്രഞ്ചോ ലാറ്റിനോ സംസാരിച്ചാൽ വാക്കൊന്നിന് അമ്പതു പവൻ പിഴയടക്കേണ്ടി വരും! ഇംഗ്ലണ്ടിൽ അങ്ങിനെയാണ് ഇംഗ്ലീഷ് പൂർണമായും കോടതി ഭാഷയാകുന്നത്.

ഇംഗ്ലീഷ് ഭാഷയ്ക്ക് ഒരു കാലത്ത് ഇംഗ്ലണ്ടിലെ രാജസദസ്സിലും പ്രവേശനമുണ്ടായിരുന്നില്ല. ഇംഗ്ലീഷ് കവിതയുടെ തുടക്കക്കാരിൽ ഏറ്റവും പ്രമുഖനായ ജെഫ്രി ചോസറാണ് രാജസദസ്സിൽ ആദ്യമായി ഇംഗ്ലീഷ് ഭാഷയിൽ 1397 ൽ ഒരു കവിത വായിക്കുന്നത്. രാജഭാഷ മാതൃഭാഷയാക്കുന്നതിനുള്ള ബോധപൂർവമായ ഇടപെടലായിരുന്നു ചോസറുടേത്. രണ്ടു വർഷത്തിന് ശേഷം ഒരു രാജാവ് അധികാരത്തിലേറുന്നതിനുള്ള പ്രതിജ്ഞ മാതൃഭാഷയായ ഇംഗ്ലീഷിൽ ചൊല്ലി. പിന്നീട് വിജ്ഞാന മണ്ഡലത്തിലും മാതൃഭാഷയ്ക്കു വേണ്ടിയുള്ള പരിശ്രമങ്ങൾ നടക്കുന്ന ഘട്ടത്തിൽ തന്നെയാണ് ഇംഗ്ലണ്ടിൽ ഐസക് ന്യൂട്ടൻ ഇംഗ്ലീഷിൽ ശാസ്ത്രകൃതികൾ രചിച്ചു തുടങ്ങുന്നതും. *പ്രിൻസിപ്പിയ* എന്ന കൃതി ലത്തീനിൽ രചിച്ച ന്യൂട്ടൻ പ്രകാശശാസ്ത്രത്തെ കുറിച്ചുള്ള കൃതി ഇംഗ്ലീഷിൽ എഴുതി. അങ്ങിനെ ഇംഗ്ലീഷ് ശാസ്ത്രഭാഷയായിത്തുടങ്ങി.

ഇംഗ്ലണ്ടിന്റെയും അമേരിക്കയുടെയും ജനാധിപത്യസംവിധാനങ്ങളിലെ നല്ല വശങ്ങൾ പലതും സ്വീകരിച്ചാണ് നമ്മുടെ ഭരണക്രമം രൂപപ്പെടുത്തിയത്. എന്നാൽ അതിലെ ഏറ്റവും പ്രധാനപ്പെട്ട കാര്യം, ജന

ങ്ങളുടെ ഭാഷയിലാണ് ഭരിക്കേണ്ടതെന്ന കാര്യം പ്രയോഗത്തിൽ കൊണ്ടുവരുന്നതിൽ നാം പരാജയപ്പെട്ടു. ഇംഗ്ലീഷുകാർ ഭരിക്കുന്ന കാലത്തു പോലും കോടതിഭാഷയും ഭരണഭാഷയും കേരളത്തിൽ പലയിടത്തും മാതൃഭാഷയായ മലയാളമായിരുന്നു. കറുത്ത സായ്പന്മാർ അധികാരത്തിലെത്തിയപ്പോഴാണ് അത് പൂർണമായും ഇംഗ്ലീഷായത്. വെള്ളക്കാർക്ക് തൊലി വെളുപ്പിന്റെ പേരിൽ നാട്ടുകാരോട് ദൂരം സൂക്ഷിക്കാൻ കഴിയുമ്പോൾ നാട്ടുകാർക്ക് സ്വന്തം ആളുകളെ ഭരിക്കണമെങ്കിൽ അവരുടെ ഭാഷയിൽ നിന്നെങ്കിലും ദൂരം സൂക്ഷിക്കണമല്ലോ! അധികാരികളുടെ നിറം മാറിയെങ്കിലും അധികാരത്തിന്റെ ഭാഷ മാറിയില്ല.

കേരളത്തിലെ ഭരണഭാഷ മലയാളമാക്കുന്നതിന് കോമാട്ടിൽ അച്യുതമേനോന്റെ നേതൃത്വത്തിൽ ഒരു കമ്മിഷനെ നിയമിക്കുന്നത് 1957ലാണ്. ഡോ. കെ. ഭാസ്കരൻ നായർ, എൽ.സി. ഐസക്, കെ. ദാമോദരൻ, പി.ടി. ഭാസ്കരപ്പണിക്കർ എന്നിവർ അംഗങ്ങൾ. അടുത്ത വർഷം കമ്മിറ്റി റിപ്പോർട്ട് കൊടുത്തു. 1969 ൽ മലയാളം ഭരണഭാഷയാക്കി. മലയാളമോ ഇംഗ്ലീഷോ എന്നത് പിന്നീട് മലയാളവും ഇംഗ്ലീഷും എന്ന് മാറ്റം വരുത്തി. മറ്റനേകം സംസ്ഥാനങ്ങൾ അവരുടെ ഭരണഭാഷ പൂർണമായും മാതൃഭാഷയാക്കിയപ്പോൾ ഭരണഭാഷാ ഉത്തരവ് ശരിയായി പുറപ്പെടുവിക്കാൻപോലും ഇപ്പോഴും നമുക്ക് കഴിഞ്ഞിട്ടില്ല.

കോടതിയും ഭരണസംവിധാനത്തിന്റെ ഭാഗമായതിനാൽ 1969 ലെ ഉത്തരവിന്റെ തുടർച്ചയിൽ കീഴ്ക്കോടതി നടപടികൾ മലയാളമാക്കാനുള്ള ഉത്തരവ് 1973 ൽ വന്നു. മലയാളത്തിൽ പലരും വിധികളെഴുതി. എന്നാൽ കൊളോണിയൽ ഭൂതം അത്ര വേഗം വിട്ടുപോയില്ല. വീണ്ടും കോടതികൾ മെല്ലെ ഇംഗ്ലീഷിലേക്ക് മടങ്ങി. ഇതു പരിഹരിച്ച് കോടതിഭാഷ മലയാളത്തിലാക്കുന്നതിനെ കുറിച്ച് പഠിക്കാനും നിർദ്ദേശം സമർപ്പിക്കാനും ജസ്റ്റിസ് കെ.കെ. നരേന്ദ്രൻ അധ്യക്ഷനായി 1985 ൽ സർക്കാർ കമ്മിറ്റിയെ നിയോഗിച്ചു. 1987 ൽ കമ്മിറ്റി റിപ്പോർട്ട് സമർപ്പിച്ചു. രണ്ടു വർഷം കൊണ്ട് കേരളത്തിൽ ഹൈക്കോടതിക്ക് കീഴിലുള്ള എല്ലാ കോടതികളിലും നടപടികൾ പൂർണമായി മലയാളത്തിലാക്കാമെന്ന് കമ്മിറ്റി പറഞ്ഞു. (കന്നഡ ന്യൂനപക്ഷമുള്ള കാസർകോഡ് ജില്ലയിൽ ഒഴികെ. അവിടെ ജനവികാരം മാനിച്ച് പത്തുകൊല്ലം കഴിഞ്ഞിട്ടു മാത്രം അതാലോചിച്ചാൽ മതി എന്നാണ് കമ്മിറ്റിയുടെ നിർദ്ദേശം). അതിന്റെ അനുഭവത്തിന്റെ അടിസ്ഥാനത്തിൽ ഹൈക്കോടതി നടപടികൾ മലയാളത്തിലാക്കുന്നതിനെക്കു

റിച്ച് ആലോചിക്കാമെന്നും പറഞ്ഞുവെച്ചു. എന്നാൽ കമ്മിറ്റി റിപ്പോർട്ട് നൽകി ഇരുപത്തിയഞ്ചു വർഷം കഴിഞ്ഞിട്ടും ഒരു നടപടിയും സർക്കാറിന്റെ ഭാഗത്തുനിന്നുണ്ടായില്ല. ഈ കാൽ നൂറ്റാണ്ടിനിടയിൽ ജ. നരേന്ദ്രൻ അന്തരിക്കുകയും ചെയ്തു. ചരമവാർത്തയിൽ പോലും ഇത്തരമൊരു കമ്മിറ്റിയെ അദ്ദേഹം നയിച്ച കാര്യം ആരും സൂചിപ്പിച്ചില്ല.

1978 ൽ സംസ്ഥാനത്തെ ഔദ്യോഗിക ഭാഷ മലയാളമാക്കുന്നതിനുള്ള അഞ്ചുവർഷത്തെ പദ്ധതി സർക്കാർ പ്രഖ്യാപിച്ചിരുന്നു. ഇതിനായി ഉത്തരവും ഇറക്കി. 1980-81 ൽ കോടിതി നടപടികൾ പൂർണമായും മലയാളത്തിലാക്കണമെന്നാണ് ഇതിൽ നിർദ്ദേശിച്ചത്. ഇതിനായി സർക്കാർ വിജ്ഞാപനം നടത്താൻ പോകുകയാണെന്നും ഈ മാറ്റത്തിനായി കീഴ്ക്കോടതികളെ സജ്ജമാക്കുന്നതിനായി പഠനം നടത്താനും റിപ്പോർട്ട് നൽകാനും ആരെയെങ്കിലും നിയമിക്കണമെന്ന് ഹൈക്കോടതി കരുതുന്നുണ്ടെങ്കിൽ അങ്ങനെ ചെയ്താൽ കൊള്ളാമെന്നും സർക്കാർ ഹൈക്കോടതിക്ക് എഴുതി. അതിന്റെ അടിസ്ഥാനത്തിലാണ് നരേന്ദ്രൻ കമ്മിറ്റി രൂപീകരിക്കപ്പെട്ടത്.

ജ. നരേന്ദ്രൻ കമ്മിറ്റി റിപ്പോർട്ട് ശ്രദ്ധേയമാണ്. കോടതിനടപടികൾ മാതൃഭാഷയിലാക്കുന്ന പ്രക്രിയയിൽ ഏറ്റവും പിന്നിൽ നില്ക്കുന്നത് കേരളസംസ്ഥാനമാണ് എന്ന് കമ്മിഷൻ റിപ്പോർട്ടിൽ സൂചിപ്പിക്കുന്നുണ്ട്. സാധാരണക്കാരനായ വ്യവഹാരിക്കും കോടതി നടപടികൾക്കും മധ്യേ നിലകൊള്ളുന്ന ഇംഗ്ലീഷ് ഭാഷയാകുന്ന ഇരുമ്പു മറ മാറിയാലല്ലാതെ സാധാരണക്കാർക്ക് നമ്മുടെ കോടതി നടപടികളിൽ കൂടുതൽ സജീവമായി സഹകരിക്കാൻ സാധിക്കില്ല. അതുകൊണ്ട് എന്തെല്ലാം തടസ്സങ്ങളുണ്ടെങ്കിലും അതൊക്കെ തരണം ചെയ്ത് കോടതിഭാഷ മലയാളമാക്കുന്ന പ്രക്രിയ മുഴുമിക്കാതെ നിവൃത്തിയില്ല എന്നും കമ്മിറ്റി പ്രഖ്യാപിച്ചു. ആധുനിക ഇന്ത്യൻ ഭരണഘടന തന്നെ കോടതി നടപടികൾ മാതൃഭാഷയിലാക്കുന്നതിനു വേണ്ടിയാണ് നിലകൊണ്ടത്. "ഭരണം ഈ നാട്ടിലെ സാധാരണക്കാരായ ജനങ്ങൾക്ക് അറിയാവുന്ന അവരുടെ മാതൃഭാഷയിലായിരിക്കണമെന്ന ഉറച്ച അഭിപ്രായമാണ് ഭരണഘടനാ നിർമാണസമിതിക്കുണ്ടായിരുന്നത് എന്നാണ് ഇന്ത്യൻ ഭരണഘടനയുടെ 17-ാം ഭാഗത്തിലെ ഔദ്യോഗിക ഭാഷ സംബന്ധിച്ചുള്ള അനുച്ഛേദങ്ങൾ വ്യക്തമാക്കുന്നത്" എന്ന് കമ്മിറ്റി നിരീക്ഷിച്ചു.

മറ്റു ചില കാര്യങ്ങളും കമ്മിറ്റി ചൂണ്ടിക്കാണിച്ചു: 1973ലെ ഉത്തരവനുസരിച്ച് ഇപ്പോൾ തന്നെ കീഴ്ക്കോടതികൾക്ക് വിധിന്യായങ്ങൾ മല

യാളത്തിൽ പുറപ്പെടുവിക്കാനുള്ള അവസരമുണ്ട്. അത് ന്യായാധിപന്മാർ ഉപയോഗിക്കണം. മലയാളത്തിൽ നല്ല വിധിന്യായങ്ങളും കൂടുതൽ വിധിന്യായങ്ങളും എഴുതുന്ന ന്യായാധിപന്മാർക്ക് പ്രോത്സാഹനമായി പ്രതിഫലം നൽകുന്ന ഒരു സമ്പ്രദായം ഏർപ്പെടുത്തുന്നതു നന്നായിരിക്കും. പ്രോത്സാഹന പ്രതിഫലം നൽകുന്നതിന്റെ എല്ലാ ചുമതലയും ഹൈക്കോടതിക്കായിരിക്കണം.

ന്യായാധിപന്മാർക്കുള്ള പരിശീലനത്തിൽ മലയാളത്തിൽ വിധിന്യായങ്ങൾ എഴുതുന്നതിന് പ്രത്യേക ഊന്നൽ നൽകണമെന്നുള്ളതാണ് കമ്മിറ്റി വെച്ച മറ്റൊരു നിർദ്ദേശം. ഈ പരിശീലനത്തിന് ന്യായാധിപന്മാരുടെ പട്ടിക ഉണ്ടാക്കുമ്പോൾ മലയാളം മാതൃഭാഷയല്ലാത്തവർക്കു മുൻഗണന നൽകുകയും ചെയ്യണം. മേലാൽ മുൻസിഫ് മജിസ്ട്രേറ്റ് തസ്തികകളിലേക്ക് നിയമനം നടത്തുമ്പോൾ മലയാളത്തിൽ വിധിന്യായങ്ങളും മറ്റും എഴുതുന്നതിനുള്ള കഴിവു കൂടി പരീക്ഷിക്കണമെന്നും കമ്മിറ്റി നിർദ്ദേശിച്ചു.

മാറിമാറി വന്ന സർക്കാരുകളൊന്നും നരേന്ദ്രൻ കമ്മിറ്റി റിപ്പോർട്ട് കണ്ടതായി നടിച്ചില്ല. ഒടുവിൽ രണ്ടു വർഷം മുമ്പ് നരേന്ദ്രൻ കമ്മിറ്റി റിപ്പോർട്ട് നടപ്പിലാക്കണമെന്ന് ആവശ്യപ്പെട്ടുകൊണ്ട് ജസ്റ്റിസ് വി. ആർ. കൃഷ്ണയ്യരുടെ നേതൃത്വത്തിൽ ഇരുപത്തയ്യായിരത്തോളം പേർ ഒപ്പിട്ട ഒരു നിവേദനം സർക്കാറിന് സമർപ്പിക്കപ്പെട്ടു. ഇതിലും യാതൊരു നടപടിയും ഉണ്ടായിട്ടില്ല.

ഈ വർഷം ഭരണഭാഷാവർഷമായി പ്രഖ്യാപിച്ചിരിക്കയാണ്. നരേന്ദ്രൻ കമ്മിഷൻ റിപ്പോർട്ടിന് കാൽനൂറ്റാണ്ടിന്റെ മൂപ്പു വന്നിരിക്കുന്നു. ക്ലാസിക്കൽ പദവി ഇതാ ഒരു വിളിപ്പാടു മാത്രം അകലെയും. കോടതി ഭാഷ മലയാളമാക്കുന്നതിന് ഇതിൽപരം അനുകൂലമായ സാഹചര്യം വരാനില്ല. കോടതിമുറികളിൽ ജനാധിപത്യപരമായ ഭാഷാനുഭവമായി മലയാളത്തിന്റെ ക്ലാസിക്കൽ പദവി കേരളത്തിലെ ജനങ്ങൾ അനുഭവിക്കട്ടെ.

(മാതൃഭൂമി ദിനപത്രം, 2013 മാർച്ച് 15)

മലയാളവും ഭാഷാന്യൂനപക്ഷങ്ങളും

മലയാളം പഠിക്കാതെ കേരളത്തിൽ സർക്കാർ സർവീസിൽ പ്രവേശിക്കുന്നവർ നിശ്ചിത കാലയളവിനുള്ളിൽ മലയാളത്തിലെ ഒരു പരീക്ഷ പാസ്സായിരിക്കണമെന്ന പി.എസ്.സി യുടെ നിർദ്ദേശം ന്യൂന പക്ഷ വിരുദ്ധമാണെന്ന വാദം തെറ്റിദ്ധാരണയിൽനിന്നുണ്ടായതാണ്. യഥാർഥത്തിൽ 1956 നവംബർ 1-ന് സംസ്ഥാനം രൂപീകരിച്ച ഘട്ടം മുതൽ ഭാഷാന്യൂനപക്ഷാവകാശങ്ങൾ സംരക്ഷിക്കുന്ന കാര്യത്തിൽ ഏറ്റവും മുന്നിൽനിന്ന സംസ്ഥാനമാണ് കേരളം.

കൈകാര്യം ചെയ്യാൻ കഴിയാത്തത്ര വിഷമകരമല്ല കേരളത്തിലെ ഭാഷാബഹുത്വം. ഒരു ഭാഷപോലും 50 ശതമാനം ജനങ്ങളുടെ മാതൃഭാഷയല്ലാത്ത സംസ്ഥാനങ്ങൾ ഇന്ത്യയിലുണ്ട്. ചിലയിടങ്ങളിൽ മൂന്നോ നാലോ ഭാഷകൾ തുല്യപദവിയോടെ നില്ക്കുന്നുണ്ട്. അവിടങ്ങളിൽ അനേകം ഭാഷകൾക്ക് ഔദ്യോഗികഭാഷാപദവി നൽകുന്നുമുണ്ട്. കേരളം ഇക്കാര്യത്തിൽ വ്യത്യസ്തമാണ്. കേരളം ആകെപ്പാടെ ഒരു ബഹുഭാഷാപ്രദേശമല്ല.

ഡി.പി. പട്ടനായക് ഇന്ത്യയിലെ സംസ്ഥാനങ്ങളെ മൂന്നുതരത്തിൽ വിഭജിക്കുന്നുണ്ട്.

1. 85 മുതൽ 95 ശതമാനം വരെ ആളുകൾ മാതൃഭാഷ സംസാരിക്കുന്ന സംസ്ഥാനങ്ങൾ
2. 85 ശതമാനത്തിൽ കുറഞ്ഞ ആളുകൾ സംസാരിക്കുന്ന മാതൃഭാഷയുള്ള സംസ്ഥാനങ്ങൾ -ആസാം, കർണാടക തുടങ്ങിയവ
3. 20 ശതമാനം പോലും ഒരു ഭാഷയും സംസാരിക്കാത്ത സംസ്ഥാനങ്ങൾ. നാഗാലാന്റ്, അരുണാചൽ പ്രദേശ് എന്നിവ.

ഇതിൽ കേരളം ആദ്യത്തേതിനേക്കാൾ മുകളിൽ വരുന്നുണ്ട്. ദക്ഷിണേന്ത്യൻ സംസ്ഥാനങ്ങളിൽ ഏറ്റവും കൂടുതൽ ശതമാനം ആളുകൾ മാതൃഭാഷയായി ഉപയോഗിക്കുന്ന ഔദ്യോഗികഭാഷ മലയാളമാണ്. കർണ്ണാടകത്തിൽ കന്നഡ 65 ശതമാനം ആളുകളുടെയും

ആന്ധ്രയിൽ തെലുങ്ക് 83 ശതമാനം ആളുകളുടെയും തമിഴ്നാട്ടിൽ തമിഴ് 90 ശതമാനം ആളുകളുടെയും മാതൃഭാഷയായിരിക്കുമ്പോൾ കേരളത്തിൽ മലയാളം 96 ശതമാനത്തിലേറെ ആളുകളുടെയും മാതൃഭാഷയാണ്. ഭാഷാന്യൂനപക്ഷം കർണാടകയിൽ 35 ശതമാനവും ആന്ധ്രയിൽ 17 ശതമാനവും തമിഴ്നാട്ടിൽ 10 ശതമാനവുമാണ്. കേരളത്തിലാകട്ടെ അത് നാലു ശതമാനത്തിൽ താഴെയാണ്. കണക്കുകൾ ഇങ്ങിനെയായിരിക്കെ ന്യൂനപക്ഷഭാഷകളോട് കേരളം കാണിച്ചുപോന്ന കരുതൽ ഭരണഘടനാനുസൃതവും നമ്മുടെ ജനാധിപത്യബോധത്തിന്റെ പ്രകടനവുമാണ്.

രാഷ്ട്രം എന്നത് ഭരണകൂടമോ പ്രദേശമോ അല്ല, ജനങ്ങളാണ് എന്നതാണ് നമ്മുടെ ജനായത്ത ഭരണഘടന സ്വീകരിക്കുന്ന നിലപാട്. അതുകൊണ്ടു തന്നെ മാതൃഭാഷ പഠനമാധ്യമമായും ഭരണപരമായ എഴുത്തുകുത്തുകൾക്കും ഉപയോഗിക്കാനുള്ള ജനങ്ങളുടെ അവകാശം ഭരണഘടന സംരക്ഷിക്കുന്നുണ്ട്. ഒരു സംസ്ഥാനത്ത് പ്രബലഭാഷാവിഭാഗത്തിൽ നിന്ന് വ്യത്യസ്തമായ മാതൃഭാഷ ഉപയോഗിക്കുന്നവരെയാണ് ഭാഷാന്യൂനപക്ഷങ്ങൾ എന്നു പറയുന്നത്. അവർക്ക് മാതൃഭാഷ പ്രാഥമിക വിദ്യാഭ്യാസഘട്ടത്തിലെ മാധ്യമമെന്ന നിലയിലും സർക്കാരുമായുള്ള വിനിമയങ്ങൾക്കും ഉപയോഗിക്കാനുള്ള അവകാശമുണ്ട് എന്നത് ഭരണഘടന പ്രത്യേകം എടുത്തുപറയുന്നു. ഭൂരിപക്ഷത്തിന്റെ ഭാഷ സ്വാഭാവികമായും ഭരണഭാഷയും പഠനമാധ്യമവും ആകും എന്ന സങ്കല്പത്തിലാണ് ഇക്കാര്യം മാത്രം ഭരണഘടന പ്രത്യേകം ഊന്നുന്നത്.

ഭരണഘടനയുടെ എട്ടാംപട്ടികയിൽ കൊടുത്തിരിക്കുന്ന ഭാഷകളിൽപെട്ട തമിഴും കന്നഡയും കേരളത്തിൽ ഇത്തരത്തിൽ ന്യൂനപക്ഷ ഭാഷാപദവി കയ്യാളുന്നുണ്ട്. ഒരു മുൻസിപ്പൽ ടൗണിലോ അതല്ലാത്ത പ്രദേശത്തോ 15 ശതമാനം ആളുകൾ വ്യത്യസ്തമായ മാതൃഭാഷ ഉപയോഗിക്കുന്നുണ്ടെങ്കിൽ ആ പ്രദേശത്തെ ഭാഷാന്യൂനപക്ഷപ്രദേശമായി കണക്കാക്കണമെന്നാണ് നിലവിലുള്ള നിയമം. ഒരു വ്യക്തിയുടെയോ കുറച്ചുവ്യക്തികളുടെയോ അല്ല, ഒരു പ്രാദേശിക സമൂഹത്തിന്റെ ഭാഷ എന്ന പദവി കയ്യാളുന്നുണ്ടെങ്കിൽ മാത്രമാണ് അതിന് ന്യൂനപക്ഷ ഭാഷാപദവി ലഭിക്കുന്നത്. ഈ നിലപാട് ആദിവാസികളുൾപ്പെടെയുള്ളവരുടെ ഭാഷകളുടെ കാര്യത്തിലേക്ക് ഇനിയും വികസിക്കേണ്ടതുണ്ടെന്നു മാത്രം.

ഈ നിലയിലാണ് കാസർകോഡ്, തിരുവനന്തപുരം, പാലക്കാട്, ഇടുക്കി എന്നീ ജില്ലകളിലെ ചില പ്രദേശങ്ങളെ ഭാഷാന്യൂനപക്ഷമേഖലയായി പ്രഖ്യാപിച്ചിട്ടുള്ളത്. കാസർകോഡ് കന്നടയും മറ്റു ജില്ലകളിൽ തമിഴുമാണ് ന്യൂനപക്ഷ പദവിയിലുള്ളത്. അവിടെ എല്ലാതരം ഭരണ നടപടികൾക്കും മലയാളത്തിനു പുറമെ അതത് ഭാഷകൾ കൂടി ഉപയോഗിക്കണം എന്നുണ്ട്. ന്യൂനപക്ഷഭാഷയിൽ നൽകുന്ന എഴുത്തുകൾക്ക് ആ ഭാഷയിൽ തന്നെ മറുപടി നൽകണം. മലയാളത്തിലുള്ള ഫാറങ്ങൾ ഇവിടങ്ങളിൽ ന്യൂനപക്ഷഭാഷകളിൽക്കൂടി അച്ചടിക്കണം. തെരഞ്ഞെടുപ്പു പട്ടികയും റേഷൻകാർഡും അനുബന്ധരേഖകളും ആ ഭാഷയിൽ ക്കൂടി തയ്യാറാക്കണം. കോടതികളിൽ ന്യൂനപക്ഷഭാഷയിൽ രേഖകൾ ഫയൽ ചെയ്യാൻ അനുവദിക്കണം. അത്തരം പ്രദേശങ്ങളിൽ നിയമിക്കപ്പെടുന്ന ഉദ്യോഗസ്ഥർ കഴിയുന്നിടത്തോളം ആ ഭാഷ അറിയുന്നവരാകണം. നാഴികക്കല്ലുകളും സ്ഥലനാമങ്ങളും ആ ഭാഷയിൽക്കൂടി കൊടുത്തിരിക്കണം.

തമിഴ്, കന്നഡ എന്നീ ഭാഷകൾ മാധ്യമമായെടുത്ത് പഠിക്കാനുള്ള അവകാശവും ഈ പ്രദേശത്തുണ്ട്. ഒരു എൽ.പി. സ്കൂളിൽ ഒരു ക്ലാസിൽ പത്തു കുട്ടികളോ ആകെ നാല്പതു കുട്ടികളോ ന്യൂനപക്ഷ ഭാഷയിൽ പഠിക്കാൻ താത്പര്യപ്പെടുന്നുണ്ടെങ്കിൽ അതിനുള്ള സംവിധാനം സർക്കാർ ഏർപ്പെടുത്തണം. യു.പി. സ്കൂളിൽ ക്ലാസിൽ പത്തും സ്കൂളിൽ മുപ്പതും കുട്ടികൾ താത്പര്യപ്പെടുന്ന സാഹചര്യത്തിലും ഈ സംവിധാനം ഏർപ്പെടുത്തണം. കുട്ടികൾക്ക് മാതൃഭാഷാമാധ്യമത്തിൽ പഠിക്കാനുള്ള അവസരം നൽകാൻ കഴിയുന്നതും അടുത്തടുത്തുള്ള സ്കൂളുകളിലെ അപേക്ഷകൾ ചേർത്തുവെച്ച് പരിശോധിക്കണമെന്നും നേരത്തെക്കൂട്ടി ഇത്തരം അപേക്ഷകൾ സ്വീകരിക്കണമെന്നും നിഷ്കർഷിക്കുന്നുണ്ട്. എന്നു മാത്രമല്ല, സംസ്ഥാനതലത്തിൽ പാഠപുസ്തകങ്ങൾ മലയാളത്തിനു പുറമെ കന്നഡയിലും തമിഴിലും തയ്യാറാക്കണം. അധ്യാപക പരിശീലന കോഴ്സിലും തമിഴ് മാധ്യമത്തിൽ സമാന്തര ക്ലാസുകൾ ആരംഭിക്കാൻ അനുമതിയുണ്ട്. ഈ പ്രദേശങ്ങളിൽ സ്കൂളുകൾ മുതൽ കോളേജുകൾ വരെയുള്ള വിദ്യാഭ്യാസ സ്ഥാപനങ്ങളിൽ ഭാഷാന്യൂനപക്ഷങ്ങൾക്ക് 5 ശതമാനം സീറ്റും സംവരണം ചെയ്തിട്ടുണ്ട്.

ഒരു പ്രാദേശികസമൂഹമെന്ന നിലയിലുള്ള ഭാഷാന്യൂനപക്ഷങ്ങളുടെ നിലനില്പിനെ അംഗീകരിച്ചുകൊണ്ടുതന്നെ മലയാളം വിദ്യാഭ്യാസ

ത്തിലും ഭരണത്തിലും ഉപയോഗിക്കേണ്ടതിനുള്ള പരിശീലനവും കേരളസർക്കാർ അനുശാസിക്കുന്നുണ്ട്. അത് രണ്ടു വിധത്തിലാണ്.

1. സ്കൂളിൽ ഒന്നാം ഭാഷയെന്ന നിലയിൽ അവരുടെ മാതൃഭാഷ തെരഞ്ഞെടുക്കുന്ന ഭാഷാന്യൂനപക്ഷത്തിൽപ്പെട്ട വിദ്യാർത്ഥികൾ അതിലെ രണ്ടാംപേപ്പറിൽ രണ്ടു പീരീഡ് മലയാളം കൂടി പഠിക്കണം. ഒന്നാം ക്ലാസുമുതൽ നാലാം ക്ലാസുവരെ പൂർണമായും അവരുടെ മാതൃഭാഷ തന്നെ പഠിച്ച് അഞ്ചാംക്ലാസു മുതൽ മാത്രമേ ഭാഷാന്യൂനപക്ഷത്തിൽപ്പെട്ട വിദ്യാർത്ഥികൾ മലയാളം ഒരു പേപ്പർ പഠിക്കേണ്ടതുള്ളൂ. (1983 ലെ ഉത്തരവ്).
2. പി.എസ്.സി. വഴി നിയമനം കിട്ടുന്ന ഭാഷാന്യൂനപക്ഷത്തിൽപ്പെട്ടവർ ഉദ്യോഗം കിട്ടിയാൽ പ്രൊബേഷനു മുമ്പ് നാലുവർഷത്തിനുള്ളിൽ ഒരു മലയാളം പരീക്ഷ പാസ്സാകണം (1966 ലെ ഉത്തരവ്). ഇത് പിന്നീട് പത്തുവർഷമായി ഇളവു ചെയ്തു. അതിന്റെ പാഠ്യപദ്ധതിയും വളരെ ലഘൂകരിച്ചു. പി.എസ്.സി. ഇക്കഴിഞ്ഞ വർഷങ്ങളിലെല്ലാം ഈ പരീക്ഷ നടത്തിപ്പോന്നിട്ടുണ്ട്. സമാനമായ പരീക്ഷകൾ കർണ്ണാടകത്തിലും തമിഴ്നാട്ടിലുമുണ്ട്. അന്യസംസ്ഥാനക്കാരായ ഐ.എ.എസ്., ഐ.പി.എസ്. കാർക്കും ഇത് ബാധകമാണ്.

വിദ്യാഭ്യാസത്തിൽ മാധ്യമമെന്ന നിലയിലും ഒരു വിഷയമെന്ന നിലയിലും ന്യൂനപക്ഷഭാഷകളെ അംഗീകരിക്കുന്നുണ്ട് എന്ന് ഈ ഉത്തരവുകൾ വ്യക്തമാക്കുന്നു. ഭാഷാന്യൂനപക്ഷങ്ങളെ സംബന്ധിച്ച് അവരുടെ മാതൃഭാഷ കഴിഞ്ഞിട്ടേ മലയാളം പഠിക്കേണ്ടതുള്ളൂ എന്നും ഈ ഉത്തരവുകൾ ചൂണ്ടിക്കാട്ടുന്നു. ഇതിന് അടിവരയിടുന്നതാണ് പി.എസ്.സി. പരീക്ഷയുടെ മാധ്യമം ഏതായിരിക്കണമെന്ന കാര്യവും. പി.എസ്.സി. മലയാളത്തിൽ എപ്പോഴെല്ലാം പരീക്ഷകൾ നടത്തുന്നുണ്ടോ അപ്പോഴെല്ലാം തമിഴ്, കന്നഡ ന്യൂനപക്ഷ വിഭാഗത്തിൽപ്പെട്ടവർക്ക് അവരുടെ മാതൃഭാഷയിൽ എഴുതാനുള്ള അവസരം നൽകണം എന്ന് 1965 ൽ തന്നെ ഉത്തരവ് നിലവിലുണ്ട്. മലയാളമല്ല, മാതൃഭാഷയാണ് പി. എസ്. സി. നിഷ്കർഷിക്കുന്നത് എന്നതാണ് ശ്രദ്ധേയം. മലയാളവും ന്യൂനപക്ഷഭാഷകളുമായി ഒരു സംഘർഷവുമില്ലെന്നു മാത്രമല്ല, ന്യൂനപക്ഷഭാഷകളെ സംരക്ഷിക്കുന്ന നിലപാടാണ് പി.എസ്.സി.യും കേരള സർക്കാറും സ്വീകരിച്ചിരിക്കുന്നതും. സാമൂഹ്യപദവിയുള്ള സ്വന്തം മാതൃഭാഷയോടു കൂറുള്ളവർക്കേ ഉദ്യോഗത്തിലിരുന്നാലും സാമൂഹ്യബോധമുണ്ടാകൂ എന്ന നിലപാടാണ് ഇതിലടങ്ങിയിട്ടുള്ളത്.

ഈ പശ്ചാത്തലത്തിൽ വേണം കേരളത്തിൽ പി.എസ്.സി. വഴി നിയമനം കിട്ടുന്നവർ പ്രൊബേഷൻ പൂർത്തിയാക്കുന്നതിന് മലയാളം പരീക്ഷ പാസാകണമെന്ന നിർദ്ദേശം പരിശോധിക്കാൻ. യഥാർഥത്തിൽ പുതിയ നിർദ്ദേശം ഭാഷാ ന്യൂനപക്ഷങ്ങളെ ബാധിക്കുന്നതല്ല. അവർക്ക് ഇപ്പോഴുള്ള പത്തുവർഷത്തെ കാലയളവിനുള്ളിൽത്തന്നെ മലയാളം ഒരു പേപ്പർ എഴുതിയെടുത്താൽ മതി. പുതിയ നിർദ്ദേശം മലയാളം മാതൃഭാഷയായിട്ടുള്ളവരെയാണ് ലക്ഷ്യം വെക്കുന്നത്. 96 ശതമാനത്തിലേറെ വരുന്ന മലയാളികളിൽ ഒരു വിഭാഗം തന്നെ മലയാളം പഠിക്കാതിരിക്കുന്നതിനെതിരെയാണ് ആ നിർദ്ദേശം. ജനാധിപത്യത്തെ ഉയർത്തിപ്പിടിക്കുന്ന നിലപാടാണ് ആ നിർദ്ദേശത്തിലുള്ളത്.

എന്നാൽ ഇതിനിടയിൽ പി.എസ്.സി. ക്ക് ഒരു അബദ്ധം പറ്റി. ആ അബദ്ധവും ഈ നിർദ്ദേശവും കൂടിക്കുഴഞ്ഞതാണ് ഇപ്പോഴത്തെ പ്രശ്നത്തിന്റെ തുടക്കം. പി.എസ്.സി. പരീക്ഷയ്ക്ക് മലയാളത്തിൽ ഒരു പേപ്പർ ഉണ്ടാകുമ്പോൾ കന്നഡ/തമിഴ് ഭാഷാന്യൂനപക്ഷങ്ങൾക്ക് അത് കന്നഡയിലോ തമിഴിലോ എഴുതാം എന്നുള്ളത് നിലവിലുള്ള നിയമമാണ്. തമിഴോ കന്നഡയോ ആണ് ഈ പരീക്ഷയിൽ സ്വീകരിക്കുന്നതെങ്കിൽ അവർ ജോലിയിൽ പ്രവേശിച്ചാൽ നിശ്ചിതകാലയളവിനുള്ളിൽ (ഇപ്പോൾ പത്തുവർഷം) മലയാളത്തിൽ നേരത്തെ സൂചിപ്പിച്ച പരീക്ഷ പാസ്സാകണം എന്നേയുള്ളൂ. ജോലിയിൽ പ്രവേശിച്ചാൽ മാത്രമേ ഇതു വേണ്ടൂ. അതിനർത്ഥം കന്നഡയോ തമിഴോ മാതൃഭാഷയായിട്ടുള്ളവർക്ക് മലയാളം തീരെ അറിയില്ലെങ്കിലും പി.എസ്.സി. പരീക്ഷ വിജയകരമായി പൂർത്തിയാക്കാം എന്നാണ്.

എന്നാൽ ഇപ്രാവശ്യം പി.എസ്.സി. ആ പരീക്ഷയുടെ കാര്യത്തിൽ ഒരു വീഴ്ച കാണിച്ചു. ഉദ്യോഗാർത്ഥികളെ തെരഞ്ഞെടുക്കുന്ന പരീക്ഷയ്ക്കു തന്നെ മലയാളപരിജ്ഞാനം ഭാഷാന്യൂനപക്ഷങ്ങൾക്ക് വേണം എന്ന മട്ടിൽ മലയാള ചോദ്യങ്ങൾ നിർബന്ധമാക്കി. ആ പരീക്ഷ പൂർണ്ണമായും മലയാളത്തിൽത്തന്നെ എഴുതണം എന്ന നിർദ്ദേശം കൊടുത്തു. മലയാളചോദ്യങ്ങൾക്ക് പകരം തെരഞ്ഞെടുക്കാൻ തമിഴ്/ കന്നഡ ചോദ്യങ്ങൾ കൊടുത്തതേയില്ല. അതോടെ ഭാഷാന്യൂനപക്ഷത്തിൽപ്പെട്ട വിദ്യാർത്ഥികളും മലയാളത്തിൽ ഉത്തരമെഴുതാൻ ബാധ്യതപ്പെട്ടു. ഇതാണ് രണ്ടു മാസം മുമ്പ് കാസർകോഡ് പി.എസ്.സി. പരീക്ഷ തടസ്സപ്പെടുത്തുന്ന നിലയിൽ കാര്യങ്ങളെത്തിച്ചത്. പി.എസ്. സി. യുടെ നിർദ്ദേശവും പി.എസ്.സി. പരീക്ഷയിലെ

പാകപ്പിഴയും കൂടിക്കുഴയുകയും പരസ്പരം തെറ്റിദ്ധരിക്കുകയും ചെയ്തപ്പോഴാണ് എളുപ്പത്തിൽ സർക്കാറിന് മലയാളം മലയാളിക്ക് നിർബന്ധമാക്കുന്ന പി. എസ്.സി. യുടെ നിർദ്ദേശം പിൻവലിക്കാൻ കഴിഞ്ഞത്.

ഇത് നിഷ്കളങ്കമായ ഒരു തെറ്റിദ്ധാരണയല്ല, ഇംഗ്ലീഷ് മീഡിയത്തിന് പിന്നാലെ പോകുന്ന മധ്യവർഗ മനസ്സിന്റെ വ്യഗ്രതയിൽ നിന്നും മാതൃഭാഷാവിരോധത്തിൽനിന്നുമാണ് ഈ തെറ്റിദ്ധാരണ രൂപപ്പെട്ടത്. അത് ഉദ്യോഗസ്ഥ-സർക്കാർ തലങ്ങളിൽ പ്രതിഫലിച്ചുവെന്നു മാത്രം.

മലയാളത്തിന്റെ ശത്രു തമിഴോ കന്നഡയോ അല്ല, മലയാളത്തിന്റെയും തമിഴിന്റെയും കന്നഡയുടെയും പൊതുശത്രു ഇംഗ്ലീഷ് മീഡിയം ലോബിയാണ്, ഇംഗ്ലീഷ്ഭാഷ പോലുമല്ല. ഇംഗ്ലണ്ടിലും അമേരിക്കയിലും തങ്ങളുടെ മാതൃഭാഷയായ ഇംഗ്ലീഷ് അഭിമാനപൂർവം ഉപയോഗിക്കുന്ന തന്റേടികളുടെ ഇംഗ്ലീഷ് ഭാഷാപ്രേമമല്ല, മാതൃഭാഷ കയ്യൊഴിഞ്ഞ് പകരം അന്യഭാഷ സ്വീകരിക്കുന്ന ഭീരുക്കളായ നമ്മുടെ നാട്ടുകാരുടെ ഇംഗ്ലീഷ് ഭ്രമം. (പ്രേമവും ഭ്രമവും രണ്ടാണെന്നോർക്കുക). മാതൃഭാഷ നഷ്ടപ്പെടാതെ ഇംഗ്ലീഷ് പഠിക്കാനുള്ള സംവിധാനങ്ങൾ മലയാളമോ തമിഴോ കന്നഡയോ മാതൃഭാഷയായ കേരളത്തിലെ വിദ്യാർത്ഥികൾക്കുണ്ട്. അതുകൊണ്ട് മാതൃഭാഷ നിർബന്ധമാക്കുന്ന പി.എസ്.സി. യുടെ നിർദ്ദേശം പിൻവലിച്ചത് മലയാളത്തിനു മാത്രമല്ല, കന്നഡയിലെയും തമിഴിലെയും മാതൃഭാഷാഭിമാനികൾക്കു (എന്തിന് ഇംഗ്ലണ്ടിൽ ഇംഗ്ലീഷിനെ സ്നേഹിക്കുന്ന മാതൃഭാഷാഭിമാനികൾക്കും) നേരെയുമുള്ള വെല്ലുവിളിയാണ്.

മലയാളം മാതൃഭാഷയായ വിദ്യാർത്ഥികളെ മലയാളം പഠിപ്പിക്കാതിരിക്കാനുള്ള സി.ബി.എസ്.ഇ.- അൺ എയ്ഡഡ്- ഇംഗ്ലീഷ് മീഡിയം ലോബിയുടെ ജനാധിപത്യവിരുദ്ധമായ നിലപാടിന് സർക്കാർ പിന്തുണ പ്രഖ്യാപിക്കുകയാണ് ഇപ്പോൾ യഥാർത്ഥത്തിൽ ചെയ്തിരിക്കുന്നത്. കേരളത്തിലായാലും കർണ്ണാടകത്തിലായാലും തമിഴ്നാട്ടിലായാലും മാതൃഭാഷാനുകൂല നിയമങ്ങളെ കോടതിയിൽ ചോദ്യം ചെയ്യുന്നത് മാതൃഭാഷാഭിമാനികളല്ല, പകരം ഇംഗ്ലീഷ് മാധ്യമലോബിയാണ്. ഇന്ത്യൻ ഭാഷകൾക്കു മേലുള്ള ഈ കടന്നുകയറ്റത്തെ ചെറുക്കാൻ ഇന്ത്യൻ ഭാഷകളെ സ്നേഹിക്കുന്നവരുടെ ദേശീയമായ കൂട്ടായ്മ ആവശ്യമായിരിക്കുന്നു. നമ്മുടെ ഭരണഘടന മുന്നോട്ടുവെക്കുന്ന ഭാഷാപരമായ ജനാധിപത്യമൂല്യങ്ങൾ അങ്ങിനെ മാത്രമേ സംരക്ഷിക്കപ്പെടുകയുള്ളൂ.

(മാതൃഭൂമി ദിനപത്രം, 2013 ആഗസ്റ്റ് 24)

മലയാളം - ഭരണഭാഷയും കോടതിഭാഷയും

1957-ൽ ഇ.എം.എസ്. കേരള മുഖ്യമന്ത്രിയായി സത്യപ്രതിജ്ഞ ചെയ്തശേഷം ആദ്യം നടത്തിയ പ്രഖ്യാപനങ്ങളിലൊന്ന് കേരളത്തിലെ ഭരണത്തിന്റെയും ഉന്നതവിദ്യാഭ്യാസത്തിന്റെയും മാധ്യമം മലയാളമാക്കാൻ ശ്രമിക്കുമെന്നാണ്. 1957 ആഗസ്റ്റ് 31 ന് ഭരണഭാഷ മലയാളമാക്കുന്നതിനായി കോമാട്ടിൽ അച്യുതമേനോൻ അധ്യക്ഷനായി കമ്മിഷനെ നിയമിച്ചുകൊണ്ടുള്ള ഉത്തരവ് ഇറങ്ങി. ഡോ. കെ. ഭാസ്കരൻ നായർ, കെ. ദാമോദരൻ, പി. ടി. ഭാസ്കരപ്പണിക്കർ, എൽ. സി. ഐസക്ക് എന്നിവരായിരുന്നു കമ്മിഷനിലെ മറ്റ് അംഗങ്ങൾ. കമ്മിഷന്റെ ആദ്യയോഗത്തിൽതന്നെ മുഖ്യമന്ത്രി ഇ. എം. എസും വിദ്യാഭ്യാസ മന്ത്രി ജോസഫ് മുണ്ടശ്ശേരിയും നേരിട്ട് പങ്കെടുത്തു നിർദ്ദേശങ്ങൾ നൽകി. അടുത്ത ആഗസ്റ്റിൽ കമ്മിഷൻ റിപ്പോർട്ട് നൽകി. ഇതിനായി ചോദ്യാവലി തയ്യാറാക്കി കമ്മിഷൻ പൊതുജനങ്ങളിൽ നിന്ന് നിർദ്ദേശങ്ങൾ സ്വീകരിച്ചിരുന്നു. അതിന് 578 മറുപടികൾ കമ്മിഷന് കിട്ടി.

സർവകലാശാലാതലത്തിൽ പോലും പഠനമാധ്യമം മലയാളമായിരിക്കണമെന്ന് ഡോ. കെ. ഭാസ്കരൻ നായർ തന്റെ വ്യക്തിപരമായ അഭിപ്രായവും കമ്മിഷൻ റിപ്പോർട്ടിൽ രേഖപ്പെടുത്തി. ഏഴു വർഷം കൊണ്ട് ഭരണഭാഷ സമ്പൂർണമായി മലയാളമാക്കണമെന്നാണ് കമ്മിഷൻ നിർദ്ദേശിച്ചത്.

1969 ലാണ് കേരള ഔദ്യോഗികഭാഷകൾ ആക്റ്റ് നിലവിൽ വരുന്നത്. 1973 ൽ അതിന് ഭേദഗതി വന്നു. അനുബന്ധമായി പല ഉത്തരവുകൾ വന്നു. അതിൽ ചിലത് -

1. സർക്കാർ വക വാഹനങ്ങളുടെ നമ്പർ പ്ലേറ്റുകളിൽ കേരള സ്റ്റേറ്റ് എന്ന് ഇംഗ്ലീഷിൽ എഴുതുന്നതിനു പകരം കേരള സർക്കാർ എന്നെഴുതുവാൻ ഏർപ്പാടു ചെയ്യേണ്ടതാണ് (1978)
2. മലയാളത്തിൽ എഴുതിത്തുടങ്ങുന്ന ഫയലുകൾ ഒരു തലത്തിൽ വെച്ചും ഇംഗ്ലീഷിലേക്കു മാറ്റാൻ പാടുള്ളതല്ല (1983).

3. സർക്കാർ ആവശ്യങ്ങൾക്ക് ഓഫീസുകളിൽ നിത്യേന ഉപയോഗിക്കുന്നതും സംസ്ഥാനത്തിനകത്തു മാത്രം ഉപയോഗിക്കാൻ ഉദ്ദേശിച്ചിട്ടുള്ളതുമായ എല്ലാ ഫാറങ്ങളും മലയാളത്തിൽ മാത്രം അച്ചടിക്കേണ്ടതാണ് (1984).

4. 'മലയാളം നമ്മുടെ ഭരണഭാഷ', 'ഹർജികളും നിർദേശങ്ങളും മലയാളത്തിലാണ് നൽകേണ്ടത്' എന്നീ ബോർഡുകൾ എല്ലാ ഓഫീകളിലും പ്രദർശിപ്പിക്കേണ്ടതാണ് (1998).

5. കേരള പബ്ലിക് സർവീസ് കമ്മിഷൻ നടത്തുന്ന എല്ലാ എഴുത്തുപരീക്ഷകൾക്കും ഭാഷാന്യൂനപക്ഷങ്ങൾക്കു നിലവിലുള്ള അവകാശം നിലനിർത്തിക്കൊണ്ട് ഒരു പേപ്പർ മലയാളത്തിൽത്തന്നെ ഉണ്ടായിരിക്കേണ്ടതാണ്(2000).

6. ജില്ലാ കലക്ടർമാരുടെയും മറ്റും വാർഷിക യോഗത്തിനു തയ്യറാക്കുന്ന കുറിപ്പുകൾ മലയാളത്തിലായിരിക്കേണ്ടതാണ് (2000).

7. തഹസിൽദാർ അധ്യക്ഷനായുള്ള താലൂക്കുതല ഔദ്യോഗികഭാഷാസമിതി രണ്ടു മാസത്തിലൊരിക്കലും ജില്ലാകളക്ടർ അധ്യക്ഷനായുള്ള ജില്ലാ ഔദ്യോഗിക ഭാഷാ സമിതി മൂന്നുമാസത്തിലൊരിക്കലും ചീഫ് സെക്രട്ടറി അധ്യക്ഷനായുള്ള സംസ്ഥാനതല സമിതി നാലു മാസത്തിലൊരിക്കലും മുഖ്യമന്ത്രി അധ്യക്ഷനായുള്ള ഉന്നതതല സമിതി ആറു മാസത്തിലൊരിക്കലും യോഗം ചേർന്ന് ഭരണഭാഷാ മാറ്റ പുരോഗതി വിലയിരുത്തേണ്ടതാണ്(2001).

8. എല്ലാ വർഷവും നവംബർ 1 മലയാള ദിനമായും നവംബർ ഒന്നു മുതൽ ഏഴുവരെ ഭരണഭാഷാവാരമായും സംസ്ഥാന ജില്ലാ താലൂക്ക്-പഞ്ചായത്തു തലങ്ങളിലും സ്കൂൾ തലത്തിലും ആഘോഷിക്കേണ്ടതാണ്. എല്ലാ സർക്കാർ ആഫീസുകളിലും സ്കൂളുകളിലും വിവിധ സാംസ്കാരിക പരിപാടികൾ സംഘടിപ്പിക്കേണ്ടതും ഓഫീസുകളിൽ ഭരണഭാഷാപ്രതിജ്ഞയും സ്കൂളുകളിൽ ഭാഷാപ്രതിജ്ഞയും എടുക്കേണ്ടതുമാണ് (2004).

9. സർക്കാർ വകുപ്പുകളിലെ കോഡുകൾ, മാനുവലുകൾ, ഫാറങ്ങൾ തുടങ്ങിയവ പരിഭാഷപ്പെടുത്തുന്നതിനു നേതൃത്വം നൽകുന്നതിനായി എല്ലാ വകുപ്പുകളിലും ഡെപ്യൂട്ടി സെക്രട്ടറിയുടെ റാങ്കിൽ കുറയാത്ത ഉദ്യോഗസ്ഥന്റെ നേതൃത്വത്തിൽ മൂന്നിൽ കുറയാത്ത അംഗസംഖ്യയുള്ള പരിഭാഷാ സെല്ലുകൾ രൂപീകരിക്കേണ്ടതാണ്. പരി

ഭാഷാപുരോഗതി സംബന്ധിച്ച ത്രൈമാസിക റിപ്പോർട്ട് ഔദ്യോഗിക ഭാഷാവകുപ്പിന് അയക്കേണ്ടതാണ് (2003).

10. പൂർണ ഭരണഭാഷാ മാറ്റം ആദ്യം കൈവരിക്കുന്ന വകുപ്പിനും ജില്ലയ്ക്കും ഭരണഭാഷാ പുരസ്കാരം നൽകുന്നതാണ് (2005).

11. ദൽഹിയിലും സമീപപ്രദേശങ്ങളിലുമുള്ള മലയാളികളുടെ കുട്ടികൾക്ക് മലയാളഭാഷ പഠിക്കുന്നതിനും കേരള സംസ്കാരം പരിചയിക്കുന്നതിനും വേണ്ടി മലയാളഭാഷാപഠനകേന്ദ്രങ്ങൾ ഏർപ്പെടുത്തുന്നതാണ് (2005).

കോടതിഭാഷ

കോടതിഭാഷയെക്കുറിച്ച് 1957 ലെ കോമാട്ടിൽ അച്യുതമേനോൻ കമ്മിഷൻ തന്നെ നിർദ്ദേശം വെച്ചിരുന്നു. 1958 ജൂലൈ 7-ന് കേന്ദ്ര ആഭ്യന്തര മന്ത്രി പാന്ത് ചെയ്ത പ്രസ്താവന കമ്മിഷൻ ഉദ്ധരിക്കുന്നു: "രാജസ്ഥാനിലും കേരളത്തിലും ഹൈക്കോടതി നടപടികൾക്ക് പ്രാദേശിക ഭാഷകൾ ഉപയോഗിച്ചുകൊള്ളുവാൻ അനുവദിച്ചിട്ടുണ്ട്". വിധിന്യായങ്ങൾ പ്രസ്താവിക്കപ്പെടുമ്പോൾ തന്നെ തത്പരകക്ഷികൾ ആവശ്യപ്പെടുന്ന പക്ഷം മലയാളത്തിൽ തർജ്ജമ ചെയ്തു കൊടുക്കുന്നതിനുള്ള ഏർപ്പാടുകൾ എല്ലാ കോടതികളിലും ഉണ്ടായിരിക്കണം എന്ന് കമ്മിഷൻ നിർദ്ദേശിച്ചു

ബഹു. ഹൈക്കോടതിയുടെ കീഴിലുള്ള സിവിലും ക്രിമിനലുമായ കോടതികളിൽ കേസുവിസ്താരം വിധി പ്രസ്താവം തുടങ്ങിയവയ്ക്ക് മലയാളം ഉപയോഗിക്കാവുന്നതാണ് എന്ന ഉത്തരവ് 1973 മെയ് 11 നു തന്നെ വന്നിരുന്നു. തുടക്കത്തിൽ അത്തരത്തിൽ ചില വിധികൾ പല ജഡ്ജിമാരും പുറപ്പെടുവിച്ചിരുന്നു. എന്നാൽ വൈകാതെ തന്നെ അത് ഇംഗ്ലീഷിലേക്ക് തിരിച്ചുപോയി. ഈ ഘട്ടത്തിലാണ് 1985ൽ ജസ്റ്റിസ് കെ. കെ. നരേന്ദ്രന്റെ നേതൃത്വത്തിൽ കോടതി ഭാഷ മലയാളമാക്കുന്നതിനായി ഒരു കമ്മിറ്റിയെ സർക്കാർ വെച്ചത്. 1987ൽ കമ്മിറ്റി റിപ്പോർട്ട് സമർപ്പിച്ചു. രണ്ടു വർഷത്തിനകം ഹൈക്കോടതിക്ക് കീഴിലുള്ള എല്ലാ കോടതികളിലും കോടതി നടപടികൾ മലയാളത്തിലാക്കണമെന്നാണ് കമ്മിറ്റിയുടെ നിർദ്ദേശമുണ്ടായത്. അത് കഴിഞ്ഞ് ഹൈക്കോടതിയുടെ കാര്യം ആലോചിക്കാമെന്നും കമ്മിറ്റി പറഞ്ഞു.

മുൻസിഫ്, മജിസ്ട്രേറ്റ് തസ്തികകളിലേക്ക് നിയമനം നടത്തുമ്പോൾ മലയാളത്തിൽ വിധിന്യായങ്ങളും മറ്റും എഴുതുന്നതിനുള്ള

കഴിവു കൂടി പരീക്ഷിക്കേണ്ടതാണ് എന്ന് കമ്മിറ്റി നിർദ്ദേശിച്ചു. മലയാളത്തിൽ നല്ല വിധിന്യായങ്ങളും കൂടുതൽ വിധിന്യായങ്ങളും എഴുതുന്ന ന്യായാധിപന്മാർക്ക് പ്രോത്സാഹനമായി പ്രതിഫലം നൽകുന്ന ഒരു സമ്പ്രദായം ഏർപ്പെടുത്തുന്നത് നന്നായിരിക്കും എന്ന നിർദ്ദേശം കമ്മിറ്റി വെച്ചു. പ്രോത്സാഹന പ്രതിഫലം നൽകുന്നതിന്റെ എല്ലാ ചുമതലയും ഹൈക്കോടതിക്കായിരിക്കണം. ഈ പദ്ധതി ശരിക്ക് ആസൂത്രണം ചെയ്താൽ ഒന്നു രണ്ടു കൊല്ലത്തിനുള്ളിൽ സംസ്ഥാനത്തെ നീതിന്യായ സംവിധാനത്തെ മലയാളത്തിലേക്കു മാറ്റുന്നതിനു വേണ്ട പോലെ സജ്ജമാക്കുവാൻ കഴിയുന്നതാണ് എന്ന് കമ്മിറ്റി നിരീക്ഷിക്കുകയും ചെയ്തു. എന്നാൽ നരേന്ദ്രൻ കമ്മിറ്റി റിപ്പോർട്ട് നടപ്പിലാക്കാൻ അത് സമർപ്പിച്ച് 25 കൊല്ലമായിട്ടും മാറി മാറി വരുന്ന സർക്കാറുകൾ തയ്യാറായിട്ടില്ല. വമ്പിച്ച ബഹുജനസമ്മർദ്ദം ഇക്കാര്യത്തിൽ ഉയർത്തിക്കൊണ്ടുവരേണ്ടിയിരിക്കുന്നു.

(വാർഷികപ്പതിപ്പ്, മലയാള ഐക്യവേദി മേമുണ്ട, 2013 ജൂൺ)

2

മാതൃഭാഷയുടെ ദേശീയ-അന്തർദ്ദേശീയ മാനങ്ങൾ

ഭാഷാമരണം അപനിർമിക്കപ്പെടുമ്പോൾ- മാതൃഭാഷാസമരത്തിന്റെ അന്തർദ്ദേശീയ മാനങ്ങൾ

മാതൃഭാഷയ്ക്കു വേണ്ടിയുള്ള മുദ്രാവാക്യങ്ങൾ മുഴങ്ങുന്നത് ഈ കേരളത്തിൽ മാത്രമല്ല, ഇന്ത്യയിലെ മറ്റു സംസ്ഥാനങ്ങളിലെന്ന പോലെ ലോകത്തിലെ ഇതരഭാഗങ്ങളിലും അതുണ്ട്. കോളനീകരണത്തിന് വിധേയമായ ഏഷ്യനാഫ്രിക്കൻ രാജ്യങ്ങളിൽ സാംസ്കാരിക രംഗത്തെ കൊളോണിയൽ അവശിഷ്ടങ്ങൾ നീക്കുന്നതിന്റെയും സ്വഷ്ട്യുന്മുഖമായ ഒരാത്മബോധം നേടുന്നതിന്റെയും ഭാഗമാണ് വിദ്യാഭ്യാസവും ഭരണവും മറ്റും മാതൃഭാഷയിലാക്കുന്നതിനുള്ള ശ്രമങ്ങൾ. കോളനീകരണത്തിന് ആദ്യം വിധേയമായ ലാറ്റിനമേരിക്കയിലാകട്ടെ തദ്ദേശീയ ഭാഷകൾ വംശനാശത്തെ നേരിടുകയുമാണ്.

കോളനീകരണവുമായി നേരിട്ടുബന്ധമില്ലാതെ ഭാഷാന്യൂനപക്ഷങ്ങളുടെ അവകാശം എന്ന നിലയിൽ മാതൃഭാഷ യൂറോപ്പിലും അതിന്റെ വാദമുഖങ്ങൾ ഉയർത്തിയിട്ടുണ്ട്. ഭൂരിപക്ഷം സംസാരിക്കുന്ന ഭാഷയിൽ നിന്ന് വ്യത്യസ്തമായ മാതൃഭാഷയുള്ള സമൂഹങ്ങൾക്ക് വിദ്യാഭ്യാസത്തിന്റെ മാധ്യമമായി അവരുടെ ഭാഷ ഉപയോഗിക്കാനുള്ള ശ്രമമാണത്.

ഈ ആലോചനകൾ ആശയപരമായി നമ്മുടേതുൾപ്പെടെയുള്ള മാതൃഭാഷാ സമരത്തിന്റെ സങ്കല്പനപരവും ആശയപരവുമായ ആയുധങ്ങൾ രൂപപ്പെടുത്തിയിട്ടുമുണ്ട്.

കോളനിയനന്തരപഠനങ്ങളുടെ തുടർച്ചയിൽ ഭാഷാപ്രശ്നം കൈകാര്യം ചെയ്യപ്പെട്ടത് കഴിഞ്ഞ കാൽ നൂറ്റാണ്ടിനുള്ളിലാണ്. എഡ്വേർഡ് സൈദ് സാഹിത്യത്തെ മുൻനിർത്തി സാംസ്കാരിക സാമ്രാജ്യത്വത്തെ കുറിച്ച് ചർച്ച ചെയ്തിട്ടുണ്ടല്ലോ. സാംസ്കാരിക സാമ്രാജ്യത്വത്തെ സാഹിത്യത്തിന്റെ തലത്തിൽ നിന്ന് അല്പം കൂടി ആഴത്തിലേക്ക് കൊണ്ടുപോയ ചർച്ചകൾ പിന്നീട് നടന്നു. ഇതിൽ പ്രധാനമായത് റോബർട്ട് ഫില്ലിപ്സണിന്റെ ഭാഷാപരമായ സാമ്രാജ്യത്വം എന്ന സങ്കല്പമാണ്. 1992 ൽ *ഭാഷാപരമായ സാമ്രാജ്യത്വം* (Linguistic Imperialism) എന്ന പുസ്ത

കത്തിലൂടെ ഭാഷാപ്രശ്നത്തെ പുതിയൊരു കാഴ്ചപ്പാടിൽ അദ്ദേഹം പ്രതിഷ്ഠിച്ചു. നിലവിലുണ്ടായിരുന്ന ഭാഷാമരണം എന്ന സങ്കല്പത്തെ ചോദ്യം ചെയ്യുന്നതായിരുന്നു അത്.

ഭാഷാമരണം എന്ന സങ്കല്പം

അലാസ്കാ സർവകലാശാലയിലെ മൈക്കേൽ ക്രൗസ് (Michael Krauss) ആണ് ഭാഷകൾ നേരിടുന്ന അപകടത്തെക്കുറിച്ച് ബോധ്യപ്പെടുത്തിയ ഭാഷാശാസ്ത്രജ്ഞൻ. അദ്ദേഹം 1972 മുതൽ 2000 വരെ അലാസ്കാ നാട്ടുഭാഷാ കേന്ദ്രത്തിന്റെ ഡയറക്ടറായി പ്രവർത്തിച്ചു. ഭാഷാസംരക്ഷണ പ്രവർത്തനങ്ങളെക്കുറിച്ച് ആഗോളമായി അവബോധമുണ്ടാക്കുന്നതിൽ അദ്ദേഹം വലിയ ശ്രമങ്ങൾ നടത്തി. 1991-ൽ അദ്ദേഹം ഭാഷകൾ നേരിടുന്ന ഭീഷണിയെക്കുറിച്ച് അമേരിക്കൻ ലിംഗ്വിസ്റ്റിക് സൊസൈറ്റിയെ അഭിസംബോധന ചെയ്ത് സംസാരിച്ചു.

അപ്പോഴേക്കും ഭാഷാശാസ്ത്രജ്ഞരെ ഈ പ്രശ്നം മെല്ലെ സ്വാധീനിക്കാൻ തുടങ്ങി. 1992-ൽ ക്യൂബെക്കിൽ നടന്ന അന്താരാഷ്ട്ര ഭാഷാശാസ്ത്ര കോൺഗ്രസ് യുനസ്കോയോട് ഒരഭ്യർത്ഥന നടത്തി. ഏതെങ്കിലും ഒരു ഭാഷയുടെ തിരോധാനം പോലും മനുഷ്യവംശത്തിന് ഒരിക്കലും തിരിച്ചുപിടിക്കാൻ കഴിയാത്ത നാശമായതിനാൽ ഈ സാഹചര്യത്തോട് പ്രതികരിക്കേണ്ടത് യുനസ്കോയുടെ ധർമമാണ്. അപകടത്തിൽപ്പെട്ടതോ മരിക്കുന്നതോ ആയ ഭാഷകളുടെ വ്യാകരണം, നിഘണ്ടുക്കൾ എന്നിവ രചിക്കലും അവയുടെ വാമൊഴിസാഹിത്യം രേഖപ്പെടുത്തലും യുനസ്കോ പ്രോത്സാഹിപ്പിക്കണം.

ഇതിനു ഫലമുണ്ടായി. 1993-ൽ യുനസ്കോയുടെ ജനറൽ അസംബ്ലി അപകടത്തിലായ ഭാഷകൾക്കുവേണ്ടിയുള്ള ഒരു പദ്ധതി മുന്നോട്ടുവെച്ചു. 1995-ൽ ടോക്കിയോ സർവകലാശാലയിൽ അപകടത്തിലായ ഭാഷകൾക്കു വേണ്ടി ഒരു പഠനകേന്ദ്രം തുറന്നു. അതേ വർഷം തന്നെ അമേരിക്കയിലും ഇംഗ്ലണ്ടിലും ഇതിനുള്ള ശ്രമങ്ങൾ നടന്നു.

ഇങ്ങനെ 1990 കളോടെ ഭാഷാമരണം എന്ന സങ്കല്പം ആഗോളമായ ശ്രദ്ധ നേടി. എന്താണ് ഭാഷാമരണം എന്ന് അതേ പേരിൽ*(ഭാഷാമരണം - Language Death*) പുസ്തകമെഴുതിയ ഡേവിഡ് ക്രിസ്റ്റൽ വിശദീകരിക്കുന്നുണ്ട്. ഭാഷാമരണത്തിന് ഉദാഹരണമായി അദ്ദഹം ഇംഗ്ലണ്ടിലെ അപകടത്തിലായ ഭാഷകൾക്കു വേണ്ടിയുള്ള ഫൗണ്ടേഷ (UK Foundation for Endangered Languages) ന്റെ വാർത്താപത്രികയിൽ

വന്ന ഒരു വാർത്ത എടുത്തു കാട്ടുന്നു. 'ചരമക്കുറിപ്പുകൾ' എന്ന പേരിൽ ബ്രൂസ് കോണൽ എഴുതിയ ഒരു റിപ്പോർട്ടായിരുന്നു അത്.

"1994-95 ൽ കാമറൂണിലെ അഡമാവാ പ്രദേശത്ത് ഫീൽഡ്‌വർക്ക് നടത്തിക്കൊണ്ടിരിക്കെ ആസന്നമരണമായ നിരവധി ഭാഷകളെ ഞാൻ കണ്ടുമുട്ടി... അവയിൽപ്പെട്ട കസബെ എന്ന ഭാഷ സംസാരിക്കുന്നതായി ബോഗോൺ എന്ന ഒരാളേ അവശേഷിച്ചിട്ടുള്ളൂ... 1995 നവം 5 ന് ബോഗോൺ മരിച്ചു. അദ്ദേഹത്തോടൊപ്പം കസബെ എന്ന ഭാഷയും മരിച്ചു. അദ്ദേഹത്തിന്റെ ഒരു സഹോദരി ജീവിച്ചിരിപ്പുണ്ട്. അവർക്ക് കസബെ ഭാഷ കേട്ടാലറിയാം. പക്ഷെ സംസാരിക്കാനറിയില്ല. ശേഷിച്ച മക്കൾക്കോ ചെറുമക്കൾക്കോ ആർക്കും തന്നെ ഈ ഭാഷ തീരെ അറിയില്ല" (Crystal:1).

ചുരുക്കത്തിൽ 1995 നവംബർ 4 വരെ കസബെ ഭാഷ ജീവിച്ചിരുന്നു. നവംബർ 5-ാം തീയതി ആയപ്പോഴേക്കും അത് മരിച്ചുകഴിഞ്ഞു. മാരി റിഡ്‌വെൻ ഭാഷാമരണത്തെക്കുറിച്ചു പറഞ്ഞ കാര്യം കൂടി ഡേവിഡ് ക്രിസ്റ്റൽ രേഖപ്പെടുത്തുന്നു: "ഭാഷയുടെ നഷ്ടം എന്നത് ഒരു സങ്കല്പത്തിന്റെയോ ഒരു അമൂർത്തതയുടെയോ നഷ്ടമല്ല. അത് ജനങ്ങൾ അവരുടെ പെരുമാറ്റരീതി മാറ്റുമ്പോൾ, അടുത്ത തലമുറയിലേക്ക് ഭാഷ വിനിമയം ചെയ്യുന്നത് നിർത്തുമ്പോൾ സംഭവിക്കുന്നതാണ്. അത് ജനങ്ങളുമായി ബന്ധപ്പെട്ടതാണ്. അതിനെ ബൗദ്ധികമായ ഒരു പദപ്രശ്നം മാത്രമായി പരിഗണിച്ചുകൂടാ" (Crystal: 25). ഭാഷയുടെ മരണത്തെ എങ്ങിനെ ചെറുക്കാമെന്ന ദീർഘമായ ചർച്ച ക്രിസ്റ്റൽ നടത്തുന്നുണ്ട്. അതിൽ അദ്ദേഹം പറയുന്ന ഒരു കാര്യം ഭാഷാശാസ്ത്രജ്ഞരുടെ പങ്കാണ്. ഇക്കാര്യത്തിൽ ഡോണ ഗർഡ്ത്തിനെ അദ്ദേഹം ഉദ്ധരിക്കുന്നു: "ഭാഷയുടെ പുനരുദ്ധാരണ പ്രവർത്തനങ്ങൾക്ക് ഭാഷാശാസ്ത്രപരമായ പരിചയം മാത്രം മതിയാവുകയില്ല. ഭാഷാസംരക്ഷണപ്രവർത്തനം ശരിയായി നടക്കണമെങ്കിൽ ഭാഷാശാസ്ത്രജ്ഞൻ രാഷ്ട്രീയവും സാമൂഹ്യവുമായ ശേഷി ആർജ്ജിക്കണം" (Crystal: 147). ഭാഷാസംരക്ഷണം ഒരു രാഷ്ട്രീയ പ്രവർത്തനമായി മാറണമെന്നും ഡോണ ഗാർഡ്ത്ത് പറയുന്നു. "യുവ പഠിതാക്കൾ ഒരു കാര്യം ഓർക്കണം... അപകടത്തിൽപ്പെട്ട ഭാഷകളെ കുറിച്ചുള്ള ഗവേഷണം കുലീനവും രസകരവുമായ പദ്ധതിയായി തോന്നിയേക്കാം. പക്ഷെ അതിലേക്കു പ്രവേശിക്കുമ്പോൾ കടന്നൽക്കൂടിളകിയതുപോലെ പ്രശ്നങ്ങൾ അവർ നേരിടും. ഭാഷാസംരക്ഷണത്തിന് രാഷ്ട്രീയ

സാഹചര്യങ്ങൾ തീരെ അനുകൂലമായിരിക്കുകയില്ല. സാമൂഹ്യമായ ഫീൽഡ് വർക്കു ചെയ്യുക, വിശകലനം ചെയ്യുക, വീടുകൾ സന്ദർശിക്കുക, പ്രസിദ്ധീകരിക്കുക എന്നിവ മാത്രമുൾപ്പെട്ട ഗവേഷണത്തിന്റെ ആ പ്രശാന്തമായ നല്ല കാലം അവസാനിച്ചിരിക്കുന്നു". പ്രയുക്തഭാഷാശാസ്ത്രത്തിന്റെ ഭാഗമായി പ്രതിരോധപരമായ ഒരു ഭാഷാശാസ്ത്രം (Preventive Linguistics) ഉയർന്നുവരണം എന്ന് ഡേവിഡ് ക്രിസ്റ്റൽ ആഹ്വാനം ചെയ്യുന്നുണ്ട്.

അധിനിവേശത്തിനു വിധേയമാകുന്ന ഭാഷകൾ നേരിടുന്ന ഭീഷണിയെക്കുറിച്ചുള്ള ഭാഷാശാസ്ത്രജ്ഞരുടെ ആദ്യത്തെ ഉത്കണ്ഠ എന്ന നിലയിൽ ഭാഷാമരണം എന്ന സങ്കല്പം ചരിത്രപരമായി പ്രസക്തമാണ്. എന്നാൽ ഈ സങ്കല്പത്തിൽ വലിയൊരു ചതിക്കുഴിയുണ്ട്. ഇതാണ് പിന്നീടുള്ള പല പഠിതാക്കളും തുറന്നുകാട്ടിയത്.

ഭാഷാമരണമല്ല, അത് ഭാഷാപരമായ വംശഹത്യയാണ്

ടോവ് സ്കട്നാബ്-കാംഗാസ് എന്ന ഫിന്നിഷ് ഭാഷാപ്രവർത്തകയുടെ *വിദ്യാഭ്യാസ രംഗത്തുവേണ്ടത് ഭാഷാപരമായ വംശഹത്യയോ ലോകവ്യാപകമായ വൈവിധ്യവും മനുഷ്യാവകാശവുമോ (Linguistic Genocide in Education or Worldwide Diversity and Human Rights?)* എന്ന ഗ്രന്ഥം ഇക്കാര്യങ്ങൾ സമകാലിക അന്തരീക്ഷത്തിൽ ചർച്ച ചെയ്യുന്നുണ്ട്. റോബർട്ട് ഫില്ലിപ്സന്റെ ജീവിത പങ്കാളികൂടിയായ അവരുടെ ഒരു സംഭാവന ഭാഷയുടെ മരണം എന്ന സങ്കല്പത്തെ രാഷ്ട്രീയവൽക്കരിച്ചുവെന്നതാണ്.

വംശീയവിവേചനം, ലൈംഗിക വിവേചനം, വർഗവിവേചനം എന്നിവ പോലെ തന്നെയാണ് ഭാഷാവിവേചന(Linguicism)വും എന്ന് അവർ പറയുന്നു (379). ഇംഗ്ലീഷ് മീഡിയം സ്കൂളിൽ മലയാളം പറഞ്ഞാൽ പിഴ ചുമത്തുന്നതും തല മൊട്ടയടിക്കുന്നതും മറ്റും ഈ നിലയിലുള്ള ഭാഷാവിവേചനമാണെന്നു കാണാം. 2012-ൽ അസമിലുണ്ടായ അക്രമങ്ങളുടെ പേരിൽ അസമികളെ ബംഗ്ളൂരിൽ വെച്ച് ആക്രമിക്കുമ്പോൾ അതിന്റെ പിന്നിൽ പ്രവർത്തിച്ചത് (കേരളത്തിലും ഒറ്റപ്പെട്ട് ഇതുണ്ടായെന്നാണ് വാർത്ത) വംശീയവിവേചനത്തോടൊപ്പം ഭാഷാവിവേചനവും കൂടിയായിരുന്നുവല്ലോ.

ഭാഷ അകർത്തൃകമായി മരിക്കുകയാണോ അതോ സകർത്തൃകമായി കൊല്ലപ്പെടുകയാണോ ചെയ്യുന്നത്? ചിലർ ഭാഷയുടെ ആത്മ

ഹത്യ എന്നു പോലും പറയുന്നുണ്ട്. ഇത്തരം പഠിതാക്കൾ ഉപയോഗി ക്കുന്ന ഭാഷാമരണം എന്ന സങ്കല്പനത്തെയാണ് സ്കട്നാബ്-കാംഗാസി നെപ്പോലുള്ളവർ വിമർശിക്കുന്നത്.

ആൽബർട് എച്ച്.വൈ. ചെൻ ഭാഷാപരമായ മനുഷ്യാവകാശങ്ങ ളെക്കുറിച്ചുള്ള തത്വചിന്ത (The Philosophy of Language Rights)എന്ന പ്രബന്ധത്തിലും ഭാഷ മരിക്കുകയല്ല, ഭാഷയെ കൊല്ലുകയാണ് എന്നു പറയുന്നുണ്ട്- ഭാഷാ ചിന്തയിലെ വിചാരമാതൃകാ വ്യതിയാനമാണ് ഈ സമീപനം.

ഒരു ഭാഷയും മരിക്കുന്നില്ല. പകരം ഭാഷ കൊല്ലപ്പെട്ടുകയാണ് എന്നു തന്നെയാണ് സ്കട്നാബ്-കാംഗാസിനെയും റോബർട് ഫില്ലിപ്സ നെയും പോലുള്ളവരുടെയും വാദവും. ഭാഷ മരിക്കുകയായിരുന്നില്ല. ഭാഷയെ കൊല്ലുകയായിരുന്നു. പ്രതികളെ തിരിച്ചറിഞ്ഞിട്ടില്ല എന്നും അവർ പറയുന്നുണ്ട് (365). ഭാഷ സ്വാഭാവികമായി മരിക്കുന്നു എന്നു കരുതുന്നവരും ഭാഷ മരിക്കുകയല്ല, ഭാഷയെ കൊല്ലുകയാണ് എന്നു കരുതുന്നവരും ഉപയോഗിക്കുന്നത് തികച്ചും വ്യത്യസ്തമായ മാതൃകക ളാണ്.

1948-ൽത്തന്നെ ഐക്യരാഷ്ട്രസഭയുടെ ആഭിമുഖ്യത്തിൽ വംശ ഹത്യാ കുറ്റങ്ങൾ തടയുന്നതിനും ശിക്ഷിക്കുന്നതിനുമുള്ള സമ്മേളന ത്തിൽ ഒരു അനുഛേദം കൊണ്ടുവന്നിരുന്നു. 1947 മെയ് മാസത്തിൽ തയ്യാറാക്കിയ സെക്രട്ടറിയേറ്റിന്റെ കരടുരേഖയിലുള്ളതായിരുന്നു അത്. ദൈനംദിന ജീവിതത്തിലോ സ്കൂളിലോ ഒരു ഭാഷ ഉപയോഗി ക്കുന്നത് നിരോധിക്കുക, അല്ലെങ്കിൽ ആ വിഭാഗത്തിന്റെ ഭാഷയിൽ പ്രസിദ്ധീകരണങ്ങൾ അച്ചടിക്കുന്നതോ പ്രചരിപ്പിക്കുന്നതോ നിരോ ധിക്കുക എന്നത് ഭാഷാപരമായ വംശഹത്യയാണ് എന്നതായിരുന്നു അത്. എന്നാൽ പൊതുസഭയിലെത്തിയപ്പോൾ വോട്ടെടുപ്പിൽ അത് പിന്തള്ളപ്പെട്ടുകയാണുണ്ടായത്. പക്ഷേ ഭാഷാപരമായ വംശഹത്യ നിർവചിക്കപ്പെടേണ്ടത് ഇങ്ങനെയാണ് എന്ന കാര്യത്തിൽ അംഗരാ ജ്യങ്ങളെല്ലാം യോജിച്ചു. അതിനാൽ ഈ നിർവചനം തന്നെ ഭാഷാ പരമായ വംശഹത്യയ്ക്ക് നമുക്കും ഉപയോഗിക്കാം എന്ന് സ്കട്നാബ് -കാംഗാസ് നിർദ്ദേശിക്കുന്നു.

ഭാഷാമരണം, ഭാഷയെ കൊല്ലൽ എന്നിവ രണ്ടു വിചാരമാതൃക (പാരഡൈം)കളാണെന്ന് സ്കട്നാബ്-കാംഗാസ് പറയുന്നു. സൈദ്ധാ

ന്തികവും ഒരു പക്ഷെ ജ്ഞാനശാസ്ത്രപരവുമായ സമീപന വ്യത്യസ്തത കളെ ഇവ ഉൾക്കൊള്ളുന്നുണ്ട്. രണ്ടു തരം സൈദ്ധാന്തികസമീപനമാ യതുകൊണ്ടു തന്നെ രണ്ടു തരം രാഷ്ട്രീയവും ഇതിലുണ്ട്. പ്രകൃതിയിലുള്ള എല്ലാം ജനിക്കുന്നു, വളരുന്നു, മരിക്കുന്നു എന്ന മാതൃക സൂക്ഷിക്കുക, അതേ സമയം ശക്തിയുള്ളത് ശക്തിയില്ലാത്തതിനെ സ്വാഭാവികമായി കീഴ്പെടുത്തുമെന്ന് കരുതുക.

സ്കട്നാബ്-കാംഗാസ് ഇത് ഇങ്ങിനെ വിശദീകരിക്കുന്നു: ഭാഷ യുടെ തേമാനം, ഭാഷയുടെ ക്ഷയം, ഭാഷാനഷ്ടം, ഭാഷാമരണം എന്നീ സങ്കല്പങ്ങൾ മുന്നോട്ടുവെക്കുന്നവർ ഇതിന് കാരണമായി ഒരു കർത്താ വുണ്ടെന്ന് പറയുകയില്ല. അവരുടെ വിചാരമാതൃകയിൽ ആ ഭാഷ സംസാരിക്കുന്നവരല്ലാതെ അതിനു കാരണക്കാരായി മറ്റാരുമില്ല. ആദ്യം ക്ഷയവും തേമാനവും പിന്നെ ഭാഷാമരണവും സംഭവിക്കുന്നത് ഒരു പുറം ശക്തിക്കും നിയന്ത്രിക്കാവുന്ന കാരണങ്ങൾ കൊണ്ടല്ല എന്ന് അവർ പറയും. ഉദാഹരണത്തിന് ആധുനികീകരണമാണ് ഭാഷാമര ണത്തിന് കാരണം എന്നുള്ള വാദം തന്നെ എടുക്കുക. ഫലത്തിൽ ഭാഷാപരിണാമം ജീവികളുടെ പരിണാമം പോലെയാണ്, ജനനവും വളർച്ചയും ക്ഷയവും നാശവും ജീവിയെപ്പോലെ ഭാഷയ്ക്കുമുണ്ട് എന്നാണ് വാദം. പക്ഷെ സത്യമതല്ല. ഭാഷയിലെ പദങ്ങളും സങ്കല്പങ്ങളും നശി ക്കുകയല്ല, പകരം അപഹരിക്കപ്പെടുകയാണ് ചെയ്യുന്നത് എന്ന പീറ്റർ മുൽഹൗസ്ലറുടെ വിമർശനം സ്കട്നാബ്-കാംഗാസ് ശരിവെക്കുന്നു. പാശ്ചാത്യ പഠിതാക്കൾ ഇതു വിശദീകരിക്കുന്നതിനും എത്രയോ ദശകം മുമ്പുതന്നെ മഹാത്മാഗാന്ധി ഇതേകാര്യം സൂചിപ്പിച്ചിരുന്നു എന്നും നമുക്ക് ഓർക്കാം.

ഭാഷാമരണത്തെ പ്രകൃതിപ്രതിഭാസമായി കാണുന്നവർക്ക് ഭാഷയെ പ്രതിരോധിക്കുന്നവരെ പരിഹാസമാണ്. ഭാഷയെ പ്രതി രോധിക്കുന്നത് കാല്പനികവും കാലംതെറ്റിയതുമായ പ്രയത്നമാ ണെന്ന് ധരിപ്പിക്കാനാണ് ഇവർ ശ്രമിക്കുന്നത്. സ്വാഭാവികമായ ഒരു വികാസത്തെ തടയാനുള്ള ഒരു ശ്രമമാണതെന്ന് ആരോപിക്കു കയും ചെയ്യുന്നു.

ചുരുക്കത്തിൽ ഡാർവീനിയനും ലക്ഷ്യോന്മുഖവും ആധുനികതാ പരവുമായ ചരിത്രബോധത്തിന്റെ നിർമിതിയാണ് ഭാഷാമരണം എന്നു വരുന്നു. ഇതിന്റെ അപനിർമാണം കൂടിയാണ് പ്രതിരോധ ഭാഷാചി ന്തകർ നടത്തിക്കൊണ്ടിരിക്കുന്നത്.

ഭാഷാവൈവിധ്യം-
യൂറോപ്പിന്റെ വിഷയമാകാത്തതിന് കാരണം

എന്താണ് ഭാഷ? പട്ടാളവും സ്വന്തം പ്രദേശവുമുള്ള ഒരു ഉപഭാഷ എന്ന നിർവചനം ഭാഷയെ സംബന്ധിച്ച് നൽകിയിട്ടുണ്ട്. ലോകത്തിൽ ആകെയുള്ള ഭാഷകളുടെ പല കാലങ്ങളിലുള്ള കണക്ക് ഡേവിഡ് ക്രിസ്റ്റൽ തന്റെ പുസ്തകത്തിൽ നൽകുന്നുണ്ട്. എന്നാൽ ഈ കണക്കിലെ രാഷ്ട്രീയത്തിലേക്കാണ് സ്കട്നാബ്-കാംഗാസ് കടക്കുന്നത്.

3000 മുതൽ 10,000 വരെ ആകെ ഭാഷകളുടെ എണ്ണത്തെപ്പറ്റി പല കണക്കുകളുമുണ്ടെന്ന് ഡേവിഡ് ക്രിസ്റ്റൽ സൂചിപ്പിക്കുന്നു. 6,500 ഭാഷകളാണ് ലോകത്തിൽ ആകെയുള്ളതെന്നു കരുതാമെന്ന് അദ്ദേഹം പറയുന്നു. 1929-ൽ ഫ്രഞ്ച് അക്കാദമി ലോകത്തിൽ ആകെ 2796 ഭാഷകളാണുള്ളത് എന്നാണ് പറഞ്ഞത് (കാംഗാസ്:32). ചിഹ്നഭാഷകളും ചേർത്താൽ ആകെ 13,000-ത്തോളം വരുമെന്നാണ് സ്കട്നാബ്-കാംഗാസ് പറയുന്നത് (27). ഒരു കോടിയിലേറെ വീതം ആളുകൾ സംസാരിക്കുന്ന 60 ഭാഷകളാണ് ലോകത്തിലുള്ളത് (കാംഗാസ് : 40).

എത്നോലോഗ് കണക്കുകൾ - അപകടത്തിലുള്ള ഭാഷകൾ

എത്നോലോഗ് പ്രകാരം ആകെ ഭാഷകളുടെ എണ്ണം 6,700 ആണ് (കാംഗാസ് : 31). ഇതിൽ മൂന്നു ശതമാനം മാത്രമാണ് യൂറോപ്പിലുള്ളത് (225 എണ്ണം). അവയിൽ 94 എണ്ണം അപകടത്തിലാണ്. (കാംഗാസ് : 31). യൂറോപ്പും മധ്യപൗരസ്ത്യദേശവും ചേർന്നാൽ നാലു ശതമാനം.

എന്തുകൊണ്ട് യൂറോപ്പിൽ ഭാഷാവൈവിധ്യം ഒരു മുഖ്യധാരാ രാഷ്ട്രീയപ്രശ്നവും അക്കാദമിക പ്രശ്നവും അല്ലെന്നുള്ളതിന്റെ കാരണം ഈ കണക്കിലുണ്ട്. യൂറോപ്പിൽ ഇത് പ്രധാന അക്കാദമിക് പ്രശ്നമല്ലാത്തതുകൊണ്ടു തന്നെ അതിന്റെ അച്ചിലുള്ള നമ്മുടെ സർവകലാശാലകളിലും അതിനനുബന്ധമായി നില്ക്കുന്ന ചിന്താലോകത്തിലും ഇത് പ്രശ്നമല്ലാതിരിക്കുന്നു.

കണക്ക്- വൻകരകൾ

തെക്കെ അമേരിക്കയും വടക്കെ അമേരിക്കയും ചേർന്നാൽ ഏകദേശം 1000 ഭാഷകൾ (15 ശതമാനം) വരും. (അമേരിക്കൻ ഐക്യനാടുകളിലും കനഡയിലുമായി 200 റെഡ് ഇന്ത്യൻ-എസ്കിമോ ഭാഷകളുണ്ട്.

തെക്കെ അമേരിക്കയിൽ 700 റെഡ് ഇന്ത്യൻ ഭാഷകളുണ്ടെന്ന് കണക്കാക്കപ്പെടുന്നു. അത് ആയിരത്തോളവും ആയേക്കാം).

യൂറോപ്പും മധ്യപൗരസ്ത്യദേശവും അമേരിക്കൻ വൻകരയും കഴിഞ്ഞുള്ള 81 ശതമാനം ഭാഷകളും (വാമൊഴി ഭാഷകൾ) ആഫ്രിക്കയിലും ഏഷ്യയിലും ശാന്തസമുദ്ര ദ്വീപുകളിലുമാണ്.

ആഫ്രിക്ക: ലോകഭാഷകളിലെ 30 ശതമാനം ആഫ്രിക്കയിലാണ് (എത്നോലോഗ് 2011 കണക്ക്). ഇത് ഏകദേശം 1,400-1900 എണ്ണം വരും. ഇവയിൽ 171 എണ്ണം അപകടത്തിലാണെന്നതിനാൽ ചെമ്പട്ടിക(റെഡ്ബുക്ക്)യിൽ പെടുത്തിയിരിക്കുന്നു.

ഏഷ്യ: ആകെയുള്ള ഭാഷകളിൽ 32 ശതമാനം ഏഷ്യയിലാണ്. പഴയ സോവ്യറ്റ് യൂനിയനിൽപ്പെട്ട ഏഷ്യൻഭാഗങ്ങളെ ഒഴിവാക്കിയുള്ള കണക്കാണിത്. 2165 എണ്ണം വരുമിത്.

ശാന്തസമുദ്രം: ലോകത്തിലെ ഭാഷകളിൽ 19 ശതമാനം ശാന്തസമുദ്ര ദ്വീപുകളിലാണ്. 1302 എണ്ണം വരുമിതെന്ന് എത്നോലോഗ് കണക്ക്. ഏഷ്യയും പസഫിക്കും ചേർന്നാൽ ലോകഭാഷകളിൽ 51 ശതമാനം വരും. അതിൽ 79 എണ്ണം ചെമ്പട്ടികയിൽ പെട്ടിരിക്കുന്നു.

കണക്ക്-രാജ്യങ്ങൾ

ഇനി രാജ്യങ്ങളായി തിരിച്ചുള്ള കണക്കെടുക്കുക. ആകെ ലോക ഭാഷകളിൽ അമ്പതു ശതമാനത്തിലേറെ എണ്ണവും സംസാരിക്കുന്നത് ഒമ്പതു രാജ്യങ്ങളിലാണ്. അതിൽ ഭാഷാവൈവിധ്യം ഏറെയുള്ള പപ്പുവ ന്യൂഗിനിയയും ഇന്തോനേഷ്യയും പെടുന്നു. പപ്പുവ ന്യൂഗിനിയയിൽ 850 ഭാഷകൾ, ഇന്തോനേഷ്യയിൽ 670, നൈജീരിയ 410, ഇന്ത്യയിൽ 380, കാമറൂൺ 270,ആസ്ത്രേലിയ 250, മെക്സിക്കോ 240, സയിരെ 210, ബ്രസീൽ 210. ശ്രദ്ധേയമായ കാര്യം ഇവയൊന്നും യൂറോപ്പിലല്ല എന്നതാണ്. മേൽപറഞ്ഞ 9 രാജ്യങ്ങളും ഫിലിപ്പൈൻസ്, റഷ്യ, അമേരിക്ക, മലേഷ്യ, ചൈന, സുഡാൻ, ടാൻസാനിയ, എത്യോപ്യ, ചാഡ്, മധ്യ ആഫ്രിക്കൻ റിപ്പബ്ലിക്, ബർമ, നേപ്പാൾ എന്നിവ ചേർന്നാൽ ലോക ഭാഷകളിൽ 75 ശതമാനവും സംസാരിക്കുന്ന രാജ്യങ്ങളായി. ഇത് 5000 ഭാഷകൾ വരും. അതിനർത്ഥം ഇതിനപുറത്തുള്ള യൂറോപ്പ് ഭാഷാ വൈവിധ്യത്തിൽ എത്രയോ ദരിദ്രമാണെന്നാണ്.

ഭാഷാമരണം - ഭാഷകളെ തരംതിരിക്കുന്നത്

മൈക്കേൽ ക്രൗസ് ഭാഷകളെ ആസന്നമരണമായത്, അപകട നിലയിലുള്ളത്, സുരക്ഷിതം എന്നിങ്ങനെ തരംതിരിച്ചു.

അദ്ദേഹം സ്വീകരിച്ച മാനദണ്ഡം മൂന്നാണ് -

1. ഭാഷ തലമുറകൾ തമ്മിൽ കൈമാറ്റം ചെയ്യപ്പെടുന്നുണ്ടോ എന്ന കാര്യം.
2. ഭാഷ ഉപയോഗിക്കുന്ന അംഗങ്ങളുടെ എണ്ണം
3. ഭാഷയ്ക്കുള്ള ഔദ്യോഗികമായ പദവി

അച്ഛനമ്മമാർ ഉപയോഗിക്കുകയും എന്നാൽ കുട്ടികൾ പഠിക്കാതിരിക്കുകയും ചെയ്യുന്ന ഭാഷകളെ അദ്ദേഹം ആസന്നമരണം എന്നു വിളിച്ചു. ലോകത്തിൽ 20 മുതൽ 50 ശതമാനം വരെയുള്ള എണ്ണം ഭാഷകൾ ഇത്തരത്തിൽപ്പെട്ടവയാണ്. ഊർദ്ധ്വൻ വലിക്കുന്ന അവ അടുത്ത നൂറ്റാണ്ടിൽ അപ്രത്യക്ഷമാകും.

രണ്ടാമത്തെ മാനദണ്ഡമായെടുത്തത് സംസാരിക്കുന്നവരുടെ എണ്ണമാണ്. പത്തു ലക്ഷത്തിലധികം ആളുകൾ ഉപയോഗിക്കുന്നുണ്ടെങ്കിൽ ആ ഭാഷ സുരക്ഷിതമാണെന്നും അല്ലാത്തത് അപകടത്തിലാണെന്നും ക്രൗസ് പറഞ്ഞു. എ. ഡി. 2100 ആകുമ്പോഴേക്കും ലോകത്തിലെ തൊണ്ണൂറു ശതമാനം ഭാഷകളും ഇല്ലാതാകുമെന്നാണ് ക്രൗസ് പറഞ്ഞത്. അദ്ദേഹത്തിന്റെ കണക്കിലുള്ളത് 200-250 ഭാഷകളാണ്. പത്തുലക്ഷത്തിലധികം ആളുകൾ സംസാരിക്കുന്ന, സുരക്ഷിതമെന്ന പട്ടികയിൽപ്പെടുത്താവുന്ന ഭാഷകളാണിവ. പിന്നീട് ഒരു ലക്ഷം ആളുകൾ ഉപയോഗിക്കുന്നതു തന്നെ സുരക്ഷിതമാണെന്നു ക്രൗസ് പറഞ്ഞു. അതോടെ 600 ഭാഷകൾ സുരക്ഷിതമാണെന്നു വന്നു (കാംഗാസ്: 48). മൂന്നാമത്തെ ഘടകം ഭരണത്തിലും വിദ്യാഭ്യാസത്തിലും മറ്റുമുള്ള ഭാഷകളുടെ സ്ഥാനമാണ്.

യുനസ്കോയുടെ ചെമ്പട്ടിക (റെഡ്ബുക്ക് ഓൺ ലാംഗ്വേജസ്)

1993-ലാണ് യുനസ്കോ ഭാഷകളുടെ അപകടനില സൂചിപ്പിക്കുന്ന ചെമ്പട്ടിക(റെഡ് ബുക്ക്) പുറത്തിറക്കുന്നത്. നാം വേണ്ട പ്രവർത്തനങ്ങൾ നടത്താൻ തയ്യാറാകുന്നില്ലെങ്കിൽ ഇന്നു നിലവിലുള്ള ആറായിരത്തിലേറെ ഭാഷകളിൽ പകുതിയും ഈ നൂറ്റാണ്ടിന്റെ അന്ത്യത്തോടെ ഇല്ലാതാകുമെന്നാണ് യുനസ്കോ പറയുന്നത്. എഴുതപ്പെടാത്തതും രേഖപ്പെടുത്താത്തതുമായ ഭാഷകളുടെ തിരോധാനത്തോടെ മനുഷ്യരാശിക്ക്

സാംസ്കാരികമായ സമ്പത്ത് മാത്രമല്ല നഷ്ടപ്പെടുന്നത്, പാരമ്പര്യമായി കൈമാറിവന്ന അറിവുകൾ പലതും ഇല്ലാതാകുക കൂടി ചെയ്യും. പക്ഷെ ഈ തിരോധാനം അനിവാര്യമല്ല, നാം ശ്രമിച്ചാൽ തിരിച്ചുപിടിക്കാവുന്നതാണത്. അതിന് ശരിയായ ആസൂത്രണം വേണമെന്നു മാത്രം. പുതുതലമുറയിലേക്ക് അവ സംക്രമിപ്പിക്കാനുള്ള പദ്ധതികൾ വേണമെന്നും യുനസ്കോ നിർദ്ദേശിക്കുന്നുണ്ട്. അപകടത്തിലായ ഭാഷകളെ സംരക്ഷിക്കുന്നതിൽ യുനസ്കോ വിവിധ നിലകളിൽ സഹായിക്കുകയും ചെയ്യുന്നു. ആ ഭാഷാസമൂഹങ്ങളെയും അവയുടെ പഠിതാക്കളെയും അവയുടെ സംരക്ഷണത്തിന് ശ്രമിക്കുന്ന സർക്കാരുകളെയും യുനസ്കോ സഹായിക്കുന്നുണ്ട്. ഭാഷാവൈവിധ്യം മനസ്സിലാക്കുക, ആസൂത്രണത്തിനുള്ള ഉപദേശ നിർദ്ദേശങ്ങൾ നൽകുക, പരിശീലനം നൽകുക എന്നിവയെല്ലാം ഇതിൽ പെടുന്നു.

പരിസ്ഥിതി സംരക്ഷണം -
ജൈവവൈവിധ്യവും ഭാഷാവൈവിധ്യവും തമ്മിലുള്ള ബന്ധം

ഭാഷാവൈവിധ്യവും ജൈവവൈവിധ്യവുമായുള്ള ബന്ധം യുനസ്കോ എടുത്തു പറയുന്നുണ്ട്. തദ്ദേശീയ ഭാഷകളെ നിലനിർത്തുക, ജൈവവൈവിധ്യം കാത്തുസൂക്ഷിക്കുക എന്നാണ് അവർ വെക്കുന്ന കാഴ്ചപ്പാട്. പ്രാകൃതികമായ സാഹചര്യങ്ങൾക്ക് വരുന്ന അപചയം സാംസ്കാരികവും ഭാഷാപരവുമായ വൈവിധ്യത്തെ നഷ്ടപ്പെടുത്തുന്നു. ഭാഷാനഷ്ടം ജൈവവൈവിധ്യത്തെ നഷ്ടപ്പെടുത്തുന്നുവെന്ന് യുനസ്കോ പുതിയ പഠനങ്ങളിലൂടെ സ്ഥാപിച്ചിട്ടുണ്ട്. ഭാഷയും പരമ്പരാഗത അറിവുകളും തമ്മിൽ അടിസ്ഥാനപരമായ ബന്ധമുണ്ട്. പരമ്പരാഗത അറിവുകൾ ജൈവവൈവിധ്യവുമായും ബന്ധപ്പെട്ടാണിരിക്കുന്നത്.

പാരമ്പര്യ-പ്രാകൃതിസമൂഹങ്ങൾ അവരുടെ ലോകത്തെക്കുറിച്ച് സങ്കീർണ്ണമായ വർഗീകരണം നടത്തിയിട്ടുണ്ട്. അതിൽ അവരുടെ പ്രാദേശിക പരിസ്ഥിതിയെക്കുറിച്ചുള്ള ആഴത്തിലുള്ള അറിവുമുണ്ട്. പാരമ്പ്യമായ പേരുകളിൽ, വാമൊഴിയിൽ, ചെടികളുടെയും ജീവികളുടെയും പേരുകളിൽ എല്ലാം ഈ അറിവുകളുണ്ട്.

ഇതിന് യുനസ്കോ പറയുന്ന ഒരുദാഹരണം പെറുവിലെ ആമസോണിന്റെ ഉന്നതതടങ്ങളിൽ താമസിക്കുന്ന അമ്പേഷ വർഗത്തിനിടയിൽ നടത്തിയ പഠനമാണ്. അവരുടെ ഭാഷ സംസാരിക്കുന്ന ആളുകൾ ഇല്ലാതായത് അവിടത്തെ വിളകളുടെ വൈവിധ്യത്തെ വിനാശകരമായി ബാധിച്ചതായി ഈ പഠനം തെളിയിക്കുന്നു. മറ്റൊന്ന്

മയോറി ഗോത്രത്തിൽ നടത്തിയ പഠനമാണ്. പഴയ തലമുറയിലെ ചൊല്ലുകളെക്കുറിച്ചുള്ള ഈ പഠനം സസ്യങ്ങളുടെ വളർച്ചയെയും മണ്ണിനെയും പോഷകങ്ങളെയും സസ്യവളർച്ചയ്ക്ക് അനുകൂലമായ സാഹചര്യങ്ങളെയും കുറിച്ചുള്ള പുതിയ വിവരങ്ങളാണ് പുറത്തു കൊണ്ടുവന്നത്. ഇതെല്ലാം ചേർത്താണ് യുനസ്കോ 'തദ്ദേശഭാഷകൾ ജൈവവൈവിധ്യത്തെ അറിയാനുള്ള ഉപകരണമെന്ന നിലയിൽ' എന്ന രേഖയ്ക്ക് രൂപം കൊടുത്തത്.

വംശനാശത്തിലായ ഭാഷ തിരിച്ചുവരുന്നു

മേഘാലയയിലെ ഖാസി എന്ന ഭാഷ 9 ലക്ഷം ആളുകളാണ് സംസാരിക്കുന്നത്. അത് അപകടത്തിൽപ്പെട്ട ഭാഷയുടെ പട്ടികയിലാണുണ്ടായിരുന്നത്. 2005- ൽ മേഘാലയയിൽ ഔദ്യോഗികഭാഷകളിലൊന്നായി അത് അംഗീകരിക്കപ്പെട്ടതോടെ പ്രാഥമിക വിദ്യാഭ്യാസം, സെക്കന്ററി വിദ്യാഭ്യാസം, റേഡിയോ, ടെലിവിഷൻ എന്നിങ്ങിനെ വിവിധ മണ്ഡലങ്ങളിൽ ഉപയോഗിച്ചു തുടങ്ങി. അതോടെ അത് സുരക്ഷിതഭാഷകളുടെ പട്ടികയിൽ സ്ഥാനം പിടിക്കുകയും ചെയ്തു.

ചുരുക്കത്തിൽ ഭാഷയുടെ നഷ്ടമെന്നത് ജൈവികമായ മരണമല്ല, അതൊരു കൊലപാതകമാണെന്നും അത് തടയാവുന്നതാണെന്നും വരുന്നു. ഭാഷ നേരിടുന്ന ഭീഷണിയെപ്പറ്റി ചർച്ച ചെയ്യുമ്പോൾ ഒന്നുകിൽ ഭാഷാമരണം എന്ന സങ്കല്പത്തിന്റെയോ അല്ലെങ്കിൽ ഭാഷാപരമായ വംശഹത്യ എന്ന സങ്കല്പത്തിന്റെയോ അടിസ്ഥാനത്തിലാണ് കാര്യങ്ങളെ കാണുക. രണ്ടും രണ്ടു വിചാരമാതൃക(പാരഡൈം) ആണ്. വിചാരമാതൃകകൾ തമ്മിലുള്ള ഈ വ്യത്യാസം സ്കട്നാബ്-കാംഗാസ് ഇങ്ങനെ വരച്ചുകാട്ടുന്നു:

ഭാഷാപരമായ വംശഹത്യയും ഭാഷാസാമ്രാജ്യത്വവും	ഭാഷാമരണം- ലിബറലിസ്റ്റ് ആധുനികതായുക്തി
1. ഭാഷാ സമൂഹങ്ങൾ തമ്മിലുള്ള അധികാര ബന്ധങ്ങളെ വിശകലനം ചെയ്യുന്നു.	അധികാരബന്ധം വിശകലനം ചെയ്യുന്നില്ല.
2. ഭാഷ സൃഷ്ടിച്ചത് ജനങ്ങളാണ്. അതിനെ ജനങ്ങൾക്ക് സ്വാധീനിക്കാൻ കഴിയും എന്ന വീക്ഷണം	ഭാഷയെ നിശ്ചിത ജീവിതകാലമുള്ള ജീവിയായി കാണുന്നു.

3. രണ്ടു ഭാഷകൾക്കുമുള്ള സാന്നിധ്യം, അതിന് കിട്ടുന്ന പിന്തുണ, അതിന്റെ പ്രത്യാഘാതങ്ങൾ എന്നിവ പ്രത്യേകമായെടുത്തു വിശകലനം ചെയ്യുന്നു.	ഒന്നുകിൽ ആധിപത്യഭാഷയെയോ അല്ലെങ്കിൽ വിധേയ ഭാഷയെയോ ചർച്ച ചെയ്യുന്നു.
4. ഭാഷകൾ തമ്മിലുള്ള അസമബന്ധങ്ങളെ മാറ്റാൻ ശ്രമിക്കുന്നു.	ഭാഷകളെ അവ മരിക്കുന്നതിന് മുമ്പ് രേഖപ്പെടുത്താനും റെക്കോഡ് ചെയ്യാനും ശ്രമിക്കുന്നു.
5. ഭാഷകൾ തമ്മിലുള്ള ബന്ധത്തെക്കുറിച്ച് ചർച്ച ചെയ്യുന്നു. അവ പരസ്പരം നടത്തുന്ന സ്വാധീനങ്ങളെ കണക്കിലെടുക്കുന്നു.	ഭാഷകൾ തമ്മിലുള്ള പരസ്പര ബന്ധത്തെക്കുറിച്ച്ചർച്ച ചെയ്യുന്നില്ല. ചെയ്യുന്നുണ്ടെങ്കിൽ തന്നെ വിവരണാത്മകവും ഭാഷാശാസ്ത്രപരവുമായ രീതിയിൽ മാത്രമാണ്.
6. വിവരണത്തെ സൈദ്ധാന്തികമായാണ് വിലയിരുത്തുന്നത്. വിവരങ്ങൾ അതിൽ സ്വയം പൂർണമല്ല.	വിവരണങ്ങൾ സാങ്കേതികവും സിദ്ധാന്തീകരണമില്ലാത്തതുമാണ്. അഥവാ സിദ്ധാന്തങ്ങൾ വരുന്നത് (സാമൂഹ്യ) ഭാഷാശാസ്ത്രത്തിൽ നിന്നു മാത്രമാണ്.
7. വിശകലനങ്ങൾ കൂടുതൽ ബഹുവിഷയപരമാണ്. സാമൂഹ്യഭാഷാശാസ്ത്രത്തോടൊപ്പം സാമൂഹ്യവും രാഷ്ട്രീയവുമായ വിശകലനം കൂടി ഉൾക്കൊള്ളുന്നതായിരിക്കും.	അത്രത്തോളം ബഹുവിഷയാത്മകമല്ല.
8. ഭാഷകളുടെ പങ്ക് എന്ത് എന്ന് വിശാലമായി മനസ്സിലാക്കിക്കൊണ്ടുള്ള സമീപനം	കൂടുതൽ ഉപകരണവാദപരം.
9. മാതൃഭാഷയും മറ്റു ഭാഷകളും തമ്മിലുള്ള ഗുണപരമായ വ്യത്യാസം കണക്കിലെടുത്തുകൊണ്ടുള്ള സമീപനം.	മാതൃഭാഷയും മറ്റു ഭാഷകളും തമ്മിൽ അളവുപരമായ വ്യത്യാസം മാത്രം കാണുന്നു.

10.	മറ്റു ഭാഷകൾ പഠിക്കുന്നതിൽ കൂട്ടൽ രീതിയും കിഴിക്കൽ രീതിയും തമ്മിലുള്ള വ്യത്യാസംകാണുന്നു. (മറ്റു ഭാഷകൾ പഠിക്കുന്നത് സ്വഭാഷയെ ഒഴിവാക്കികൊണ്ടും അത് ഒഴിവാക്കാതെ മറ്റു ഭാഷകൾ കൂട്ടിച്ചേർത്തുമാകാം)	കൂട്ടുന്നതും കുറക്കുന്നതുമായ രീതികൾ തമ്മിലുള്ള വ്യത്യാസം കാണുന്നില്ല.
11.	കൂട്ടിച്ചേർത്തുകൊണ്ട് മറ്റു ഭാഷകളും വിദേശഭാഷകളും പഠിക്കുന്നതിനെ പിന്തുണയ്ക്കുന്നു.	മാതൃഭാഷയെ കിഴിച്ചുകൊണ്ടുള്ള രണ്ടാംഭാഷയുടെയോ വിദേശഭാഷയുടേയോ പഠനം ആധുനികീകരണത്തിന് ഉപകരണപരമായി അനിവാര്യമാണെന്നു കരുതുന്നു. അത് പഠിതാക്കൾക്ക് ഗുണകരമാണെന്നു കരുതുന്നു.
12.	മിക്കവാറും സന്ദർഭങ്ങളിൽ ഭാഷ മാറ്റേണ്ടി വരുന്നത് അധികാരപ്രയോഗം കൊണ്ടാണ് എന്നു കാണുന്നു.	ഭാഷ മാറ്റുന്നത് സാമ്പത്തിക നേട്ടം മുൻനിർത്തി സ്വയം തെരഞ്ഞെടുക്കുന്നതാണെന്നു ധരിക്കുന്നു.

ഭാഷയെ കൊല്ലുന്ന ഏജൻസികൾ സക്രിയമാകാം. അല്ലെങ്കിൽ നിഷ്ക്രിയമാകാം. ഈ ഘടകങ്ങളിൽ ഏറ്റവും പ്രധാനം സർക്കാറിന്റെ പിന്തുണയില്ലായ്മയാണ്. വിദ്യാഭ്യാസമേഖലയിലെ നിലപാടാണ് ഇതിൽ നിർണായകം എന്നും അവർ പറയുന്നു. ഒരു കാലത്ത് ലോകം ഒരൊറ്റ ഭാഷയിലേക്ക് നീങ്ങുകയാണെന്ന ധാരണയുണ്ടായിരുന്നുവെന്നും ഇത് വികസനത്തെ സംബന്ധിച്ച ലിബറൽ പ്രത്യയശാസ്ത്ര സമീപനത്തിന്റെ പരിമിതിയായിരുന്നുവെന്നും അവർ നിരീക്ഷിക്കുന്നുണ്ട്. അത് ഇന്ന് തകർന്നിരിക്കുന്നു.

ഏകീകരണത്തെ സംബന്ധിച്ച ആധുനികയുക്തി രാഷ്ട്രരൂപം കൈക്കൊണ്ടപ്പോഴാണ് ജർമനിയിൽ ഫാസിസം ഉയർന്നുവന്നത്. ജൂതർക്കു നേരെ നടന്ന അക്രമങ്ങൾ ന്യൂനപക്ഷങ്ങളുടെ ഭാഷാപരവും സാംസ്കാരികവുമായ അവകാശങ്ങളെക്കുറിച്ചുള്ള ആഴത്തിലുള്ള ചിന്ത

യുദ്ധാനന്തര യൂറോപ്പിലുണ്ടാക്കി. പിന്തള്ളപ്പെടുന്ന ഭാഷകളുടെയും ഭാഷാന്യൂനപക്ഷങ്ങളുടെയും അവസ്ഥയെ മുൻനിർത്തിയാണ് യൂറോപ്പിലെ ഭാഷാപരമായ അവകാശത്തെ സംബന്ധിച്ച ചർച്ചകൾ പലതും രൂപപ്പെട്ടത്. ഭാഷാപരമായ വിവേചനം, ഭാഷാപരമായ മനുഷ്യാവകാശം, ഭാഷാപരമായ വിദ്യാഭ്യാസ അവകാശം എന്നീ പുതിയ സങ്കല്പങ്ങൾ ഭാഷാശാസ്ത്രത്തെ രാഷ്ട്രീയവുമായി ബന്ധിപ്പിക്കുന്നു. 96.4 ശതമാനം ആളുകളുടെ മാതൃഭാഷയായി കേരളത്തിൽ ഉപയോഗിക്കുന്ന മലയാളത്തിനു വേണ്ടി സമരത്തിനിറങ്ങേണ്ടി വരുന്നത് കൂടുതൽ ദയനീയമാണ്. ഭാഷാസമരത്തിലെ ആഗോളമായ സങ്കല്പനങ്ങൾ നമ്മെ ചില കാര്യങ്ങളെങ്കിലും പഠിപ്പിക്കും. ഭാഷ മരിക്കുകയല്ല, കൊല്ലപ്പെടുകയാണ് എന്ന തിരിച്ചറിവ് അതിന്റെ പിന്നിൽപ്രവർത്തിക്കുന്ന ശക്തികളെ മനസ്സിലാക്കാൻ നമ്മെ സഹായിക്കും. യൂറോകേന്ദ്രിത വികസനസങ്കല്പത്തിന്റെ കൂടി ചട്ടക്കൂടിലാണ് ഈ ശക്തികൾ പ്രവർത്തിക്കുന്നതെന്ന ധാരണയും അത് നൽകും. മലയാളത്തോടൊപ്പം കേരളത്തിലെ ന്യൂനപക്ഷ ഭാഷകളെയും ആദിവാസി ഭാഷകളെയും അംഗീകരിക്കാനും അവയ്ക്കു വേണ്ടി വാദിക്കാനും നമ്മെ ഈ വിചാരങ്ങൾ പ്രേരിപ്പിക്കേണ്ടതുണ്ട്. ഇതരഭാഷകൾ സംസാരിക്കുന്നവരിലേക്കുള്ള തിരശ്ചീനമായ കടന്നുകയറ്റമല്ല, ഭരണകൂടത്തെ ജനാധിപത്യവൽക്കരിക്കുന്ന ലംബമാനതലമാണ് ഭാഷാസമരങ്ങൾക്കുണ്ടായിരിക്കേണ്ടത്. ഒരു ജനത ഭാഷാപരമായ അന്യവൽക്കരണത്തിനെതിരെ നടത്തുന്ന സമരം മറ്റു ജനവിഭാഗങ്ങളെ അവരുടെ ഭാഷയിൽനിന്ന് അന്യവൽക്കരിച്ചുകൊണ്ടാകരുത്.

ഗ്രന്ഥസൂചി

David Crystal. 2000, *Language Death*, Cambridge University Press, New Delhi.

Tove Skutnabb-Kangas. 2008, *Linguistic Genocide in Education or Worldwide Diversity and Human Rights?* Orient Longman.

Ed. Infree Makoni, Geneva Smitherman, Arnetha F. Ball, Arthur K. Spears. *Black Lingusitics*, 2003, Routledge, New York.

ഭാഷയും മൂന്നാം ലോകവും

" സ്കൂൾ പരിസരത്ത് എവിടെയെങ്കിലും വെച്ച് ഗികുയു ഭാഷയിൽ സംസാരിച്ചു എന്ന കുറ്റത്തിന് പിടിക്കപ്പെടുന്നത് ഏറ്റവും തരംതാണ, ലജ്ജാവഹമായ അനുഭവങ്ങളിലൊന്നായി മാറി. കുറ്റവാളികൾക്ക് ശാരീരിക പീഡ നൽകിയിരുന്നു. നഗ്നമായ ചന്തിയിൽ ചൂരൽവടി മൂന്നു മുതൽ അഞ്ചുതവണ ശക്തിയോടെ പതിക്കും. അല്ലെങ്കിൽ ഞാൻ വിഡ്ഢിയെന്നോ കഴുതയെന്നോ എഴുതിയ ഒരു പരന്ന കല്ല് കഴുത്തിൽ കെട്ടിത്തൂക്കി നടത്തിക്കും. ഒടുക്കുവാൻ കഴിയാത്ത പിഴയായിരിക്കും മിക്കപ്പോഴും ഈടാക്കുക. അധ്യാപകർ എങ്ങിനെയായിരുന്നു ഈ കുറ്റവാളികളെ പിടികൂടിയിരുന്നത്? ആദ്യം ഒരു കുട്ടിക്ക് ഒരു ബട്ടൻ സമ്മാനിക്കുന്നു. മാതൃഭാഷയിൽ സംസാരിക്കുന്ന കുട്ടിക്ക് അവനത് കൈമാറണം. അങ്ങനെ ഈ ബട്ടൻ ലഭിച്ച എല്ലാ കുട്ടികളും വൈകുന്നേരം ഒരുമിച്ച് ആരുടെ കയ്യിൽ നിന്നാണ് തങ്ങൾക്ക് ബട്ടൻ ലഭിച്ചത് എന്ന് വെളിപ്പെടുത്തുന്നു. അതോടെ കുറ്റവാളികൾ മുഴുവൻ പിടിക്കപ്പെടുന്നു. ഈ പ്രക്രിയയിലൂടെ കുട്ടികൾക്ക് കുറ്റവാളികളെ പിടികൂടാനുള്ള മാനസികമായ ഒരു തരം താത്പര്യം ഉണ്ടാക്കുന്നു. കൂടാതെ സമൂഹത്തിൽ രാജ്യദ്രോഹിയായാൽ വന്നു ഭവിച്ചേക്കാവുന്ന നഷ്ടങ്ങളെക്കുറിച്ചും കുട്ടികൾ ബോധവാന്മാരാകുന്നു" (ഗൂഗിവാ തിഓംഗോ, *മനസിന്റെ അപകോളനീകരണം*: 32-33).

കെനിയൻ എഴുത്തുകാരനായ എൻഗുഗിയുടെ ഈ നിരീക്ഷണം ഏതെല്ലാം സമൂഹങ്ങൾക്ക് ബാധകമാണ്? യൂറോപ്പിൽ തദ്ദേശീയരായ ഒരു വിദ്യാർത്ഥിക്കും ഈ അവസ്ഥ അനുഭവിക്കേണ്ടി വരില്ല. മാതൃഭാഷ പ്രയോഗിക്കുന്നത് കുറ്റകരമായിത്തീരുന്ന ഈ സാഹചര്യത്തെ പൊതുവെ നമുക്ക് മൂന്നാം ലോക സാഹചര്യമെന്നു വിളിക്കാം.

ഏറ്റവും അടിസ്ഥാനപരമായ പരിഗണന അർഹിക്കുന്നതാണ് ഭാഷയുമായി ബന്ധപ്പെട്ട ഈ പ്രശ്നം. എന്നിട്ടും ഇതിനെക്കുറിച്ച് നമ്മുടെ ഭാഷാപഠനത്തിലോ അതിനെ പിൻപറ്റി വന്ന സംസ്കാരപഠനത്തിലോ യാതൊരു പരാമർശവുമില്ല. സംസ്കാരപഠനം എല്ലാറ്റി

നെയും അധികാരബന്ധങ്ങളായി കാണുന്നതാണ്. ഭാഷാപഠനത്തെയും അത് സവിശേഷമായ രീതിയിൽ അധികാരബന്ധപഠനമായി മാറ്റിയിട്ടുണ്ട്. എന്നാൽ അപ്പോഴും ഒന്നാം ലോകത്തു നിന്നുള്ള കാഴ്ചപ്പാടിന്റെ അടിസ്ഥാനത്തിലാണ് അതിലെ ഊന്നലുകൾ വന്നിട്ടുള്ളത്. ഒരു ഭാഷയ്ക്കകത്തെ കർതൃബന്ധങ്ങളെ മാത്രമേ അവർ പ്രശ്നവൽക്കരിച്ചിട്ടുള്ളൂ. ഭാഷകൾ തമ്മിലുള്ള അധികാരബന്ധത്തെ അവർ ഗൗനിക്കാതിരുന്നതിനു കാരണം യൂറോപ്യൻ ഭാഷാസമൂഹങ്ങൾക്കകത്ത് അത് അനുഭവപ്പെടാത്തതാണ്. ഓക്സ്ഫോർഡിലോ കാംബ്രിജിലോ ഉള്ള ഭാഷാപഠനത്തിലെ പാഠ്യപദ്ധതിയിൽ ഇത് കടന്നുവരാത്തതാണ് നമ്മളും ഈ വിഷയം ഗൗരവത്തിലെടുക്കാതിരിക്കാൻ കാരണം. ആധുനികത്വത്തിലെ മനുഷ്യസങ്കല്പം തകർന്നതായി പറയുന്നു. ഭാഷാപക്ഷത്തുനിന്ന് ഒരു പ്രശ്നവൽക്കരണത്തിന് നാം മുതിരുന്നില്ല. എന്നാൽ നമ്മുടെ ആധുനികത്വവിമർശനത്തിന്റെ കേന്ദ്രപ്രമേയങ്ങളിലൊന്നായി ഭാഷ മാറേണ്ടതായിരുന്നു.

മനുഷ്യൻ എന്ന കേവലതയെയാണ് ആധുനികത്വം എല്ലാറ്റിന്റെയും മാനകമായി കണ്ടത്. ചരിത്രത്തിൽ ഈ സങ്കല്പം അതിന്റേതായ വിമോചനമൂല്യം രൂപപ്പെടുത്തുകയുമുണ്ടായി. ഭാഷയെയും കേവലമായാണത് മനസ്സിലാക്കിയത്. ആധുനികത്വത്തിലേത് ഏതു മനുഷ്യനായിരുന്നു എന്ന ചോദ്യം പോലെ തന്നെ ആ മനുഷ്യന്റെ സാക്ഷാത്കാരം ഏതു ഭാഷയിലാണ് വിഭാവനം ചെയ്യപ്പെട്ടത് എന്ന ചോദ്യവും പ്രസക്തമാണ്. ശാരീരിക ക്രിയ എന്ന നിലയിൽ ഭാഷാപ്രയോഗത്തിന് സാർവലൗകിക തലമുണ്ടെന്ന കാര്യത്തിൽ സംശയമില്ല. എന്നാൽ അതിന്റെ സാമൂഹ്യപ്രയോഗത്തിലും അതിന്റെ അധികാരബന്ധങ്ങളിലും ഭാഷകൾ തമ്മിൽ വ്യത്യാസമുണ്ടെന്നു കാണാം.

ഭാഷ (വ്യവഹാരം)യ്ക്കകത്തുനിന്നാണ് കർതൃത്വം ജനിക്കുന്നത് എന്ന ലക്കാനിയൻ-ഫൂക്കോവിയൻ കാഴ്ചയ്ക്ക് യൂറോപ്പിനെ സംബന്ധിച്ചിടത്തോളം മാതൃഭാഷയ്ക്കകത്തു നിന്ന് എന്ന വ്യക്തമായ ഉത്തരമുണ്ട്. എന്നാൽ മൂന്നാം ലോകത്ത് ഇത് മറ്റു ചില ചോദ്യങ്ങളുമുയർത്തുന്നുണ്ട്. ലോകം എന്നത് ഒരു സ്ഥലമല്ല, അതിലെ മനുഷ്യരാണ് എന്നു വന്നാൽ, ലോകത്തെ, ലോകത്തിലെ മനുഷ്യർ എന്ന നിലയിൽ നോക്കിക്കണ്ടാൽ മൂന്നാം ലോകം എന്ന് ഇന്ന് പറയുന്ന രാജ്യങ്ങളിലെ ജനങ്ങളാണ് ലോകത്തെ പ്രതിനിധീകരിക്കുന്ന ഭൂരിപക്ഷം. അവിടത്തെ ഭാഷയാണ് മാതൃഭാഷയെന്ന നിലയിൽ സംസാരിക്കുന്നവരിൽ കൂടുതൽ

ആളുകളുടെ പ്രാതിനിധ്യം വഹിക്കുന്നതും. ആ നിലയിൽ മൂന്നാം ലോകം മാതൃഭാഷയുടെ കാര്യത്തിൽ ഒന്നാം ലോകം തന്നെയാണ്.

മൂന്നാം ലോകത്തിലെ അടിസ്ഥാനപരമായ ഈ ഭാഷാപ്രശ്നത്തെ മുൻനിർത്തി കറുത്തഭാഷാശാസ്ത്രം എന്നു വിളിക്കാവുന്ന ഒന്ന് ഉയർന്നു വന്നിട്ടുണ്ട്. ചോംസ്കിയുടെ ഭാഷാശാസ്ത്രത്തിൽ ഭാഷ മാത്രമാണ് പരിഗണിക്കപ്പെടുന്നത് എന്നാൽ, കറുത്ത ഭാഷാശാസ്ത്രത്തിൽ ഭാഷയും ഭാഷക(ഭാഷകനും)യും പരിഗണിക്കപ്പെടുന്നുവെന്നും (Arnetha Ball: 11) ഇങ്ങനെ വിഷയിയെക്കൂടി പരിഗണിക്കുന്ന, ആത്മനിഷ്ഠതയുള്ള സമീപനമാണ് കറുത്ത ഭാഷാശാസ്ത്രം മുന്നോട്ടുവെക്കുന്നത്. അതാകട്ടെ നിലവിലുള്ള ഭാഷകളെക്കുറിച്ചുള്ള പഠനം മാത്രമല്ല, ആ ഭാഷാബന്ധങ്ങളെ ജനാധിപത്യപരമായി മാറ്റിമറിക്കുന്നതിനുള്ള പ്രയോഗംകൂടി ഉൾച്ചേരുന്നതാണ്.

അക്കാദമിക ഭാഷാശാസ്ത്രത്തിന്റെ അകത്തുനിന്നും കറുത്ത ഭാഷാശാസ്ത്രമെന്ന പേരിൽ പുറത്തുവന്നത് പിന്നീടാണെങ്കിലും യഥാർഥത്തിൽ ഭാഷാപ്രശ്നം മുമ്പുതന്നെ കോളനിവിരുദ്ധസമരത്തിന്റെ ഭാഗമായി മൂന്നാംലോകത്തിലുയർന്നുവന്ന രാഷ്ട്രീയ മുദ്രാവാക്യത്തിന്റെ ഭാഗമാണ്. കോളനിയനന്തരവാദം എന്ന അക്കാദമിക സമീപനത്തെ നമ്മുടെ സ്വാതന്ത്ര്യസമരത്തിന്റെ തുടർച്ചയിൽ സ്ഥാനപ്പെടുത്തുന്നതുപോലെ ആവശ്യമാണിതും. ഒന്നാം ലോകത്തിൽ ഭാഷയെക്കുറിച്ചുള്ള ഉത്കണ്ഠകൾ മുതലാളിത്ത രാഷ്ട്രരൂപീകരണത്തിന്റെയും കോളനികൾ വെട്ടിപ്പിടിക്കുന്നതിന്റെയും ഭാഗമായാണ് വളർന്നുവന്നതെങ്കിൽ മൂന്നാം ലോകത്ത് അത് കോളനിവൽക്കരണ പ്രക്രിയയുമായും കോളനിവിരുദ്ധദേശീയസമരങ്ങളുമായും ബന്ധപ്പെട്ടാണ് നിലനിന്നത്.

മൂന്നാം ലോകത്ത് ഭാഷാപഠനത്തിന്റെ രാഷ്ട്രീയത്തെ ഘട്ടങ്ങളാക്കി തിരിക്കാവുന്നതാണ്. ഇന്ത്യയുടെയും കേരളത്തിന്റെയും അനുഭവങ്ങൾ ഇതിനോടു ചേർന്നുപോകുന്നതാണ്.

1. കൊളോണിയൽ ഘട്ടം

ഭാഷയും ദേശരാഷ്ട്ര രൂപീകരണവും തമ്മിലുള്ള ബന്ധത്തെപ്പറ്റി ബെനഡിക്റ്റ് ആൻഡേഴ്സൻ പറയുന്നുണ്ട്. അച്ചടിയിലേക്ക് കടക്കുമ്പോഴാണ് ഭാഷയ്ക്ക് ആധുനികമെന്ന പോലെ ദേശീയപദവിയും കൈവരുന്നത് എന്ന് ആൻഡേഴ്സൻ പറയുന്നു. ഒരു സാങ്കല്പിക സമൂഹത്തെ വിഭാവനം ചെയ്യാൻ ഭാഷ ഉപയോഗിക്കുന്നവർക്ക് കഴിയുന്നത് അപ്പോഴാണ്.

ഇതിനോടൊപ്പം കൊളോണിയലിസത്തിന്റെ ആധിപത്യത്തിൽ അറിവിന്റെ ആധിപത്യവുമുണ്ടായിരുന്നു എന്ന് ബെർണാഡ് കോഹൻ നടത്തുന്ന ഭാഷാപരമായ നിരീക്ഷണങ്ങൾ കൊളോണിയൽ സാഹചര്യത്തിൽ പ്രസക്തമാണ് (Cohen, 1997: 16).

മാതൃഭാഷ സാമൂഹ്യബന്ധങ്ങൾക്കകത്താണ് രൂപപ്പെടുന്നതെങ്കിൽ അധിനിവേശഭാഷ അക്കാദമിക്കകത്തും ഔദ്യോഗികമായുമാണ് രൂപപ്പെടുന്നത്. എറിക് ഹോബ്സ്ബോം പടിഞ്ഞാറിനെ മുൻനിർത്തി പറഞ്ഞത് ഒരു ദേശഭാഷയ്ക്കകത്ത് വളരുന്ന സ്കൂളുകളും സർവകലാശാലകളും ദേശീയതയുടെ അളവുകോലാണെന്നാണ്.

ഭാഷാപരമായ വൈവിധ്യത്തെ ഉദ്ഗ്രഥിച്ച് മാനകീകരിക്കുക, അതേ സമയം പ്രദേശഭാഷയെ ലോകഭാഷാസങ്കല്പത്തിൽ ചരിത്രപരമായി സ്ഥാനപ്പെടുത്തുക എന്നിവ കൊളോണിയൽ ആധുനികതയുടെ മാനവികതാപരമായ ലക്ഷ്യങ്ങളായിരുന്നു. ഇന്ത്യയെപ്പോലുള്ള രാജ്യങ്ങളിലെ ആദ്യകാല വ്യാകരണപഠനത്തിന്റെ ഘട്ടം കഴിഞ്ഞ ശേഷം ആധുനികമായ ചരിത്രരീതിയും താരതമ്യാത്മകതയും ഭാഷാപഠനത്തിന് വരുന്നത് കൊളോണിയൽ കാലത്താണ്. കൊളോണിയൽ രാഷ്ട്രനിർമിതിയുടെയും മതപ്രചാരണ പ്രവർത്തനത്തിന്റെയും ഭാഗമായിരുന്നു ആ ഭാഷാപഠനം. നിഘണ്ടുക്കളും വ്യാകരണവും മറ്റും വഴി ഭാഷയെ മാനകീകരിക്കുകയും കൃത്യതപ്പെടുത്തുകയും ചെയ്യുന്ന പ്രവർത്തനങ്ങൾ അതാണ് കാണിച്ചത്. കോഹൻ ഇക്കാര്യം വിശദീകരിക്കുന്നുണ്ട്. തദ്ദേശീയ ഭാഷാ പഠനം ഇങ്ങിനെ നടക്കുമ്പോൾ തന്നെ മറുവശത്ത് വിദ്യാഭ്യാസത്തിലും ഭരണത്തിലും മാതൃഭാഷയെ പുറന്തള്ളി അധിനിവേശഭാഷ മേൽക്കൈ നേടുന്നതും ആ ഘട്ടത്തിലാണ്.

2. ദേശീയവാദഘട്ടം

മാനകീകരണത്തിന്റെയും ആധുനികീകരണത്തിന്റെയും ലോകവീക്ഷണം സ്വീകരിക്കുമ്പോൾത്തന്നെ കോളനീകരണത്തിന്റെ കാഴ്ചപ്പാടിനെതിരെയുള്ള ചെറുത്തുനില്പും ഭാഷാപഠനരംഗത്തുണ്ടായി. ഈ രംഗത്തുള്ള ഇടപെടലുണ്ടായത് കേവലം ഭാഷാപണ്ഡിതരിൽനിന്നു മാത്രമല്ല, വള്ളത്തോളിനെപ്പോലുള്ള സാഹിത്യരചയിതാക്കളിൽ നിന്നും ബഹുജനങ്ങളിൽനിന്നുമാണ്. പഠനമാധ്യമം മാതൃഭാഷയാകണമെന്ന 1867-ലെ ജോർജ്ജ് മാത്തന്റെയും തുടർന്ന് ദശകങ്ങൾ കഴിഞ്ഞ് എ.ആർ. രാജരാജവർമ്മ യുടെയും വാദം മെക്കാളെയുടെ

കൊളോണിയൽ പരിഷ്കരണത്തിനെതിരെയുള്ളതുമായിരുന്നു. മലയാളി മെമ്മോറിയലുൾപ്പെടെയുള്ള തിരുവിതാംകൂറിലെ രാഷ്ട്രീയ പ്രവർത്തനത്തിൽ നിന്ന് വ്യത്യസ്തമല്ല ഏ. ആറിന്റെയും മറ്റും അക്കാലത്തെ ഭാഷയോടുള്ള നിലപാട്.

ഈ ഘട്ടത്തിൽ ഭാഷാപ്രശ്നം ഇന്ത്യയിൽ തമിഴ്നാട്ടിലും ആന്ധ്രയിലും മറ്റും ബഹുജനരാഷ്ട്രീയ സ്വഭാവം കൈക്കൊണ്ടപ്പോൾ കേരളത്തിൽ അതുണ്ടായില്ല. സമസ്തകേരള സാഹിത്യപരിഷത്തുപോലുള്ള സംഘടനകളാണ് അത്തരം ശ്രമങ്ങൾ നടത്തിയത്.

3. ദേശീയ സ്വാതന്ത്ര്യത്തിനുശേഷമുള്ള ഘട്ടം

ദേശീയ സ്വാതന്ത്ര്യത്തിനു ശേഷമുള്ള ഘട്ടത്തിലും അധിനിവേശത്തിൽനിന്നു മോചിതരായ സമൂഹങ്ങൾ രാഷ്ട്രനിർമാണത്തിന്റെ യുക്തിക്കൊപ്പം ഭാഷയുടെ രാഷ്ട്രീയവും മുന്നോട്ടുവെച്ചിരുന്നു. ഇന്ത്യയിൽ ഭാഷാസംസ്ഥാനങ്ങൾക്കു വേണ്ടിയുള്ള സമരവും അതിന്റെ ഫലമായി ഭാഷാടിസ്ഥാനത്തിലുള്ള സംസ്ഥാനരൂപീകരണവും ഈ ഘട്ടത്തെ കുറിക്കുന്നതാണ്. കേരളത്തിൽ ആദ്യം അധികാരത്തിൽ വന്ന സർക്കാറിന്റെ ആദ്യ പ്രഖ്യാപനത്തിൽത്തന്നെ വിദ്യാഭ്യാസത്തിലും ഭരണത്തിലും മാതൃഭാഷ ഉയർത്തിക്കൊണ്ടുവരുന്ന കാര്യവുമുണ്ടായിരുന്നു. എന്നാൽ മറ്റു ദക്ഷിണേന്ത്യൻ സംസ്ഥാനങ്ങളെപ്പോലെ ഭാഷാപ്രശ്നം കേരളത്തിൽ ബഹുജനസ്വഭാവം കൈക്കൊള്ളുകയുണ്ടായില്ല.

ചരിത്രപരമായ ഈ വിശദീകരണത്തിന് ശേഷം ഇനി വർത്തമാനത്തിലേക്കു പോകുക. ഭാഷയും അധികാരവും തമ്മിലുള്ള ബന്ധത്തെ മുൻനിർത്തി മൂന്നാം ലോകത്തിൽ ഉയർന്നു വരുന്ന മുഖ്യപ്രശ്നങ്ങളെന്തെല്ലാമാണ്? അതിൽ ചിലത് ഇങ്ങിനെ പറയാം -

1. കൊളോണിയൽ സാഹചര്യങ്ങളിൽ മർദ്ദകഭാഷയെന്നും മർദ്ദിതഭാഷയെന്നും പറയാവുന്ന വേർതിരിവുണ്ട്.
2. ഭാഷകൾ തമ്മിലുള്ള പരസ്പര ബന്ധം അധികാരബന്ധമായാണ് അനുഭവപ്പെടുന്നത്.
3. മാതൃഭാഷയിലൂടെയും അധിനിവേശഭാഷയിലൂടെയും പ്രവേശിക്കുന്നത് രണ്ടു ലോകങ്ങളിലേക്കാണ്.
4. കൊളോണിയൽ സാഹചര്യം ഭാഷാപരമായ മനുഷ്യാവകാശത്തെ സംബന്ധിച്ച പ്രശ്നങ്ങൾ ഉയർത്തുന്നുണ്ട്.
5. അധിനിവേശത്തിന് വിധേയമായ ഭാഷകളുടെ ആധുനികീകരണം.

1. മർദ്ദകഭാഷയും മർദ്ദിതഭാഷയും

മർദ്ദകരാഷ്ട്രങ്ങളും മർദ്ദിതരാഷ്ട്രങ്ങളുമുണ്ടെന്ന് രാഷ്ട്രീയ സമ്പദ്ശാസ്ത്രത്തിന്റെ അടിസ്ഥാനത്തിൽ പറയുന്നതുപോലെ സ്വത്വാധികാരത്തിന്റെ അടിസ്ഥാനത്തിൽ മർദ്ദകഭാഷകളെന്നും മർദ്ദിതഭാഷകളെന്നും ലോകഭാഷകളെക്കുറിച്ച് പറയാം. അതിനാൽ തുല്യനിലയിലുള്ളവരായല്ല, അധിനിവേശഭാഷയിലും അധിനിവിഷ്ട ഭാഷയിലും രണ്ടുവ്യക്തികൾ വളരുന്നത്. ഭാഷയുടെ ഘടനയിലേക്കാണ് നാം ജനിച്ചുവീഴുന്നത്.

എല്ലാവരും ജനിക്കുന്നതു തുല്യരായ മനുഷ്യരായാണെങ്കിലും ഒരു രാജ്യത്തിനകത്ത് ആ രാജ്യത്തിന് ലോകത്തിലുള്ള രാഷ്ട്രീയ സാമ്പത്തികാധികാരത്തിന്റെ അടിസ്ഥാനത്തിൽ അവർ വളർന്നുവരുമ്പോൾ അറിയാതെ അവരുടെ പൗരത്വം മർദ്ദകരാഷ്ട്രത്തിലെ പൗരത്വമായി മാറുകയാണ് ചെയ്യുന്നത്. രാജ്യത്തിനകത്തല്ല ഈ മർദ്ദക-മർദ്ദിത വൈരുധ്യം പ്രത്യക്ഷപ്പെടുക രാഷ്ട്രാന്തരീയ ബന്ധങ്ങളിലാണ്. അതുപോലെ ഭാഷയ്ക്കകത്തല്ല, ഈ വൈരുധ്യം പ്രത്യക്ഷപ്പെടുക, ഭാഷകൾ തമ്മിൽ മുഖാമുഖത്തിലെത്തുന്ന സന്ദർഭത്തിലാണ്. ഒരു ദേശീയ സമൂഹത്തിന്റെ അകത്തു മാത്രം നിലനില്ക്കുന്ന വ്യവഹാരം എന്ന നില വിട്ട് ഒരു ഭാഷ അന്തർദ്ദേശീയ സ്വഭാവം ആർജ്ജിക്കുന്നത് ദേശാതിർത്തികൾ കടന്ന് മറ്റൊരു രാജ്യത്തെ കീഴടക്കുകയും അതിനെക്കുറിച്ചുള്ള ആധികാരികത അവകാശപ്പെടുന്ന സാഹിത്യവും വിജ്ഞാനവും രൂപീകരിക്കുകയും ചെയ്തുകൊണ്ടാണ്. അങ്ങിനെ മാതൃഭാഷയായി ഉപയോഗിക്കപ്പെടുന്ന സ്ഥലത്തുനിന്നും മാറി മറ്റൊരു സ്ഥലത്തെ ജനങ്ങളെക്കുറിച്ചുള്ള ആധികാരികത ആ ഭാഷ അവകാശപ്പെട്ടു തുടങ്ങുന്നു. എഡ്വേർഡ് സൈദ് സൂചിപ്പിച്ച പോലെ ഈജിപ്റ്റിനെക്കുറിച്ച് ഈജിപ്തുകാരെക്കാൾ അറിയാവുന്നത് നമുക്കാണെന്നും അതിനാൽ അവരെ ഭരിക്കാനുള്ള അവകാശം അവർക്കല്ല, നമുക്കാണെന്നും കൊളോണിയൽ കാലത്ത് ഇംഗ്ലീഷ് പാർലമെന്റിൽ അഭിപ്രായം ഉയരുന്നു. ആധിപത്യപരമായ ഈ അബോധവും അതിന്റെ സ്ഥലബോധവും ഉൾക്കൊള്ളുന്ന ഭാഷയിലേക്കാണ് കൊളോണിയൽ രാജ്യത്ത് ഒരാൾ ജനിച്ചുവീഴുന്നത്. ആദിവാസികളെക്കുറിച്ച് നാം ഉണ്ടാക്കിയെടുത്ത അറിവിന്റെ ബലത്തിൽ അവരെ ഭരിക്കുന്നതും ഇത്തരത്തിൽത്തന്നെ.

മർദ്ദിത ഭാഷാസമൂഹത്തിൽ അതിന്റെ ദേശീയതയുടെ അധികാരചിഹ്നങ്ങളെ പ്രതിനിധീകരിക്കുന്നത് ആ ഭാഷയായിരിക്കില്ല. പകരം അധിനിവേശഭാഷയായിരിക്കും. ഉപരിവർഗത്തിന്റെ സാങ്കല്പിക

ജീവിതം അതിലായിരിക്കും. അതേ സമയം സാമാന്യജനത അതിനെക്കാൾ കുറഞ്ഞ സ്ഥലബോധത്തെ സ്വന്തം ഭാഷയിൽ പ്രതിനിധീകരിക്കുകയും ചെയ്യും. ഉപരിവർഗം അധിനിവേശഭാഷയിൽ ദേശീയതയെ സങ്കല്പിക്കുമ്പോൾ അടിസ്ഥാന ജനത സ്വന്തം ഭാഷയിൽ ജനകീയമായ ദേശീയതയെ സങ്കല്പിക്കുന്നു. ഇതുകൊണ്ടാണ് ഒരു ജനതയ്ക്ക് കൂടുതൽ വികസിതമായ സാങ്കല്പിക ജീവിതം സാധ്യമാകണമെങ്കിൽ അവിടെ എല്ലാ വിജ്ഞാനവും മാതൃഭാഷയിൽ വളരണമെന്നു വരുന്നത്.

ഓഷ്വിറ്റ്സിന് ശേഷം ആധുനിക മനുഷ്യന്റെ അസ്തിത്വം തന്നെ മർദ്ദകമായിരിക്കുന്നുവെന്ന് അഡോർണോ പറഞ്ഞിരുന്നു. ആധുനിക ലോകത്ത് ആധിപത്യഭാഷയിൽ ജനിച്ചുവീഴുന്നയാളിന്റെ ഭാഷാപരമായ അസ്തിത്വത്തിൽത്തന്നെ ആധിപത്യപരമായ ചായ്വുണ്ട്. ഭാഷാപരമായ കർത്തൃത്വത്തിന്റെ അടിയിൽ നിന്ന് നോക്കണമെങ്കിൽ അത് മാതൃഭാഷയിലൂടെയാകേണ്ടതുണ്ട്. ചരിത്രത്തെ താഴെ നിന്നു നോക്കുക (ഹിസ്റ്ററി ഫ്രം ബിലോ) എന്ന മുദ്രാവാക്യം ഭാഷയിലേക്കു മാറ്റിയാൽ മാതൃഭാഷയിൽനിന്ന് ആരംഭിക്കുക എന്നാകും. ഒരു സമൂഹത്തെയും അതിന്റെ പരിതസ്ഥിതിയെയും അവിടെ ജീവിക്കുന്ന ജനതയുടെ ഭാഷയിലും ബന്ധങ്ങളിലും കൂടി മനസ്സിലാക്കുമ്പോഴാണ് അത് അടിത്തട്ടിൽ നിന്നുള്ള നോട്ടമാകുന്നത്.

2. ഭാഷാസമ്പർക്കവും ഭാഷാപരമായ ആധിപത്യവും

ഭാഷകൾ തമ്മിൽ തുല്യനിലയിലുള്ള ബന്ധങ്ങളിലൂടെ കലരുന്നതും ഒരു ഭാഷ മറ്റൊരു ഭാഷയുടെ മേൽ രാഷ്ട്രീയാധിപത്യപരമായി ബന്ധപ്പെടുന്നതും രണ്ടു കാര്യങ്ങളാണ്. ഭാഷകൾ തുല്യനിലയിൽ നിന്ന് പരസ്പര ബന്ധം വളരേണ്ടതാണ്. പരസ്പരം കൊടുക്കുകയും വാങ്ങുകയും വേണം. എന്നാൽ ആധിപത്യപരമായ ബന്ധത്തിലൂടെയുള്ള സ്വീകാര്യത ഒരു ഭാഷയുടെ സ്വന്തം ശേഷികളെ നിരാകരിക്കുന്നതാണ്. ആശ്രിതത്വസിദ്ധാന്തത്തിലൂന്നി സമ്പദ് ശാസ്ത്രത്തെക്കുറിച്ച് പോൾ ബറാനും പോൾ സ്വീസിയും ആന്ദ്രെ ഗുന്തർഫ്രാങ്കും മറ്റും സിദ്ധാന്തിച്ച കാര്യങ്ങൾ ഭാഷയ്ക്കും ബാധകമാണ്. സാമ്പത്തിക ആശ്രിതത്വം ഒരു നാടിന്റെ സ്വന്തം സാമ്പത്തിക ഉല്പാദനശേഷിയുടെ വികാസത്തിന് തടസ്സമാകുന്നുവെന്ന കാഴ്ചപ്പാട് ആ അളവിലല്ലെങ്കിലും ഭാഷയ്ക്കും ബാധകമാണ്. കോളനീകരണം ഒരു വശത്ത് യൂറോപ്യൻ ഭാഷകളെ അധിനിവേശപരമായ അധികാരഭാഷയാക്കി മാറ്റുകയും മറുവശത്ത് കോളനികളിലെ ഭാഷകളെ പാപ്പരാക്കുകയും ചെയ്തു.

പദകോശമുൾപ്പെടെയാണ് ഒരു ഭാഷ പാപ്പരാകുന്നത്. പുതിയ ഒരു സങ്കല്പന സാഹചര്യം വരുമ്പോൾ ഒരു ഭാഷ അതിന്റെതന്നെ ആന്തരിക ചരിത്രത്തിൽ നിന്ന് വാക്കുകൾ നിർമിക്കുമ്പോൾ അതിന് സാംസ്കാരികമായ തുടർച്ചയുണ്ടാകുന്നു. എന്നാൽ അത്തരം ഒരു പരിശോധനയേ നടത്താതെ പുതിയ വാക്ക് അതേപടി സ്വീകരിക്കുമ്പോൾ ഭാഷയുടെ ആന്തരികശേഷി ദുർബലമാകുന്നു.

ഭാഷാപരമായ ആധിപത്യത്തിന് വിധേയമായ ഭാഷയ്ക്ക് മറ്റു ഭാഷകളുമായി നേരിട്ടുള്ള സമ്പർക്കം നിഷേധിക്കപ്പെടുന്നുണ്ട്. മറ്റു ഭാഷയിലെ വിജ്ഞാനവുമായി അതിലെ ആളുകൾ ബന്ധപ്പെടുന്നത് അധിനിവേശഭാഷയിലൂടെയായിരിക്കും. മലയാളം സ്പാനിഷുമായോ ഗ്രീക്കുവുമായോ നേരിട്ടല്ല ബന്ധപ്പെടുന്നത്. രണ്ടിനുമിടയിൽ ഇടനിലയായി ഇംഗ്ലീഷ് നില്ക്കുകയാണ്. അത്തരത്തിലുള്ള ഇടപാടുമിച്ചം വഴി ഇംഗ്ലീഷ് ബലപ്പെടുമ്പോൾ ബാഹ്യബന്ധസാധ്യതയില്ലാതെ അധിനിവിഷ്ടഭാഷകൾ ദുർബലപ്പെടുന്നു. അങ്ങിനെ യഥാർഥത്തിൽ മറ്റു ഭാഷകളുമായി ബന്ധപ്പെട്ടുണ്ടാകേണ്ട ആരോഗ്യകരമായ വളർച്ചയെയും ഭാഷാപരമായ അധനിവേശം നിഷേധാത്മകമായി ബാധിക്കുന്നു. അതിന് പദകോശത്തിലോ പദപരമായ അർഥപരിണാമത്തിന്റെ തലത്തിലോ വളർച്ചയില്ലാതെ പോകുന്നു.

3. ഇന്ദ്രിയാനുഭവലോകവും ധ്യാനാത്മകലോകവും

മാതൃഭാഷയിലും ആധിപത്യഭാഷയിലും അറിയുന്ന ലോകം ഒന്നാണോ? രൂപപ്പെടുന്ന കർത്തൃത്വം ഒന്നാണോ? ഭാഷ ലോകത്തിനും മനുഷ്യനുമിടയിൽ നിന്ന് മനുഷ്യലോക ബന്ധത്തെ മാധ്യസ്ഥീകരിക്കുന്നു എന്നാണ് ആധുനികതയ്ക്കു ശേഷമുള്ള ഉൾക്കാഴ്ച. ഭാഷയിലൂടെയാണ് നാം ലോകത്തെ അറിയുന്നത് എന്നും വരുന്നു.

ഇന്ദ്രിയാനുഭവ ലോകങ്ങൾ ഉൾക്കൊള്ളുന്നത് മാതൃഭാഷയിലാണ്. ഓരോ ഭാഷയും ഒരു സമൂഹത്തിന്റെ ഇന്ദ്രിയാനുഭവങ്ങളുടെ ചരിത്രപരമായ ബന്ധമാണ് ഉൾക്കൊള്ളുന്നത്. ഭാഷയുടെ പദകോശം, അതിന്റെ ഭാവനാപരമായ സ്ഥലബോധം നൽകുന്ന അധികാരം, അതിലെ പദങ്ങളുടെ അർഥങ്ങളുടെ വ്യാപ്തി നൽകുന്ന അധികാരം എന്നിവയെല്ലാം ഇവിടെയുണ്ട്. മറ്റൊരിടത്തെയും അവിടത്തെ ജനങ്ങളെയും അധികാരമുള്ള ഭാഷയിൽ നിന്ന് നോക്കിക്കാണുമ്പോൾ അതിലെ കർത്തൃത്വത്തിന് യജമാനത്വവും മറ്റതിന് വിധേയത്വപ്രതീതിയും ഉണ്ടാകുന്നു.

പ്രകൃതിയെ നാം ചരിത്രപരമായും മനുഷ്യബന്ധങ്ങളിലൂടെയു മാണ് അറിയുന്നത്. അതിനാൽ ബാഹ്യലോകത്തെക്കുറിച്ചുള്ള ചരിത്ര പരവും സാമൂഹ്യവുമായ ബന്ധത്തെ പ്രതിനിധീകരിക്കുന്നതാണ് മാതൃ ഭാഷ. അതാകട്ടെ തൊട്ടടുത്തുള്ള മനുഷ്യരുടെ ബന്ധങ്ങളുടെ മാധ്യസ്ഥ തയിൽ രൂപപ്പെടുന്നതുമാണ്. ആധിപത്യഭാഷ അക്കാദമിക സ്ഥാപ നങ്ങളിലും ഭരണസ്ഥാപനങ്ങളിലുമാണ് നിലനില്ക്കുന്നത്. അത് ജനത യുടെ ഇന്ദ്രിയാത്മക ജീവിതത്തിന്റെ അനുഭവ മുദ്രകളില്ലാത്തതാണ്. അതിനാൽ കൊളോണിയൽ പരിസരത്ത് രൂപപ്പെടുന്ന കർത്തൃത്വം ധ്യാനാത്മകമായിരിക്കും.

4. ഭാഷാപരമായ മനുഷ്യാവകാശം

സ്വന്തം ഭാഷയിൽ തൊഴിലെടുക്കാനും വിദ്യാഭ്യാസം ചെയ്യാനു മുള്ള അവകാശമാണ് ഭാഷാപരമായ മനുഷ്യാവകാശമെന്നു പറയു ന്നത്. പൗരത്വം പൂർണമാകണമെങ്കിൽ അത് അനിവാര്യമാണ്. ഇതിന് നല്ല ഉദാഹരണം എൻഗുഗി തന്നെ പറയുന്നുണ്ട്. “എല്ലാ വിഷ യങ്ങളും ഇംഗ്ലീഷിൽ എഴുതണം. ഇംഗ്ലീഷ് ഭാഷയിൽ തോല്ക്കുന്ന ആർക്കും തന്നെ പരീക്ഷയിൽ ജയിക്കാൻ കഴിയുമായിരുന്നില്ല. 1954-ൽ എന്റെ ക്ലാസിലെ ഒരു കുട്ടി ഇംഗ്ലീഷ് ഒഴികെ എല്ലാത്തിലും ഉന്നതവിജയം നേടിയത് ഞാൻ ഓർക്കുന്നു. ഇംഗ്ലീഷിൽ ആ കുട്ടി തോറ്റുപോയി. അതിനാൽ അവൻ മുഴുവൻ പരീക്ഷയും തോറ്റു. അവൻ പഠനം മതി യാക്കി ഒരു കമ്പനി ബസിൽ പകരക്കാരനായി ജോലിക്ക് ചേർന്നു. മറ്റ് വിഷയങ്ങളിൽ കേവല വിജയം നേടിയ എനിക്ക് ഇംഗ്ലീഷിൽ നല്ല മാർക്ക് ഉണ്ടായിരുന്നതിനാൽ, അധിനിവേശ താവളമായ കെനി യയിൽ ആഫ്രിക്കക്കാർക്ക് വേണ്ടി നടത്തപ്പെട്ട ഏറ്റവും ഉന്നത നില വാരമുള്ള സ്ഥാപനങ്ങളിലൊന്നായ അലയൻസ് സ്കൂളിൽ പ്രവേശനം തരപ്പെട്ടു. മകെറെറെ സർവകലാശാലാകാര്യാലയത്തിലും പ്രവേശനാ നുമതി ലഭിക്കുന്നതിനുള്ള യോഗ്യതകൾ മേല്പറഞ്ഞവ തന്നെയായി രുന്നു. മറ്റുള്ള വിഷയങ്ങൾക്ക് എത്ര തന്നെ മാർക്ക് നേടിയിരുന്നാലും ഇംഗ്ലീഷിൽ മികവ് കാട്ടിയാൽ മാത്രമേ ഒരു വിദ്യാർത്ഥിക്ക് ചുവപ്പ് ഗൗൺ ലഭിക്കുമായിരുന്നുള്ളൂ. ഇംഗ്ലീഷിന് കേവല വിജയം മാത്രം പോരാ! -അപ്പോൾ ഈ വേഷം ഇല്ലാതാകും. ഇംഗ്ലീഷിൽ അനിതര സാധാരണ വിജയം കൈവരിച്ചാൽ മാത്രമേ ഈ പിരമിഡിന്റെ (ഈ ആംഗലേയ വിദ്യാഭ്യാസ സമ്പ്രദായത്തിന്റെ) ഏറ്റവും അസൂയാവഹ മായ സ്ഥാനത്ത് എത്തിച്ചേരാൻ ആവുകയുള്ളൂ. ആംഗലേയ ഭാഷയുടെ

അഭിമാനപത്രം ലഭിച്ച വ്യക്തികൾക്കേ വിശിഷ്ടമായ സ്ഥാപനങ്ങൾ അലങ്കരിക്കാൻ സാധിക്കുകയുള്ളൂ" (2007:33-34). എങ്ങിനെ ഭാഷയുടെ പേരിൽ മനുഷ്യാവകാശം ലംഘിക്കപ്പെടുന്നുവെന്നും കഴിവുള്ള വിദ്യാർത്ഥികളെ അന്യഭാഷയിൽ പ്രാവീണ്യരല്ലെന്നതു കൊണ്ടു മാത്രം പൊതുജീവിതത്തിൽനിന്നുതന്നെ ഭ്രഷ്ടരാക്കുന്നുവെന്നുമാണ് എൻ ഗുഗി വിശദീകരിച്ചത്.

ഈ സാഹചര്യത്തിലാണ് ഭാഷാപരമായ മനുഷ്യാവകാശം എന്ന സങ്കല്പം വരുന്നത്. അക്കാദമിക മണ്ഡലത്തിൽ ഇതു കഴിഞ്ഞ നൂറ്റാണ്ടിന്റെ അവസാനദശകത്തിൽ ഉയർന്നുവന്നു. ഇന്റർ നാഷണൽ ജേണൽ ഓഫ് സോഷ്യോളജി ഓഫ് ലാംഗ്വേജ് എന്ന പ്രസിദ്ധീകരണം 1997- ൽ ലിംഗ്വിസ്റ്റിക് ഹ്യൂമൻ റൈറ്റ്സ് ഫ്രം എ സോഷ്യോളജിക്കൽ പെർസ്പേക്റ്റീവ് എന്ന വിശേഷാൽ പ്രതി ഇറക്കി (Roy-Campbell).

5. മൂന്നാംലോകഭാഷകളുടെ ആധുനികീകരണം

അധിനിവേശത്തിന് വിധേയമായ സമൂഹം ആത്മനിഷ്ഠതയിൽ ശിഥിലത അനുഭവിക്കുന്ന സമൂഹമായിരിക്കും. അതിന്റെ ഉല്പാദനശേഷിക്ക് ആഘാതമേറ്റ സമൂഹമായിരിക്കും. ആത്മനിഷ്ഠവും സാമൂഹ്യവുമായ മണ്ഡലങ്ങൾ തമ്മിലുള്ള ബന്ധം ഉറപ്പിച്ചുകൊണ്ടേ അതിന് യഥാർഥമായ ഒരു ഉല്പാദനസമൂഹമാകാൻ കഴിയൂ. ഇതിനായി ആധുനികീകരണവും ജനകീയവൽക്കരണവും സമാന്തരമായി നടക്കേണ്ടതുണ്ട്. ഭാഷകളുടെ ആധുനികീകരണത്തിൽ വേണ്ട സംഗതികൾ ഫെർഗുസൻ സൂചിപ്പിക്കുന്നത് മൂന്നുകാര്യങ്ങളാണ്. (1) എഴുത്ത് (2) നിലവാരപ്പെടുത്തൽ (3) ശാസ്ത്രീയ വിഷയങ്ങൾ കൈകാര്യം ചെയ്യാവുന്ന മട്ടിലുള്ള വിവർത്തന ക്ഷമത. ഈ മൂന്നു കാര്യങ്ങളിലേക്കും ഇന്ന് മൂന്നാം ലോകത്തെ ഭാഷാസൂത്രണം നീങ്ങിയിട്ടുണ്ട്. എറിത്രിയയിൽ ആഫ്രിക്കൻ ഭാഷാ പ്രവർത്തകർ ചേർന്ന് 2000-ൽ വലിയൊരു പ്രഖ്യാപനം നടത്തി. ലിപിയില്ലാത്ത ആഫിക്കൻ ഭാഷകൾക്ക് ലിപിയുണ്ടാക്കുക. എന്നിട്ട് അതിൽ വിദ്യാഭ്യാസം ചെയ്യാനുള്ള സാഹചര്യമൊരുക്കുക എന്നതാണ് അവർ നടത്തുന്ന പ്രവർത്തനം. ഉല്പാദക കർതൃത്വത്തെ സാമൂഹ്യ രാഷ്ട്രീയ കർതൃത്വമാക്കി മാറ്റണമെങ്കിൽ ഉല്പാദന മണ്ഡലത്തിന്റെ ഭാഷ തൊട്ടടുത്ത സമൂഹത്തിന്റെ ഭാഷയായി മാറേണ്ടതുണ്ട്. സമൂഹത്തിന്റെ ഭാഷാപരമായ ആത്മനിഷ്ഠതയെ പ്രയോഗശേഷിയും ഉല്പാദനശേഷിയുമായി വികസിപ്പിക്കണമെങ്കിലും മാതൃഭാ

ഷയായിരിക്കണം മാധ്യമം. എറിത്രിയയിൽ ആഫ്രിക്കൻ ഭാഷകൾക്കു വേണ്ടിയുള്ള പ്രഖ്യാപനം ഊന്നിയിട്ടുള്ളത് ഇതിലാണ്.

ദേശീയപൗരത്വവും ലോകപൗരത്വവും

അധിനിവിഷ്ടജനതയ്ക്ക് പൂർണ പൗരപദവി കൈവരണമെങ്കിൽ അതിന്റെ വിദ്യാഭ്യാസമാധ്യമവും മാതൃഭാഷയാകേണ്ടതുണ്ട്. അടിസ്ഥാനപരമായ ഒരു വർഗവൈരുധ്യം ഭാഷാപ്രശ്നത്തിൽ കൊളോണിയൽ സാഹചര്യത്തിൽ പ്രവർത്തിക്കുന്നുണ്ട്. ബുദ്ധിജീവികളുടെ കാരിയറിസ്റ്റ് ഭാഷയായി ഇംഗ്ലീഷ് നില്ക്കുന്ന സാഹചര്യമാണത്. സ്ത്രീ-ദളിത്-പരിസ്ഥിതി തുടങ്ങിയ പ്രശ്നങ്ങളെല്ലാം തന്നെ ബുദ്ധിജീവികളുടെ കാരിയറിസത്തിന്റെ ഭാഗമായി ഇംഗ്ലീഷിലാണ് ചർച്ച ചെയ്യപ്പെടുന്നത്. അതിന് നേതൃത്വം കൊടുക്കുന്നതാകട്ടെ ഇംഗ്ലീഷ് വിജ്ഞാനഭാഷയായ ആധുനിക സ്ഥാപനങ്ങളിലെ ബുദ്ധിജീവികളും. ഇവിടെയാണ് ഭാഷാപ്രശ്നത്തിൽ ആധുനികോത്തരബുദ്ധിജീവികളുടെ ലോകപദവിസങ്കല്പം ഒരു ബാധ്യതയായിത്തീരുന്നത്. സംസ്കൃതത്തിലും ഇംഗ്ലീഷിലും മാത്രം നങ്കൂരമിടുന്ന ബുദ്ധിജീവികളുടെ പരിമിതിയെക്കുറിച്ച് ജി.എൻ. ദേവിയെപ്പോലുള്ളവർ നേരത്തെ സൂചിപ്പിച്ചിട്ടുണ്ട്. ബുദ്ധിജീവിയുടെ ലോകപൗരത്വവും കീഴാളരുടെ ലോകപൗരത്വവും തമ്മിലുള്ള വൈരുധ്യം അതിന്റെ അകക്കാമ്പിൽ പ്രത്യക്ഷപ്പെടുന്നത് ഭാഷാസമരത്തിന്റെ മേഖലയിലാണ്.

മർദ്ദിതൻ എങ്ങിനെയാണ് ലോകപൗരത്വം നേടുന്നത്? കീഴാളന് ദേശീയ പൗരനാകാൻ കഴിയാത്ത അവസ്ഥയാണ് കൊളോണിയൽ സാഹചര്യത്തിലുണ്ടായിരുന്നത്. കീഴാള ഭാഷയ്ക്ക് ലോകഭാഷയാകാൻ കഴിയാത്ത, കീഴാളത്വത്തിലൂടെ ലോകപൗരത്വം ലഭിക്കാൻ കഴിയാത്ത സാഹചര്യമാണ് ഇന്നുള്ളത്. മർദ്ദകനിലൂടെയാണോ തന്നെ സാക്ഷാത്കരിക്കാൻ പോകുന്നത് എന്നതാണ് നിർണായകമായ ചോദ്യം. ഒരേ ആധിപത്യത്തിന്റെ അവസ്ഥയിലൂടെ കടന്നുപോകുന്ന മർദ്ദിത ഭാഷകൾ പരസ്പരം ബന്ധപ്പെടുക എന്നതാണ് ഇതിനുള്ള ബദൽ. മലയാളം ഉൾപ്പെടെയുള്ള ഭാഷകൾ സ്വയം മൂന്നാം ലോകഭാഷയായി തിരിച്ചറിയുകയും ഒരു ബദൽ ഭാഷാലോകം രൂപപ്പെടുത്തിയെടുക്കുകയും ചെയ്യുക എന്നതാണ് മുന്നിലുള്ള വഴി. വ്യക്തികേന്ദ്രിതമായ യൂറോ-അമേരിക്കൻ ഭാഷാശാസ്ത്രത്തിന്റെ ഉൾക്കാഴ്ചകൾ ഉപയോഗിക്കുമ്പോൾത്തന്നെ കറുത്ത ഭാഷാശാസ്ത്രം ലക്ഷ്യം വെക്കുന്നത് ഈ സാമൂഹ്യതയാണ്.

പണ്ഡിതന്മാർ തമ്മിലുള്ള ഐക്യമല്ല, ജനതകൾ തമ്മിലുള്ള ഐക്യമാണ് വേണ്ടത്. ഒരു രാജ്യത്തെ ജനതയിലേക്കുള്ള വഴി അവിടത്തെ മാതൃഭാഷയിലൂടെയാണ്. മാതൃഭാഷകൾ ചേരുമ്പോൾ രൂപപ്പെടുന്നതാണ് ലോകഭാഷ, അല്ലാതെയുള്ള എല്ലാ ലോകഭാഷാ സങ്കല്പവും അക്രമോത്സുകമാണ്.

ആഗോളവൽക്കരണത്തിന്റെ ഈ കാലത്ത് ദേശീയ പൗരപദവിക്കു വേണ്ടിയുള്ള മൂന്നാം ലോകത്തെ ഒരു ഭാഷയുടെ സമരം മറ്റു മൂന്നാം ലോകഭാഷകളുടെ അതേ കാര്യത്തിലുള്ള സമരവുമായി ബന്ധപ്പെട്ടിരിക്കുന്നു. മറ്റു ജനതകളുടെ സമാനമായ അനുഭവമണ്ഡലങ്ങളിലേക്ക് എത്തിപ്പിടിച്ചുകൊണ്ടു മാത്രമേ അപകോളനീകരണത്തിന്റെ ഒരു എതിർസ്ഥലം ഭാവനാമണ്ഡലത്തിൽ രൂപപ്പെടുകയുള്ളൂ. അതിന് സാധ്യമാകുന്ന സ്ഥാപനങ്ങൾ വളർന്നുവരേണ്ടത് അതുകൊണ്ടുതന്നെ അനിവാര്യവുമാണ്. മാതൃഭാഷയ്ക്കു വേണ്ടി നിലകൊള്ളുന്ന കേരളത്തിലെയും ഇന്ത്യയിലെയും ജനങ്ങൾക്ക് ദേശീയാതിർത്തികൾ കടന്ന് ഏഷ്യയിലെയും ആഫ്രിക്കയിലെയും തെക്കെ അമേരിക്കയിലെയും മാതൃഭാഷാസമരങ്ങളുടെ ഭാഗമാണ് തങ്ങളുടെ സമരങ്ങളുമെന്ന് കാണാൻ കഴിയണം. പ്രാദേശികതാബോധത്തിൽ നിന്നു മാത്രമല്ല, തുല്യതയിലടിസ്ഥാനപ്പെടുത്തിയ അത്തരം ഒരന്താരാഷ്ട്രബോധത്തിൽ നിന്നുകൊണ്ടു കൂടി വേണം ഭാഷയുടെ രാഷ്ട്രീയത്തെ ഇനി നോക്കിക്കാണാൻ. ആഗോളവൽക്കരണം ലക്ഷ്യമാക്കുന്നത് ഏകഭാഷാലോകമാണെങ്കിൽ അതിനു ബദലായ അന്താരാഷ്ട്രീയത ലക്ഷ്യമാക്കുന്നത് ബഹുഭാഷാലോകമാണ്.

(ഭൂമി മലയാളം, 2010 ജനുവരി)

അനുബന്ധം
എറിത്രിയ/അസ്മാറ പ്രഖ്യാപനം

ആഫ്രിക്കൻ ഭാഷകൾക്കും സാഹിത്യങ്ങൾക്കും വേണ്ടിയുള്ള അസ്മാറ പ്രഖ്യാപനം

ആഫ്രിക്കയിലെ എല്ലാ ഭാഗത്തുനിന്നും വന്ന ഞങ്ങൾ ആഫ്രിക്കയിലെ എഴുത്തുകാരും പണ്ഡിതരും 2000 ജനുവരി 11 മുതൽ 17 വരെ യോഗം ചേർന്ന് 'എല്ലാ പ്രതികൂലസാഹചര്യങ്ങൾക്കുമെതിരെ: ആഫ്രിക്കൻ ഭാഷകളും സാഹിത്യങ്ങളും ഇരുപത്തൊന്നാം നൂറ്റാണ്ടിൽ' എന്ന തലക്കെട്ടിൽ ഒരു സമ്മേളനം ചേർന്നു. ആഫ്രിക്കൻ മണ്ണിൽ ആഫ്രിക്കൻ ഭാഷകൾക്കും സാഹിത്യങ്ങൾക്കും വേണ്ടി ചേരുന്ന ആദ്യത്തെ സമ്മേളനമായിരുന്നു ഇത്. ഇതിൽ ആഫ്രിക്കയുടെ കിഴക്കുനിന്നും പടിഞ്ഞാറുനിന്നും വടക്കുനിന്നും തെക്കുനിന്നുമുള്ള പ്രതിനിധികളും രാജ്യത്തിനു പുറത്തു നിന്നും ഉള്ള എഴുത്തുകാരും പങ്കെടുത്തു. സാഹിത്യത്തിലും പാണ്ഡിത്യത്തിലും പ്രസാധനത്തിലും വിദ്യാഭ്യാസത്തിലും ഭരണത്തിലും ആഫ്രിക്കൻ ഭാഷകളുടെ ഇപ്പോഴത്തെ നിലയെക്കുറിച്ച് ഞങ്ങൾ പരിശോധിച്ചു. ആഫ്രിക്കൻ ഭാഷകളുടെയും സാഹിത്യത്തിന്റെയും ഓജസ്സിനെ ഞങ്ങൾ ഉയർത്തിപ്പിടിക്കുന്നു. അതിന്റെ ശേഷിയെ ഊന്നിപ്പറയുന്നു. എല്ലാ എതിർപ്പുകളെയും മറികടന്ന് ആഫ്രിക്കൻ ഭാഷകൾ വിനിമയത്തിന്റെയും വിജ്ഞാനത്തിന്റെയും വാഹകമായി അതിജീവിച്ചു നില്ക്കുന്നു. അതിന് ആയിരക്കണക്കിന് കൊല്ലത്തെ ലിഖിത പാരമ്പര്യമുണ്ട്. കോളനീകരണവും പുത്തൻ കോളനീകരണവും ആഫ്രിക്കൻ ഭാഷകൾക്കും സാഹിത്യത്തിനും മുന്നിൽ ഗൗരവതരമായ തടസ്സങ്ങളാണ് സൃഷ്ടിച്ചത്. ഈ തടസ്സങ്ങൾ ഇപ്പോഴും ബാധയായി നില്ക്കുകയും ഈ ഭൂഖണ്ഡത്തിന്റെ മനസ്സിന് തടയിടുകയും ചെയ്യുന്നു. കൊളോണിയൽ ഭാഷകൾ ഈ ഭൂഖണ്ഡത്തിനു വേണ്ടി സംസാരിക്കുന്നതിൽ ഞങ്ങൾക്ക് അനൗചിത്യം അനുഭവപ്പെടുന്നു.

പുതിയ നൂറ്റാണ്ടിന്റെയും സഹസ്രാബ്ദത്തിന്റെയും തുടക്കത്തിൽ സ്വന്തം ഭാഷയിലേക്കും പാരമ്പര്യത്തിലേക്കും തിരിഞ്ഞുകൊണ്ട് ആഫ്രിക്ക ഈ അനൗചിത്യത്തെ തള്ളിക്കളയേണ്ടതുണ്ട്. അതിനാൽ സംസ്കാരത്തെയും സാഹിത്യങ്ങളെയും ഭാഷകളെയും സംബന്ധിച്ച പ്രശ്നത്തെ ആഫ്രിക്കൻ രാജ്യങ്ങളിൽ കോളനീകരണവും പുത്തൻ

കോളനീകരണവും അതിന്റെ പിന്തുണക്കാരും സൃഷ്ടിച്ച സാമ്പത്തിക പ്രശ്നത്തിൽ നിന്ന് മാറ്റിനിർത്താനാവില്ല.

ആഫ്രിക്കൻ മനസ്സിന്റെ അപകോളനീകരണം രാഷ്ട്രീയത്തിന്റെയും സമ്പദ്ശാസ്ത്രത്തിന്റെയും അപകോളനീകരണത്തോട് ഒത്തുപോകുന്നു. ചരിത്രപ്രസിദ്ധമായ ഈ സമ്മേളനത്തിൽ അസ്മാറയിൽ ചേർന്ന ആഫ്രിക്കയുടെ എല്ലാ ഭാഗത്തുനിന്നുമുള്ള എഴുത്തുകാരും പണ്ഡിതരും താഴെ പറയുന്ന കാര്യങ്ങൾ പ്രഖ്യാപിക്കുന്നു:

1. ആഫ്രിക്കൻ ഭാഷകൾ ഈ ഭൂഖണ്ഡത്തിനു വേണ്ടി സംസാരിക്കാനുള്ള കടമയും ഉത്തരവാദിത്തവും വെല്ലുവിളിയും ഏറ്റെടുക്കണം.
2. ആഫ്രിക്കൻ ഭാഷകളുടെ ചൈതന്യത്തെയും തുല്യപദവിയെയും ആഫ്രിക്കൻ ജനതകളുടെ ഭാവിയിലുള്ള ശക്തിപ്പെടലിന്റെ അടിത്തറയായി തിരിച്ചറിയണം.
3. ആഫ്രിക്കൻ ഭാഷകളുടെ വൈവിധ്യം ആഫ്രിക്കയുടെ സമ്പന്നമായ സാംസ്കാരിക പാരമ്പര്യത്തെ പ്രതിഫലിപ്പിക്കുന്നു. ഇത് ആഫ്രിക്കൻ ഐക്യത്തിന്റെ ഉപകരണമായി ഉപയോഗിക്കപ്പെടണം.
4. ആഫ്രിക്കൻ ഭാഷകൾ തമ്മിലുള്ള പരസ്പരവിനിമയം അനിവാര്യമാണ്. ആഫിക്കൻ ഭാഷകൾ, ജനതകൾ തമ്മിലുള്ള അടുത്ത വിനിമയത്തിന് വിവർത്തനത്തെ പ്രയോജനപ്പെടുത്തണം.
5. ആഫ്രിക്കയിലെ എല്ലാ വിദ്യാർത്ഥികൾക്കും സ്വന്തം മാതൃഭാഷയിൽ പഠിക്കാനുള്ള അനിവാര്യമായ അവകാശമുണ്ട്. വിദ്യാഭ്യാസത്തിന്റെ എല്ലാ മണ്ഡലത്തിലും ആഫ്രിക്കൻ ഭാഷകളെ വികസിപ്പിക്കാനുള്ള ശ്രമം നടത്തേണ്ടതുണ്ട്.
6. ആഫ്രിക്കൻ ഭാഷകളിലെ ഗവേഷണം അതിന്റെ പുരോഗതിക്ക് ഒഴിച്ചുകൂടാനാവാത്തതാണ്. ആഫ്രിക്കയെക്കുറിച്ചുള്ള ഗവേഷണവും രേഖപ്പെടുത്തലും ഏറ്റവും നന്നായി ചെയ്യാൻ കഴിയുക ആഫ്രിക്കൻ ഭാഷകളിലാണ്.
7. ആഫ്രിക്കയെ സംബന്ധിച്ച് ശാസ്ത്ര സാങ്കേതിക വിദ്യയുടെ ഫലപ്രദവും ദ്രുതഗതിയിലുമുള്ള പുരോഗതി ആഫ്രിക്കൻ ഭാഷകളെ ആശ്രയിച്ചാണിരിക്കുന്നത്. ആഫ്രിക്കൻ ഭാഷകളുടെ പുരോഗതിക്കായി ആധുനിക സാങ്കേതികവിദ്യ ഉപയോഗിക്കണം.
8. ജനാധിപത്യം ആഫ്രിക്കൻ ഭാഷകളുടെ പുരോഗതിക്ക് അനിവാര്യമാണ്. തുല്യതയിലും സാമൂഹ്യനീതിയിലും അടിസ്ഥാനപ്പെടുത്തിയ

ജനാധിപത്യത്തിന്റെ വികാസത്തിന് ആഫ്രിക്കൻ ഭാഷകൾക്ക് നിർണായക പങ്കാണുള്ളത്.

9. ആഫ്രിക്കൻ ഭാഷകളിൽ മറ്റു ഭാഷകൾക്കുള്ളതു പോലെ തന്നെ ലിംഗപരമായ വിവേചനം അടങ്ങിയിരിക്കുന്നു. ഈ ലിംഗപരമായ മുൻവിധിയെ ആഫ്രിക്കൻ ഭാഷകൾ അതിന്റെ വികാസത്തിൽ മറികടക്കേണ്ടതുണ്ട്. അത് ലിംഗസമത്വം കൈവരിക്കേണ്ടതുണ്ട്.

10. ആഫ്രിക്കൻ മനസ്സുകളുടെ അപകോളനീകരണത്തിനും ആഫ്രിക്കൻ നവോത്ഥാനത്തിനും ആഫ്രിക്കൻ ഭാഷകൾ അനിവാര്യമാണ്.

ഈ സമ്മേളനത്തിൽ യാഥാർഥ്യമായ ഈ മുൻകൈ ആഫ്രിക്കയിലെ മറ്റു ഭാഗങ്ങളിലുള്ള സമ്മേളനങ്ങളിലൂടെ തുടരേണ്ടതുണ്ട്. ഈ പ്രഖ്യാപനത്തിന്റെ ചുവടു പിടിച്ച് സംവാദത്തിനും സഹകരണത്തിനുമുള്ള ശ്രമങ്ങൾക്കായി ഒരു സ്ഥിരം സമിതി സ്ഥാപിക്കപ്പെടുന്നതാണ്. അത് തുടക്കത്തിൽ എറിത്രിയയിലെ അസ്മാറയിലായിരിക്കും.

ആവുന്നത്ര ആഫ്രിക്കൻ ഭാഷകളിലേക്ക് വിവർത്തനം ചെയ്ത ഈ പ്രഖ്യാപനത്തിൽ എല്ലാ പ്രതിനിധികളും അടിവരയിടുന്നു. എല്ലാ ആഫ്രിക്കൻ രാജ്യങ്ങളോടും ആഫ്രിക്കൻ യൂനിയനോടും ഐക്യരാഷ്ട്ര സഭയോടും എല്ലാ അന്താരാഷ്ട്ര സംഘടനകളോടും പുതിയ നയങ്ങൾക്കുള്ള അടിത്തറയായി ആഫ്രിക്കൻ ഭാഷകളെ ശക്തിപ്പെടുത്തുന്ന ഈ ഉദ്യമത്തെ കാണാനും അതിനെ പിന്തുണയ്ക്കാനും അതിനോട് ഐക്യപ്പെടാനും ഞങ്ങൾ അഭ്യർത്ഥിക്കുന്നു.

ആഫ്രിക്കൻ ഭാഷകളെ ആഫ്രിക്കയ്ക്കകത്ത് മാത്രമല്ല പുറത്തും നിലനിർത്താൻ കഴിഞ്ഞതിലും പുതിയ ഭാഷകളുടെ രൂപീകരണത്തിൽ അതിന് പങ്കു വഹിക്കാൻ കഴിഞ്ഞതിലും ഞങ്ങൾക്കുള്ള അഭിമാനം ഞങ്ങൾ പ്രകടിപ്പിക്കുന്നു. ഈ പ്രഖ്യാപനത്തോട് ഐക്യപ്പെടാനും ഇതിന്റെ ലക്ഷ്യങ്ങൾ കൈവരിക്കുന്നതിൽ പങ്കാളികളാകാനും ആഫ്രിക്കയ്ക്കകത്തെയും പുറത്തെയും ജനങ്ങളോട് അഭ്യർത്ഥിക്കുന്നു.

അസ്മാറ
17 ജനുവരി 2000

ഗ്രന്ഥസൂചി

ഗൂഗി വാ തിഓംഗോ. 2007, *മനസിന്റെ അപകോളനീകരണം*, വിവ. ബിനു ഇടനാട്, ഗ്രാംഷി ബുക്സ്,കൊല്ലം

Anderson, Benedict. 1991, *Imagined Communities*, Verso, London.

Arnetha Ball, etal. (eds.). 2002, *Black Linguistics: Language, Society and Politics in Africa and the Americas*, Routledge, London.

Fergusen, Charles A. 1968, 'Language Development' In Dishman J.A, Fergusen C.A, and Das Gupta J (eds) *Language Problems of Developing Nations*, New York: John Wiley and Sons.

Cohen, Bernard. S. 1997, *Colonialism and Its Forms of Knowledge*, Oxford University Press.

Roy-Compbell. 2003, 'Linguistic Human Rights Overcoming Linguistic Discrimination' in Jacquelline Morris and Michel M Morris. *Languages in a Globalising World*, Cambridge University Press.

ബെൻ യഹൂദയും ഹീബ്രുവിന്റെ ആധുനികീകരണവും

ഇസ്രായേൽ ഇന്ന് പശ്ചിമേഷ്യയിലെ വേട്ടക്കാരനാണ്. അമേരിക്കൻ പിന്തുണയിൽ അവർ നടത്തിക്കൊണ്ടിരിക്കുന്ന കൂട്ടക്കൊലപാതകങ്ങൾ അറബ് ജനതയ്ക്കു മാത്രമല്ല ലോകമാനവികതയ്ക്കു തന്നെ ഭീഷണിയാണ്. പാലസ്തീനെ പരമാധികാര രാഷ്ട്രമായി അംഗീകരിക്കുന്നതിന് എതിർനില്ക്കുന്നത് ഇസ്രയേലും അമേരിക്കയുമാണ്. വർത്തമാന ചരിത്രം ഇതാണെങ്കിലും ഇന്നത്തെ നിലയിലുള്ള വേട്ടക്കാരാകുന്നതിന് മുമ്പ് വേട്ടയാടപ്പെട്ട ഒരു ജനതയായിരുന്നു ജൂതർ. ഇസ്രായേൽ രൂപപ്പെടുന്നതിന് മുമ്പ് അവർ ഒരു ജനതയെന്ന നിലയിൽ അനുഭവിച്ച യാതനകൾ നീണ്ട ചരിത്രമാണ്. ഇസ്രായേൽ എന്ന ജനതയെ ഒറ്റക്കെട്ടാക്കി നിർത്തുന്ന ശക്തി ജൂതമതത്തെക്കാൾ ഹീബ്രുഭാഷയാണ്. ഹീബ്രുവിന്റെ കഴിഞ്ഞ നൂറ്റാണ്ടിലുണ്ടായ വികാസത്തിന്റെ ചരിത്രം ആസന്ന മരണമായ ഭാഷകളുടെ ആസൂത്രണത്തെ സംബന്ധിച്ചിടത്തോളം വിലപ്പെട്ട പാഠമാണ്. മലയാളത്തെ സംബന്ധിച്ച ആലോചനകൾ ശക്തിപ്പെടുന്ന ഈ കാലത്ത് അതിൽ നിന്ന് ചില പാഠങ്ങൾ ഉൾക്കൊള്ളാനുമുണ്ട്.

ഹീബ്രുവിന്റെ തിരിച്ചുവരവിനും വികാസത്തിനും കാരണമായ ഏറ്റവും ആദ്യത്തേതും ഏറ്റവും പ്രധാനപ്പെട്ടതുമായ ഇടപെടൽ എലിസർ ബെൻ യഹൂദ (1858-1922)) എന്ന സ്കൂൾ അധ്യാപകനായ ഭാഷാ പണ്ഡിതന്റേതാണ്. അദ്ദേഹം രൂപപ്പെടുത്തിയ ഹീബ്രു നിഘണ്ടു ഭാഷാചരിത്രത്തിൽ ഒരു അദ്ഭുതമാണെന്നു പറയാം. പതിനാറു വാല്യങ്ങളാണ് അദ്ദേഹം ഒറ്റയ്ക്ക് തയ്യാറാക്കിയത്. അന്നത്തെ റഷ്യൻ സാമ്രാജ്യത്തിന്റെ പരിധിയിൽപെട്ട ഇന്നത്തെ ബെലാറസിലാണ് അദ്ദേഹം ജനിക്കുന്നത്. പിൽക്കാലത്ത് ഏറെയും ജീവിച്ചത് പാലസ്തീനിലും. പത്തൊമ്പതാം നൂറ്റാണ്ടിൽ മതാചാരങ്ങൾക്കു വേണ്ടി മാത്രം ഉപയോഗിച്ചുവന്നിരുന്ന മൃതഭാഷയായിരുന്നു ഹീബ്രു. എന്നു മാത്രമല്ല മതപരമല്ലാത്ത കാര്യങ്ങൾക്കു വേണ്ടി ഈ വിശുദ്ധഭാഷയെ ഉപയോഗിക്കുന്നതിനെ പൗരോഹിത്യം എതിർക്കുകയും ചെയ്തിരുന്നു. റോബർട്ട് സെന്റ് ജോണിന്റെ *പ്രവാചകരുടെ ഭാഷ-എലിസർ ബെൻ യഹൂദയുടെ ജീവി*

തകഥ (*The Tongue of the Prophets-The life story of Ben Yehuda)* എന്ന പുസ്തകം മൃതഭാഷയെ ജീവൽഭാഷയാക്കുന്നതിൽ ഒറ്റയാൾ പോരാട്ടം നടത്തിയ ബെൻ യഹൂദയുടെ ജീവിത കഥയാണ്. യഹൂദയുടെ പ്രവർത്തനങ്ങൾക്ക് പിന്നിലും മുന്നിലും നിന്ന് ശക്തിപകർന്ന അദ്ദേഹത്തിന്റെ ഭാര്യയായ ഹെംദ അന്തരിച്ച അതേ കൊല്ലമായ 1951-ലാണ് പുസ്തകം പുറത്തുവരുന്നത്.

റഷ്യൻ ചെറുപ്പക്കാരെ പുതിയ സ്വപ്നങ്ങൾ അസ്വസ്ഥപ്പെടുത്തിത്തുടങ്ങുന്ന കാലമാണ് എലിസർ ബാല്യം പിന്നിടുന്നത്. കൊസ്സാക്കുകൾക്കെതിരെയുള്ള വികാരം അക്കാലത്ത് റഷ്യൻ ചെറുപ്പക്കാരിൽ പടർന്നുപിടിച്ചിരുന്നു. ജൂതന്മാർ ലോകത്താകമാനം പീഡിപ്പിക്കപ്പെട്ടിരുന്ന കാലത്ത് ജൂതർക്കായി പ്രത്യേക രാഷ്ട്രം വേണമെന്ന ആവശ്യം മെല്ലെ കനപ്പെട്ടു തുടങ്ങുന്നതേ ഉണ്ടായിരുന്നുള്ളൂ. യൂറോപ്യൻ രാജ്യങ്ങളുൾപ്പെടെ പലയിടത്തും അവരെ രണ്ടാം കിട പൗരന്മാരായാണ് പരിഗണിച്ചിരുന്നത്. കാൾ മാർക്സ് തന്നെ ജൂതരുടെ പ്രശ്നത്തെക്കുറിച്ച് ഈ ഘട്ടത്തിൽ എഴുതുന്നുണ്ട്. ജൂതരാഷ്ട്രത്തെ പിന്തുണയ്ക്കുന്ന ജോർജ് എലിയറ്റിന്റെ *ദാനിയേൽ ഡെറോണ്ട* എന്ന നോവൽ പിന്നാലെ പ്രസിദ്ധീകരിക്കപ്പെടുന്നുണ്ട്.

മൂന്നു വയസ്സിൽ തന്നെ ഹീബ്രുവും പഴയ നിയമവും പഠിച്ചുതുടങ്ങിയ എലിസർ പിന്നീട് പഠിച്ച ഭാഷകളിൽ ഫ്രഞ്ചും റഷ്യനും ജർമനും ഉൾപ്പെടുന്നു. ജോസഫ് ബ്ലൂക്കർ എന്ന പുരോഹിതനായ അധ്യാപകൻ *റോബിൻസൺക്രൂസോ*വിന്റെ ഹീബ്രു പരിഭാഷ ബാലനായ യെഹൂദയെ വായിച്ചുകേൾപ്പിക്കുകയും ഹീബ്രുവിനോടുള്ള അഭിനിവേശം ജനിപ്പിക്കുകയും ചെയ്തു. എന്നാൽ മതപരമായ ഹീബ്രുഭാഷ ഇതുപോലെ മതേതരമായ ആവശ്യങ്ങൾക്കു വേണ്ടി ഉപയോഗിച്ചതിന്റെ പേരിൽ പാഠശാലയിൽ നിന്നു പുറത്താക്കപ്പെട്ട എലിസർക്ക്, ഷ്ലോമോ യോനാസ് എന്ന ഹീബ്രുഭാഷാഭിമാനിയായ നല്ല മനുഷ്യനാണ് അഭയം നൽകിയത്. എലിസറെ അദ്ദേഹത്തിന്റെ മകൾ ഡിബോറ ഫ്രഞ്ചും ജർമനും റഷ്യനും പഠിപ്പിച്ചു. ഉപരിപഠനത്തിനായി ആ വീടു വിടുമ്പോൾ ഡിബോറ ഹീബ്രുവിൽ പ്രണയവാചകം എലിസറുമായി കൈമാറിയിരുന്നു. താൻ കാണിച്ച സ്നേഹം ഹീബ്രുഭാഷയ്ക്കു വേണ്ടിയുള്ള പ്രവർത്തനമായാണ് തിരിച്ചുനൽകേണ്ടത് എന്ന് യോനാസ് എലിസറോട് ആവശ്യപ്പെട്ടിരുന്നു. തുടർന്ന് പാരീസിലെ സർബോൺ സർവകലാശാലയിലെത്തിച്ചേർന്ന എലിസർക്ക് ആധുനികലോകത്തിന്റെ ഏറ്റവും

പുതിയ ആശയങ്ങളും വിക്റ്റർ യൂഗോവിനെപ്പോലുള്ള അവിടത്തെ സമുന്നതരായ സാഹിത്യസാംസ്കാരിക നായകരുടെ സാന്നിധ്യവും പുതിയ സ്വപ്നങ്ങൾ നൽകി. ആ ഘട്ടത്തിലാണ് ഹീബ്രുവിനെ സംസാരഭാഷയും ആധുനിക ഭാഷയുമാക്കുന്നതിനുള്ള തീരുമാനം അദ്ദേഹം എടുക്കുന്നത്. ഇക്കാര്യം തന്റെ കാമുകിയായ ഡിബോറയെ എഴുത്തിലൂടെ അറിയിച്ചു. ഈ ഘട്ടത്തിലാണ് ബെൻ യഹൂദ എന്ന ഹീബ്രു പേര് അദ്ദേഹം സ്വീകരിക്കുന്നത്. ഇസ്രയേൽ എന്ന മാതൃരാജ്യത്തിനു വേണ്ടി ആഹ്വാനം ചെയ്തുകൊണ്ടുള്ള തന്റെ ലേഖനത്തോടൊപ്പം നൽകിയ തൂലികാനാമമായിരുന്നു അത്. പാരീസിൽ പഠിക്കുന്ന കാലത്ത് താഷ്നിക്കോഫ് എന്ന പോളണ്ടുകാരനായ സുഹൃത്തുമായി പോളിഷ് ജനതയുടെ അസ്വാതന്ത്ര്യത്തെ കുറിച്ച് ചർച്ച ചെയ്യുമ്പോൾ എലിസർ ജൂതന്മാരുടെ പ്രത്യേക രാഷ്ട്രത്തെ പറ്റിയുള്ള തന്റെ സ്വപ്നവും പങ്കുവെച്ചു. അതിനെ സുഹൃത്ത് പിന്തുണച്ചു എങ്ങനെ ഹീബ്രുവിനെ ആധുനികമാക്കാം എന്ന കാര്യം എലിസർ വിവരിച്ചു. ആവിക്കും യന്ത്രത്തിനും വാക്കുകൾ ഹീബ്രുവിലുണ്ട്. എന്നാൽ ആവി എഞ്ചിന് വാക്കില്ല. അവയെ യോജിപ്പിച്ച് ഇംഗ്ലീഷുകാരും ഫ്രഞ്ചുകാരും ചെയ്യുന്നതു പോലെ പുതിയ വാക്കുണ്ടാക്കാം. അതിന് ഹീബ്രു സാഹിത്യത്തിലൂടെ വർഷങ്ങൾ സഞ്ചരിക്കേണ്ടി വരുമെന്നും കുറ്റാന്വേഷകന്റെയും പണ്ഡിതന്റെയും മാന്ത്രികന്റെയും പേറ്റിച്ചിയുടെയും ജോലികൾ ഒരാൾ അപ്പോൾ ചെയ്യേണ്ടി വരുമെന്നും പദ്ധതിയെ പിന്തുണച്ചുകൊണ്ട് സുഹൃത്ത് ഓർമപ്പെടുത്തി. പിൽക്കാലത്ത് എലിസർ ഭാഷയ്ക്കു വേണ്ടി ചെയ്തത് ഈ ജോലികൾ തന്നെയായിരുന്നു. ഭാഷയ്ക്കും രാഷ്ട്രത്തിനും വേണ്ടിയുള്ള വാദത്തെ യാഥാർഥ്യബോധത്തിന് നിരക്കാത്തതെന്ന് വിമർശിച്ചവർക്ക് എലിസർ കൊടുത്ത മറുപടി രാഷ്ട്രചരിത്രത്തിന്റെ ചില സന്ദർഭങ്ങളിൽ പ്രായോഗികമതികളായ ബുദ്ധിമാന്മാരേക്കാൾ ഇരുണ്ട തിരശ്ശീലക്ക് അപ്പുറത്തേക്ക് നോക്കാൻ ശേഷിയുള്ളവർക്ക് പ്രാധാന്യമുള്ള ഘട്ടമുണ്ടാകുമെന്നുള്ളതായിരുന്നു.

ഹീബ്രുവിൽ പ്രണയം കൈമാറിയ ഡിബോറയെ എലിസർ വിവാഹം ചെയ്തു. വിവാഹം കഴിച്ചപ്പോൾ അവളോട് ഹീബ്രു മാത്രം സംസാരിക്കാൻ പറഞ്ഞു. എലിസർ പാലസ്തീനിലെത്തി സ്കൂൾ അധ്യാപകനായി ജോലി ആരംഭിച്ചു. ഓട്ടോമൻ തുർക്കി സാമ്രാജ്യാതിർത്തിയിലുള്ള പ്രദേശമായിരുന്നു അന്ന് പാലസ്തീൻ. യിദ്ദിഷിനായിരുന്നു അന്ന് അവിടെ പ്രാധാന്യം. മക്കളെ ഹീബ്രു ഭാഷ മാത്രം പഠിപ്പിച്ചു. അവ

രോട് ഹീബ്രുവിൽ മാത്രം സംസാരിച്ചു. പഴയ ഹീബ്രു ഗ്രന്ഥങ്ങളിൽ നിന്ന് അതിനായുള്ള വാക്കുകൾ കണ്ടെത്തി. എലിസറിന്റെ ഭാഷാപരമായ ആശയത്തോട് അനുഭാവമുള്ളവർ ചേർന്ന് ഭാഷാസംരക്ഷണ സേന എന്ന ഒരു പ്രസ്ഥാനമുണ്ടാക്കി. അവർ ഇങ്ങനെ ഒരു പ്രതിജ്ഞയെടുത്തു; "ഇസ്രായേലിൽ ജീവിക്കുന്ന ഈ സംഘടനയിലെ അംഗങ്ങൾ പരസ്പരം ഹീബ്രുവിലാണ് സംസാരിക്കുക. സമൂഹത്തിലും യോഗങ്ങളിലും തെരുവുകളിലും അതായിരിക്കും ഉപയോഗിക്കുക. അതിൽ അവർ ലജ്ജിക്കുകയില്ല. ഈ ഭാഷ അവർ തങ്ങളുടെ കുട്ടികളെ പഠിപ്പിക്കാൻ ഉപയോഗിക്കും. വീട്ടിലും സംസാരിക്കുന്നത് ഈ ഭാഷയായിരിക്കും. അന്യഭാഷ സംസാരിക്കുന്നവരോട് അവർ ചോദിക്കും. നിങ്ങൾക്ക് ലജ്ജയില്ലേ സ്വഭാഷവിട്ട് മറ്റു ഭാഷകൾ ഉപയോഗിക്കാൻ?" ഈ സംഘടന പറഞ്ഞ അവസ്ഥ പൂർണമായത് ദശകങ്ങൾക്കു ശേഷമാണ്.

ഇസ്രായേൽ എന്ന രാജ്യം ജനിക്കുന്നതിനു മുമ്പു തന്നെ താൻ ഇസ്രായേലിലെ പൗരനാണെന്ന് അദ്ദേഹം പ്രഖ്യാപിച്ചു. 1884-ൽ യൂറോപ്യൻ മാതൃകയിലുള്ള ആദ്യത്തെ ഹീബ്രു പത്രം അദ്ദേഹത്തിന്റെ പത്രാധിപത്യത്തിൽ ആരംഭിച്ചു; ദീർ (Deer) എന്ന പേരിൽ. പത്രത്തിനായി പുതിയ വാക്കുകൾ രൂപപ്പെടുത്തി. അതേ സമയം സ്കൂളിൽ ഏഴു മണിക്കൂർ ദിവസവും ഹീബ്രു പഠിപ്പിക്കുകയും ചെയ്തു. 19 മണിക്കൂർ ദിവസവും ജോലി ചെയ്തു. ആ ഘട്ടത്തിലാണ് ഹീബ്രു നിഘണ്ടുവിന്റെ പണി തുടങ്ങുന്നത്. ഇനി വരാനുള്ള അര നൂറ്റാണ്ടു കാലം അതിനായി നീക്കിവെക്കുകയും കൂടിയായിരുന്നു അദ്ദേഹം. മതയാഥാസ്ഥിതികരുടെ നടപടിയെ വിമർശിച്ചുവെന്നതിന്റെ പേരിൽ പത്രം ഇതിനിടയിൽ നിരോധിക്കപ്പെട്ടു. ഭാര്യയായ ഡിബോറയും ഹീബ്രു പഠിപ്പിക്കാൻ ആരംഭിച്ചു. 1891-ൽ ക്ഷയരോഗം മൂലം ഭാര്യ മരിച്ചു. തൊട്ടു പിന്നാലെ പത്തുദിവസത്തെ ഇടവേളയിൽ മൂന്ന് മക്കളും മരിച്ചു. മതവിരുദ്ധനായ ഒരാളുടെ ഭാര്യ എന്ന നിലയിൽ ഡിബോറയുടെ ശരീരം അടക്കം ചെയ്യാൻ പുരോഹിതർ ഒരു ഘട്ടത്തിൽ തയ്യാറായില്ല. അതിനു തയ്യാറായി ബദൽഗ്രൂപ്പുകൾ രംഗത്തു വന്നതോടെ മാത്രമാണ് പുരോഹിതർ അതിന് സന്നദ്ധരായത്.

ഇതിനിടയിൽ ഹീബ്രു പാഠപുസ്തകങ്ങളും അദ്ദേഹം പ്രസിദ്ധീകരിക്കാൻ തുടങ്ങി. ഇസ്രായേലിൽ പുതിയ വ്യവസായങ്ങളെ പ്രോത്സാഹിപ്പിച്ചു. ഇസ്രായേൽ രൂപപ്പെടുന്നതിനു മുമ്പുതന്നെ 'മേഡ്' ഇൻ

ഇസ്രായേൽ' എന്ന പേരിൽ ഉല്പന്നങ്ങൾ വന്നു തുടങ്ങി. പത്രത്തിൽ എഴുതിയതിന്റെ പേരിൽ ഇതിനിടയിൽ അദ്ദേഹത്തിന് തടവിലും കഴിയേണ്ടിവന്നു.

ജൂതരുടെ പ്രസ്ഥാനത്തിനു വേണ്ടി വാദിക്കുന്ന എഴുത്തുകാരുമായി അദ്ദേഹം പത്രത്തിലൂടെ ബന്ധപ്പെട്ടു. യൂറോപ്പിലും അമേരിക്കയിലുമുള്ള ജൂതർ തങ്ങളോടുള്ള വിവേചനം അവസാനിപ്പിക്കണമെങ്കിൽ സ്വന്തമായ രാഷ്ട്രത്തിനേ കഴിയുകയുള്ളൂ എന്ന് ധരിച്ച് പരസ്പരം അറിയാതെ അനേകം ശ്രമങ്ങൾ നടത്തുന്നുണ്ടായിരുന്നു. സ്വന്തമായ രീതിയിൽ അമേരിക്കൻ ഭൂഖണ്ഡത്തിൽ ജൂതരാഷ്ട്രത്തിന് ശ്രമിച്ച സാൻഗ്വിലും ഇതിൽ ഉൾപ്പെട്ടിരുന്നു. അമേരിക്കയെ വിവിധ വംശങ്ങൾ ചെന്നു ലയിക്കുന്ന, ഉരുകിച്ചേരുന്ന പാത്രമായി ചിത്രീകരിക്കുന്ന അദ്ദേഹത്തിന്റെ കൃതി പ്രസിദ്ധമാണ്. മറ്റനേകം ഇടങ്ങളിൽ സ്വതന്ത്രമായി ഈ വാദം ഉയർന്നുകഴിഞ്ഞിരുന്നു. അമേരിക്കയിലെ സിയോണിസ്റ്റ് വനിതാ നേതാക്കൾ ഹെന്റീറ്റ സോൾ, എമ്മ ലസാറസ് തുടങ്ങിയവരും ഈ ശ്രമങ്ങൾ നടത്തുന്നുണ്ടായിരുന്നു. ഈ ശ്രമങ്ങളൊക്കെ നടന്നുകഴിഞ്ഞ ശേഷമാണ് ഇസ്രായേലിന്റെ രാഷ്ട്രീയ സ്വപ്നത്തിന് ഗതിവ്യതിയാനം വരുത്തിയ *ജൂതരാഷ്ട്രം* എന്ന തിയോഡർ ഹെർസലിന്റെ പുസ്തകം 1896-ൽ പുറത്തിറങ്ങുന്നത്. അടുത്തവർഷം സ്വിറ്റ്സർലാന്റിലെ ബേസിലിൽ ലോക ജൂതസമ്മേളനം നടന്നു. പണപരമായ ഞെരുക്കം ബാധിച്ചതിനാലും രാഷ്ട്രീയമായ അനുമതി ലഭിക്കാത്തതിനാലും എലിസർ ഈ സമ്മേളനത്തിൽ പങ്കെടുത്തില്ല. എന്നാൽ സമ്മേളനത്തിൽ രൂപപ്പെടുത്തിയ ലോക സിയോണിസ്റ്റ് സംഘടനയുടെ പ്രവർത്തക സമിതിയിലേക്ക് ദീറിന്റെ പത്രാധിപർ എന്ന നിലയിൽ അദ്ദേഹം തെരഞ്ഞെടുക്കപ്പെട്ടു. ഹീബ്രു സർവകലാശാല, ബാങ്ക് തുടങ്ങിയവയൊക്കെ ചർച്ച ചെയ്യപ്പെട്ടു തുടങ്ങിയിരുന്നു. കൊടിയും ദേശീയഗാനവുമൊക്കെ നിശ്ചയിക്കപ്പെട്ടു.

ജൂതരാഷ്ട്രത്തെ കുറിച്ച് വംശീയതയിലും മതബോധത്തിലും അടിസ്ഥാനപ്പെടുത്തിയ സങ്കല്പമായിരുന്നില്ല എലിസർക്കുണ്ടായിരുന്നത്. ജൂതസംഘടനയോട് അദ്ദേഹം അഭ്യർത്ഥിച്ചത് അത് യാഥാസ്ഥിതികരായ ജൂതമതക്കാരുടെ സംഘടന മാത്രമാകരുത് എന്നാണ്. അതിൽ ക്രിസ്ത്യാനികളടക്കം വ്യത്യസ്ത മതത്തിൽപെട്ടവർ ഉണ്ടായിരിക്കണം. മറ്റു മതക്കാരെയും രാജ്യക്കാരെയും വംശക്കാരെയും വിവാഹം കഴിച്ചവർ ഉണ്ടാകണം. നിർണായകമായ കാര്യം, ഭാഷയാണ് ഒരു ജനത എന്ന

നിലയിൽ അവരെ ഒന്നിപ്പിക്കേണ്ടത് എന്നതാണ്. ഭാഷയുടെ പ്രാധാന്യം നേതാക്കളെ ബോധ്യപ്പെടുത്താനും തന്റെ പത്രത്തിന് പിന്തുണ ലഭിക്കാനുമായി അദ്ദേഹം യൂറോപ്പ് സന്ദർശിച്ചു. പാരീസിൽ വെച്ച് ബേസിലിലെ സമ്മേളനത്തിൽ നിർണായക പങ്കുവഹിച്ച എഴുത്തുകാരനും ശാസ്ത്രജ്ഞനുമായ ഡോ. മാക്സ് നോർഡുവുമായി സംഭാഷണം നടത്തി. അലയൻസ് ഇസ്രായേലിറ്റ് എന്ന സംഘടനയുടെ സ്ഥാപകനായ നാർസിസെ ലെവനെയും കണ്ടു. പാരീസ് നാഷണൽ ലൈബ്രറിയിലിരുന്ന് തന്റെ നിഘണ്ടുവിനായി വിവരങ്ങളും ശേഖരിച്ചു.

എലിസർ വിയന്നയിൽ ചെന്ന് പരമോന്നത നേതാവായ ഹെർസലിനെ കണ്ടു ചർച്ച നടത്തി. ഹീബ്രു ഭാഷയുടെ പ്രാധാന്യം അദ്ദേഹത്തോട് വ്യക്തമാക്കി. അതിന് ഹെർസൽ പറഞ്ഞ മറുപടി ഇതായിരുന്നു. ആദ്യം ജൂതന്മാർ പാലസ്തീനിൽ പോകട്ടെ. അവിടെ കുറച്ച് തലമുറകൾ ജീവിക്കട്ടെ. എന്നിട്ട് അവർ തീരുമാനിക്കട്ടെ ഏതു ഭാഷ സംസാരിക്കണമെന്ന്. ജൂതരാഷ്ട്രീയ നേതാക്കളിൽനിന്ന് താനുദ്ദേശിക്കുന്ന മട്ടിലുള്ള സഹായമൊന്നും കിട്ടില്ലെന്ന് എലിസർക്ക് ബോധ്യമായി. അദ്ദേഹം ഒറ്റപ്പെട്ടു. ഭാര്യ ഡിബോറ മരിച്ച ശേഷം മോസ്കോ സർവകലാശാലയിൽ പഠിക്കുന്ന അവരുടെ അനുജത്തി പോള സ്വയം സന്നദ്ധയായി അദ്ദേഹത്തിന്റെ ഭാര്യാപദവിയും സഹോദരിയുടെ സന്തതികളെയും ഏറ്റെടുത്തിരുന്നു. ഹീബ്രുവിലുള്ള ഹെംദ എന്ന പേര് സ്വീകരിച്ച അവർ ഹീബ്രു പഠിച്ചെടുത്തു. ഈ ഘട്ടം മുതൽ അദ്ദേഹത്തിന്റെ പദ്ധതിയെ മുന്നിലും പിന്നിലും നിന്ന് സഹായിച്ചത് ഹെംദയാണ്. മുടങ്ങിപ്പോയ എലിസറിന്റെ പത്രത്തിന് പകരം ഹെംദയ്ക്ക് പത്രം നടത്താനുള്ള അനുമതി കിട്ടി. എലിസർ നിഘണ്ടുവിൽ ശ്രദ്ധ കേന്ദ്രീകരിച്ചു.

നിഘണ്ടു നിർമാണം അനന്യമായിരുന്നു. ചിലപ്പോൾ ബ്രിട്ടീഷ് മ്യൂസിയം ലൈബ്രറിയിൽ പഴയ ഭാഷാഗ്രന്ഥങ്ങൾ തപ്പുമ്പോൾ ഇല്ലെന്നു കരുതിയ ചില വാക്കുകൾ അറിയാതെ കിട്ടും. ചിലപ്പോൾ ഹീബ്രുവുമായി ഗോത്രബന്ധമുള്ള ഭാഷകളിൽ നിന്ന് പദങ്ങൾ സ്വീകരിക്കും. ചിലപ്പോൾ അറബിയിൽ നിന്ന്. ചിലപ്പോൾ നാശോന്മുഖമായി എന്നു കരുതിയ ചാർച്ചയുള്ള മറ്റു ചെറിയ ഭാഷകളിൽ നിന്ന്. അറബിയെ അദ്ദേഹം പ്രധാനമായി കരുതി. എന്തെന്നാൽ അതാണ് ജീവിച്ചിരിക്കുന്ന ഒരേയൊരു സെമിറ്റിക് ഭാഷ. പക്ഷെ പുതിയ കാലത്തെ ആവശ്യങ്ങൾക്കു വേണ്ടി ഉപയോഗിച്ചു ശീലിക്കാതിരുന്നതുകൊണ്ട് അതിന്റെ പദകോശവും ആധുനികവൽക്കരിക്കപ്പെട്ടിരുന്നില്ല എന്ന

പരിമിതിയും അദ്ദേഹം കണ്ടു. ചിലപ്പോൾ അദ്ദേഹത്തിന് സ്വന്തമായി വാക്കുകൾ ഉണ്ടാക്കേണ്ടി വന്നു. അപ്പോഴും തോന്നിയ മട്ടിലല്ല അത് ചെയ്തത്. ഏതെങ്കിലും ഹീബ്രു പ്രകൃതിയിൽ നിന്ന് വികസിപ്പിച്ചെടുത്ത തായിരിക്കും അത്. ആകാശം എന്നർത്ഥമുള്ള അവീർ എന്ന വാക്കിൽ നിന്ന് വിമാനത്തിനായി അവിറോൺ എന്ന പദമുണ്ടാക്കിയെടുത്തു. ചരിത്രത്തിൽ എപ്പോഴാണ് ഒരു വാക്ക് ആദ്യം പുസ്തകത്തിൽ ഉപയോഗിച്ചത് എന്ന് അദ്ദേഹം രേഖപ്പെടുത്തി.

തന്റെ കുടുംബം നടത്തുന്ന ഹീബ്രു പത്രത്തിൽ പുതിയ വിജ്ഞാന ശാഖകളെ വിശദീകരിക്കുന്ന പുതിയ പുതിയ വാക്കുകൾ എല്ലാ ലക്കത്തിലും ഉൾപ്പെടുത്തി. എലിസർ ബെൻ യഹൂദയുടെ വാക്കിന്റെ ഫാക്ടറി എന്ന് എതിരാളികൾ അതിനെ പരിഹസിച്ചു. അനുകൂലികളാകട്ടെ അതിനെ ഭാഷാപരമായ ലബോറട്ടറിയെന്ന് വിളിച്ചു. തങ്ങളറിയാത്ത പുതിയ വാക്കുകൾ വിദ്യാർത്ഥികൾ അതിലൂടെ പഠിച്ചെടുക്കുന്നത് കണ്ട് അധ്യാപകർ അസ്വസ്ഥരായി. താനുണ്ടാക്കുന്ന വാക്കുകൾ പൊതുജനങ്ങൾക്ക് സ്വീകരിക്കുകയോ നിരസിക്കുകയോ ചെയ്യാമെന്നതായിരുന്നു അദ്ദേഹത്തിന്റെ സമീപനം. ആദ്യം വാക്കുകൾ കുടുംബത്തിലും തൊട്ടടുത്ത സദസ്സുകളിലും അവതരിപ്പിച്ച് അംഗീകാരമോ നിരാസമോ പരിശോധിച്ചാണ് പലപ്പോഴും അത് പുറത്തേക്ക് വന്നത്. എങ്ങനെയാണ് ഒരു വ്യക്തിക്ക് വാക്കുകൾ നിർമിക്കാനുള്ള ആധികാരികത കൈവരുന്നത് എന്ന ചോദ്യത്തിന് അദ്ദേഹം നൽകിയ ഉത്തരം താൻ ഖനനം നടത്തുക മാത്രമാണ് ചെയ്യുന്നത് എന്നതാണ്.

ഇങ്ങനെയെല്ലാമായിട്ടും തനിക്ക് ലഭിക്കാതെ പോയ രാഷ്ട്രീയ പിന്തുണ അദ്ദേഹത്തെ നിരാശനാക്കി. നിഘണ്ടുവിന്റെ പ്രസിദ്ധീകരണത്തിന് ആരും പണം മുടക്കാൻ തയ്യാറായില്ല. ഒരു ദിവസം ഭാര്യയായ ഹെംദ കണ്ടത് എലിസർ തന്റെ നിഘണ്ടുവിന്റെ കയ്യെഴുത്തു പ്രതിക്കു നേരെ തീപ്പെട്ടി ഉരക്കാൻ നോക്കുന്നതാണ്. കത്തിപ്പോകുമായിരുന്ന ആദ്യവാല്യത്തെ ലോകത്തിന്റെ വെളിച്ചം കാണിക്കുന്നതിനുള്ള ദൗത്യം ഹെംദ ഏറ്റെടുത്തു.

നിഘണ്ടുവിന്റെ ആദ്യവാല്യത്തിന്റെ കയ്യെഴുത്തു പ്രതിയുമായി ഹെംദ യൂറോപ്പിലെ ഓറിയന്റലിസ്റ്റ് ഭാഷാപണ്ഡിതരെ ചെന്നു കണ്ടു. അവർ അതിനെ പ്രശംസിച്ചു. ഭാഷാശാസ്ത്രത്തിന് തന്റെ തലമുറയിലെ ഏറ്റവും വലിയ സംഭാവന നൽകുകയാണ് എലിസർ ബെൻ യഹൂദ ചെയ്യുന്നത് എന്ന് അവർ ഒറ്റക്കെട്ടായി വാഴ്ത്തി. ഈ പിന്തുണയുടെ ബല

ത്തിൽ ജൂതസംഘടനകളിൽനിന്ന് സംയുക്തമായി അത് പ്രസിദ്ധീകരിക്കുന്നതിനുള്ള ഫണ്ട് സംഘടിപ്പിച്ചു.

പ്രസിദ്ധീകരിച്ചു കണ്ടപ്പോൾ ഭാഷാവിദഗ്ധർ പോലും ഞെട്ടി. കാരണം അത് അസാധാരണമായ ഒരു നിഘണ്ടുവായിരുന്നു. ആദ്യത്തെ വാക്കിന്റെ വിശദീകരണം തന്നെ അനേകപുറങ്ങൾ നീളുന്നതായിരുന്നു. കാരണം എന്നർത്ഥമുള്ള കീ എന്ന വാക്കിന് മാത്രം ഇരുപത്തിനാല് കോളം വിശദീകരണമുണ്ടായിരുന്നു. ഓരോ ഹീബ്രു വാക്കിന്റെയും പിറകെ അതിന്റെ ഫ്രഞ്ച്, ജർമൻ, ഇംഗ്ലീഷ് വിവർത്തനങ്ങളുണ്ടാകും. അതോടൊപ്പം അറബിക്, അസീരിയൻ, ഗ്രീക്ക്, ലാറ്റിൻ തുടങ്ങിയ ഭാഷകളിലേക്കുള്ള സൂചനകളുമുണ്ടാകും. എങ്ങിനെ ഓരോ വാക്കും കാലഘട്ടങ്ങളിലൂടെ പരിവർത്തനത്തിന് വിധേയമായി എന്ന ചരിത്രപരമായ വിശദീകരണവും ഉണ്ടാകും. ബൈബിളിൽ മുതൽ മതേതര സാഹിത്യത്തിൽ വരെ അതെങ്ങിനെ പ്രയോഗിക്കപ്പെട്ടുവെന്ന് വിശദീകരിച്ചു. അതിനെയെല്ലാം വാക്കിന്റെ സാക്ഷികൾ എന്ന് എലിസർ വിളിച്ചു. അറിയപ്പെടാത്ത കവികളുടെ രചനകൾ, ലൈബ്രറികളിലെ കയ്യെഴുത്തുപ്രതികൾ ഒക്കെ സാക്ഷികളായി. ഓരോ വാക്കിന്റെയും പ്രയോഗരീതികൾ നൽകി. വീട്, കടകൾ, തെരുവുകൾ തുടങ്ങിയ പരിസരങ്ങളിലെല്ലാം ഉപയോഗിക്കപ്പെടുന്നവയായിരുന്നു അവ. നിർവചനത്തിന്റെയും പര്യായത്തിന്റെയും പരിവർത്തനത്തിന്റെയും എതിർപദങ്ങളുടെയും കൂടി ഒരു നിഘണ്ടുവായി അത് മാറി.

ഒരു നിരൂപകൻ പിന്നീട് പ്രശംസിച്ചത് ബെൻ യഹൂദ വാക്കുകളെയല്ല പരിശോധിച്ചത് ചിന്തകളെയാണ്, വാക്യങ്ങളെയല്ല സമാഹരിച്ചത് ആശയങ്ങളെയാണ് എന്നാണ്. എന്തുകൊണ്ട് താൻ ഇങ്ങനെ ഒരു നിഘണ്ടു രൂപപ്പെടുത്തി എന്നത് അദ്ദേഹം പിന്നീട് വിശദീകരിച്ചു: വാക്ക് സ്വയം ഓർമയിൽ നില്ക്കുകയില്ല. അയാളുടെ പൂർണമായ ചിന്തയിലെ ഒരു ഘടകമായി ഒരു വാക്ക് മാറുമ്പോൾ മാത്രമാണ് അത് ഓർമയിൽ തങ്ങുക.

ഹീബ്രു ഒരു ആധുനിക ഭാഷയായി അംഗീകരിക്കപ്പെട്ടു തുടങ്ങുകയായിരുന്നു. അതിനെ പഠനമാധ്യമമാക്കാനുള്ള സമരത്തിലാണ് അടുത്തതായി അദ്ദേഹം ഏർപ്പെട്ടത്. 1910 ൽ ഹൈയ്ഫ എന്ന സ്ഥലത്ത് ആദ്യമായി ടെക്നിക്കൽ സ്കൂൾ തുടങ്ങിയപ്പോൾ ഏതു ഭാഷയിലായിരിക്കണം പഠനമാധ്യമം എന്ന ചർച്ച വന്നു. ജർമനിലായിരിക്കണം അത് പഠിപ്പിക്കേണ്ടത് എന്ന് നിശ്ചയിക്കപ്പെട്ടു. ബെൻ യഹൂദ ഡയറക്ടറോട്

ശക്തമായി തന്റെ പ്രതിഷേധം അറിയിച്ചു. ഡയറക്ടർ കൈ മലർത്തി. നിർദ്ദേശം വന്നിരിക്കുന്നത് ജർമൻ കൈസറിൽ നിന്നാണ്. പാലസ്തീനിലെ എല്ലാ വിദ്യാലയങ്ങളുടെയും മാധ്യമം ജർമനായിരിക്കണം എന്നാണ് കൈസറുടെ നിർദ്ദേശം. തന്റെ ശവത്തിൽ ചവിട്ടി മാത്രമേ ജർമൻ മാധ്യമമാക്കാൻ കഴിയൂ എന്ന് ബെൻ യഹൂദ പ്രഖ്യാപിച്ചു. ഹീബ്രു ഭാഷയാക്കണം മാധ്യമമെന്ന് പറഞ്ഞ് അധ്യാപകരും വിദ്യാർത്ഥികളും പഠിപ്പുമുടക്കി പ്രതിഷേധിച്ചു. ജർമൻകാർ തുലയട്ടെ ഹീബ്രു ജീവിക്കണം എന്ന മുദ്രാവാക്യം മുഴങ്ങി. സമരം അടുത്ത നഗരങ്ങളിലേക്കും വ്യാപിച്ചു. അതിനിടയിൽ ബെൻ യഹൂദയുടെ മുൻകയ്യിൽ ഹീബ്രു മാധ്യമമായി 55 സ്കൂളുകൾ പുതുതായി തുറക്കപ്പെട്ടു. ജർമനൊപ്പം ഹീബ്രുവും അനുവദിക്കപ്പെട്ടുകൊണ്ട് സമരം ഒത്തുതീർന്നു. ഭാഷായുദ്ധം എന്ന് ഇസ്രായേലിന്റെ ചരിത്രത്തിൽ അറിയപ്പെടുന്ന സമരമാണത്. ഹീബ്രു മാധ്യമമായി നിലനിർത്തിക്കൊണ്ട് ഫ്രഞ്ച്, ജർമൻ, റഷ്യൻ, ഇംഗ്ലീഷ് എന്നിവ വിദേശഭാഷകളെന്ന നിലയിൽ പഠിപ്പിക്കണം എന്നതായിരുന്നു എലിസറിന്റെ നിലപാട്.

ഹീബ്രു ഭാഷയിൽ വിവിധ വിജ്ഞാനങ്ങൾ പഠിപ്പിക്കുന്ന സർവകലാശാല അദ്ദേഹം സങ്കല്പിച്ചു. ഹീബ്രു സാഹിത്യം, ഹീബ്രു സംഗീതം, ഹീബ്രു തിയേറ്റർ എന്നിവയെയും അദ്ദേഹം പിന്തുണച്ചു. അതെല്ലാം അദ്ദേഹത്തിന്റെ ജീവിതകാലത്തു തന്നെ പക്വത നേടിത്തുടങ്ങി. 1917-ൽ ഹീബ്രു സർവകലാശാലയ്ക്ക് അടിസ്ഥാനമിട്ടു. ആൽബർട്ട് ഐൻസ്റ്റൈന്റെയും സിഗ്മണ്ട് ഫ്രോയ്ഡിന്റെയും മറ്റും പിന്തുണയിൽ അത് ശാസ്ത്രമുൾപ്പെടെ എല്ലാ വിഷയങ്ങളും മാതൃഭാഷയിൽ പഠിക്കാവുന്ന സ്ഥാപനമായി പന്നീട് വളർന്നു.

മരിക്കുന്നതിനു തൊട്ടുമുമ്പ് അദ്ദേഹം നിഘണ്ടുവിനു വേണ്ടി വിശദീകരിക്കാൻ ശ്രമിച്ചത് ആത്മാവ് എന്ന വാക്കായിരുന്നു എന്നതാണ് രസകരമായ യാദൃച്ഛികത. നിഘണ്ടുവിന്റെ എല്ലാ വാല്യങ്ങളും പൂർണമായി പ്രസിദ്ധീകരിക്കപ്പെട്ടത് അദ്ദേഹത്തിന്റെ നിര്യാണത്തിനു ശേഷം ദശകങ്ങൾ കഴിഞ്ഞ് ഇസ്രായേൽ ഒരു രാഷ്ട്രമായി മാറിയപ്പോഴാണ്. അത് ഒരു ദേശീയ പദ്ധതിയായി ഏറ്റെടുക്കപ്പെടുകയാണുണ്ടായത്.

ഭാഷയ്ക്കു വേണ്ടിയുള്ള ചരിത്രത്തിലെ ഏറ്റവും വലിയ ഖനനപ്രക്രിയക്കും വികാസ പ്രക്രിയക്കും ആസൂത്രണത്തിനും രൂപം നൽകിയ ഇസ്രായേൽ പക്ഷെ ഭാഷാപരമായ മൗലികവാദികളല്ല. അവിടെ ഹീബ്രുവും അറബിയും ഔദ്യോഗിക ഭാഷകളാണ്. ഇംഗ്ലീഷും ഭാഷ

യെന്ന നിലയിൽ പാഠ്യപദ്ധതിയിലുണ്ട്. സ്വഭാഷ പഠനമാധ്യമമാക്കുക. മാതൃഭാഷയെ മാനിക്കുക. ലോകവിജ്ഞാനങ്ങളിലേക്കുള്ള വാതിലായി അന്യഭാഷകളെ കാണുക - അതാണ് അവർ സ്വീകരിക്കുന്ന ഭാഷാനയം. കേരളത്തിന്റെ നാലിലൊന്ന് ജനസംഖ്യയുള്ള അവരുടെ വികസനത്തിന്റെ അടിസ്ഥാനം ഈ ഭാഷാനയമാണ്. അതിനെല്ലാം അടിസ്ഥാനമായത് എലിസർ ബെൻ യഹൂദയുടെ ഭാഷാസ്വപ്നങ്ങളും.

(സമകാലിക മലയാളം വാരിക, 2012 ഡിസംബർ 28)

ഫെബ്രുവരി 21 - ലോകമാതൃഭാഷാദിനം

ഫെബ്രുവരി 21 ആണ് ഐക്യരാഷ്ട്രസഭ ലോകമാതൃഭാഷാദിനമായി കൊണ്ടാടുന്നത്. 1952-ൽ ബംഗ്ലാദേശിൽ (അന്നത്തെ കിഴക്കൻ പാക്കിസ്ഥാൻ) ഉർദുഭാഷ ഭരണഭാഷയായി അടിച്ചേല്പിക്കുന്നതിനെതിരെ നടന്ന കലാപത്തിൽ ഡാക്ക സർവകലാശാലയിലെ വിദ്യാർത്ഥികൾ പാക്കിസ്ഥാൻ പോലീസിന്റെ വെടിവെപ്പിൽ കൊല്ലപ്പെട്ടതിന്റെ ഓർമ പുതുക്കുന്ന ദിവസമാണത്. ബംഗ്ലാദേശിൽ വളരെ ആദരവോടെ, ദേശീയ പ്രാധാന്യത്തോടെ ഭാഷാപ്രസ്ഥാനദിനമായി ആഘോഷിച്ചുപോന്ന ഈ പൊതു അവധി ദിവസം 2000-ലാണ് ഐക്യരാഷ്ട്രസഭ ലോകമാതൃഭാഷാദിനമായി അംഗീകരിച്ചത്. 1999-ൽ യുനെസ്കോയുടെ മുപ്പതാം പൊതുസമ്മേളനസെഷനിൽ ഫെബ്രുവരി 21 ലോകമാതൃഭാഷാദിനമായി പ്രഖ്യാപിക്കണമെന്ന ബംഗ്ലാദേശിന്റെ നിർദ്ദേശത്തെ പിന്താങ്ങിയവരിൽ ഇന്ത്യയോടൊപ്പം അന്ന് വെടിവെപ്പിന് കാരണക്കാരായ പാക്കിസ്ഥാന്റെയും പ്രതിനിധികൾ ഉൾപ്പെട്ടിരുന്നു.

ബംഗാളിഭാഷയ്ക്കു വേണ്ടിയുള്ള സമരം ഇരുപതാം നൂറ്റാണ്ട് പിറക്കുന്നതിന് മുമ്പെ ആരംഭിച്ചിരുന്നു. ഇരുപതാം നൂറ്റാണ്ടിന്റെ തുടക്കത്തിൽത്തന്നെ സ്ത്രീവാദിയും സ്ത്രീവിദ്യാഭ്യാസ പ്രവർത്തകയുമായ റുഖിയ സക്കാവത്ത് ഹുസ്സൈനെ (1880-1932)പ്പോലുള്ള എഴുത്തുകാരികൾ ബംഗാളിഭാഷയ്ക്കു വേണ്ടി രംഗത്തുവന്നു കഴിഞ്ഞിരുന്നു. സ്ത്രീകളുൾപ്പെടെയുള്ള അവഗണിക്കപ്പെട്ട വിഭാഗങ്ങളുടെ ആത്മപ്രകാശനവും വിദ്യാഭ്യാസപ്രവർത്തനവും മാതൃഭാഷാപ്രവർത്തനവുമായി എങ്ങിനെ തുടക്കത്തിൽത്തന്നെ ബന്ധപ്പെട്ടിരിക്കുന്നുവെന്നാണ് ബീഗം റുഖിയയുടെ ജീവിതവും രചനകളും ചൂണ്ടിക്കാണിക്കുന്നത്.

ഇന്ത്യൻ നാഷണൽ കോൺഗ്രസിലെന്നതു പോലെ തന്നെ പാക്കിസ്ഥാനു വേണ്ടി വാദിച്ചുകൊണ്ടിരുന്ന മുസ്ലിംലീഗിലും സ്വാതന്ത്ര്യത്തിനു മുമ്പുതന്നെ ഭാഷാപരമായ വൈവിധ്യത്തിലൂന്നിയ വാദങ്ങൾ ഉയർന്നു വന്നിരുന്നു. 1937-ലെ മുസ്ലിം ലീഗിന്റെ ലക്നോ

സെഷനിൽ ബംഗാളിൽനിന്നുള്ള പ്രതിനിധികൾ ഉർദുവിനെ ഏക ഔദ്യോഗികഭാഷയായി പരിഗണിക്കുന്നതിനെ എതിർത്തിരുന്നു. 1947-ൽ പാക്കിസ്ഥാൻ രൂപീകരിച്ച് ഉർദു ഏക ഔദ്യോഗികഭാഷയായി പ്രഖ്യാപിച്ചപ്പോൾത്തന്നെ എതിർപ്പുകളും ആരംഭിച്ചു. പാക്കിസ്ഥാനിലെ പബ്ലിക് സർവീസ് കമ്മിഷൻ അംഗീകരിക്കപ്പെട്ട ഭാഷകളുടെ കൂട്ടത്തിൽനിന്ന് ബംഗാളിയെ നീക്കം ചെയ്യുകയായിരുന്നു. തമദ്ദുൻ മജ്‌ലിസ് എന്ന സാംസ്കാരിക സംഘടന ഭരണത്തിലും വിദ്യാഭ്യാസത്തിലും ബംഗാളി തന്നെയാകണമെന്ന് ആവശ്യപ്പെട്ടു. 1948 മാർച്ചിൽ ഡാക്ക സർവകലാശാലയിലെ വിദ്യാർത്ഥികൾ സർക്കാറിന്റെ ഭാഷാനയത്തിനെതിരെ സമരം ചെയ്തു. ബംഗാളിയെ പാക്കിസ്ഥാനിലെ ഔദ്യോഗികഭാഷകളിൽ ഒന്നാക്കണമെന്നായിരുന്നു ആവശ്യം.

ഈ ആവശ്യം പാക്കിസ്ഥാൻ അധികാരികൾ അംഗീകരിച്ചില്ലെന്നു മാത്രമല്ല, കിഴക്കൻ പാക്കിസ്ഥാനിലെത്തി ഉർദു മാത്രം എന്ന കർക്കശമായ നിർദ്ദേശം ആവർത്തിച്ചു പ്രഖ്യാപിക്കുകയാണ് അവർ ചെയ്തത്. അവിടെ തീർന്നില്ല, സ്വന്തമായ ലിപിയും പാരമ്പര്യവുമുള്ള ബംഗാളി ഭാഷ അറബിക് ലിപിയിൽ എഴുതണമെന്ന് നിർദ്ദേശിക്കുന്നതുവരെ അത് എത്തിച്ചേർന്നു. എല്ലാം ചേർന്നപ്പോൾ പ്രതിഷേധസമരത്തിന് ആക്കം കൂടി. 1952-ൽ ജിന്നയുടെ പിൻഗാമിയായി വന്ന ഗവർണർ ജനറൽ ഖ്വാജാ നസിമുദ്ദീൻ 1952 ജനുവരി 27-ലെ ഒരു യോഗത്തിൽ ഉർദു മാത്രം എന്ന കർക്കശനയം പ്രഖ്യാപിച്ചത് വൻ പ്രകോപനമുണ്ടാക്കി. 1952 ജനുവരി 31-ന് മൗലാനാ ബാഷാനിയുടെ അധ്യക്ഷതയിൽ ഡാക്ക സർവകലാശാലാ ബാർ ലൈബ്രറി ഹാളിൽ ചേർന്ന സർവകക്ഷി ഭാഷാ ആക്ഷൻ കമ്മിറ്റി യോഗത്തിൽ വെച്ച് ഫെബ്രുവരി 21 പ്രതിഷേധ ദിനമായി ആചരിക്കാൻ തീരുമാനിച്ചു.

1952 ഫെബ്രുവരി 21 ഡാക്ക സർവകലാശാലയിലും പരിസരത്തും പാക്കിസ്ഥാൻ സർക്കാർ നിരോധനാജ്ഞ പുറപ്പെടുവിച്ചു. സർവകലാശാലാ കാമ്പസ് പോലീസ് വലയത്തിലാക്കിക്കഴിഞ്ഞിരുന്നു. ഇതിനെയൊന്നും വകവെക്കാതെ ആ പ്രഭാതത്തിൽ മാതൃഭാഷയായ ബംഗാളിയെ സ്നേഹിക്കുന്ന പോരാളികളായ വിദ്യാർത്ഥികൾ കാമ്പസിനു മുന്നിൽ ഒത്തുചേരാൻ തുടങ്ങിയിരുന്നു. പതിനൊന്നു മണിയോടെ പോലീസ് വലയം ഭേദിച്ച് വിദ്യാർത്ഥികൾ മുന്നോട്ടുനീങ്ങി. കിഴക്കൻ ബംഗാൾ നിയമസഭാ പരിസരത്തെത്തി തങ്ങളുടെ

ആവശ്യം അംഗീകരിക്കണമെന്ന് ആവശ്യപ്പെട്ടു. പോലീസ് വെടിവെപ്പ് ആരംഭിച്ചു. അബ്ദുസലാം, റഫീഖുദ്ദീൻ അഹമ്മദ്, അബ്ദുൾ ബർക്കത്, അബ്ദുൾ ജബ്ബാർ എന്നീ വിദ്യാർത്ഥിനേതാക്കളുൾപ്പെടെ നിരവധി പേർ വെടിവെപ്പിൽ കൊല്ലപ്പെട്ടു. പിറ്റെ ദിവസം നടന്ന പ്രതിഷേധസമരങ്ങൾക്കുനേരെ വീണ്ടും പോലീസ് വെടിവെപ്പും കൂടുതൽ മരണങ്ങളുമുണ്ടായി.

അതിനും അടുത്ത ദിവസം ഡാക്ക മെഡിക്കൽ കോളജിലെ വിദ്യാർത്ഥികൾ രക്തസാക്ഷികളുടെ സ്മാരകം അവർ മരിച്ചുവീണിടത്തു തന്നെ ഉയർത്താൻ ശ്രമിച്ചു. ഫെബ്രുവരി 24 ന് അത് പൂർത്തീകരിച്ചു.

ശഹീദ് സ്മൃതി സ്തംഭം എന്ന് അതിൽ ആലേഖനം ചെയ്തു. രക്തസാക്ഷിയായ സഫിറുർ റഹ്മാന്റെ പിതാവാണ് അത് ഉദ്ഘാടനം ചെയ്തത്. 26 ാം തീയതി പോലീസ് ഈ സ്മാരകം നശിപ്പിച്ചു. വെടിവെപ്പിനെക്കുറിച്ച് അന്വേഷിച്ച സർക്കാറിന്റെ കമ്മിഷൻ അത് ന്യായീകരിക്കത്തക്കതല്ലെന്ന നിലപാടിലാണ് എത്തിച്ചേർന്നത്.

വെടിവെപ്പിന്റെ ഒന്നാം വാർഷികദിനത്തിൽ സർവകക്ഷിഭാഷാസമരസമിതി ആ ദിവസം രക്തസാക്ഷി ദിനമായി കൊണ്ടാടാൻ തീരുമാനിച്ചു. പാക്കിസ്ഥാനിലെങ്ങും കറുത്ത ബാഡ്ജുകളണിഞ്ഞ് ജനങ്ങൾ പ്രതിഷേധത്തിൽ അണിചേർന്നു. ഓഫീസുകളും ബാങ്കുകളും അടഞ്ഞുകിടന്നു. ഒരു ലക്ഷത്തിലധികം പേർ ചേർന്ന പ്രതിഷേധയോഗത്തിൽ വെച്ച് ജയിലിൽ കിടക്കുന്ന സമരനേതാക്കളെ മോചിപ്പിക്കാൻ സർക്കാറിനോട് ആവശ്യപ്പെട്ടു. എന്നാൽ ബംഗാളിക്കു വേണ്ടി വാദിക്കുന്നവർ രാഷ്ട്രത്തിന്റെ ശത്രുക്കളാണെന്ന നിലപാടാണ് അധികാരികൾ തുടർന്നും സ്വീകരിച്ചത്. 1954 ഫെബ്രുവരി 21 ലെ രക്തസാക്ഷിദിനാചരണം പ്രതിഷേധത്തിലും അറസ്റ്റിലുമാണ് കലാശിച്ചത്. 1954 ലെ പ്രവിശ്യാതിരഞ്ഞെടുപ്പിൽ ബംഗാളി ഭാഷാസമരത്തിന്റെ പിന്തുണക്കാരായ ഐക്യമുന്നണി അധികാരത്തിലെത്തി. ബംഗാളി ഭാഷയ്ക്കു വേണ്ടിയുള്ള അക്കാദമി സ്ഥാപിക്കുകയാണ് ഈ സർക്കാർ ചെയ്ത ഒരു നടപടി. എന്നാൽ പാക്കിസ്ഥാനിലെ കേന്ദ്ര സർക്കാർ ഈ പ്രാദേശിക സർക്കാറിനെ പിരിച്ചുവിടുകയാണുണ്ടായത്. 1956 ൽ ഐക്യമുന്നണി സർക്കാർ വീണ്ടും അധികാരത്തിൽ വന്നു. ഭാഷാസമരത്തിന് രക്തസാക്ഷികളായവർക്ക് സ്മാരകം നിർമിക്കാൻ തീരുമാനിച്ചു. രക്തസാക്ഷികളെ സ്മരിച്ചുകൊണ്ട് നിയമസഭ അഞ്ചുമിനിട്ട് നിർത്തിവെച്ചു. 1956 ഫെബ്രുവരി 29 ന് ബംഗാളി

പാക്കിസ്ഥാന്റെ രണ്ടാമത്തെ ഔദ്യോഗിക ഭാഷയായി അംഗീകരിക്കപ്പെട്ടു. അങ്ങിനെ ഒരു ദശകം നീണ്ടു നിന്ന മാതൃഭാഷാസമരം വിജയകരമായ പരിസമാപ്തിയിലെത്തിച്ചേർന്നു.

ബംഗ്ലാദേശിലെ ഭാഷാസമരം അവിടത്തെ സാഹിത്യസൗന്ദര്യ സംസ്കാരമേഖലകളെ ആഴത്തിൽ സ്വാധീനിക്കുകയുണ്ടായി. അനേകം കവിതകളും കഥകളും നോവലുകളും സിനിമകളും അതിന്റെ പേരിൽ രചിക്കപ്പെട്ടു. മതേതര ജനാധിപത്യ റിപ്പബ്ലിക്കായി ബംഗ്ലാദേശിനെ നിലനിർത്തുന്നതിൽ ഭാഷാസമരത്തിനുള്ള പങ്ക് നിർണായകമാണ്.

(പ്ലാവില മാസിക, 2011 ജനുവരി)

3

ഭരണഘടനയും മാതൃഭാഷകളും

ഭാഷാനയവും തമിഴ്നാട്ടിലെ ഭാഷാസമരവും

ഇന്ത്യൻ ഭരണഘടനയിലെ ഭാഷാനയത്തെ സ്വാധീനിച്ചത് രണ്ടു കാര്യങ്ങളാണെന്നു കാണാം.

1. ഇന്ത്യൻ ദേശീയ പ്രസ്ഥാനത്തിലും ഗാന്ധിയൻ രാഷ്ട്രീയത്തിലും മാതൃഭാഷയ്ക്ക് സ്ഥാനമുണ്ടായിരുന്നു. അത് സ്വാഭാവികമായും ഇന്ത്യൻ ഭരണഘടനയിലെ ഭാഷാനയത്തെ സ്വാധീനിച്ചു. അതോടൊപ്പം സ്വാതന്ത്ര്യാനന്തര ഇന്ത്യയിൽ നടന്ന ഭാഷാസമരങ്ങളും ഭരണഘടനയെ സ്വാധീനിച്ചു. 1952-ൽ കിഴക്കൻ പാക്കിസ്ഥാനിൽ(ബംഗ്ലാദേശ്)നടന്ന ഭാഷാസമരങ്ങളും സ്വാതന്ത്ര്യാനന്തര ഇന്ത്യയിലെ മാതൃഭാഷാവബോധ ത്തെ സ്വാധീനിച്ചിട്ടുണ്ട്.
2. അന്തർദ്ദേശീയ തലത്തിൽ മാതൃഭാഷകളെപ്പറ്റിയും ഭാഷാന്യൂനപക്ഷാ വകാശങ്ങളെപ്പറ്റിയുമുള്ള നിലപാട്. 1948-ലെ ഐക്യരാഷ്ട്ര സഭയുടെ ഭാഷാന്യൂനപക്ഷങ്ങളെ സംബന്ധിച്ച കാഴ്ചപ്പാട് 1950 ലെ നമ്മുടെ ഭരണഘടനയിലും പ്രതിഫലിച്ചിട്ടുണ്ട്. ജർമ്മനിയിൽ ജൂതർക്കെതിരെ നടന്ന അക്രമങ്ങൾ ലോകവ്യാപകമായി എല്ലാ വിധത്തിലുമുള്ള ന്യൂനപക്ഷങ്ങളുടെ അവകാശത്തെ സംബന്ധിച്ച ആഴത്തിലുള്ള അവബോധം രൂപപ്പെടുത്തിയ ഘട്ടവുമായിരുന്നു അത്.

സ്വതന്ത്ര ഇന്ത്യയുടെ ഭാഷാനയം

ഇന്ത്യയുടെ ഔദ്യോഗിക ഭാഷ എന്തായിരിക്കണം എന്നതാണ് സ്വാതന്ത്ര്യനന്തരം ഉണ്ടായ പ്രധാന ഭാഷാപ്രശ്നം. ദേശീയ നേതാക്കളിൽ ഹിന്ദിക്കു വേണ്ടി വാദിച്ചിരുന്നവരിൽ രണ്ടുവിഭാഗമുണ്ടായിരുന്നു. ഹിന്ദിക്കു വേണ്ടി തന്നെ വാദിച്ച കെ. എം. മുൻഷിയെപ്പോലുള്ളവർ. ഹിന്ദുസ്ഥാനിക്കു വേണ്ടി വാദിച്ച ജവഹർലാൽ നെഹ്റുവിനെയും അബ്ദുൾ കലാം ആസാദിനെയും പോലുള്ളവർ. ഹിന്ദി ദേശീയ ഭാഷയാക്കണം എന്ന വാദം തള്ളപ്പെട്ടു. അത് ഔദ്യോഗികഭാഷയാക്കാൻ തീരുമാനിച്ചു. അഹിന്ദി സംസ്ഥാനങ്ങളിൽ നിന്നുള്ളവരുടെ താത്പര്യം പ്രമാണിച്ച് ഇംഗ്ലീഷും പതിനഞ്ചു വർഷത്തേക്ക് ഔദ്യോഗിക

ഭാഷയാക്കി. 1963-ലെ ഔദ്യോഗികഭാഷാനിയമ ഭേദഗതി പ്രകാരം 1965-നു ശേഷവും ഇംഗ്ലീഷ് ഉപയോഗിക്കാം എന്നു വന്നു.

ഭരണഘടനയുടെ 343-ാം അനുച്ഛേദത്തിൽ ഔദ്യോഗികഭാഷാ കമ്മിഷനെ നിയമിക്കാൻ പറയുന്നതിനനുസരിച്ച് ഒരു കമ്മിഷനെ നിയമിച്ചു. ബി.ജി. ഖെർ ആയിരുന്നു അധ്യക്ഷൻ. 1956 ജൂലൈ 31 ന് കമ്മിഷൻ റിപ്പോർട്ട് നൽകി. ഔദ്യോഗികഭാഷ പൂർണമായും ഹിന്ദിയാക്കുന്നതിനെ കമ്മിഷൻ അംഗങ്ങളായ പി. സുബ്ബരായനും പ്രസിദ്ധ ഭാഷാശാസ്ത്രജ്ഞനായ സുനീതി കുമാർ ചാറ്റർജിയും എതിർത്തു. 1957-ൽ ഗോവിന്ദബല്ലഭ പന്തിന്റെ നേതൃത്വത്തിലുള്ള പാർലമെന്ററി കമ്മിറ്റി ഔദ്യോഗിക ഭാഷാകമ്മീഷൻ റിപ്പോർട്ട് പരിശോധിച്ചു. ഹിന്ദി പ്രാഥമിക ഔദ്യോഗിക ഭാഷയാക്കണമെന്നും ഇംഗ്ലീഷ് ഉപ ഔദ്യോഗിക ഭാഷയാക്കണമെന്നും 1959-ലെ കമ്മിറ്റി റിപ്പോർട്ടിൽ നിർദ്ദേശിച്ചു. ഇതിനെതിരെ പ്രതിഷേധമുണ്ടായി. രാജഗോപാലാചാരി വിളിച്ചു ചേർത്ത ഇന്ത്യൻ ഭാഷാപ്രതിനിധികളുടെ യോഗവും ഇതിൽ എതിർപ്പു രേഖപ്പെടുത്തി. 1959 ആഗസ്റ്റ് 7-ന് നെഹ്റു പാർലമെന്റിൽ നടത്തിയ പ്രസ്താവനയിൽ അഹിന്ദി സംസ്ഥാനങ്ങളിലുള്ളവർക്ക് കേന്ദ്രസർക്കാരുമായി ബന്ധപ്പെടാൻ കഴിയുംവിധം അവർ ഇച്ഛിക്കുന്നിടത്തോളം ഇംഗ്ലീഷ് ഉപയോഗിക്കാമെന്ന് ഉറപ്പു കൊടുത്തു. ഈ ഉറപ്പ് ഉൾക്കൊള്ളുന്ന ബിൽ 1963-ൽ ഔദ്യോഗിക ഭാഷാനിയമമായി പാസ്സായി. എന്നാൽ ഇതിൽ ഹിന്ദിക്കു പുറമെ ഇംഗ്ലീഷും 'ഉപയോഗിക്കാം' എന്നതിനു പകരം 'ഉപയോഗിക്കും' (മേ എന്നതിനു പകരം ഷാൽ) എന്നാക്കണമെന്ന് തമിഴ്നാട്ടിലെ ഹിന്ദി വിരുദ്ധ നിലപാടുള്ളവർ വാദിച്ചു. 1965-ൽ ഹിന്ദിയെ വീണ്ടും കൊണ്ടുവരുന്നു എന്ന ധാരണയാണ് തമിഴ്നാട്ടിലെ ഭാഷാസമരചരിത്രത്തിലെ ഏറ്റവും രക്തരൂഷിതമായ അധ്യായത്തിലേക്ക് നയിച്ചത്.

മാതൃഭാഷാ സംസ്ഥാനങ്ങൾ

ഭരണഘടന രൂപീകരിച്ചതിനു ശേഷവും ഭാഷയുമായി ബന്ധപ്പെട്ട പ്രക്ഷോഭങ്ങളുണ്ടായി. അതിൽ ഏറ്റവും പ്രധാനം ഭാഷാടിസ്ഥാനത്തിൽ സംസ്ഥാനങ്ങൾ രൂപീകരിക്കാൻ വേണ്ടി ആന്ധ്രയിൽ ഗാന്ധിയനും ദളിത് സമുദ്ധാരകനുമായ പോറ്റി ശ്രീരാമലു 1952 ഒക്റ്റോബർ 19-ന് ആരംഭിച്ച നിരാഹാര സത്യാഗ്രഹവും അതിന്റെ ഫലമായി ഡിസം. 15-ന് സംഭവിച്ച അദ്ദേഹത്തിന്റെ മരണവുമാണ്. നിരാഹാരം ആരംഭിച്ച് അമ്പത്തെട്ടാം ദിവസമാണ് അദ്ദേഹം ചരമമടഞ്ഞത്. അത് വലിയ

കലാപത്തിലേക്ക് നയിച്ചു. വെടിവെപ്പിൽ ഏഴുപേർ കൊല്ലപ്പെട്ടു. അത് ഇന്ത്യയെ ഭാഷാടിസ്ഥാനത്തിലുള്ള സംസ്ഥാന പുനസ്സംഘടനയിലേക്കു നയിച്ചു. 1953 ഒക്റ്റോബർ ഒന്നിനാണ് ആന്ധ്ര സംസ്ഥാനം നിലവിൽ വന്നത്.

1956-ൽ ഇന്ത്യൻ സംസ്ഥാനങ്ങൾ പുനസ്സംഘടിപ്പിച്ചപ്പോൾ അത് അറിയപ്പെട്ടത് സംസ്ഥാനങ്ങളുടെ ഭാഷാപരമായ പുനസ്സംഘടന എന്നാണ് (Linguistic Reorganisation of States). 1956-ൽ ഭാഷാടിസ്ഥാനത്തിൽ എട്ടു സംസ്ഥാനങ്ങൾ നിലവിൽ വന്നു. ആസാം, ആന്ധ്ര, പശ്ചിമബംഗാൾ, കർണാടക, കാശ്മീർ, കേരളം, ഒറീസ, തമിഴ്നാട് എന്നിവയാണവ. 1960-ൽ ഗുജറാത്ത്, മഹാരാഷ്ട്ര എന്നിവ കൂടി വന്നു. 1966-ൽ പഞ്ചാബ്. ഇവയാണ് ആദ്യഘട്ടത്തിൽ വന്ന ഭാഷാസംസ്ഥാനങ്ങൾ.

തമിഴ്നാട്ടിലെ ഭാഷാപ്രക്ഷോഭങ്ങൾ

ഭാഷാസംസ്ഥാനരൂപീകരണത്തിനായി ഇന്ത്യയിൽ മറ്റു പലയിടത്തും പ്രക്ഷോഭങ്ങൾ നടന്നിട്ടുണ്ടെങ്കിലും കേന്ദ്രസർക്കാറിന്റെ ഭാഷാനയത്തെത്തന്നെ തിരുത്തുന്ന മട്ടിലുള്ള പ്രക്ഷോഭം ഉയർന്നുവരികയും അതിന്റെ ഫലമായി ഒരു വ്യത്യസ്ത രാഷ്ട്രീയ സംസ്കാരം തന്നെ രൂപപ്പെടുകയും ചെയ്തത് തമിഴ്നാട്ടിലാണ്.

1937-ൽ മദിരാശിയിൽ അധികാരത്തിൽ വന്ന രാജഗോപാലാചാരിയുടെ സർക്കാർ 1938 മുതൽ സെക്കന്ററി സ്കൂളുകളിൽ ഹിന്ദി നിർബന്ധമാക്കുമെന്ന് പ്രഖ്യാപിച്ചതിനെതിരെയാണ് ആദ്യത്തെ ഹിന്ദി വിരുദ്ധസമരം തമിഴ്നാട്ടിൽ ആരംഭിക്കുന്നത്. അതിന് നേതൃത്വം നൽകിയത് പെരിയാർ ഇ.വി. രാമസ്വാമിയുടെ ആത്മാഭിമാന പ്രസ്ഥാനവും പനീർശെൽവം നേതൃത്വം കൊടുത്ത ജസ്റ്റിസ് പാർട്ടിയുമാണ്. ബുദ്ധിജീവികളുടെ പിന്തുണയും ഈ സമരത്തിനുണ്ടായി. സമരത്തിൽ പോലീസ് കസ്റ്റഡിയിലുണ്ടായിരുന്ന രണ്ടു പേർ മരണപ്പെട്ടു. സ്ത്രീകളടക്കം ആയിരത്തിലേറെ പേർ അറസ്റ്റ് ചെയ്ത് ശിക്ഷിക്കപ്പെട്ടു. കോൺഗ്രസിനകത്തുതന്നെ അഭിപ്രായ വ്യത്യാസമുണ്ടായിരുന്നു. സത്യമൂർത്തിയെപ്പോലുള്ളവർ ഹിന്ദി നിർബന്ധവിഷയമാക്കേണ്ട, ഐച്ഛികവിഷയമാക്കിയാൽ മതി എന്ന അഭിപ്രായക്കാരായിരുന്നു. ഇ.വി. രാമസ്വാമിക്ക് ഒരു വർഷത്തെ തടവും ആയിരം രൂപ പിഴയും വിധിച്ചു. (അദ്ദേഹം ആറുമാസത്തിനു ശേഷം വിട്ടയക്കപ്പെട്ടു). അണ്ണാദുരൈയെ നാലുമാസ

ത്തേക്ക് ജയിലിലടച്ചു. ഇന്ത്യയെ രണ്ടാം ലോക യുദ്ധത്തിലേക്ക് ഏകപക്ഷീയമായി എടുത്തെറിഞ്ഞതിന്റെ പേരിൽ രാജാജി മന്ത്രിസഭ 1939-ൽ രാജിവെച്ചു. സമരക്കാരുടെ ആവശ്യം കണക്കിലെടുത്ത് ഗവർണർ 1940-ൽ ഉത്തരവ് പിൻവലിച്ചു. ഹിന്ദി ഐച്ഛിക വിഷയമാക്കി.

സ്വാതന്ത്ര്യം ലഭിച്ച ശേഷം സ്കൂളുകളിൽ ഹിന്ദി നിർബന്ധവിഷയമാക്കാൻ കേന്ദ്രസർക്കാർ സംസ്ഥാനങ്ങളോട് ആവശ്യപ്പെട്ടപ്പോഴാണ് തമിഴ് നാട്ടിലെ ഹിന്ദി വിരുദ്ധസമരത്തിന്റെ അടുത്ത ഘട്ടം വരുന്നത്. ദ്രാവിഡ കഴകവും ഇ.വി. രാമസ്വാമിയുമാണ് ഈ സമരത്തിനും നേതൃത്വം കൊടുത്തത്. ഇ.വി. രാമസ്വാമിയും അണ്ണാദുരെയും ഇപ്രാവശ്യവും അറസ്റ്റ് ചെയ്യപ്പെട്ടു. കേസുകൾ പിൻവലിച്ചപ്പോൾ സമരം ഒത്തുതീർപ്പായി. 1950ൽ ഹിന്ദി ഐച്ഛികമാക്കി മാറ്റി.

തമിഴ്നാട്ടിലെ കല്ലക്കുടി എന്ന പേര് ദാൽമിയപുരം എന്നാക്കുന്നതിനെതിരെയുള്ള സമരം 1953 ജൂലായിൽ നടന്നു. ദാൽമിയ എന്ന പേരിലൂടെ ഉത്തരേന്ത്യൻ ആധിപത്യം കൊണ്ടുവരികയാണെന്ന് ആരോപിച്ചായിരുന്നു സമരം. കരുണാനിധിയും കൂട്ടരും റെയിൽവേ സ്റ്റേഷന്റെ ഹിന്ദിയിലുള്ള ബോർഡ് മായ്ച്ചുകളയുകയും ട്രാക്കിൽ കിടക്കുകയും ചെയ്തു. കരുണാനിധി ഉൾപ്പെടെ അനേകം പേർ അറസ്റ്റ് ചെയ്യപ്പെട്ടു. രണ്ടു ഡി.എം.കെ പ്രവർത്തകർക്ക് ജീവൻ നഷ്ടപ്പെട്ടു.

ഭരണഘടനയിൽ യൂനിയന്റെ ഭരണഭാഷ പതിനഞ്ചുവർഷത്തിനു ശേഷം ഹിന്ദിയിലേക്കു മാറണം എന്ന നിർദ്ദേശം 1965 ജനുവരി 26 മുതൽ നടപ്പാക്കാനുള്ള ചില നടപടികൾ ആരംഭിച്ചപ്പോൾ അതിനെതിരെ തമിഴ്നാട്ടിൽ നടന്ന ഭാഷാപ്രക്ഷോഭമാണ് രണ്ടാമത്തേത്. 1956 ജനുവരി 26-ന് അരലക്ഷം വിദ്യാർത്ഥികൾ സെക്രട്ടറിയേറ്റിലേക്ക് മാർച്ച് നടത്തി മുഖ്യമന്ത്രിക്ക് നിവേദനം നൽകാൻ ശ്രമിച്ചു. 1965 ജനുവരിയിൽ ആരംഭിച്ച പ്രക്ഷോഭം തമിഴ്നാടിന്റെ രാഷ്ട്രീയ ഭൂപടത്തെത്തന്നെ മാറ്റിമറിച്ചു.

1965-ലെ സമരത്തിലും കലാപത്തിലും ഔദ്യോഗിക കണക്കനുസരിച്ച് 70 പേർ മരിച്ചു (അനൗദ്യോഗിക കണക്കിൽ മരണസംഖ്യ ഇതിലും വളരെ കൂടുതലാണ്). കേന്ദ്രമന്ത്രിമാരായ സി. സുബ്രഹ്മണ്യവും ഒ. വി. അളകേശനും മന്ത്രിസഭയിൽ നിന്ന് രാജിവെച്ചു. പ്രധാനമന്ത്രി ലാൽ ബഹദൂർ ശാസ്ത്രി നൽകിയ ഉറപ്പിന്റെ അടിസ്ഥാനത്തിൽ ഫെബ്രുവരി 12-ന് സമരം നിർത്തിവെച്ചു. ഫെബ്രുവരി 16-ന് സി. സുബ്ര

ഹ്മണ്യവും അളകേശനും രാജി പിൻവലിച്ച് കേന്ദ്രമന്ത്രിസഭയിൽ തിരിച്ചു കയറി. എങ്കിലും സമരവും കലാപവും തുടർന്നു. സമരത്തിലെടുത്ത എല്ലാ കേസുകളും പിൻവലിച്ചതോടെ മാർച്ച് 14-ന് സമരം അവസാനിച്ചു. ഹിന്ദി നയം പിൻവലിച്ചതിനെതിരെ ജനസംഘം ഉത്തരേന്ത്യയിൽ തിരിച്ചുള്ള പ്രതിഷേധവും നടത്തി. തുടർന്ന് 1967-ൽ നടന്ന തെരഞ്ഞെടുപ്പിൽ കോൺഗ്രസ് ഭരണം അവസാനിപ്പിച്ച് ഡി.എം.കെ. തമിഴ്നാട്ടിൽ ആദ്യമായി അധികാരത്തിൽ വന്നു.

ഭാഷാനയം ഭേദഗതി ചെയ്യുന്നതിനെ സംബന്ധിച്ച് കോൺഗ്രസിൽ അഭിപ്രായഭിന്നത തലപൊക്കി. കാമരാജ് ഒരു വശത്തും മൊറാർജി മറുവശത്തുമായി ധ്രുവീകരണം നടന്നു. ത്രിഭാഷാപദ്ധതി ശക്തമായി നടപ്പിലാക്കാനും പി.എസ്.സി. പരീക്ഷകൾ എല്ലാ പ്രാദേശിക ഭാഷകളിലും നടത്താനുമുള്ള തീരുമാനം ഫെബ്രുവരി 24-ലെ മുഖ്യമന്ത്രിമാരുടെ യോഗത്തിൽ എടുത്തു.

സംസ്ഥാനങ്ങൾ തമ്മിലും സംസ്ഥാനവും കേന്ദ്രവും തമ്മിലുമുള്ള വിനിമയത്തിൽ അഹിന്ദി സംസ്ഥാനങ്ങൾക്ക് ഇംഗ്ലീഷ് തുടർന്നും ഉപയോഗിക്കാൻ അനുവദിക്കുന്ന ഭരണഘടനാഭേദഗതി 1967 ഡിസംബറിൽ പാസ്സാക്കി. 1968 ജനുവരി 8-ന് പ്രസിഡന്റിന്റെ അനുമതിയോടെ ഭേദഗതി പ്രാബല്യത്തിൽ വന്നു.

1968-ൽ നടന്ന മറ്റൊരു സമരത്തിന്റെ ഭാഗമായി തമിഴ്നാട്ടിൽ ത്രിഭാഷാപദ്ധതി റദ്ദാക്കപ്പെടുകയും ഹിന്ദി പാഠ്യപദ്ധതിയിൽനിന്ന് മാറ്റുകയും ചെയ്തു. എൻ.സി.സി.ക്കുള്ള ഹിന്ദി കമാൻഡും മാറ്റി. തമിഴ് അഞ്ചുവർഷത്തിനകം എല്ലാ കോളേജുകളിലെയും പഠനമാധ്യമമാക്കുന്ന നടപടി പൂർത്തീകരിക്കാൻ തീരുമാനിച്ചു.

1986 ൽ പുതിയ വിദ്യാഭ്യാസ നയത്തിന്റെ ഭാഗമായി ഹിന്ദി പഠനപദ്ധതിയുടെ ഭാഗമാക്കിക്കൊണ്ട് നവോദയാ വിദ്യാലയങ്ങൾ തുടങ്ങുന്നതിനെതിരെ സമരം നടന്നു. എം.ജി.ആർ. അധികാരത്തിലിരിക്കുന്ന ആ ഘട്ടത്തിൽ സമരം നയിച്ചത് ഡി.എം.കെ.യാണ്. കരുണാനിധി അറസ്റ്റു ചെയ്യപ്പെട്ടു. പത്താഴ്ച കഠിന തടവിന് ശിക്ഷിക്കപ്പെട്ടു. പത്തു ഡി.എം.കെ. എം.എൽ.എ. മാരെ നിയമസഭയിൽനിന്ന് പുറത്താക്കി. നവോദയ വിദ്യാലയങ്ങൾ തമിഴ്നാട്ടിൽ ആരംഭിക്കുകയില്ലെന്ന് പ്രധാനമന്ത്രി രാജീവ് ഗാന്ധി ഉറപ്പു നൽകി. ഇപ്പോഴും നവോദയ വിദ്യാലയങ്ങൾ ഇല്ലാത്ത ഒരേയൊരു സംസ്ഥാനമായി തമിഴ്നാട്

തുടരുന്നു. ഹൈക്കോടതിയിലെ ഭാഷ തമിഴാക്കാൻ വേണ്ടിയുള്ള പ്രക്ഷോഭമാണ് ഇപ്പോൾ തമിഴ്നാട്ടിൽ നടക്കുന്നത്.

ഒരു സംസ്ഥാന രാഷ്ട്രീയ കക്ഷി എന്ന നിലയിൽ ഭാഷാസമരത്തെയും തങ്ങളുടെ അജണ്ടയിൽ മുന്നോട്ടു വെച്ച സംസ്ഥാനം തമിഴ്നാടാണെന്ന് വ്യക്തമാണ്. തമിഴ്നാട്ടിൽ നടന്ന ഭാഷാസമരത്തിന്റെ പ്രയോജനം ആ ഭാഷയ്ക്കു മാത്രമല്ല, ഹിന്ദി ഒഴിച്ചുള്ള മറ്റ് ഇന്ത്യൻ ഭാഷകൾക്കും ലഭിച്ചിട്ടുണ്ട്. യു.പി.എസ്.സി.യിൽ മാതൃഭാഷ ഉപയോഗിക്കാമെന്ന ഉത്തരവ് ഒരുദാഹരണമാണ്.

തമിഴ് സമരത്തിന്റെ ദൗർബല്യം

ഹിന്ദിക്കെതിരെയുള്ളതായിരുന്നു തമിഴ്ഭാഷാസമരത്തിന്റെ ഒരു മുഖ്യമായ മുഖം. എന്നു മാത്രമല്ല, ദ്രാവിഡ രാഷ്ട്രീയവുമായി ചേർന്നാണ് അത് നിന്നത്. ദ്രാവിഡരാഷ്ട്രത്തെ സംബന്ധിച്ച സ്വപ്നം കൂടി അവർ മുന്നോട്ടുവെച്ചിരുന്നു. 1963-ൽ മാത്രമാണ് ദ്രാവിഡരാഷ്ട്രവാദവും ഇന്ത്യൻ യൂനിയനിൽനിന്ന് വേറിടാനുള്ള നിലപാടും അവർ പൂർണമായും ഉപേക്ഷിച്ചത്. പക്ഷെ ഭാഷയുടെ മേലുള്ള ഇംഗ്ലീഷിന്റെ കടന്നുകയറ്റത്തെ ആഭ്യന്തരമായി ചെറുക്കുന്നതിൽ അവർ വലിയൊരളവു വരെ വിജയിച്ചുവെന്നത് യാഥാർത്ഥ്യമാണ്.

കേരളത്തിലെ ഭാഷാപ്രശ്നം തികച്ചും വ്യത്യസ്തമാണ്. അത് ഹിന്ദിക്കെതിരെയുള്ളതല്ല, പകരം ഇപ്പോഴും കൊളോണിയൽ അവശിഷ്ടം പോലെ ഭരണത്തിലും വിദ്യാഭ്യാസത്തിലും തുടരുന്ന ഇംഗ്ലീഷ് മാധ്യമത്തിനെതിരെയാണ് ആ സമരം. ഹിന്ദി ഭാഷ നിർബന്ധമായി പഠിപ്പിക്കുന്നതിനെതിരെയായിരുന്നു തമിഴ്നാട്ടിലെ സമരം. കേന്ദ്രസർവീസിലല്ലാതെ സംസ്ഥാനസർവീസിലോ സംസ്ഥാനത്തെ സ്കൂളുകളിലോ പഠനമാധ്യമം ഹിന്ദി ആക്കുക എന്ന ലക്ഷ്യം കേന്ദ്രസർക്കാറിന് അന്നും ഇന്നുമില്ല. എന്നാൽ ഇംഗ്ലീഷിന്റെ കാര്യത്തിൽ അത് മാതൃഭാഷയെ തള്ളിക്കൊണ്ട് ഭരണ-വിദ്യാഭ്യാസ മേഖലകളിൽ മാധ്യമമായി കടന്നുകയറുകയാണ്. ഇതിനെയാണ് കേരളത്തിലെ മാതൃഭാഷാ പ്രസ്ഥാനം ചെറുക്കുന്നത്. ഇംഗ്ലീഷ് ഒരു വിഷയമായി പഠിക്കുന്നതിനെ എതിർക്കുന്നുമില്ല. ആറു പിരീഡ് പഠിപ്പിച്ചുകൊണ്ട് ഇംഗ്ലീഷ് നിർബന്ധഭാഷയാകുമ്പോഴും മൂന്നുപിരീഡ് പഠിപ്പിച്ചുകൊണ്ട് ഹിന്ദി നിർബന്ധഭാഷയാകുമ്പോഴും മാതൃഭാഷയായ മലയാളം നിർബന്ധഭാഷയല്ലാതാകുന്ന സാഹചര്യത്തെ യാണ് കേരളത്തിലെ മാതൃഭാഷാപ്രസ്ഥാനം എതിർക്കുന്നത്. മലയാളത്തെ മാധ്യമമായി

നിലനിർത്തുക, ഉന്നതവിദ്യാഭ്യാസമാധ്യമം എന്ന നിലയിൽ അതിന് അവസരം നൽകുക, അതേ സമയം ഒരു വിഷയമായി മലയാളം എല്ലാവരും പഠിക്കുന്നുവെന്ന് ഉറപ്പുവരുത്തുക എന്നിവയാണ് മലയാളത്തിന്റെ ആവശ്യങ്ങൾ. ഇന്ത്യയ്ക്കകത്തു നിന്നുകൊണ്ടുള്ള മാതൃഭാഷയുടെ അവകാശത്തെയാണ് അത് മുന്നോട്ടുവെക്കുന്നത്.

ഹിന്ദിയോ ഇംഗ്ലീഷോ എന്ന തർക്കം കാലഹരണപ്പെട്ടിരിക്കുന്നു. ഇന്ത്യൻ ഭാഷകളെല്ലാം ഔദ്യോഗികഭാഷകളാക്കി പ്രഖ്യാപിക്കണമെന്ന വാദത്തിനാണ് ഇപ്പോൾ മേൽക്കൈ. ആ നിലയിൽ തമിഴും മലയാളവും കന്നഡയും ഹിന്ദിയും അതിനോടൊപ്പം ആദിവാസിഭാഷകളുൾപ്പെടെ എല്ലാം ചേരുന്ന ഇന്ത്യൻ ഭാഷാപ്രസ്ഥാനത്തെയാണ് നാം ലക്ഷ്യമാക്കേണ്ടത്.

വംശീയതയിലൂന്നിയ രാഷ്ട്രവാദത്തിന്റെ മറുവശമാണ് പുതുതായി ഉയർന്നുവന്നുകൊണ്ടിരിക്കുന്നത്. ഭാഷാടിസ്ഥാനത്തിൽ രൂപീകരിക്കപ്പെട്ട സംസ്ഥാനങ്ങൾക്കുള്ളിൽ തന്നെ വിഭജനത്തിന്റെ യുക്തികൾ വളരുകയാണ്. ദേശീയതയുടെയും സാമൂഹ്യരൂപീകരണത്തിന്റെയും ഭാഷാപരവും ചരിത്രപരവുമായ തലങ്ങൾ വിസ്മരിച്ച് കേവലം വികസനപരവും ഭരണപരവുമായ പ്രശ്നം മാത്രമാക്കി അതിനെ ചുരുക്കിക്കാണുന്ന യുക്തി രൂപപ്പെടുകയാണ്. സാമൂഹ്യാസ്തിത്വത്തിന്റെ ഭാഷാപരവും സാംസ്കാരികവുമായ ആഴത്തിലുള്ള തലങ്ങൾ വിസ്മരിക്കപ്പെടുന്നു. സമൂഹമെന്നത് ജാതിയും മതവും മാത്രമായി ചുരുക്കപ്പെടുന്നു.

ഇന്ത്യയിലെ ദേശീയപ്പാർട്ടികൾ ഭാഷാപരമായ ജനാധിപത്യസമരങ്ങളെ ഏറ്റെടുക്കാതിരിക്കുന്നിടത്തോളം പ്രാദേശികവാദങ്ങളായി മാത്രമേ ഭാഷാപരമായ ജനാധിപത്യത്തിനു വേണ്ടിയുള്ള സമരങ്ങൾ മാറുകയുള്ളൂ. ഒരു സംസ്ഥാനത്തെ മുഖ്യഭാഷ മറ്റൊരു സംസ്ഥാനത്ത് ന്യൂനപക്ഷഭാഷയാകുന്ന സാഹചര്യമുള്ളതിനാൽ ഇന്ത്യയിലെ ഭാഷാപ്രശ്നം ജനാധിപത്യപരമായി പരിഹരിക്കപ്പെടുക അതിന് ഒരു അഖിലേന്ത്യാ കാഴ്ചപ്പാട് ഉണ്ടാകുമ്പോഴാണ്.

ഗ്രന്ഥസൂചി

Anti-Hindi Agitations of Tamil Nadu (Wikipedia)

Gupta R.S, Anvita Abbi, Kailash S. Agarwal (ed.) *Language and the State-Perspectives of the Eighth Schedule*, Creative Books, New Delhi, 1995

അനുബന്ധം 1

ഭാഷ ഭരണഘടനയിൽ

ഭരണഘടനയുടെ പതിനേഴാം ഭാഗത്തിൽ ഔദ്യോഗിക ഭാഷ എന്ന തലക്കെട്ടിൽ നാല് അധ്യായങ്ങളിലായി 343 മുതൽ 351 വരെ അനുഛേദങ്ങളിലായി യൂനിയന്റെ ഭാഷയെയും പ്രാദേശിക ഭാഷ കളെയും സുപ്രീംകോടതി, ഹൈക്കോടതികൾ മുതലായവയിലെ ഭാഷയെയും കുറിച്ച് പറയുന്നു.

ഔദ്യോഗിക ഭാഷ

അധ്യായം I
യൂണിയന്റെ ഭാഷ

343. യൂനിയന്റെ ഔദ്യോഗികഭാഷ

(1) യൂനിയന്റെ ഔദ്യോഗികഭാഷ ദേവനാഗരി ലിപിയിലുള്ള ഹിന്ദി ആയിരിക്കുന്നതാണ്. യൂനിയന്റെ ഔദ്യോഗികാവശ്യങ്ങൾക്കു വേണ്ടി ഉപയോഗിക്കേണ്ട അക്കങ്ങളുടെ രൂപം ഭാരതീയ അക്ക ങ്ങളുടെ അന്താരാഷ്ട്ര രൂപമായിരിക്കുന്നതാണ്.

(2) 1-ാം ഖണ്ഡത്തിൽ എന്തു തന്നെ ആയിരുന്നാലും ഈ ഭരണഘട നയുടെ പ്രാരംഭം മുതൽ പതിനഞ്ചു വർഷക്കാലത്തേക്ക്, ഇംഗ്ലീഷ് ഭാഷ അങ്ങനെയുള്ള പ്രാരംഭത്തിനു തൊട്ടുമുമ്പ് അത് ഉപയോഗി ച്ചുവന്നിരുന്ന യൂനിയന്റെ എല്ലാ ഔദ്യോഗികാവശ്യങ്ങൾക്കും തുട ർന്നും ഉപയോഗിക്കേണ്ടതാണ്:

എന്നാൽ, രാഷ്ട്രപതിക്ക് യൂനിയന്റെ ഏതെങ്കിലും ഔദ്യോഗിക കാലയളവിൽ ഇംഗ്ലീഷ് ഭാഷയ്ക്കു പുറമെ ഹിന്ദി ഭാഷയുടെയും, ഭാര തീയ അക്കങ്ങളുടെ അന്താരാഷ്ട്ര രൂപത്തിന് പുറമെ അക്കങ്ങളുടെ ദേവനാഗരി രൂപത്തിന്റെയും ഉപയോഗം ഉത്തരവുവഴി അധികാര പ്പെടുത്താവുന്നതാണ്.

(3) ഈ അനുഛേദത്തിൽ എന്തുതന്നെ ആയിരുന്നാലും മേൽപ്പറഞ്ഞ പതിനഞ്ചുവർഷക്കാലത്തിനു ശേഷം പാർലമെന്റിന്, നിയമം വഴി ആ നിയമത്തിൽ നിർദ്ദേശിക്കാവുന്ന അങ്ങനെയുള്ള ആവശ്യ ങ്ങൾക്ക്-

(ക) ഇംഗ്ലീഷ് ഭാഷയുടെയോ, അല്ലെങ്കിൽ

(ഖ) അക്കങ്ങളുടെ ദേവനാഗരി രൂപത്തിന്റെയോ ഉപയോഗത്തിന് വ്യവസ്ഥ ചെയ്യാവുന്നതാണ്.

344. ഔദ്യോഗിക ഭാഷ സംബന്ധിച്ച കമ്മിഷനും പാർലമെന്റിന്റെ കമ്മിറ്റിയും-

(1) ഈ ഭരണഘടനയുടെ പ്രാരംഭം മുതൽ അഞ്ചുവർഷത്തിന്റെ അവസാനത്തിലും അതിനുശേഷം അങ്ങനെയുള്ള പ്രാരംഭം മുതൽ പത്തുവർഷത്തിന്റെ അവസാനത്തിലും രാഷ്ട്രപതി നിയമിക്കുന്ന ഒരു ചെയർമാനും എട്ടാംപട്ടികയിൽ നിർദ്ദേശിച്ചിട്ടുള്ള വ്യത്യസ്ത ഭാഷകളെ പ്രതിനിധാനം ചെയ്യുന്ന അങ്ങനെയുള്ള മറ്റംഗങ്ങളും അടങ്ങിയ ഒരു കമ്മിഷൻ, രാഷ്ട്രപതി ഉത്തരവുവഴി രൂപീകരിക്കേണ്ടതും ആ ഉത്തരവ്, കമ്മിഷൻ അനുവർത്തിക്കേണ്ട നടപടിക്രമം നിർവ്വചിക്കേണ്ടതും ആകുന്നു.

(2) രാഷ്ട്രപതിക്ക്-

(ക) യൂനിയന്റെ ഔദ്യോഗികാവശ്യങ്ങൾക്ക് വേണ്ടി ഹിന്ദി ഭാഷയുടെ പുരോഗമനോന്മുഖമായ ഉപയോഗം;

(ഖ) യൂനിയന്റെ എല്ലാമോ അല്ലെങ്കിൽ ഏതെങ്കിലുമോ ഔദ്യോഗികാവശ്യങ്ങൾക്കു വേണ്ടി ഇംഗ്ലീഷ് ഭാഷയുടെ ഉപയോഗത്തിനുള്ള നിയന്ത്രണങ്ങൾ;

(ഗ) 348 -ാം അനുച്ഛേദത്തിൽ പറഞ്ഞിട്ടുള്ള എല്ലാമോ അല്ലെങ്കിൽ ഏതെങ്കിലുമോ ആവശ്യങ്ങൾക്കുവേണ്ടി ഉപയോഗിക്കേണ്ട ഭാഷ;

(ഘ) യൂനിയന്റെ ഏതെങ്കിലും ഒന്നോ അതിലധികമോ നിർദ്ദിഷ്ട ആവശ്യങ്ങൾക്കുവേണ്ടി ഉപയോഗിക്കേണ്ട അക്കങ്ങളുടെ രൂപം;

(ങ) യൂനിയന്റെ ഔദ്യോഗികഭാഷയും യൂനിയനും ഒരു സംസ്ഥാനവും തമ്മിലോ ഒരു സംസ്ഥാനവും മറ്റൊന്നും തമ്മിലോ ഉള്ള ആശയവിനിമയത്തിനുള്ള ഭാഷയും അവയുടെ ഉപയോഗവും സംബന്ധിച്ച രാഷ്ട്രപതി കമ്മിഷന്റെ പരിഗണനയ്ക്ക് അയക്കുന്ന മറ്റേതെങ്കിലും വിഷയം, എന്നിവയെ

ക്കുറിച്ച് ശിപാർശകൾ ചെയ്യുന്നത് കമ്മിഷന്റെ കർത്തവ്യമായിരിക്കുന്നതാണ്.

(3) കമ്മിഷൻ (2)-ാം ഖണ്ഡപ്രകാരം അവരുടെ ശിപാർശകൾ ചെയ്യുന്നതിന് ഭാരതത്തിന്റെ വ്യാവസായികവും സാംസ്കാരികവും ശാസ്ത്രീയവുമായി പുരോഗതിക്കും പൊതുസേവനങ്ങൾ സംബന്ധിച്ച് ഹിന്ദി സംസാരിക്കാത്ത പ്രദേശങ്ങളിലുള്ള ആളുകളുടെ ന്യായമായ അവകാശങ്ങൾക്കും താത്പര്യങ്ങൾക്കും അർഹമായ പരിഗണന ഉണ്ടായിരിക്കേണ്ടതാണ്.

(4) മുപ്പത് അംഗങ്ങൾ അടങ്ങുന്ന ഒരു കമ്മിറ്റി രൂപീകരിക്കേണ്ടതും അവരിൽ, കൈമാറ്റം ചെയ്യാവുന്ന ഒറ്റ വോട്ടുവഴി ആനുപാതിക പ്രാതിനിധ്യ സമ്പ്രദായമനുസരിച്ച് യഥാക്രമം ലോകസഭയിലെ അംഗങ്ങളും രാജ്യസഭയിലെ അംഗങ്ങളും തെരഞ്ഞെടുക്കേണ്ട ഇരുപത് അംഗങ്ങൾ ലോകസഭാംഗങ്ങളായിരിക്കേണ്ടതും പത്ത് അംഗങ്ങൾ രാജ്യസഭാംഗങ്ങളായിരിക്കേണ്ടതും ആണ്.

അധ്യായം II
പ്രാദേശിക ഭാഷകൾ

345. ഒരു സംസ്ഥാനത്തെ ഔദ്യോഗികഭാഷ അല്ലെങ്കിൽ ഭാഷകൾ

346-ഉം 347-ഉം അനുച്ഛേദങ്ങളിലെ വ്യവസ്ഥകൾക്ക് വിധേയമായി, ഒരു സംസ്ഥാനത്തിലെ നിയമനിർമ്മാണമണ്ഡലത്തിന്, നിയമം വഴി ആ സംസ്ഥാനത്ത് ഉപയോഗത്തിലിരിക്കുന്ന ഭാഷകളിൽ ഏതെങ്കിലും ഒന്നോ അതിലധികമോ അല്ലെങ്കിൽ ഹിന്ദിയോ ആ സംസ്ഥാനത്തിലെ എല്ലാമോ അല്ലെങ്കിൽ ഏതെങ്കിലുമോ ഔദ്യോഗികാവശ്യങ്ങൾക്കു വേണ്ടി സ്വീകരിക്കാവുന്നതാണ്.

എന്നാൽ, സംസ്ഥാനത്തിലെ നിയമനിർമ്മാണമണ്ഡലം നിയമം വഴി മറ്റു വിധത്തിൽ വ്യവസ്ഥ ചെയ്യുന്നതുവരെ ഈ ഭരണഘടനയുടെ പ്രാരംഭത്തിന് തൊട്ടുമുമ്പ് ആ സംസ്ഥാനത്ത് ഏതെല്ലാം ഔദ്യോഗിക ആവശ്യങ്ങൾക്ക് ഇംഗ്ലീഷ് ഭാഷ ഉപയോഗിച്ചിരുന്നുവോ അവയ്ക്ക് ആ ഭാഷ തുടർന്നും ഉപയോഗിക്കേണ്ടതാണ്.

346. ഒരു സംസ്ഥാനവും മറ്റൊന്നും തമ്മിലോ, ഒരു സംസ്ഥാനവും യൂണിയനും തമ്മിലോ ഉള്ള ആശയവിനിമയത്തിനുള്ള ഔദ്യോഗികഭാഷ

ഒരു സംസ്ഥാനവും മറ്റൊരു സംസ്ഥാനവും തമ്മിലോ ഒരു സംസ്ഥാനവും യൂണിയനും തമ്മിലോ ഉള്ള ആശയവിനിയമത്തിനുള്ള ഔദ്യോഗികഭാഷ യൂണിയനിൽ ഔദ്യോഗികാവശ്യങ്ങൾക്ക് ഉപയോഗിക്കുന്നതിന് തൽസമയം അധികൃതപ്പെടുത്തിയിട്ടുള്ള ഭാഷ ആയിരിക്കേണ്ടതാണ്.

എന്നാൽ രണ്ടോ അതിലധികമോ സംസ്ഥാനങ്ങൾ അങ്ങനെയുള്ള സംസ്ഥാനങ്ങൾ തമ്മിലുള്ള ആശയവിനിമയത്തിന് ഔദ്യോഗികഭാഷ ഹിന്ദി ഭാഷ ആയിരിക്കേണ്ടതാണെന്ന് സമ്മതിക്കുകയാണെങ്കിൽ അങ്ങനെയുള്ള ആശയവിനിമയത്തിന് ആ ഭാഷ ഉപയോഗിക്കേണ്ടതാണ്.

347. ഒരു സംസ്ഥാനത്തെ ജനസംഖ്യയിൽ ഒരു വിഭാഗം സംസാരിക്കുന്ന ഭാഷ സംബന്ധിച്ച് പ്രത്യേക വ്യവസ്ഥ -

ഒരു സംസ്ഥാനത്തെ ജനസംഖ്യയിൽ ഗണ്യമായ ഒരു വിഭാഗം അവർ സംസാരിക്കുന്ന ഏതെങ്കിലും ഭാഷയുടെ ഉപയോഗം ആ സംസ്ഥാനത്താൽ അംഗീകരിക്കപ്പെടണമെന്ന് ആഗ്രഹിക്കുന്നു എന്ന്, അതിലേക്ക് ഒരു അഭ്യർത്ഥന നടത്തുന്നതിൻമേൽ രാഷ്ട്രപതിക്ക് ബോധ്യമായാൽ അദ്ദേഹത്തിന് ആ സംസ്ഥാനം ഒട്ടാകെയോ അതിന്റെ ഏതെങ്കിലും ഭാഗത്തോ അങ്ങനെയുള്ള ഭാഷ കൂടി അദ്ദേഹം നിർദ്ദേശിക്കുന്ന ആവശ്യങ്ങൾക്ക് ഔദ്യോഗികമായി അംഗീകരിക്കണമെന്ന് നിർദ്ദേശിക്കാവുന്നതാണ്.

അധ്യായം III

സുപ്രീംകോടതി, ഹൈക്കോടതികൾ മുതലായവയിലെ ഭാഷ

348. സുപ്രീംകോടതിയിലും ഹൈക്കോടതികളിലും ആക്ടുകൾ, ബില്ലുകൾ മുതലായവയ്ക്കും ഉപയോഗിക്കേണ്ട ഭാഷ

(1) ഈ ഭാഗത്തിലെ മുൻപറഞ്ഞ വ്യവസ്ഥകളിൽ എന്തുതന്നെ ആയിരുന്നാലും, പാർലമെന്റ് നിയമം വഴി മറ്റുവിധത്തിൽ വ്യവസ്ഥ ചെയ്യുന്നതുവരെ-

(ക) സുപ്രീംകോടതിയിലെയും ഓരോ ഹൈക്കോടതിയിലെയും എല്ലാ നടപടികളും:

(ഖ) (I) പാർലമെന്റിന്റെ ഇരുസഭകളിൽ ഏതിലെങ്കിലുമോ അല്ലെങ്കിൽ ഒരു സംസ്ഥാനത്തിലെ നിയമനിർമ്മാണ മണ്ഡലത്തിന്റെ സഭയിലോ ഇരുസഭകളിൽ ഏതിലെങ്കിലുമോ അവതരിപ്പിക്കേണ്ട എല്ലാ ബില്ലുകളുടെയും അല്ലെങ്കിൽ അവയെപ്പറ്റി ഉന്നയിക്കുന്ന ഭേദഗതികളുടെയും,

(ii)പാർലമെന്റോ ഒരു സംസ്ഥാനത്തിലെ നിയമനിർമ്മാണ മണ്ഡലമോ പാസ്സാക്കുന്ന എല്ലാ ആക്റ്റുകളുടെയും രാഷ്ട്രപതിയോ ഒരു സംസ്ഥാന ഗവർണറോ പുറപ്പെടുവിക്കുന്ന എല്ലാ ഓർഡിനൻസുകളുടെയും,

(iii) ഈ ഭരണഘടനപ്രകാരം അല്ലെങ്കിൽ പാർലമെന്റോ ഒരു സംസ്ഥാനത്തിന്റെ നിയമനിർമ്മാണ മണ്ഡലമോ ഉണ്ടാക്കുന്ന ഏതെങ്കിലും നിയമപ്രകാരം പുറപ്പെടുവിക്കുന്ന എല്ലാ ഉത്തരവുകളുടെയും ചട്ടങ്ങളുടെയും റഗുലേഷനുകളുടെയും ബൈലോകളും ആധികാരികപാഠങ്ങളും, ഇംഗ്ലീഷ് ഭാഷയിൽ ആയിരിക്കേണ്ടതാണ്.

(2) (1) -ാം ഖണ്ഡം (ക) ഉപഖണ്ഡത്തിൽ എന്തുതന്നെ ആയിരുന്നാലും ഒരു സംസ്ഥാനത്തിന്റെ ഗവർണർക്ക് രാഷ്ട്രപതിയുടെ മുൻകൂട്ടിയുള്ള സമ്മതത്തോടുകൂടി ആ സംസ്ഥാനത്ത് മുഖ്യ ആസ്ഥാനമുള്ള ഹൈക്കോടതിയുടെ നടപടികളിൽ ഹിന്ദി ഭാഷയുടെയോ ആ സംസ്ഥാനത്ത് ഔദ്യോഗികാവശ്യങ്ങൾക്കു ഉപയോഗിക്കുന്ന മറ്റേതെങ്കിലും ഭാഷയുടെയോ ഉപയോഗം അധികൃതം ആക്കാവുന്നതാണ്.

എന്നാൽ ഈ ഖണ്ഡത്തിലെ യാതൊന്നും അങ്ങനെയുള്ള ഹൈക്കോടതി പ്രസ്താവിച്ച ഏതെങ്കിലും വിധിന്യായത്തിലോ ഡിക്രിക്കോ പുറപ്പെടുവിച്ച ഏതെങ്കിലും ഉത്തരവിനോ ബാധകമാവുന്നതല്ല.

(3) (1)-ാം ഖണ്ഡത്തിലെ (ഖ) ഖണ്ഡത്തിൽ എന്തുതന്നെ ആയിരുന്നാലും, ഇംഗ്ലീഷ് ഭാഷ അല്ലാതെ ഏതെങ്കിലും ഭാഷ ഒരു സംസ്ഥാനത്തിലോ നിയമനിർമ്മാണമണ്ഡലത്തിൽ അവതരിപ്പിക്കുന്ന ബില്ലുകളിലോ അതു പാസ്സാക്കുന്ന ഓർഡിനൻസുകളിലോ, അല്ലെങ്കിൽ ആ ഉപഖണ്ഡത്തിന്റെ (iii)-ാം ഖണ്ഡികയിൽ പരാമർശിച്ചിട്ടുള്ള ഏതെങ്കിലും ഉത്തരവിലോ ചട്ടത്തിലോ റഗുലേഷനിലോ ബൈലോയിലോ

ഉപയോഗിക്കുന്നതിന് നിർണ്ണയിച്ചിട്ടുണ്ടെങ്കിൽ ആ സംസ്ഥാനത്തെ ഔദ്യോഗിക ഗസറ്റിൽ ആ സംസ്ഥാനത്തെ ഗവർണറുടെ അധികാരത്തിൻകീഴിൽ പ്രസിദ്ധപ്പെടുത്തിയിട്ടുള്ള അതിന്റെ ഇംഗ്ലീഷ് ഭാഷയിലുള്ള ഒരു തർജ്ജമ ഈ അനുഛേദ പ്രകാരം അതിന്റെ ഇംഗ്ലീഷ് ഭാഷയിലെ ആധികാരിക പാഠമായി കരുതപ്പെടേണ്ടതാണ്.

349. ഭാഷയെ സംബന്ധിച്ച ചില നിയമങ്ങൾ ഉണ്ടാക്കുന്നതിനുള്ള പ്രത്യേക നടപടിക്രമം-

ഈ ഭരണഘടനയുടെ പ്രാരംഭം മുതലുള്ള പതിനഞ്ചു വർഷക്കാലത്തേക്ക് 348-ാം അനുച്ഛേദം (1)-ാംഖണ്ഡത്തിൽ പറഞ്ഞിട്ടുള്ള ആവശ്യങ്ങളിൽ ഏതിനെങ്കിലും വേണ്ടി ഉപയോഗിക്കേണ്ട ഭാഷയെപ്പറ്റി വ്യവസ്ഥയുണ്ടാക്കുന്ന യാതൊരു ബില്ലോ ഭേദഗതിയോ രാഷ്ട്രപതിയുടെ മുൻകൂട്ടിയുള്ള അനുമതി കൂടാതെ പാർലമെന്റിന്റെ ഇരുസഭകളിൽ ഏതിലെങ്കിലും അവതരിപ്പിക്കുകയോ ഉന്നയിക്കുകയോ ചെയ്യാൻ പാടില്ലാത്തതും, രാഷ്ട്രപതി 344-ാം അനുഛേദം (1) -ാം ഖണ്ഡപ്രകാരം രൂപീകരിക്കുന്ന കമ്മിറ്റിയുടെ ശിപാർശകളും ആ അനുഛേദം (4)-ാം ഖണ്ഡപ്രകാരം രൂപീകരിക്കുന്ന കമ്മിറ്റിയുടെ റിപ്പോർട്ടുകളും പരിഗണിച്ചതിനു ശേഷമല്ലാതെ അങ്ങനെയുള്ള ഏതെങ്കിലും ബില്ലിന്റെ അവതരണത്തിനോ ഏതെങ്കിലും ഭേദഗതിയുടെ ഉന്നയിക്കലിനോ അനുമതി നൽകുവാൻ പാടില്ലാത്തതും ആകുന്നു.

അധ്യായം IV
പ്രത്യേക നിർദ്ദേശങ്ങൾ

350. സങ്കടപരിഹാരത്തിനുള്ള നിവേദനങ്ങളിൽ ഉപയോഗിക്കേണ്ട ഭാഷ

ഏതൊരാൾക്കും ഏതെങ്കിലും സങ്കടത്തിന്റെ പരിഹാരത്തിനുള്ള ഒരു നിവേദനം, യൂണിയനിലെയോ സംസ്ഥാനത്തെയോ ഏതെങ്കിലും ഉദ്യോഗസ്ഥനോ അധികാരസ്ഥാനത്തിനോ, യൂണിയനിലോ അല്ലെങ്കിൽ ആ സംസ്ഥാനത്തോ, അതതു സംഗതിപോലെ ഉപയോഗിക്കുന്ന ഭാഷകളിൽ ഏതിലെങ്കിലും സമർപ്പിക്കുവാൻ അവകാശമുണ്ടായിരിക്കുന്നതാണ്.

350. (ക) പ്രാഥമിക ഘട്ടത്തിൽ മാതൃഭാഷയിൽ ബോധനത്തിനുള്ള സൗകര്യങ്ങൾ

ഭാഷാന്യൂനപക്ഷ വിഭാഗത്തിൽപ്പെട്ട കുട്ടികൾക്ക് വിദ്യാഭ്യാസത്തിന്റെ പ്രാഥമിക ഘട്ടത്തിൽ മാതൃഭാഷയിൽ ബോധനത്തിന് പര്യാപ്തമായ സൗകര്യങ്ങൾ നൽകുവാൻ ഓരോ സംസ്ഥാനവും സംസ്ഥാനത്തെ ഓരോ തദ്ദേശാധികാര സ്ഥാപനവും യത്നിക്കേണ്ടതും കൂടാതെ രാഷ്ട്രപതിക്ക് അങ്ങനെയുള്ള സൗകര്യങ്ങളുടെ വ്യവസ്ഥ സംപ്രാപ്തമാക്കുന്നതിന് ആവശ്യമോ ഉചിതമോ ആണെന്ന് അദ്ദേഹം കരുതുന്ന നിർദ്ദേശങ്ങൾ ഏതു സംസ്ഥാനത്തിനും നൽകാവുന്നതും ആകുന്നു.

350. (ഖ) ഭാഷാന്യൂനപക്ഷങ്ങൾക്ക് പ്രത്യേക ഉദ്യോഗസ്ഥൻ-

(1) ഭാഷാന്യൂനപക്ഷങ്ങൾക്ക് രാഷ്ട്രപതി നിയമിക്കുന്ന ഒരു പ്രത്യേക ഉദ്യോഗസ്ഥൻ ഉണ്ടായിരിക്കേണ്ടതാണ്.

(2) ഈ ഭരണഘടന പ്രകാരം ഭാഷാന്യൂനപക്ഷങ്ങൾക്ക് നൽകിയിട്ടുള്ള പരിരക്ഷ സംബന്ധിച്ച് എല്ലാ വിഷയങ്ങളും അന്വേഷിക്കുന്നതും രാഷ്ട്രപതി നിർദ്ദേശിക്കാവുന്ന അങ്ങനെയുള്ള ഇടവേളകളിൽ ആ വിഷയങ്ങളിൻമേൽ രാഷ്ട്രപതിക്ക് റിപ്പോർട്ട് ചെയ്യുന്നതും, ആ പ്രത്യേക ഉദ്യോഗസ്ഥന്റെ കർത്തവ്യമായിരിക്കുന്നതും, രാഷ്ട്രപതി അങ്ങനെയുള്ള എല്ലാ റിപ്പോർട്ടുകളും പാർലമെന്റിന്റെ ഓരോ സഭയുടെയും മുമ്പാകെ വയ്പിക്കേണ്ടതും ബന്ധപ്പെട്ട സംസ്ഥാനങ്ങളിലെ സർക്കാരുകൾക്ക് അയപ്പിക്കേണ്ടതും ആകുന്നു.

(1956 ലെ ഭരണഘടന ഏഴാംഭേദഗതി ആക്റ്റ് 21 ാം വകുപ്പ് പ്രകാരം ചേർത്തതാണ് 350 ക, 350 ഖ അനുഛേദങ്ങൾ)

350. ഹിന്ദി ഭാഷയുടെ വികസനത്തിനുള്ള നിർദ്ദേശം-

ഹിന്ദി ഭാഷയുടെ പ്രചാരം അഭിവൃദ്ധിപ്പെടുത്തുന്നതും അതിനെ ഭാരതത്തിന്റെ സമ്മിശ്ര സംസ്കാരത്തിന്റെ എല്ലാ ഘടകങ്ങൾക്കും, ആശയപ്രകടനത്തിനുള്ള ഒരു മാദ്ധ്യമമായി പ്രയോജനപ്പെടത്തക്കവണ്ണം വികസിപ്പിക്കുന്നതും അതിന്റെ സവിശേഷ സ്വഭാവത്തിന് കോട്ടം തട്ടാതെ ഹിന്ദുസ്ഥാനിയിലും എട്ടാംപട്ടികയിൽ പറഞ്ഞിട്ടുള്ള ഭാരതത്തിലെ മറ്റു ഭാഷകളിലും ഉപയോഗിക്കുന്ന രൂപങ്ങളും ശൈലിയുടെ പദപ്രയോഗങ്ങളും സ്വാംശീകരിച്ചും അതിന്റെ ശബ്ദാ

വലിക്കുവേണ്ടി ഒന്നാമതായി സംസ്കൃതത്തിൽ നിന്നും രണ്ടാമതായി മറ്റുഭാഷകളിൽനിന്നും ആവശ്യമോ അഭിലഷണീയമോ ആയിരിക്കുന്നിടത്തെല്ലാം ശബ്ദങ്ങൾ സ്വീകരിച്ചും അതിന്റെ പരിപോഷണം സുനിശ്ചിതമാക്കുന്നതും യൂണിയന്റെ കർത്തവ്യമായിരിക്കുന്നതാണ്.

അനുബന്ധം - 2

(അനുബന്ധം 1-ൽ പറഞ്ഞതിനു പുറമേ ഭാഗം III-ൽ മൗലികാവകാശങ്ങൾ വിവരിക്കുമ്പോൾ സാംസ്കാരികവും വിദ്യാഭ്യാസപരവുമായ അവകാശങ്ങൾ പറയുന്നിടത്ത് ഭരണഘടന ഭാഷാപരമായ ന്യൂനപക്ഷങ്ങളുടെ അവകാശവും അനുശാസിക്കുന്നു)

സാംസ്കാരികവും വിദ്യാഭ്യാസപരവുമായ അവകാശങ്ങൾ

29. ന്യൂനപക്ഷ താത്പര്യങ്ങളുടെ സംരക്ഷണം

(1) ഭാരതത്തിന്റെ ഭൂപ്രദേശത്തോ അതിന്റെ ഏതെങ്കിലും ഭാഗത്തോ താമസിച്ചുവരുന്ന പൗരന്മാരിൽ, ഭിന്നമായ ഒരു ഭാഷയോ ലിപിയോ സംസ്കാരമോ സ്വന്തമായുള്ള ഏതൊരു വിഭാഗത്തിനും അത് സംരക്ഷിക്കുന്നതിന് അവകാശം ഉണ്ടായിരിക്കുന്നതാണ്.

(2) രാഷ്ട്രം സംരക്ഷിക്കുന്നതോ രാഷ്ട്രത്തിന്റെ നിധിയിൽനിന്ന് സഹായം സ്വീകരിക്കുന്നതോ ആയ ഏതെങ്കിലും വിദ്യാഭ്യാസ സ്ഥാപനത്തിൽ മതം, വർഗ്ഗം, ജാതി, ഭാഷ എന്നിവയെയോ അവയിൽ ഏതെങ്കിലും ഒന്നിനെയോ മാത്രം അടിസ്ഥാനമാക്കി യാതൊരു പൗരനും പ്രവേശനം നിഷേധിക്കപ്പെട്ടുവാൻ പാട്ടുള്ളതല്ല.

30. വിദ്യാഭ്യാസ സ്ഥാപനങ്ങൾ സ്ഥാപിക്കുവാനും ഭരണം നടത്തുവാനും ന്യൂനപക്ഷങ്ങൾക്കുള്ള അവകാശം-

(1) എല്ലാ ന്യൂനപക്ഷങ്ങൾക്കും അവ മതമോ ഭാഷയോ അടിസ്ഥാനമുള്ളവയായാലും അവരുടെ ഇഷ്ടപ്രകാരമുള്ള വിദ്യാഭ്യാസ സ്ഥാപനങ്ങൾ സ്ഥാപിക്കുവാനും ഭരണം നടത്തുവാനും അവകാശം ഉണ്ടായിരിക്കുന്നതാണ്.

(ക) (1)-ാം ഖണ്ഡത്തിൽ പരാമർശിച്ചിട്ടുള്ള ഒരു ന്യൂനപക്ഷം സ്ഥാപിക്കുകയും ഭരണം നടത്തുകയും ചെയ്യുന്ന ഒരു വിദ്യാ

ഭ്യാസ സ്ഥാപനത്തിന്റെ ഏതെങ്കിലും വസ്തുവിന്റെ നിർബന്ധപൂർവമായ ആർജ്ജനത്തിനു വ്യവസ്ഥ ചെയ്യുന്ന ഏതെങ്കിലും നിയമം നിർമ്മിക്കുമ്പോൾ അങ്ങനെയുള്ള വസ്തുവിന്റെ ആർജ്ജനത്തിനുവേണ്ടി അങ്ങനെയുള്ള നിയമപ്രകാരം നിജപ്പെടുത്തുന്നതോ നിശ്ചയിക്കുന്നതോ ആയ സംഖ്യ ആ ഖണ്ഡപ്രകാരം ഉറപ്പു നൽകിയിട്ടുള്ള അവകാശം നിയന്ത്രിക്കുന്നതോ ഇല്ലാതാക്കുന്നതോ അല്ലാത്തതാണെന്ന് രാഷ്ട്രം ഉറപ്പു വരുത്തേണ്ടതാണ്.

30. **(ക). അനുഛേദം 1978-ലെ ഭരണഘടന (നാല്പത്തിനാലാം ഭേദഗതി) ആക്റ്റ് 4-ാം വകുപ്പു പ്രകാരം ചേർത്തത്**

(20. 6. 1979 മുതൽ പ്രാബല്യം)

(2) വിദ്യാഭ്യാസ സ്ഥാപനങ്ങൾക്ക് സഹായം നൽകുന്നതിൽ, ഒരു ന്യൂനപക്ഷത്തിന്റെ, അത് മതമോ ഭാഷയോ അടിസ്ഥാനമായുള്ളതായാലും, നടത്തിപ്പിൻ കീഴിലാണെന്നുള്ളതിന്റെ കാരണത്തിന്മേൽ ഏതെങ്കിലും വിദ്യാഭ്യാസ സ്ഥാപനത്തിനെതിരായി രാഷ്ട്രം വിവേചനം കാണിക്കുവാൻ പാടുള്ളതല്ല.

(അവലംബം, ഭാരതത്തിന്റെ ഭരണഘടന (പരിഷ്കരിച്ച മൂന്നാം പതിപ്പ്), 2000, ഭരണഘടന ഭാരതസർക്കാർ, നിയമമന്ത്രാലയം)

മാതൃഭാഷയ്ക്ക് വേണ്ടത് ഒരു ബഹുജനപ്രസ്ഥാനം

മറക്കാൻ കഴിയുമോ എനിക്ക് ആ ഫെബ്രുവരി 21?
സഹോദരസ്നേഹത്തിന്റെ ചുവപ്പിൽ കുളിച്ച ആ ദിനം?
ഫെബ്രുവരി 21, നൂറു കണക്കിന് മക്കൾ നഷ്ടപ്പെട്ട അമ്മമാരുടെ കണ്ണീരിന്റെ ആ ദിനം?
എനിക്ക് മറക്കാൻ കഴിയുമോ?
സർപ്പങ്ങളെ, തലയുയർത്തുക!
വെള്ളിടികളെ ആഞ്ഞുവെട്ടുക!
ലോകമേ ഉണർന്നെണീക്കുക!
നിഷ്കളങ്ക കിശോരത്വത്തെ കൂട്ടക്കൊല ചെയ്തതിനെതിരെ
രോഷാകുലരാകുക!
....
ഇതു ഫെബ്രുവരി 21
ഉണരുക
നമ്മുടെ കുമാരന്മാരും കുമാരികളും ഇപ്പോഴും ഏകാധിപതികളുടെ ജയിലറകളിലാണ്.
രക്തസാക്ഷികളായ സഹോദരന്മാരുടെ ആത്മാവുകൾ ഇപ്പോഴും കരയുന്നു
ജനശക്തി ഉണർന്നു കഴിഞ്ഞിരിക്കുന്നു
ഈ ഫെബ്രുവരിയെ നാം ജ്വലിപ്പിക്കും
എങ്ങിനെ മറക്കാൻ കഴിയും
എനിക്കാ ഫെബ്രുവരി 21-നെ?

– (അബ്ദുൾ ഗഫാർ ചൗധരി
എന്റെ സഹോദരങ്ങളുടെ രക്തം ചിന്തിയ ഫെബ്രുവരി 21)

മാതൃഭാഷ മലയാളിക്ക് ഒരു വികാരമല്ല, മതത്തിനോ ജാതിക്കോ ഉണ്ടാക്കാൻ കഴിയുന്ന യാതൊരു വികാരവും മലയാളിയിൽ സ്വന്തം ഭാഷ ജനിപ്പിക്കുന്നില്ല. എന്തെന്നാൽ നാം ഒരു ജനത എന്ന നിലയിൽ അതിനുവേണ്ടി യാതൊന്നും സഹിച്ചിട്ടില്ല. അതിനുവേണ്ടി നാമാരും രക്തം ചിന്തിയിട്ടില്ല. എന്നാൽ ലോകത്തിലെ പല ജനതകളുടെയും

സ്ഥിതി അതല്ല. മാതൃഭാഷ വൈകാരികമൂല്യമായി സൂക്ഷിക്കുന്ന ജനതകളെല്ലാം തന്നെ തെരുവിലിറങ്ങി ഭാഷയ്ക്കു വേണ്ടി സമരം ചെയ്തവരാണ്. സമരങ്ങളിലൂടെ വന്ന സംസ്കാരത്തിന്റെയും അതിന്റെ വൈകാരിക ബന്ധത്തിന്റെയും പേരാണ് അവർക്ക് മാതൃഭാഷ.

അബ്ദുൾ ഗഫാർ ചൗധരിയുടെ കവിത ബംഗ്ലാദേശിലെ ചരിത്രപ്രസിദ്ധമായ ഭാഷാസമരത്തിന്റെ സന്ദർഭത്തിലെഴുതപ്പെട്ടതാണ്. പടിഞ്ഞാറൻ പാക്കിസ്ഥാൻ കിഴക്കൻ പാക്കിസ്ഥാനിൽ ഉർദു ഭാഷ അടിച്ചേല്പിക്കുന്നതിനെതിരെ നടന്ന ഐതിഹാസികമായ വിദ്യാർത്ഥി കലാപത്തിന്റെ രക്തസാക്ഷി ദിനമായ 1952 ഫെബ്രുവരി 21-നെ വാഴ്ത്തുകയാണ് അദ്ദേഹം. ഡാക്ക സർവകലാശാലയിലെ വിദ്യാർത്ഥികൾ തെരുവിലിറങ്ങി നടത്തിയ ഭാഷാകലാപം ജനകീയമായ സമരമായി മാറുകയായിരുന്നു. ആധുനിക ബംഗ്ലാദേശിന്റെ ജനനത്തിന് അടിത്തറ പാകിയ ഈ സമരം 1968-ലെ പാരീസ് വിദ്യാർത്ഥി കലാപത്തെ മാത്രം വാഴ്ത്താൻ പഠിച്ച, യൂറോകേന്ദ്രിത ലോകബോധത്തിന്റെ അടിമകളായി ഇപ്പോഴും തുടരുന്ന നമുക്ക് അജ്ഞാതമായിരിക്കുന്നതിൽ അദ്ഭുതമില്ല.

1956 ൽ സമരക്കാരുടെ ആവശ്യം അംഗീകരിക്കപ്പെട്ടു. കിഴക്കൻ പാക്കിസ്ഥാൻ പ്രവിശ്യയിൽ ബംഗാളി ഔദ്യോഗികഭാഷയായി പ്രഖ്യാപിക്കപ്പെട്ടു. ഇപ്പോൾ ബംഗ്ലാദേശിൽ ഫെബ്രുവരി 21 ഭാഷാപ്രസ്ഥാനദിനമായി ആചരിക്കപ്പെടുന്നു. അവിടെ ഔദ്യോഗികമായ അവധിദിനമാണത്. ഡാക്ക സർവകലാശാലയിൽ സ്ഥാപിക്കപ്പെട്ട ശഹീദ് മിനാർ സ്മാരകം ഈ രക്തസാക്ഷിത്വത്തിന്റെ സാംസ്കാരിക അടയാളമായി നിലകൊള്ളുന്നു. ഫെബ്രുവരി 21 നെ ഐക്യരാഷ്ട്രസഭ 2000 മുതൽ ലോക മാതൃഭാഷാദിനമായി പ്രഖ്യാപിച്ചിരിക്കുകയുമാണ് (ഈ വിവരം അറിയാത്ത ഒരു ജനവർഗം സമ്പൂർണ സാക്ഷരരായ മലയാളികൾ മാത്രമാണെന്നതിൽ നമുക്ക് അഭിമാനിക്കാം !).

മതാത്മകതയ്ക്കപ്പുറത്തേക്ക് കിഴക്കൻ ബംഗാളിലെ സാമൂഹ്യസംഘാടനത്തെ വികസിപ്പിക്കുന്നതിൽ ഭാഷാസമരം ചെലുത്തിയ സ്വാധീനം ചെറുതല്ല. ഇപ്പോഴും മതരാഷ്ട്രമല്ലാതെ നിലനില്ക്കുന്ന മുസ്ലിം ഭൂരിപക്ഷ പ്രദേശമാണ് ബംഗ്ലാദേശ്. വിവിധ മതവിശ്വാസികളും അവിശ്വാസികളും ചേർന്ന ഭാഷാസമൂഹമാണ് തങ്ങൾ എന്ന ധാരണയിലേക്ക് ആധുനികമായ ഭാഷാവബോധം ബംഗ്ലാദേശിനെ എത്തിച്ചു. 1972 -ൽ നിലവിൽവന്ന ബംഗ്ലാദേശിലെ ഭരണഘടനയിൽ ജനാധിപത്യം, ദേശീയത, സോഷ്യലിസം എന്നിവയ്ക്കൊപ്പം രാഷ്ട്ര

ത്തിന്റെ അടിസ്ഥാനതത്വങ്ങളിലൊന്നായി മതേതരത്വവും ഉറപ്പിക്കപ്പെട്ടു (ഇന്ത്യക്കു മുമ്പു തന്നെ സോഷ്യലിസത്തെ രാഷ്ട്ര ലക്ഷ്യമായി ബംഗ്ലാദേശ് പ്രഖ്യാപിച്ചു). മുജീബ് റഹ്മാനെ വധിച്ച്, തുടർന്ന് അധികാരത്തിൽ വന്ന പട്ടാളഭരണാധികാരികൾ മതേതരത്വം എന്ന അടിസ്ഥാനത്തെ അട്ടിമറിച്ച് ബംഗ്ലാദേശിനെ പാക്കിസ്ഥാനെപ്പോലെ മതരാഷ്ട്രമായി പ്രഖ്യാപിച്ചെങ്കിലും തെരഞ്ഞെടുപ്പിലൂടെ 2008-ൽ വീണ്ടും അധികാരത്തിൽ വന്ന അവാമി ലീഗ് ഇപ്പോൾ ബംഗ്ലാദേശിനെ മതേതരത്വത്തിലേക്ക് തിരിച്ചുകൊണ്ടുവന്നിരിക്കുന്നു. പട്ടാളത്തിന്റെയും മതത്തിന്റെയും ആധിപത്യങ്ങളോടുള്ള ജനാധിപത്യപരമായ ചെറുത്തുനില്പിന്റെ സൂചകമായാണ് ബംഗാളിഭാഷാപ്രേമം ബംഗ്ലാദേശിന്റെ ചരിത്രത്തിൽ നിലകൊള്ളുന്നത്. ആധുനിക ജനാധിപത്യപ്രക്രിയയുടെ അനിവാര്യമായ ഭാഗമാണത്. പാക്കിസ്ഥാന്റെ ജനനത്തിന് കാരണമായ മുസ്ലിംലീഗിൽ നിന്ന് വിഘടിച്ചു പോന്നുകൊണ്ടാണ് 1949-ൽ അതിന്റെ നേതാക്കൾ കിഴക്കൻ പാക്കിസ്ഥാനിൽ അവാമി മുസ്ലിംലീഗിന് ജന്മം നൽകിയത്. 1952-ലെ ഭാഷാസമരത്തിന്റെ തൊട്ടടുത്ത വർഷമാണ് അവാമി മുസ്ലിം ലീഗ് എന്ന പാർടി മുസ്ലിം എന്ന വാക്ക് തങ്ങളുടെ പേരിൽനിന്ന് മാറ്റുകയും മതേതരമായ അവാമി ലീഗ് എന്ന പേര് സ്വീകരിക്കുകയും ചെയ്തത് എന്നതും ശ്രദ്ധേയമാണ്. രാഷ്ട്രത്തെ മതേതരമാക്കുന്നതിനുള്ള സമരമായി ഭാഷാസമരം മാറുകയായിരുന്നു.

കേരളത്തിലെ ആദ്യത്തെ മന്ത്രിസഭയുടെ ഗതി തന്നെയാണ് കിഴക്കൻ പാക്കിസ്ഥാനിലെ ആദ്യത്തെ അവാമി ലീഗിന്റെ നേതൃത്വത്തിലുള്ള മുന്നണി മന്ത്രിസഭയ്ക്കും ഉണ്ടായത്. 1954-ൽ പൊതുതെരഞ്ഞെടുപ്പിൽ അധികാരത്തിൽ വന്ന പ്രവിശ്യാമന്ത്രിസഭയെ പാക്കിസ്ഥാനിലെ കേന്ദ്ര സർക്കാർ പിരിച്ചുവിടുകയാണ് ഉണ്ടായത് (ഇതാകാം ഒരു പക്ഷെ അഞ്ചുവർഷം കഴിഞ്ഞ് നെഹ്റുവിന് കേരളത്തിലെ മന്ത്രിസഭയെ പിരിച്ചുവിടാനുള്ള ദിശാസൂചന നൽകിയത്).

ബംഗ്ലാദേശിലുണ്ടായ ഭാഷാസമരത്തിന്റെ ഈ പാഠങ്ങൾ കേരളത്തെ സംബന്ധിച്ചിടത്തോളം എങ്ങിനെയാണ് പ്രസക്തമാകുന്നത്? കിഴക്കൻ ബംഗാളിൽ മാതൃഭാഷ ഭരണഭാഷയായി പ്രഖ്യാപിക്കുന്ന ഘട്ടത്തിൽ തന്നെയാണ് ആധുനിക കേരളം രൂപീകരിക്കപ്പെടുന്നതും ഇ.എം.എസിന്റെ ആദ്യമന്ത്രിസഭ അധികാരമേൽക്കുന്നതും. ഇ.എം. എസിന്റെ ആദ്യ മന്ത്രിസഭയുടെ പ്രഖ്യാപനങ്ങളിലൊന്നായിരുന്ന

ഭരണത്തിലും വിദ്യാഭ്യാസത്തിലും മാതൃഭാഷ ഉപയോഗിക്കുക എന്നത്. അരനൂറ്റാണ്ടു കൊണ്ട് ഇക്കാര്യത്തിൽ കിഴക്കൻ പാക്കിസ്ഥാൻ (1971-ന് ശേഷം ബംഗ്ലാദേശ്) എവിടെ എത്തി? കേരളം എവിടെ നില്ക്കുന്നു എന്ന് അന്വേഷിക്കുന്നത് നന്നായിരിക്കും. മതത്തിന്റെ പേരില്ലാതെ തന്നെ ഒരു പാർട്ടിക്ക് ഭരിക്കാൻ കഴിയുന്ന അവസ്ഥയിൽ ബംഗ്ലാദേശ് എത്തിയിരിക്കുന്നു. കേരളത്തിലാകട്ടെ എല്ലാ രാഷ്ട്രീയ പാർടികളെയും മതശക്തികൾ വിഴുങ്ങിക്കൊണ്ടിരിക്കുകയോ ചൊൽപ്പടിക്കു നിർത്തുകയോ ചെയ്തുകൊണ്ടിരിക്കുന്നു. മതവൈകാരികതയിൽ നിന്ന് ഭാഷാസമൂഹമെന്ന വൈകാരികതയിലേക്ക് നമ്മുടെ സാമൂഹ്യബന്ധം ഇനിയും വികസിച്ചിട്ടില്ല. മതത്തിന്റെ പേരിൽ രൂപപ്പെട്ട പാക്കിസ്ഥാന്റെ ഭാഗമായാണ് തുടങ്ങിയതെങ്കിലും ഭാഷാപരമായ അവബോധരൂപീകരണത്തിലൂടെ ആ ഘട്ടത്തെ മറികടന്ന് ജനാധിപത്യപരമായ അവബോധത്തിലേക്ക് ബംഗ്ലാദേശ് കടന്നിരിക്കുന്നു. മതേതരമായ ഒരു ദേശീയ പ്രസ്ഥാനത്തിന്റെയും അതു കഴിഞ്ഞ് കമ്മ്യൂണിസ്റ്റ് പ്രസ്ഥാനത്തിന്റെയും ഘട്ടങ്ങളിലൂടെ കടന്നുവന്നിട്ടും നമുക്ക് ഇപ്പോൾ മതവർഗീയത വമ്പിച്ച ഭീഷണിയായി മുന്നിൽ നില്ക്കുന്നു.

ബംഗ്ലാദേശിലെ ഭാഷാ സമരം തുടക്കത്തിൽ സൂചിപ്പിച്ച അനേകം കവിതകൾക്കും നോവലുകൾക്കും നാടകങ്ങൾക്കും സിനിമയ്ക്കും വിഷയമായി. നമ്മുടെ കർഷകസമരങ്ങൾ പോലെ ബംഗ്ലാദേശിന്റെ സാമൂഹ്യബോധത്തിന്റെയും സൗന്ദര്യബോധത്തിന്റെയും അടിപ്പടവുകളിലൊന്നായി. മതാത്മകമായ അവബോധത്തെയും അബോധത്തെയും അത് ആധുനികമായ ഭാഷാസമൂഹ സൗന്ദര്യബോധമാക്കി മാറ്റി. മതപാഠങ്ങളുടെ സ്ഥാനത്ത് സാഹിത്യപാഠങ്ങളെ പ്രതിഷ്ഠിച്ചു.

മലയാളിയുടെ ഒരു ജനതയെന്ന നിലയിലുള്ള സൂക്ഷ്മാവബോധത്തിന്റെ ഭാഗമല്ല മാതൃഭാഷ. ഒരു ജനതയുടെ സാംസ്കാരികതയിലേക്ക് ഒരു ആശയം കടക്കണമെങ്കിൽ അത് ഒരു സാമൂഹ്യപ്രസ്ഥാനമായി അവർക്കു മുമ്പിൽ ഉണ്ടാകണം. അതിനായി അവർ പ്രവർത്തിച്ചിരിക്കണം. അതിന്റെ പേരിൽ സാമൂഹ്യബന്ധങ്ങൾ സൃഷ്ടിച്ചിരിക്കണം. അതിനു വേണ്ടി അവർ സഹനസമരത്തിൽ ഏർപ്പെട്ടിരിക്കണം. ബംഗ്ലാദേശിനെപ്പോലെ നമ്മുടെ അയൽസംസ്ഥാനങ്ങളായ തമിഴ്നാട്ടും കർണാടകയും ആന്ധ്രയും ഭാഷാഭിമാനത്തെക്കുറിച്ച് ഇതേ പാഠം തന്നെയാണ് നമ്മെ പഠിപ്പിക്കുന്നത്. ഒരു ദിവസം രാവിലെ ക്ലാസിക്കൽ പദവി അംഗീകരിച്ചാൽ നൂറു കോടി രൂപ കിട്ടും എന്ന പത്രവാർത്ത കണ്ട് തലസ്ഥാനത്തേക്ക് പുറപ്പെട്ടവരല്ല ഈ ജനതകളൊന്നും.

ചിക്കാഗോവിലെ തൊഴിലാളികളുടെ രക്തത്തിൽ നിന്ന് ലോക തൊഴിലാളിവർഗത്തിന്റെ മെയ്ദിനം സൃഷ്ടിക്കപ്പെട്ടതുപോലെ ഭാഷാ സമരത്തിന്റെ ആഗോളദിനമായ ഫെബ്രുവരി 21-നെ സൃഷ്ടിച്ച ബംഗ്ലാദേശിൽ നിന്ന് നമുക്ക് പഠിക്കാനുള്ള പാഠങ്ങളെന്താണ്? ഒരു ഭാഷാ പ്രസ്ഥാനത്തിന്റെ നിർമിതിയിൽ ഏതൊക്കെ ഘടകങ്ങളെ അതിൽ നിന്ന് നമുക്ക് സ്വീകരിക്കാൻ കഴിയും? ഏതെല്ലാം നാം അതിൽനിന്ന് ഒഴിവാക്കേണ്ടതുണ്ട്?

കൂടുതൽ കൂടുതൽ മതവൽക്കരണത്തിനും വർഗീയവത്കരണത്തിനും വിധേയമായിക്കൊണ്ടിരിക്കുന്ന കേരളത്തിലെ ജനതയെ ഒരൊറ്റ സമൂഹമാക്കിത്തീർക്കുന്നതിനുള്ള മതേതരമൂല്യബോധം നൽകാൻ കേരളത്തിലെ മാതൃഭാഷാപ്രസ്ഥാനത്തിന് കഴിയും. എന്നാൽ അവാമി ലീഗ് മുന്നോട്ടുവെച്ച തരത്തിലുള്ള രാഷ്ട്രീയ പ്രസ്ഥാനമായി കേരളത്തിലെ ഭാഷാപ്രസ്ഥാനം മാറേണ്ടതില്ല. പകരം നിലവിലിരിക്കുന്ന രാഷ്ട്രീയ പ്രസ്ഥാനങ്ങളെയാകെ മാതൃഭാഷയോട് സംവേദനശേഷിയുള്ളവരായി മാറ്റുക എന്നതായിരിക്കണം കേരളത്തിലെ ഭാഷാപ്രസ്ഥാനത്തിന്റെ ലക്ഷ്യം. എല്ലാ രാഷ്ട്രീയ പാർടികളിലും വിശ്വസിക്കുകയും പ്രവർത്തിക്കുകയും ചെയ്യുന്നവരുടെ ഒരു പൊതുസമൂഹമായാണ് കേരളത്തിലെ ഭാഷാപ്രസ്ഥാനം മാറേണ്ടത്.

ഇത്തരത്തിലുള്ള ഒരു ഭാഷാപ്രസ്ഥാനത്തെക്കുറിച്ചുള്ള സങ്കല്പം മുന്നോട്ടുവെച്ച ഒരാൾ ഇ.എം.എസ്.നമ്പൂതിരിപ്പാടാണ്. ഒരു ബഹുജന പ്രസ്ഥാനമില്ലാതെ കേരളത്തിൽ ഭരണവും വിദ്യാഭ്യാസവും മാതൃഭാഷയിലേക്ക് മാറ്റുക സാധ്യമല്ല എന്ന് ഇ.എം.എസ്. പറയുന്നുണ്ട്. ഇ.എം.എസ്.മുന്നോട്ടുവെച്ച ഭാഷാപ്രസ്ഥാനം എല്ലാത്തരം രാഷ്ട്രീയകക്ഷികളിലുള്ള വരുടെയും പൊതുവായ പ്രസ്ഥാനമായിരുന്നു. അത്തരമൊരു പ്രസ്ഥാനത്തെക്കുറിച്ച് ആലോചിക്കുമ്പോൾ നാം കേരളത്തിൽ ഇതിനു മുമ്പു നടന്ന ഭാഷാചിന്തകളെയും ഭാഷയിൽ ഊന്നിയ പ്രസ്ഥാനങ്ങളെയും ചരിത്രപരമായി വിലയിരുത്തേണ്ടതുണ്ട്.

കേരളത്തിലെ ആധുനികീകരണത്തിന്റെ സന്ദർഭത്തിൽത്തന്നെ ഭാഷയെ സംബന്ധിച്ച രാഷ്ട്രീയ നിലപാടും രൂപപ്പെട്ടതായി കാണാം. സംസ്കൃതത്തിന്റെ ആധിപത്യത്തെ ചോദ്യം ചെയ്യുന്ന സമീപനം ചട്ടമ്പിസ്വാമികളിലും ശ്രീനാരായണഗുരുവിലും ഉണ്ടായിരുന്നതായി കാണാം. ചട്ടമ്പിസ്വാമിയുടെ ഭാഷാചിന്തകളിൽ ദ്രാവിഡകേന്ദ്രിതമായ ഒരു ഭാഷാവബോധമാണ് പ്രവർത്തിച്ചത്. ശ്രീനാരായണഗുരുവാകട്ടെ

സംസ്കൃതത്തിൽനിന്ന് മലയാളത്തിലേക്ക് ആധ്യാത്മികതയെ ഇറക്കിക്കൊണ്ടു വരികയാണ് ചെയ്തത്. തലശ്ശേരിയിൽ വെച്ച് ക്ഷേത്ര പ്രതിഷ്ഠാധികാരത്തെക്കുറിച്ചുള്ള ഒരു തർക്കത്തിൽ മണന്തല നീലകണ്ഠൻ മൂസത് സംസ്കൃതത്തിൽ സ്വാമിയോട് തർക്കം ആരംഭിച്ചപ്പോൾ സംസ്കൃതത്തിൽ വേണ്ട, മലയാളത്തിൽ മതി എന്ന് പറഞ്ഞ് ആ തർക്കത്തെ ജനാധിപത്യപരമാക്കുകയാണ് സ്വാമി ചെയ്തത്. കുമാരനാശാനും പങ്കാളിയായിരുന്ന തർക്കമായിരുന്നു അത്.

മുസ്ലിം ക്രിസ്ത്യൻ പശ്ചാത്തലത്തിലുള്ള മതനവീകരണത്തിന്റെയും നവോത്ഥാനത്തിന്റെയും അടിസ്ഥാനപരമായ ഭാഗമായിരുന്നു മാതൃഭാഷയെ സംബന്ധിച്ച കാഴ്ചപ്പാട്. റവ. ജോർജ് മാത്തൻ 1867-ൽ തന്റെ ബാലാഭ്യസനം എന്ന പ്രസംഗലേഖനത്തിൽ മാതൃഭാഷയിൽ വിദ്യാഭ്യാസം നടത്തേണ്ടതിന്റെ പ്രാധാന്യം വ്യക്തമാക്കുന്നുണ്ട്. ഏ. ആർ. രാജരാജവർമയും ഇതേ കാര്യം ഉറപ്പിച്ചു പറയുകയും മലയാളത്തിനായി ഒരു സർവകലാശാലയ്ക്കു വേണ്ടി ദശകങ്ങളോളം വാദിക്കുകയും ചെയ്തിട്ടുണ്ടായിരുന്നു. നവോത്ഥാന നായകരിലൊരാളായ മക്തി തങ്ങൾ അറബി മാത്രം ശീലിച്ചുവന്ന മുസ്ലിം ജനവിഭാഗത്തോട് മാതൃഭാഷ പഠിക്കാൻ ആഹ്വാനം ചെയ്യുകയാണ് ചെയ്തത്. പിൽക്കാലത്ത് ഖുർ ആൻ പരിഭാഷ ചെയ്യാവുന്നതാണ് എന്നിടത്തേക്ക് എത്തിച്ചേർന്നത് മക്തിതങ്ങളുടെ ഭാഷാപരമായ ഇടപെടലിന്റെ തുടർച്ച സൂക്ഷിക്കപ്പെട്ടതു കൊണ്ടാണ്.

കേരളത്തിന്റെ ചരിത്രത്തിലേക്ക് നോക്കിയാൽ ഐക്യകേരള പ്രസ്ഥാനത്തിന്റെ കാലത്ത് ശക്തമായ ഭാഷാഭിമാനബോധം കേരളത്തിൽ നിലനിന്നിരുന്നതായി കാണാം. പച്ചമലയാള പ്രസ്ഥാനം ഭാഷയ്ക്കകത്തുനിന്നുകൊണ്ട് നടത്തിയ ഭാവുകത്വനവീകരണം അതിന്റെ ഒരു ഘട്ടം മാത്രമായിരുന്നു. വള്ളത്തോളിന്റെ കവിതയിൽ കാണുന്ന ഭാഷാഭിമാനബോധം ആധുനിക കേരളത്തിന്റെ രൂപീകരണത്തിന്റെ സൗന്ദര്യബോധത്തെയാണ് മുന്നോട്ടുവെച്ചത്. സമസ്തകേരള സാഹിത്യപരിഷത്തിന്റെയും പുരോഗമന സാഹിത്യ പ്രസ്ഥാനത്തിന്റെയും ആദ്യഘട്ടങ്ങളിൽ മാതൃഭാഷയിലുള്ള ഊന്നൽ ഉണ്ടായിരുന്നു. തുടർന്ന് വിജ്ഞാനഭാഷാ രംഗത്ത് മലയാളത്തെ വികസിപ്പിക്കാനുള്ള സംഘടിത ശ്രമം ശാസ്ത്രസാഹിത്യപരിഷത്തിന്റെ മുൻകയ്യിൽ നടന്നു. വിദ്യാഭ്യാസത്തിൽ മാതൃഭാഷ മാധ്യമമായിരിക്കേണ്ട ആവശ്യകതയും പരിഷത്ത് ഊന്നി. എന്നാൽ ആദ്യകാലത്തുണ്ടായിരുന്ന ജാഗ്രത പിൽ

ക്കാലത്ത് ഈ കാര്യത്തിൽ പരിഷത്തിന്റെ ഭാഗത്തുനിന്നുണ്ടായില്ല. കേവലം പ്രകൃതിശാസ്ത്രയുക്തിയിൽ മാത്രം കാര്യങ്ങളെ കണ്ടതിനാൽ മാതൃഭാഷാപഠനത്തിന്റെ അനിവാര്യമായ ഭാഗമാണ് മാതൃഭാഷാ സാഹിത്യപഠനം എന്ന കാര്യം തിരിച്ചറിയുവാൻ പരിഷത്തിന് ഇനിയും കഴിഞ്ഞിട്ടില്ല. പരിഷത്തിന്റെ മുൻകയ്യിൽ നടക്കുന്ന വിദ്യാഭ്യാസ പരിഷ്കരണങ്ങൾക്കെല്ലാം പ്രത്യക്ഷവാദ(പോസിറ്റിവിസം)ത്തിന്റെ ഈ പരിമിതി പ്രകടമാണ്. യുക്തിബോധത്തോടൊപ്പം തന്നെ സൗന്ദര്യബോധവും പ്രസക്തമാണെന്നും സൗന്ദര്യബോധത്തിന്റെ മണ്ഡലത്തിലാണ് അബോധമായി രാഷ്ട്രീയപരിണാമം രേഖപ്പെടുത്തപ്പെടുന്നത് എന്നുമുള്ള കാര്യമാണ് കേവലമായ പ്രകൃതിശാസ്ത്രയുക്തി മുന്നോട്ടുവെക്കപ്പെടുമ്പോൾ മറന്നു പോകുന്നത്.

1980-കളിൽ മലയാള ഭാഷയ്ക്കു വേണ്ടി ജോർജ് ഇരുമ്പയം നേതൃത്വം കൊടുക്കുന്ന മലയാള സംരക്ഷണ സമിതി രംഗത്തു വന്നു. ഒന്നാം ഭാഷയായി മലയാളത്തെ വിദ്യാഭ്യാസ മേഖലയിൽ ഉയർത്തുക എന്നതായിരുന്നു ആ പ്രസ്ഥാനം മുന്നോട്ടുവെച്ച മുഖ്യ അജണ്ട. നവോത്ഥാനത്തിന്റെ മുഖ്യയുക്തികളിലൊന്നായ മാതൃഭാഷയെ മറന്നുകൊണ്ടാണ് ഇന്ന് ആഗോളവൽക്കരണത്തിന്റെ സ്ഥാപനങ്ങൾ രൂപപ്പെടുന്നത്. മതവർഗീയതയും ആഗോളമൂലധനവും ചേരുന്ന പുതിയൊരു സമവാക്യമാണ് ഇതിൽ പ്രവർത്തിക്കുന്നത് എന്ന് വ്യക്തമാണ്. മതമോ ജാതിയോ ആൾദൈവങ്ങളോ തുടങ്ങുന്ന വിദ്യാഭ്യാസ സ്ഥാപനങ്ങളാണ് ഇന്ന് ഇംഗ്ലീഷ് മീഡിയം വിദ്യാലയങ്ങൾ. ജനാധിപത്യപരവും ആധുനികവുമായ ഒരു സൗന്ദര്യബോധത്തെ രൂപീകരിക്കേണ്ടതിന് പകരം അവിടെനിന്ന് രൂപപ്പെടുന്നത് മതപരവും ആധുനികതയ്ക്ക് മുമ്പുള്ളതുമായ ഒരു സൗന്ദര്യബോധമാണ്. എന്നാൽ അതിനോടൊപ്പം ആധുനികോത്തരമായ ശാസ്ത്രസാങ്കേതികയുക്തിയും പഠിപ്പിക്കുന്നു. ഇങ്ങിനെ സൗന്ദര്യബോധത്തിൽ പ്രാക്തനരും ഉപകരണ ബോധത്തിൽ ഉത്തരാധുനികരുമായ ഒരു യുവസമൂഹമാണ് കേരളത്തിൽ ഇന്ന് ഈ വിദ്യാഭ്യാസ സ്ഥാപനങ്ങളിലൂടെ രൂപപ്പെടുന്നത്. ഇതിനെതിരെ ശക്തമായ നിലപാടെടുക്കാൻ മതേതര രാഷ്ട്രീയ പാർടികൾക്ക് കഴിയണം.

മലയാളമാധ്യമത്തിലൂടെ കടന്നുവരുന്ന വിദ്യാർത്ഥി സ്വന്തം സമൂഹത്തിന്റെ ഭാഷയാണ് സ്വാംശീകരിക്കുന്നത്. ആ നിലയിൽ അവൻ/ൾ സ്വന്തം സമൂഹത്തിന് കൂടുതൽ പ്രയോജനം ചെയ്യുന്നവരാണ്. അവ

നില്പൂടെയും അവളിലൂടെയും ഒരു സമൂഹമാണ് മുന്നേറുന്നത്. കേവലം വ്യക്തിപരമല്ല, അത്. അതിനാൽ മലയാളം മാധ്യമത്തിൽ പഠിച്ചു വരുന്ന വിദ്യാർത്ഥികൾക്ക് കേരളത്തിനകത്തെ എല്ലാ തൊഴിൽ മേഖലയിലും മുൻഗണന നൽകാനുള്ള നിയമങ്ങളുണ്ടാകണം. (കേരളത്തിനു പുറത്ത് മക്കളെ തൊഴിലിന് അയക്കാനാണല്ലോ ഇംഗ്ലീഷ് മീഡിയത്തിൽ മക്കളെ പഠിപ്പിക്കുന്നത്. അതിനാൽ ഇംഗ്ലീഷ് മീഡിയക്കാർക്ക് കേരളത്തിനകത്ത് മലയാളം മാധ്യമത്തിൽ പഠിച്ച കുട്ടികൾക്ക് നൽകുന്ന ഈ മുൻഗണനയിൽ പരിഭവമുണ്ടാകേണ്ട കാര്യവുമില്ല).

മാതൃഭാഷയെ ഒരു രാഷ്ട്രീയ അജണ്ടയുടെ ഭാഗമാക്കേണ്ടത് കോളനീകരണത്തിന് വിധേയമായിക്കഴിഞ്ഞ സമൂഹങ്ങളിലെ ജനാധിപത്യപ്രക്രിയ്ക്ക് അനിവാര്യമാണ് എന്നതാണ് ബംഗ്ലാദേശ് നൽകുന്ന പാഠം. ഭാഷാപരമായ സാമൂഹികത നഷ്ടപ്പെട്ടുമ്പോൾ ഉയർന്നു വരുന്നത് മതപരമായ സാമൂഹ്യബോധം മാത്രമായിരിക്കും എന്നും അത് പഠിപ്പിക്കുന്നു. എല്ലാ രാഷ്ട്രീയ പ്രസ്ഥാനങ്ങളുടെയും മാനിഫെസ്റ്റോകളിൽ മാതൃഭാഷ എന്ന ഒരു ഖണ്ഡം ഉണ്ടാകണം (ഇപ്പോൾ മതജാതി പ്രീണനത്തിനുള്ള അജണ്ടകളാണ് വിവിധ രാഷ്ട്രീയ പാർടികളുടെ മാനിഫെസ്റ്റോകളിൽ പെരുകിക്കൊണ്ടിരിക്കുന്നത്). തങ്ങൾ ഭരണത്തിലേറിയാൽ മാതൃഭാഷയ്ക്കായി എന്താണ് ചെയ്യാൻ പോകുന്നത് എന്ന് ഒരു പദ്ധതി അവർക്ക് ജനതയുടെ മുമ്പിൽ വെക്കാൻ കഴിയണം. സെക്രട്ടറിയേറ്റിലെ വെളിച്ചം കേറാത്ത വകുപ്പാണ് ഭരണഭാഷയുടേത്. ഇപ്പോൾ ഇന്ത്യയിലെ വിവിധ സംസ്ഥാനങ്ങളിൽ വന്നുകൊണ്ടിരിക്കുന്നതു പോലെ ഒരു മന്ത്രിതല വകുപ്പായി മാതൃഭാഷാവകുപ്പിനെ മാറ്റേണ്ടതുണ്ട്. കോടതി ഭാഷ മലയാളമാക്കാനുള്ള 1987-ലെ നരേന്ദ്രൻ കമ്മിഷൻ റിപ്പോർട്ട് ഇപ്പോഴും പൊടിപിടിച്ചു കിടക്കുന്നു. ഈ നിലയിൽ അനേകം കാര്യങ്ങൾ ഭരണതലത്തിൽ തന്നെ നടക്കാനിരിക്കുന്നു. ഇത്തരം ഒരു ചിന്തയും കേരളത്തിൽ ഇതുവരെ ഉണ്ടായിട്ടില്ല. കേരള ജനതയ്ക്കു മുമ്പിൽ ഭാഷാപരമായ അജണ്ട ഒരു രാഷ്ട്രീയ പാർടിയും ഇതുവരെ വെച്ചിട്ടില്ല. എല്ലാ രാഷ്ട്രീയ പാർടികളും അത്തരമൊന്ന് മുന്നോട്ട് വെക്കണം. അതിന് അവരെ പ്രേരിപ്പിക്കുന്നതാകണം മാതൃഭാഷയ്ക്കു വേണ്ടി കേരളത്തിൽ ഉണ്ടാകുന്ന ബഹുജനപ്രസ്ഥാനത്തിന്റെ ആദ്യത്തെ ലക്ഷ്യം. 2011 ലെ അസംബ്ലി തെരഞ്ഞെടുപ്പിൽ മാതൃഭാഷ ഒരു രാഷ്ട്രീയ ചർച്ചാവിഷയമാകണം.

(ഗ്രന്ഥാലോകം, 2010 നവംബർ)

4

മലയാളസർവകലാശാല

മലയാളത്തിന് ഒരു സർവകലാശാല

"ഇങ്ങനെ ദുഷ്ടത കാട്ടാമോ?എനി ആ ചെറിയ ശിന്നനെയും മൂരിക്കുട്ടനെപ്പോലെ വളർത്താനാണത്രേ ഭാവം. ഇതിനു ഞാൻ സമ്മതിക്കയില്ലാ. ഞാൻ അവനെ കൊണ്ടുപോയി പഠിപ്പിക്കും". *ഇന്ദുലേഖ* (1889)യിൽ മാധവൻ പറയുന്നതാണിത്. ഇംഗ്ലീഷ് വിദ്യാഭ്യാസം കിട്ടിയില്ലെങ്കിൽ മൂരിക്കുട്ടനായിപ്പോകുമെന്നും ഇംഗ്ലീഷ് മൂരിക്കുട്ടന്മാരെ മനുഷ്യരാക്കുന്നുവെന്നും കരുതിയിരുന്ന കൊളോണിയൽ കാലത്താണ് *ഇന്ദുലേഖ* എഴുതപ്പെടുന്നത്. ഇംഗ്ലീഷ് പഠിച്ച മാധവൻ ജനങ്ങളിലേക്ക് ഇറങ്ങുകയല്ല ചെയ്യുന്നത്. ഐ.സി.എസ്. പരീക്ഷ പാസായി കലക്ടറാവുകയാണ്. ഇംഗ്ലീഷിൽ മാത്രമല്ല നായാട്ടിലും മാധവന് ആസക്തിയുണ്ട്. തന്റെ വിനോദസുഖങ്ങൾ വേറെയൊരു വഴിയിൽ തിരിയുന്നതുവരെ ശിക്കാറിൽ തന്നെയാണ് അധികവും മാധവൻ വിനോദിച്ചിരുന്നത്. ജന്മിവർഗത്തിൽ നിന്നും ഒരു ഉദ്യോഗസ്ഥവർഗം ജനിക്കുന്നതാണ് *ഇന്ദുലേഖ* ചൂണ്ടിക്കാട്ടിയത്.

ഇംഗ്ലീഷ് വിദ്യാഭ്യാസം എന്നാൽ ആധുനികവിദ്യാഭ്യാസം എന്നാണ് *ഇന്ദുലേഖ*യിൽ അർത്ഥമാക്കിയത്. മാതൃഭാഷയിൽ ഉന്നത വിദ്യാഭ്യാസം നൽകാൻ സാഹചര്യമില്ലാതിരുന്ന കാലത്താണ് ആധുനികവിദ്യാഭ്യാസം വെറും 'ഇംഗ്ലീഷ് വിദ്യാഭ്യാസ'മായത്. പഠനമാധ്യമത്തെ സംബന്ധിച്ച ഈ പ്രശ്നം മലബാറിലെ ചന്തുമേനോൻ എന്ന ജഡ്ജി കണ്ടില്ലെങ്കിലും തൊട്ടടുത്ത ദശകത്തിൽ തിരുവിതാംകൂറിൽ കേരളപാണിനിയെന്നറിയപ്പെടുന്ന ഏ.ആർ. രാജരാജവർമ കണ്ടിരുന്നു.

1867-ൽ തിരുവിതാംകൂറിൽ ആരംഭിച്ച ആധുനികവിദ്യാഭ്യാസത്തിന്റെ കനകജൂബിലിയോടനുബന്ധിച്ച് നടന്ന ചടങ്ങിൽ ഏ.ആർ നടത്തിയ പ്രസംഗം ഈ ദിശയിലേക്കുള്ള കാഴ്ചകളാണ് മുന്നോട്ടുവെച്ചത്. അദ്ദേഹം പറഞ്ഞു. "പരീക്ഷയ്ക്കുവെച്ചിട്ടുള്ള പലേ ശാസ്ത്രവിഷയങ്ങളും നാം കാളേജുകളിൽ പഠിയ്ക്കുന്നു. പ്രൊഫസറന്മാർ നമ്മെ പഠിപ്പിക്കുന്നതും പരീക്ഷകളിൽ ചോദ്യങ്ങൾക്ക് ഉത്തരമെഴുതേണ്ടതും ഇംഗ്ലീഷിലാണ്. അതുകൊണ്ട് ആ വക വിഷയങ്ങളെ ശാസ്ത്രസമുദ്ര

ത്തിൽ നിന്ന് ഇംഗ്ലീഷുവാചകങ്ങളാകുന്ന തവി കൊണ്ട് കോരിക്കുടിച്ച് ആ കബളങ്ങൾ വേണ്ടും വണ്ണം ദഹിപ്പിച്ച് കിട്ടാംശം തള്ളി സാരം വേർതിരിച്ച ശരീരധാതുക്കളിൽ ലയിച്ചുചേരുന്നതിന് അവസരം കൊടുക്കാതെ അതുകളെ അർധജരണം കൊണ്ടു വികൃതമായ ആമാവസ്ഥയിൽത്തന്നെ ഉത്തരക്കടലാസുകളിൽ ഉദ്വമിച്ചാൽ മതി എന്നു മിക്ക വിദ്യാർത്ഥികളും വിചാരിച്ചുപോരുന്നതായിട്ടാണ് എന്റെ അനുഭവം".

ഒരു ഭാഷാപ്രണയിയുടെ കാല്പനികതയായല്ല അദ്ദേഹം ഇതു പറഞ്ഞത്. ആധുനികവിജ്ഞാനങ്ങൾ നാട്ടുഭാഷയിൽ പഠിക്കാത്തതും പഠിപ്പിക്കാത്തതും പ്രചരിപ്പിക്കാത്തതും ഫലത്തിൽ വിദ്യാഭ്യാസത്തിന്റെ ഗുണകരമായ വശങ്ങൾ സമൂഹത്തിൽ വ്യാപിക്കുന്നതിന് തടസ്സമാകുന്നു എന്ന വാദമാണ് അദ്ദേഹം ഉന്നയിച്ചത്. ഭാഷയും സമൂഹവും തമ്മിൽ എങ്ങനെ ബന്ധപ്പെട്ടിരിക്കുന്നുവെന്നും മാതൃഭാഷയിലൂടെയുള്ള അറിവ് എങ്ങനെ സാമൂഹ്യമായ ജ്ഞാനമായി മാറുന്നുവെന്നുമാണ് ഏ.ആർ. പറയാൻ ശ്രമിച്ചത്. അന്യഭാഷയിലൂടെയുള്ള അറിവ് ശരീരധാതുക്കളിലൂടെ ലയിച്ചുചേരുന്നില്ല എന്ന് അദ്ദേഹം കണ്ടു.

പിൽക്കാലത്ത് തിരുവിതാംകൂർ, കൊച്ചി, മലബാർ എന്നിവ ചേർന്ന് കേരളത്തിന്റെ രാഷ്ട്രീയൈക്യത്തെ സംബന്ധിച്ച ധാരണകൾ വളർന്നു. അതോടൊപ്പം ഭാഷാപരമായ അവബോധവും വികസിച്ചു വരുന്നതായി കാണാം. 1912-ൽ മലബാറിൽ സർക്കാർ വക ടെണ്ടർ നോട്ടീസുകൾ മലയാളം പത്രങ്ങളിൽ പ്രസിദ്ധീകരിക്കാൻ നടപടികളെടുക്കണമെന്ന് ജില്ലാ ബോർഡിനു മുമ്പിൽ നിവേദനം ലഭിക്കുന്നുണ്ട്. 1916-ൽ കോഴിക്കോട് ടൗൺഹാളിൽ കൂടിയ പൊതുയോഗത്തിൽ കെ. പി. കേശവമേനോനെ മലയാളത്തിൽ പ്രസംഗിക്കാൻ അനുവദിക്കാത്തതിൽ പ്രതിഷേധിച്ച് ജനങ്ങൾ ഇറങ്ങിപ്പോയി. 1926-ൽ കൊച്ചി നിയമനിർമാണ സഭയിൽ മലയാളഭാഷയെ ഔദ്യോഗികഭാഷയാക്കുന്നതിനുള്ള പ്രമേയം കൊണ്ടുവന്നു. ഭൂരിപക്ഷം കിട്ടാതെ അത് തള്ളപ്പെടുകയാണ് ഉണ്ടായത്. 1933-ൽ മലബാർ ജില്ലാ ബോർഡ് കോടതി നടപടികളെല്ലാം മലയാളത്തിലാക്കണമെന്ന പ്രമേയം പാസാക്കുന്നുണ്ട്.

1957-ൽ ഭരണഭാഷ മലയാളമാക്കാൻ കോമാട്ടിൽ അച്യുതമേനോൻ ചെയർമാനായി കമ്മിറ്റിയെ നിയോഗിച്ചു. ആ റിപ്പോർട്ടിൽ ഭരണഭാഷ മലയാളമാക്കുന്നതിനെതിരെ ഉന്നയിക്കുന്ന ആരോപണങ്ങളെ അവർ ഖണ്ഡിച്ചത് ഇങ്ങനെയാണ് : "ഈ വിഷയത്തെപ്പറ്റി

വിചിത്രമായ ഒരു വാദഗതി കേൾക്കാറുണ്ട്. മലയാളം ഭരണകാര്യങ്ങൾ കൈകാര്യം ചെയ്യുവാൻ തക്കവണ്ണം വളരുകയോ പുഷ്ടിപ്പെടുകയോ ചെയ്തിട്ടില്ല എന്ന അഭിപ്രായമാണിത്. ഇതിനു മറുപടിയായി രണ്ടു കാര്യങ്ങളെ ഞങ്ങൾ ചൂണ്ടിക്കാട്ടുന്നുള്ളൂ. ഒന്ന് ഈ രാജ്യത്ത് എത്രയോ നൂറ്റാണ്ടുകളായി മലയാളഭാഷ ഭരണകാര്യങ്ങൾ നിർവഹിക്കുവാൻ ഉപയോഗിച്ചിരുന്നു എന്നതാണ്. അതിന്റെ സ്ഥാനം ഇംഗ്ലീഷ് കൈവശപ്പെടുത്തിയിട്ട് കഷ്ടിച്ച് അര നൂറ്റാണ്ടേ ആയിട്ടുള്ളൂ. രണ്ടാമതായി ഒരു ഭാഷയും ശൂദ്ധശൂന്യതയിൽ വളരുകയോ പുഷ്ടിപ്പെടുകയോ ചെയ്യുന്നില്ല എന്ന അംഗീകൃതതത്വമാണ് ചൂണ്ടിക്കാണിക്കാനുള്ളത്. മലയാളം ഭരണകാര്യങ്ങൾക്കു പറ്റിയ വിധത്തിൽ വളർന്നതിനു ശേഷം ഔദ്യോഗികഭാഷയായി സ്വീകരിക്കണമെന്നു പറയുന്നവർ ഈ തത്വം പാടേ വിസ്മരിക്കുകയാണ് ചെയ്യുന്നത്. പുതിയ സങ്കേതങ്ങളും ആശയങ്ങളും സങ്കല്പങ്ങളും കൈകാര്യം ചെയ്യേണ്ട ആവശ്യം വരുമ്പോൾ അതനുസരിച്ച് ഭാഷയും പുഷ്ടിപ്പെടും". ഏഴുകൊല്ലം കൊണ്ട് ഭരണഭാഷ മലയാളമാക്കുക എന്നതായിരുന്നു നിർദ്ദേശം. അവർ കോടതികളിൽ വരെ ഭാഷ മലയാളമാക്കണമെന്ന് നിർദ്ദേശിച്ചു.

ഔദ്യോഗികഭാഷ മലയാളമാക്കുന്നതിനോടുള്ള എതിർപ്പ് പിന്നീട് കെട്ടടങ്ങി. പക്ഷേ ഉന്നതവിദ്യാഭ്യാസമുൾപ്പെടെ പഠനമാധ്യമം മലയാളമാക്കുന്നതിലുള്ള എതിർപ്പ് തുടർന്നു. ഇന്നും തുടരുന്നു. ഇപ്പോഴും മാതൃഭാഷയിലൂടെ 'ശരീരധാതുക്കളിൽ ലയിച്ച' അറിവുമായി ഉന്നതവിദ്യാഭ്യാസരംഗത്തേക്ക് കടന്നുവരുന്ന വിദ്യാർത്ഥികൾക്ക് ഒരു ഘട്ടം കഴിയുമ്പോൾ പഴയ ആ ദഹനക്കേടിലൂടെ കടന്നുപോകേണ്ടിവരുന്നുണ്ട്. മറ്റെല്ലാ കഴിവുമുണ്ടായിട്ടും ഒരന്യഭാഷയിൽ തോറ്റുവെന്നതിന്റെ പേരിൽ ഉന്നതവിദ്യാഭ്യാസരംഗത്തുനിന്ന് പുറന്തള്ളപ്പെടുന്നവർ നിരവധിയാണ്. ഗവേഷണപ്രബന്ധത്തിൽ ഉദ്ദേശിക്കുന്ന ആശയങ്ങൾ ഇംഗ്ലീഷിൽ എഴുതി ഫലിപ്പിക്കാമെന്ന ആത്മവിശ്വാസമില്ലാത്തതിനാൽ പിന്നോക്കസാഹചര്യങ്ങളിൽ നിന്നുവരുന്ന എത്രയോ വിദ്യാർത്ഥികൾ ശാസ്ത്ര-മാനവികശാസ്ത്രമേഖലകളിൽ പി.എച്ച്.ഡി. ഉൾപ്പെടെയുള്ള ഉന്നതബിരുദരംഗങ്ങളിൽ പരാജയപ്പെടുന്നതായി നേരിട്ടറിയാം. ഒന്നുകിൽ പുറത്തുപോയി ദീർഘകാലം ജീവിച്ച് ഇംഗ്ലീഷിൽ എഴുതാനുള്ള ഭാഷാപരമായ അറിവ് നേടണം. അല്ലെങ്കിൽ മലയാളത്തിൽത്തന്നെ ഗവേഷണപ്രബന്ധം എഴുതാനുള്ള സംവിധാനം വേണം. ഇതാണ് ഈ മേഖലകളിൽ നിന്നുവരുന്ന വിദ്യാർഥികളുടെ പ്രതിസന്ധി. മലയാളം മാധ്യമമായ, മലയാളത്തിൽ തന്നെ വിവിധ

വിഷയങ്ങളിൽ ഗവേഷണമടക്കം നിർവഹിക്കാൻ കഴിയുന്ന ഒരു സാഹചര്യം-മലയാളം സർവകലാശാല എന്ന സംവിധാനത്തെ ക്കുറിച്ചുള്ള ആലോചന ആവശ്യമാകുന്നത് ഇവിടെയാണ്.

മാതൃഭാഷയിൽത്തന്നെ ഉന്നതവിദ്യാഭ്യാസമടക്കം നിർവഹി ക്കാൻ കഴിയണമെന്ന കാഴ്ചപ്പാടിന്റെ മുഖ്യവക്താക്കളിലൊരാളാ യിരുന്ന കേരളത്തിന്റെ ആദ്യത്തെ മുഖ്യമന്ത്രി ഇ.എം.എസ്. നമ്പൂതിരി പ്പാട്. അദ്ദേഹം ജീവിതാന്ത്യത്തോളം ഇതേക്കുറിച്ച് എഴുതിക്കൊണ്ടേ യിരുന്നു. പക്ഷേ തന്റെ നേതൃത്വത്തിലും അല്ലാതെയും പല തവണ സ്വന്തം മുന്നണി അധികാരത്തിലെത്തിയിട്ടും അദ്ദേഹത്തിന് ഇത് സാക്ഷാത്കരിക്കാൻ സാധിച്ചില്ല. മലയാളത്തെ സംരക്ഷിക്കാനുള്ള പല സമിതികളും ഇടക്കാലത്തുണ്ടായെങ്കിലും അവയ്ക്കൊന്നും ഇതിൽ വിജയിക്കാൻ കഴിഞ്ഞിട്ടില്ല.

നാട്ടിലെ അടിസ്ഥാനജനവിഭാഗവുമായി ആർജ്ജവമുള്ള ബന്ധം സൂക്ഷിക്കുന്നതിൽ ഒരു വർഗമെന്ന നിലയിൽ അഭ്യസ്തവിദ്യർ പരാ ജയപ്പെടുന്നതിന്റെ കാരണങ്ങളിൽ അറിവിന്റെ മാധ്യമവും വിതരണ വുമായി ബന്ധപ്പെട്ട കാര്യങ്ങളുണ്ട്. ശ്രീനിവാസന്റെ *ഇംഗ്ലീഷ് മീഡിയം* എന്ന സിനിമ മലയാളിയുടെ വഴിത്തിരിവിന്റെ ഒരു സൂചനയായിരുന്നു. ഭാഷയുടെ കടമ്പ കടക്കാനാവാതെ പിന്തള്ളപ്പെടുന്നത് സാമൂഹ്യമായി പിന്നോക്കാവസ്ഥയിലുള്ള കുട്ടികളാണെന്നതാണ് ഏറ്റവും ശ്രദ്ധേയ മായ കാര്യം. രണ്ടുതരത്തിൽ ഇത് സംഭവിക്കുന്നുണ്ട്. മലയാളം മീഡിയ ത്തിൽ പഠിച്ച കുട്ടി ഒരു ഘട്ടം കഴിഞ്ഞ് പ്രതിസന്ധി നേരിടുന്നു എന്നത് ഒരു കാര്യം. ഇംഗ്ലീഷ് മീഡിയത്തിൽ പോലും പരാജയപ്പെടുന്നവരുടെ കണക്കെടുത്താൽ അംഗീകൃതമായ സാംസ്കാരികമൂലധനമില്ലാത്ത കുടുംബങ്ങളിലെ കുട്ടികളാണ് അതിൽ വലിയ പങ്കെന്നും കാണാൻ കഴിയും. ഇംഗ്ലീഷ് മീഡിയത്തിൽ പോയി പരിക്കേറ്റ് മടങ്ങിവരുന്നത് ഇംഗ്ലീഷിൽ പറഞ്ഞുകൊടുക്കാൻ പാങ്ങില്ലാത്ത രക്ഷിതാക്കളുടെ കുട്ടികളാണ്.

ഇംഗ്ലീഷ് 'ലോകഭാഷ'യായതിനാൽ ഭാവിമാധ്യമങ്ങളുടെ ഭാഷ ഇംഗ്ലീഷായിരിക്കുമെന്ന് ഒരു കാലത്ത് തെറ്റിദ്ധരിക്കപ്പെട്ടിരുന്നു. ടെലിവിഷനും കമ്പ്യൂട്ടറും മലയാളം പോലുള്ള ഭാഷകളെ കൊല്ലുമെന്ന് കരുതിയിരുന്നു. എന്നാൽ സംഭവിച്ചത് മറിച്ചാണ്. സ്റ്റാർ ടി.വി.യുടെ നക്ഷത്രങ്ങൾ പ്രാദേശികഭാഷകളിൽ ഉദിക്കുകയാണ് ചെയ്തത്. ബിൽ ഗേറ്റ്സ് കമ്പ്യൂട്ടറിന് മലയാളത്തിൽ വാതിലുണ്ടാക്കാൻ ശ്രമിക്കുന്നു.

നാം ഇംഗ്ലീഷ് കയറ്റിയയക്കുമ്പോൾ യൂറോപ്പിൽ നിന്നും അമേരിക്കയിൽ നിന്നുമാണ് മലയാളസംരംഭങ്ങൾ വരുന്നത്. മലയാളം പോലുള്ള ഭാഷകളെ കൊല്ലുന്നത് ആഗോളവൽക്കരണമല്ല,അതിനെ ചെറുക്കാൻ ധൈര്യമില്ലാത്ത സ്വന്തം ജനതയിൽ വിശ്വാസമില്ലാത്ത മൂന്നാം ലോകത്തിലെ സർക്കാരുകളുടെ നയവൈകല്യങ്ങളാണ്. മരിക്കുന്നത് ഭാഷയല്ല പ്രതിരോധങ്ങളാണ്. ഒരു പക്ഷേ ഒരധിനിവേശശക്തി മലയാളം സർവകലാശാലയുണ്ടാക്കുമ്പോൾ മാത്രമേ നമ്മുടെ കണ്ണു തുറക്കൂ.

ഗികുയു എന്ന നാട്ടുഭാഷ ക്ലാസിൽ സംസാരിച്ചാൽ കറുത്ത നെറ്റിയിൽ മണ്ടൻ എന്നെഴുതുന്നതിനെപ്പറ്റി കെനിയൻ എഴുത്തുകാരനായ എൻഗുഗി പറഞ്ഞിട്ടുണ്ട്. മലയാളം പറയുന്നതിന് മൊട്ടയടിച്ച സംഭവം കേരളത്തിലുമുണ്ടായിട്ടുണ്ട്. എൻഗുഗി 'കറുത്ത തൊലി, വെളുത്ത മുഖംമൂടി' എന്നാണ് ഈയവസ്ഥയെ പറയുന്നത്. കോളനീകരണം ഉണ്ടാക്കിയ വ്യക്തിത്വത്തിലെ പിളർപ്പ് ഇന്നും തുടരുന്നു. തനിക്ക് ജന്മം നൽകിയ സമൂഹവും ഭാഷയും ഭൂതകാലമാണെന്നും വർത്തമാനവും ഭാവിയും ഇംഗ്ലീഷിലാണെന്നും സ്വാഭാവികമായി ചിന്തിക്കുന്നവരായിരിക്കുന്നു നമ്മുടെ നാട്ടിലെ അഭ്യസ്തവിദ്യർ. ഒരു സർവകലാശാലാവിദ്യാർത്ഥി ഒരാൾ പിന്തിരിപ്പനാണെന്ന് വ്യക്തമാക്കിയത് ഇങ്ങനെയാണ്: അയാൾക്ക് ഒരു മലയാളി കൾചറാണ്! ഇങ്ങനെ പറഞ്ഞയാളെ പൂർണമായി കുറ്റപ്പെടുത്താനാകില്ല. മലയാളം ഭൂതകാലമായി തോന്നാനുള്ള കാരണം ആധുനികവിജ്ഞാനത്തെ സംബന്ധിച്ച ഗൗരവപൂർണവും മൗലികവുമായ ചർച്ചകൾ മലയാളത്തിൽ നടക്കാത്തതാണ്, അഥവാ നടക്കുന്നതായി അറിയാത്തതാണ്. ശാസ്ത്രവും മാനവികശാസ്ത്രവുമുൾപ്പെടെ സർവതിനെയും സംബോധന ചെയ്യുന്ന വൈജ്ഞാനികമായ ഒരു വർത്തമാനകാലം മലയാളത്തിൽ അനുഭവപ്പെടാത്തതാണ്.

ഉന്നതവിദ്യാഭ്യാസം ഇംഗ്ലീഷിലായതിനാൽ മലയാളത്തിലെ വൈജ്ഞാനികസാഹിത്യം വികസിക്കുന്നില്ല. ഔദ്യോഗികഭാഷയെപ്പറ്റി കോമാട്ടിൽ അച്യുതമേനോൻ പറഞ്ഞതു തന്നെ ഇവിടെയും കാര്യം. വൈജ്ഞാനികസാഹിത്യത്തിന്റെ അവികാസം മലയാളത്തെ നിരന്തരമായി പൈങ്കിളിവൽക്കരിച്ചുകൊണ്ടിരിക്കുന്നു. സങ്കല്പനപരമോ വിമർശനാത്മകമോ ആയ ചിന്ത സാധ്യമല്ലാത്ത മട്ടിൽ കേവലം ഒരു സാഹിത്യഭാഷയായി മാത്രം മലയാളം അധ:പതിച്ചുകൊണ്ടിരിക്കുന്നു. മലയാളം മാത്രം വായിച്ചു ശീലിച്ച ഒരു വായനക്കാ

രൻ സങ്കീർണമായ ചിന്തകളിൽ നിന്ന് ഒഴിഞ്ഞുമാറുന്നു. മലയാളത്തിൽ മാത്രം വായന ഒതുക്കിനിർത്തുന്നവർക്ക് മസ്തിഷ്കത്തിലെ പല കോശങ്ങളും ഇപ്പോൾ പ്രവർത്തനക്ഷമമാവുകയില്ല. പുതിയ അറിവുകൾ തനിക്ക് മനസ്സിലാകുന്നില്ല എന്ന് വെളിപ്പെടുത്തുന്നതു തന്നെ വീമ്പു പറച്ചിലായി മാറുന്ന സാഹചര്യം നാട്ടുഭാഷയിൽ ജനിക്കുന്നു. പത്രമാസികകൾക്കുപോലും വരുന്ന പൈങ്കിളിവൽക്കരണത്തിന്റെ അടിസ്ഥാനങ്ങളിലൊന്നും ഇതു തന്നെ.

വൈജ്ഞാനികസാഹിത്യത്തിന് വളർച്ചയില്ലാതിരിക്കുമ്പോൾ ഭാഷയുടെ അന്തർവിജ്ഞാനപരമായ വേരുകൾ അറുക്കപ്പെടുന്നു. വിജ്ഞാനവും ഭാവുകത്വവുമായി ഉണ്ടാകേണ്ട ജൈവബന്ധങ്ങൾ നഷ്ടപ്പെടുന്നു. സാഹിത്യത്തിന്റെ അതിവേഗമുള്ള മരണത്തിലേക്കാണ് ഇത് നയിക്കുക. വികാരമായി മാറാൻ ശേഷിയില്ലാത്ത ബുദ്ധി, ബുദ്ധിയായി മാറാൻ ശേഷിയില്ലാത്ത വികാരം. വ്യക്തികളുടെ അമൂർത്തമായ ചിന്തയും യഥാർഥ സാമൂഹ്യജീവിതബന്ധങ്ങളും വേറിടുന്നു. ഇപ്പോൾത്തന്നെ മലയാളത്തിൽ സർഗസാഹിത്യം മരവിക്കുകയും വിജ്ഞാനസാഹിത്യം അതിന്റെ സ്ഥാനത്തേക്ക് കയറിപ്പറ്റുകയും ചെയ്യുന്നതു നോക്കുക. ഭാഷാപരമായ കൊളോണിയൽ സാഹചര്യമാണ് ഇത് സൃഷ്ടിച്ചത്.

കേവലമായ അണുവാദപരമായ സമീപനം നിലനിന്ന കൊളോണിയൽ ആധുനികതയുടെ കാലത്ത് ഭാഷയെ സംബന്ധിച്ച ഉപകരണവാദമാണ് മേൽക്കൈ നേടിയിരുന്നത്. എന്നിട്ടും നമ്മുടെ നവോത്ഥാനകാലത്ത് ഭാഷയും സംസ്കാരവും തമ്മിലുള്ള ബന്ധം പ്രായോഗികസമരരംഗത്തുള്ളവർ തിരിച്ചറിഞ്ഞു. ഇന്ന് ഉപകരണവാദം തള്ളപ്പെട്ടിരിക്കുന്നു. എന്നിട്ടും അതനുസരിച്ച് പ്രവർത്തിക്കാനുള്ള ഇച്ഛാശക്തിയില്ല.

ഇന്ന് മെഡിക്കൽ എഞ്ചിനീയറിംഗ് തുടങ്ങിയ പ്രൊഫഷണൽ കോഴ്സുകളിൽ മാതൃഭാഷാപഠനമില്ല. ഭാഷയെ സംബന്ധിച്ച ഉപകരണവാദമാണ് ഇവിടെ പ്രവർത്തിക്കുന്നത്. ഭാഷ ഒരാളുടെ ബോധത്തിന്റെ പരിധിയാണ് എന്ന പുതിയ ധാരണയുടെ പിൻബലത്തിൽ നോക്കിയാൽ ഭാഷയെ സംബന്ധിച്ച ഉപകരണവാദത്തിന്റെ പരിമിതി വ്യക്തമാകും. സംസ്കാരപ്രക്രിയയുടെ നിരന്തരമായ സാന്നിധ്യമാണ് ഭാഷയിലുള്ളത്. ലോകവുമായുള്ള ബന്ധത്തെ അത് നിരന്തരം നവീകരിക്കുന്നു. അക്ഷരം പഠിക്കുന്നതുകൊണ്ട്, തെറ്റില്ലാതെ വായിക്കാനും എഴുതാനും

പഠിക്കുന്നതുകൊണ്ട് ഭാഷാപഠനം അവസാനിക്കുന്നു എന്നു പറയുന്നിടത്ത് ഭാഷയുടെ പ്രതീകാത്മകമായ അനേകം സാമൂഹ്യധർമങ്ങൾ കാണാതിരിക്കുന്നുണ്ട്.

ഭാഷയെ സംബന്ധിച്ച ഉപകരണവാദം ഉപേക്ഷിച്ചാൽ, അത് സംസ്കാരവുമായി ബന്ധപ്പെട്ട സർവതിന്റെയും വാഹിനിയാണെന്ന് കണ്ടാൽ വ്യക്തിത്വരൂപീകരണത്തിന് ഭാഷാപഠനത്തിലുള്ള പങ്ക് വ്യക്തമാകും. പ്ലസ് റ്റു വരെ മലയാളം പഠിപ്പിച്ചാൽ മതിയെന്നതാണ് ഉപകരണവാദങ്ങളിലൊന്ന്. എന്നാൽ പ്ലസ് റ്റു വരെ പഠിക്കാവുന്നതും പഠിപ്പിക്കാവുന്നതും മനസ്സിലാക്കാവുന്നതുമായ വിഷയങ്ങൾക്ക് പരിധിയുണ്ട്. മനുഷ്യാനുഭവത്തിന്റെ കൂടുതൽ സങ്കീർണമായ തലങ്ങൾ ഒരാൾ മനസ്സിലാക്കുന്നത് തുടർന്നുള്ള പ്രായങ്ങളിലാണ്. സാഹിത്യം കൈകാര്യം ചെയ്യുന്നത് ഈ തലമാണ്. സാഹിത്യത്തെ അല്ലെങ്കിൽ പ്രയോഗസാധ്യതകളെ പിന്തള്ളി കേവലമായി നിൽക്കുന്നതാണ് ഭാഷ എന്നു ക രുതിക്കൂടാ. ഭാഷാപഠനം യഥാർഥത്തിൽ മാതൃഭാഷയിലെ സാഹിത്യത്തെ അതു പ്രതിനിധാനം ചെയ്യുന്ന പ്രശ്നങ്ങളെക്കൂടി ഉൾക്കൊള്ളുന്നതാണ്. ഭാഷയും സാഹിത്യവുമായി നിൽക്കുന്ന അനേകം ബന്ധങ്ങൾ അപ്പോൾ ഉയർന്നുവരികയും ചെയ്യും. (സാഹിത്യം എന്നത് ഇവിടെ കല-മാധ്യമം എന്നിവ മുഴുവൻ ഉൾക്കൊള്ളുന്ന സംവർഗമായാണ് ഉപയോഗിക്കുന്നത്).

മനുഷ്യന്റെ വൈകാരികമണ്ഡലത്തെ സംബന്ധിച്ച അനുഭൂതിപരമായ വിദ്യാഭ്യാസം ലഭിക്കുന്നത് സാഹിത്യത്തിലൂടെയും കലയിലൂടെയും മറ്റുമാധ്യമങ്ങളിലൂടെയുമാണ്. ആ അനുഭൂതിക്കാകട്ടെ ചരിത്രമുണ്ട്. പ്രത്യയശാസ്ത്രമുണ്ട്. നീതിയും അനീതിയുമുണ്ട്. ഇക്കാര്യങ്ങളെല്ലാം പ്ലസ് റ്റു തലത്തിൽ അവസാനിക്കുന്നു എന്ന് പറയുന്നത് ദുർബലമായ വാദമാണ്. ആശാന്റെയോ ഒ.വി. വിജയന്റെയോ ഇന്ന് ഏറ്റവും പുതിയ കാലത്തിലെഴുതുന്ന ഏതെങ്കിലും എഴുത്തുകാരിയുടെയോ കൃതി പ്ലസ് റ്റു തലത്തിൽ വിനിമയം ചെയ്യപ്പെടുകയില്ല.

വ്യവസ്ഥയുടെ വിമർശനം ഉൾക്കൊള്ളുന്നതാണ് സാഹിത്യം. പുതിയ അനുഭൂതിയുടെ നിർമിതി നടക്കുന്നത് അതിലാണ്. ഭാഷ പഠിക്കുന്നതു വഴിയല്ല ഈ അനുഭൂതിയിലൂടെ ചരിത്രത്തോട് സംവദിക്കാനും അതിനെ സംബോധന ചെയ്യാനും കഴിയുമ്പോൾ മാത്രമാണ് ഒരാൾ ആധുനികവ്യക്തിയായി എന്ന് പറയാൻ കഴിയൂ. മലയാളി മലയാളത്തിലൂടെ, മറ്റു ലോക സമൂഹങ്ങൾ അവരവരുടെ ഭാഷയിലൂടെ

ആധുനികവൽക്കരണത്തിന്റെ മാധ്യസ്ഥീകരണത്തിലൂടെയാണ് കടന്നുപോകുന്നത്. അപ്പോൾ മാത്രമാണ് അയാളെ പൂർണ അർത്ഥത്തിൽ സമൂഹജീവിയെന്ന് പറയാൻ കഴിയുക. സാഹിത്യത്തിന്റെ, സംസ്കാരത്തിന്റെ മാധ്യസ്ഥീകരണത്തിലൂടെയാണ് ഒരാൾ ഒരു സമൂഹത്തിലംഗമാകുന്നത്. പാരമ്പര്യത്തിന്റെ സ്വാംശീകരണത്തിന്റെ കേവലമായ ബന്ധമല്ല ഇത്, വിമർശനത്തിന്റെ ബന്ധം കൂടിയാണ്. അതിനാൽ മലയാളം സർവകലാശാലയിൽ പ്രൊഫഷണൽ വിദ്യാഭ്യാസവും മാതൃഭാഷയിലാകണം. എന്നു മാത്രമല്ല സാഹിത്യവും സംസ്കാരവുമുൾപ്പെടെയുള്ള വിഷയങ്ങൾ അനുബന്ധമായി പഠിപ്പിക്കുകയും വേണം.

ശാസ്ത്രത്തെ യഥാർഥ പരിത:സ്ഥിതികളുമായി ബന്ധപ്പെട്ട് ആദ്യമേ കാണാൻ പഠിപ്പിക്കാത്തതു കൊണ്ട് ഒരു തരം വൈരുദ്ധ്യം തുടക്കത്തിലേ രൂപപ്പെടുന്നുണ്ട്. സ്വപരിത:സ്ഥിതികളെ ശാസ്ത്രീയമായി, ചരിത്രപരമായി നോക്കാൻ പഠിപ്പിക്കാതെ യൂറോ- അമേരിക്കൻ വ്യവഹാരരൂപമായി അതു പഠിക്കുന്നതോടെ സ്വദേശവും സ്വന്തം ജനതയും രണ്ടാം കിടയാണെന്ന ബോധമുണ്ടാകുന്നു. അതേ സമയം സ്വന്തം വംശീയമോ കുടുംബപരമോ വർഗപരമോ ആയ മുൻവിധികളെ ചോദ്യം ചെയ്യാൻ തന്റെ അറിവ് ഉപയോഗിക്കുന്നതിൽ തടസ്സമാകുകയും ചെയ്യുന്നു. ഇങ്ങനെ ധ്യാനമണ്ഡലവും കർമ്മമണ്ഡലവും വിഭജിക്കുന്ന ഒരവസ്ഥ. യഥാർഥത്തിൽ ബുദ്ധിജീവികൾ തങ്ങൾക്ക് ജന്മം നൽകിയ സമൂഹത്തിന്റെ ജൈവപ്രതിനിധികളാണ്. ജന്യജനകബന്ധമാണ് അവ തമ്മിലുണ്ടാകേണ്ടത്. എന്നാൽ കൊളോണിയൽ സമൂഹത്തിലെ ബുദ്ധിജീവികളുടെ കർത്തൃത്വം സ്വന്തം ജനതയിൽ നിന്ന് ഉയർന്നു വരുന്നതല്ല. പകരം കൊളോണിയലായ ഒരു അതിഭൗതികലോകത്തിൽ നിന്ന് കെട്ടിയിറക്കപ്പെടുന്നതാണ്. വേരുറപ്പും ആത്മവിശ്വാസവുമുള്ള ബുദ്ധിജീവികളെ നിർമിക്കാൻ ഈ സാഹചര്യത്തിന് കഴിയാതെ പോകുന്നു. പഠിക്കുക എന്നാൽ പ്രാദേശികസമൂഹത്തിൽനിന്ന് കൂടുതൽ അകന്നകന്നു പോകുക എന്നായിരിക്കുന്നു ഇന്നത്തെ അർത്ഥം. പുത്തൻ കോളനിശക്തികൾക്ക് അതിവേഗം വിധേയമാകുന്ന, അവർക്ക് എടുത്തുപയോഗിക്കാവുന്ന, എളുപ്പത്തിൽ ജനതക്കെതിരെ തിരിച്ചുവെക്കാൻ കഴിയുന്ന ബുദ്ധിജീവികളായി ഇവർ മാറുന്നു.

പഠനമാധ്യമത്തെ സംബന്ധിച്ച പ്രശ്നം അറിവും ജനതയും തമ്മിലുള്ള ബന്ധത്തിന്റെ പ്രശ്നമാണ്. തൊട്ടുമുമ്പിലുള്ള സമൂഹത്തിലെ

അറിവുകൾ മുഴുവൻ ദേശഭാഷയിലായിരിക്കുകയും വിദ്യാർത്ഥി പഠിച്ചു വരുന്നത് വേറൊരു ഭാഷയിലാവുകയും ചെയ്യുമ്പോൾ സംഭവിക്കുന്നതെന്താണ്? ഭാഷയിലെ വിവിധവിജ്ഞാനപദാവലികൾ തമ്മിൽ പുലർത്തുന്ന ജനിതികബന്ധം വിദ്യാർത്ഥിക്ക് മനസ്സിലാകാതെ പോകുന്നു. അതിന്റെ സാംസ്കാരികമായ അർത്ഥം കിട്ടാതെ പോകുന്നു. ഭാഷക്ക് പുതിയ വിജ്ഞാനക്കൂട്ടുകൾ ഉണ്ടാക്കാൻ സഹായകമായ ഉല്പാദനശേഷി നഷ്ടപ്പെടുന്നു. യഥാർത്ഥത്തിൽ ഈ ജനിതകബന്ധമാണ് അബോധമായ പുതിയ തെളിച്ചങ്ങളിലേക്ക് നയിക്കുന്ന ഉൾക്കാഴ്ചകളെയും വെളിപാടുകളെയും രൂപപ്പെടുത്തുന്നത്. അവിടെ വ്യക്തിയുടെ ഉൾക്കാഴ്ച അതുണ്ടാക്കുന്ന പുതിയ അറിവ് ഭാഷയെ പുന:ക്രമീകരിക്കുകയും അതിന്റെ ആർത്ഥികബന്ധങ്ങളെ പുന:സംഘടിപ്പിക്കുകയും ചെയ്യുന്നു. സാമൂഹ്യബന്ധം നഷ്ടപ്പെട്ട ഏകാന്തമായ അന്വേഷണങ്ങളിൽ പോലും അന്യവൽക്കരണം അനുഭവിക്കുന്ന ഒരു വിദ്യാർത്ഥിയാണ് ഇതിന്റെ ഫലം. വൈദേശികവും കൊളോണിയലുമായ ഒരാകാശത്തിൽ നിന്ന് താഴേക്ക് തൂങ്ങിനിൽക്കുന്നതാകും അവളുടെ/ അവന്റെ സ്വത്വബോധം.

ഏകാകിയായി ഒരാൾ നടത്തുന്ന അന്വേഷണം പോലും സാമൂഹ്യവും രാഷ്ട്രീയവുമായി മാറുന്നത് അയാൾ ധ്യാനത്തിലുപയോഗിക്കുന്ന ഭാഷ അയാളുടെ ധാരണക്കപ്പുറത്ത് അബോധമായ പല ബന്ധങ്ങളും സൂക്ഷിക്കുന്നുണ്ട് എന്നതിനാലാണ്. ഒരു കവിയുടെ വെളിപാടു പോലെ തന്നെ ഒരു സമൂഹ്യശാസ്ത്രജ്ഞന്റെയോ പ്രകൃതിശാസ്ത്രജ്ഞന്റെയോ വെളിപാടും ഭാഷയെ നവീകരിക്കുന്നു. വിജ്ഞാനഭാഷയും സാഹിത്യഭാഷയും പുലർത്തുന്ന ഈ ചാർച്ചയാണ് ഭാഷക്ക് ബലം നൽകുന്നത്. അതിൽ നിന്ന് അകക്കാമ്പുള്ള മനസ്സുകളെ രൂപപ്പെടുത്തുന്നത്. ഒറ്റപ്പെട്ട വ്യക്തിയെയും അബോധമായ ഒരു ചാർച്ചയിൽ ബന്ധിപ്പിക്കുന്നത്.

എന്നാൽ ഇന്ന് സയൻസോ മാനവികവിഷയങ്ങളോ പഠിക്കുന്ന വിദ്യാർത്ഥിയെ സംബന്ധിച്ചിടത്തോളം ഇത്തരം ഒരു ജനിതകബന്ധം അനുഭവപ്പെടുന്നില്ല. വീടും നാടും പ്രതിനിധാനം ചെയ്യുന്ന ഭാഷയിൽ നിന്ന് വ്യത്യസ്തമായ ഒരു സൂചകശൃംഖലയിലാണ് അവൻ/ൾ വിദ്യാലയത്തിൽ നിൽക്കുന്നത്. താനുപയോഗിക്കുന്ന പദങ്ങളുടെ സാമൂഹ്യവും സ്ഥലപരവുമായ അബോധം മറ്റൊന്നായതിനാൽ അവൻ/ ൾ സമൂഹ്യമായ ബന്ധത്തോടു കൂടിയല്ല പുറത്തിറങ്ങുന്നത്. താൻ

അന്വേഷിക്കുന്ന ഭാഷയ്ക്ക് അനുയോജ്യമായ സമൂഹത്തെ തേടുക എന്ന തലതിരിഞ്ഞ കൊളോണിയലായ ഒരവസ്ഥയിൽ അവൻ/ൾ എത്തിച്ചേരുന്നു. സ്വാഭാവികമായും അത് ഇംഗ്ളീഷ് എന്ന അപരസ്ഥലമാണ്, ഇംഗ്ലീഷ് വിനിമയം ചെയ്യുന്ന അപരസമൂഹമാണ്.

അപരഭാഷയിൽ പഠിച്ചിറങ്ങുന്ന ഒരു വിദ്യാർത്ഥിക്ക് താൻ പഠിച്ച പദാവലികളുടെ സൂചക-സൂചിതബന്ധമുറപ്പിക്കാൻ അതിനെ പുനരുല്പാദിപ്പിക്കാൻ അത്തരമൊരു വ്യവഹാരപരിസരം അനിവാര്യമാകുന്നു. സ്ഥാപനങ്ങളുടെ അറിവായി, സ്ഥാപനങ്ങളിൽ മാത്രം പ്രവർത്തിക്കുന്ന അറിവായി, പ്രയോഗക്ഷമമല്ലാത്ത അറിവായി, സാമൂഹ്യബന്ധമായിത്തീരാത്ത അറിവായി ഔന്നത്യത്തിന്റെ സൂചകങ്ങളിലൊന്നായി അതു മാറുന്നു.

ഇംഗ്ലീഷ് മീഡിയത്തെ പ്രോത്സാഹിപ്പിക്കുകയാണ് വേണ്ടതെന്ന് കാഞ്ച ഇലയ്യയെ പോലുള്ള ബുദ്ധിജീവികളും പ്രചരിപ്പിക്കുന്നുണ്ട്. വ്യക്തിപരമായി അവർക്കതു വിശ്വസിക്കാൻ അവകാശമുണ്ട്. എന്നാൽ ഒരു സമൂഹവിഭാഗമെന്ന നിലയിൽ പിന്നോക്കവിഭാഗത്തിന്റെ പൊതുവായുള്ള ഭാവി അതാണെന്ന് പറയുന്നത് അസംബന്ധമാണ്. കോളജ് അധ്യാപകരുടെ നിയമനത്തിൽ പോലും മലയാളം പോലുള്ള വിഭാഗങ്ങളിലാണ് പട്ടികജാതി പട്ടികവർഗ വിഭാഗത്തിൽ നിന്നുള്ള തസ്തികകൾ പൂർണമായി നിറയുന്നത് എന്നതാണ് വസ്തുത. ഇതിന്റെ കാരണം ഭാഷാപരമായ കടമ്പകൾ മറ്റുവിഷയങ്ങളെത്തിപ്പിടിക്കുന്നതിന് പിന്നോക്കക്കാർക്ക് തടസ്സമാകുന്നു എന്നതാണ്.

ഉന്നതവിദ്യാഭ്യാസം മാതൃഭാഷയിൽ ആകണം എന്ന് പറയുന്നതിനെതിരെയുള്ള വാദം ശാസ്ത്രവിഷയത്തിനു വേണ്ട പദകോശം മാതൃഭാഷയിൽ ഇല്ലെന്നതാണ്. ശാസ്ത്രതത്വങ്ങൾ പ്രതിപാദിക്കാൻ മലയാളത്തിൽ പദങ്ങളില്ലെന്ന വാദത്തിന് ഏ.ആർ. രാജരാജവർമ മുമ്പു തന്നെ മറുപടി പറഞ്ഞിട്ടുണ്ട്. "ഈ വക പദങ്ങളെ ഇംഗ്ലീഷിൽ നിന്നു തന്നെ കടംവാങ്ങാം. നമ്മുടെ ഭാഷയിൽ ഉള്ള പര്യായങ്ങളിൽ ഒന്നിനെ പരിഭാഷ കൊണ്ട് അർത്ഥത്തിനു വ്യാപ്തിയോ സങ്കോചമോ ആവശ്യം പോലെ ചെയ്തു വിവക്ഷിതമായ ഉപയോഗത്തിനുമാത്രമായി നീക്കിവെക്കാം". ശുദ്ധമലയാളവാദം ഒരു മൗലികവാദമായി സ്വീകരിക്കേണ്ടതില്ലെന്ന് സാരം.

മലയാളത്തെ ഉയർത്തിപ്പിടിക്കുകയെന്നാൽ കേരളത്തിന്റെ ഭൂതകാലരൂപങ്ങളിൽ അഭിരമിക്കുകയെന്നല്ല അർത്ഥം. പാരമ്പര്യത്തിന്റെ

നിഷേധാത്മകവശങ്ങളെ നേരിടണമെങ്കിലും മലയാളമാണ് വേണ്ടത്. ഏ.ആർ. സൂചിപ്പിച്ചതും അതു തന്നെ. മലയാളം സർവകലാശാല എന്നാൽ പുളിയിലക്കരമുണ്ടും കസവുനേര്യതും ഓണപ്പാട്ടുമെന്നല്ല, വൈജ്ഞാനികലോകത്തെ ആർജ്ജവത്തോടെ ആത്മവിശ്വാസത്തോടെ നോക്കാനുള്ള ഒരു ജനതയുടെ കരുത്ത് എന്നാണർത്ഥം. പുതുവിജ്ഞാനം കൊണ്ട് പാരമ്പര്യബന്ധങ്ങളെ നിരന്തരം നവീകരിക്കലാണത്. വർത്തമാനത്തിന്റെയും ഭാവിയുടെയും ഭാഷയായി മലയാളത്തെ കാണാൻ കഴിഞ്ഞാൽ മാത്രമേ മലയാളം=ഭൂതം, ഇംഗ്ലീഷ്=ഭാവി എന്ന സമവാക്യത്തിൽനിന്ന് രക്ഷപ്പെടാൻ കഴിയൂ. സ്വഭാഷയിലൂന്നുന്ന വിജ്ഞാനത്തിനാകും വിദേശദൃഷ്ടിയുടെ സ്റ്റീരിയോ ടൈപ്പുകളിൽനിന്ന് രക്ഷപ്പെടാനാവുക. ചലിക്കുന്നതും സ്വയം നവീകരിക്കുന്നതുമായ സംബോധനാശേഷിയുള്ള ഒരു ജനതയായി നിലനിൽക്കണോ പുറം കാഴ്ചകൾക്കനുസരിച്ച് മലയാളിയെ നിർവചിക്കണോ എന്നതാണ് ചോദ്യം.

തർജ്ജമയുടെയും പ്രസിദ്ധീകരണത്തിന്റെയും ശക്തമായ ഒരു വിഭാഗം ഈ സർവകലാശാലയിൽ ഉണ്ടായിരിക്കണം. ഗവേഷണ പ്രബന്ധങ്ങളടക്കം ഇംഗ്ലീഷുൾപ്പെടെയുള്ള ഭാഷകളിലേക്ക് വിവർത്തനം ചെയ്യാനുള്ള സാഹചര്യം ഉണ്ടാകണം. അതുപോലെ ഇംഗ്ലീഷുൾപ്പെടെയുള്ള ഭാഷകളിലെ പുതുവിജ്ഞാന മേഖലകളിലെ അടിസ്ഥാനകൃതികൾ മലയാളത്തിലേക്ക് വിവർത്തനം ചെയ്യാനും സംവിധാനമുണ്ടാകണം. പഠനത്തിന്റെ ഒരു ചെറിയ ഭാഗം വിവർത്തനപരിശീലനത്തിന് നീക്കിവെക്കാവുന്നതുമാണ്. കാലാന്തരത്തിൽ വിജ്ഞാനഭാഷയെന്ന നിലയിൽ പദാവലികളും സങ്കല്പനങ്ങളും വികസിപ്പിച്ചെടുക്കുന്നതിന് സഹായകമാകുന്ന വിധമാകണം ഇതിന്റെ സമീപനം. വിവിധ ഇന്ത്യൻ ഭാഷകളുടെ വിഭാഗങ്ങൾ സർവകലാശാലയിലുണ്ടാകണം. അറബി, ഉർദു തുടങ്ങിയ ഭാഷകൾക്ക് സ്ഥാനമുണ്ടാകണം. വിപുലമായ വിദേശഭാഷാവിഭാഗം ഉണ്ടാകണം. വിദേശഭാഷകൾ എന്നാൽ ഇന്നും ഇംഗ്ലീഷും യൂറോപ്യൻ-കൊളോണിയൽ ഭാഷകളും മാത്രമാണ്. വിശേഷ പ്രധാന്യം നൽകേണ്ടത് മൂന്നാം ലോകത്തെ ഭാഷകൾക്കാണ്. ചൈനീസ് മുതൽ വിവിധ ആഫ്രിക്കൻ ഭാഷകൾ വരെയുള്ളവയ്ക്ക് പ്രാതിനിധ്യമുണ്ടാകണം. മറ്റുവിഷയങ്ങൾ പഠിക്കുന്ന വിദ്യാർത്ഥികൾക്ക് ഇവയിൽ കോഴ്സുകളെടുക്കാൻ കഴിയണം.

സമൂഹത്തിലെ പിന്നോക്കവിഭാഗങ്ങൾക്കാണ് പ്രയോജനമെന്നതിനാൽ വൻതോതിൽ ഫീസിളവും ആനുകൂല്യങ്ങളും ഈ സർവകലാ

ശാലയിൽ പഠിക്കുന്ന വിദ്യാർത്ഥികൾക്ക് ലഭ്യമാകണം. ഇതിനായി പ്രത്യേക ചട്ടങ്ങൾ ഉണ്ടാകണം.

പരിഷ്കൃതരും ഉന്നതരും സമർത്ഥരും പഠിക്കുന്ന മറ്റുസർവകലാശാലകൾ നിലനിൽക്കട്ടെ. എന്നാൽ പരിഷ്കൃതരുടെ ലോകത്തിലെ അപരിഷ്കൃതരും ഉന്നതരുടെ ലോകത്തെ അധഃകൃതരും സമർത്ഥരുടെ ലോകത്തിലെ വിഡ്ഢികളുമായവരുടെ സമൂഹത്തിനുവേണ്ടിയാണ് മലയാളം സർവകലാശാല ആവശ്യപ്പെടുന്നത്. പുരോഗതിയെന്ന പേരിൽ അധീശശക്തികൾ ഇപ്പോൾ നടത്തിച്ചുകൊണ്ടുപോകുന്ന ജാഥക്ക് ഒരു ഘട്ടത്തിൽ പ്രതിസന്ധിയെ നേരിടേണ്ടിവരും. ആ വളവിൽവെച്ച് ജാഥയുടെ പിന്നിലുള്ളവർ മുന്നിലെത്തുമെന്ന് ഉറപ്പാണ്. അപ്പോഴായിരിക്കും കേരളം മലയാളികളുടെ മാതൃഭൂമിയാകുന്നത്.

മറ്റുദക്ഷിണസംസ്ഥാനങ്ങളിൽ അവിടുത്തെ ഭാഷകളുടെ പേരിൽ സർവകലാശാലകളുണ്ട്. കുപ്പത്ത് ദ്രാവിഡത്തിനും ഉണ്ട് ഒരു സർവകലാശാല. ഈ സാഹചര്യത്തിൽ കേരളരൂപീകരണത്തിന്റെ ഈ അമ്പതാം വർഷത്തിൽ മലയാളം സർവകലാശാല സ്ഥാപിക്കുക എന്നതായിരിക്കും സർക്കാരിന് മലയാളസമൂഹത്തിനും മലയാളഭാഷയ്ക്കും നൽകാവുന്ന ഏറ്റവും വലിയ സമ്മാനം. 1956-ൽ അവസാനിച്ച പ്രക്രിയയല്ല ആരംഭിച്ച പ്രക്രിയയാണല്ലോ കേരളരൂപീകരണമെന്നത്. അതിനുള്ള അനിവാര്യമായ ഉപാധികളിലൊന്നാണ് മാതൃഭാഷയിലുള്ള ഒരു സർവകലാശാലയെന്നത്.

(മാതൃഭൂമി ആഴ്ചപ്പതിപ്പ്, 2006 ഒക്ടോബർ 29-നവംബർ 4)

മലയാളത്തിനു വേണ്ടത് ലോകഭാഷാപദവി

ഇക്കഴിഞ്ഞ കേരളപ്പിറവി ദിനത്തിൽ മലയാളഭാഷയുടെ ഭാവിയെ ബാധിക്കുന്ന രണ്ടു പ്രഖ്യാപനങ്ങളുണ്ടായി. ഒന്ന് മലയാളത്തിന് ഒരു സർവകലാശാല സ്ഥാപിക്കുമെന്ന മുഖ്യമന്ത്രിയുടെ വാഗ്ദാനമാണ്. തമിഴിന് പുറമെ തെലുങ്കിനും കന്നഡയ്ക്കും കൂടി ക്ലാസിക് ഭാഷാപദവി നൽകിക്കൊണ്ടുള്ള കേന്ദ്രസർക്കാറിന്റെ വിളംബരമാണ് രണ്ടാമത്തേത്.

മുഖ്യമന്ത്രിയുടെ പ്രസ്താവന സ്വാഗതാർഹമാണ്. മൺമറഞ്ഞ ഭാഷാഭിമാനികളുടെ ഭൂതം ബാധിച്ച് കേരളപ്പിറവി ദിനങ്ങളിൽ മലയാളത്താൻ മന്ത്രിക്കോലങ്ങൾക്കുണ്ടാകുന്ന ഉറച്ചിലും വെളിച്ചപ്പെടലും മാത്രമാണോ ഇതെന്നറിയാൻ അടുത്ത നവംബർ ഒന്നു വരെ കാത്തിരിക്കേണ്ടിവരും. മലയാളത്തെ മാത്രം ക്ലാസിക് പദവിയിൽ നിന്ന് ഒഴിവാക്കിയതിൽ മുഖ്യമന്ത്രിക്കൊപ്പം പ്രതിഷേധിക്കാൻ സാംസ്കാരിക നായകന്മാരുമുണ്ടായി. അതും നല്ല കാര്യം തന്നെ.

എന്നാൽ ഈ ഭാഷാഭിമാനികളുടെ കൺമുമ്പിൽ വെച്ച് (അതോ പൗരോഹിത്യത്തിലോ?)നിശ്ശബ്ദമായ ഒരു കൊലപാതകം ഇപ്പോൾ നടന്നുകൊണ്ടിരിക്കുകയാണ്. ബിരുദതലത്തിൽ ഇപ്പോൾ രണ്ടാം ഭാഷയായി രണ്ടുവർഷം പഠിക്കുന്ന മലയാളം ഇനി മുതൽ ആറുമാസം പഠിച്ചാൽ മതിയാകും. ഉന്നതവിദ്യാഭ്യാസകൗൺസിൽ ബിരുദതലത്തിലുള്ള പുനസംഘടനയ്ക്കായി മുന്നോട്ടുവെച്ചിട്ടുള്ള കരട് ഇതാണ് നിർദ്ദേശിക്കുന്നത്. കേരളത്തിൽ ഇതിനെതിരെ ആരെങ്കിലും ഇതുവരെ പ്രതികരിച്ചതായി കണ്ടിട്ടില്ല. ആന്ധ്രയിലും കർണ്ണാടകത്തിലുമെന്ന പോലെ ഭാഷാഭിമാന സംഘടനകളില്ലാത്തതിനാൽ അത്തരം മണ്ഡലങ്ങളിൽ നിന്നും ഒരൊച്ചപ്പാടും ഇവിടെ വരികയില്ല. മതത്തിന്റെ ജീവനല്ലാതെ ഭാഷയുടെ ജീവന് എന്തു വില? വീട്ടിൽത്തന്നെ ഇത്തരമൊരു കൊലപാതകം നാം നടത്തുമ്പോഴാണ് ദക്ഷിണേന്ത്യയിലെ എല്ലാ സംസ്ഥാനഭാഷകൾക്കും ക്ലാസിക് പദവി നൽകാൻ കേന്ദ്രസർക്കാർ നിർദ്ദേശിച്ചിരിക്കുന്നത്. ഇനി നാം കൂടി കൊടുക്കുന്ന

നികുതിയിൽ നിന്നുള്ള പണം ഭാഷാവികസനമെന്ന പേരിൽ തമിഴിനു പുറമെ തെലുങ്കിനും കന്നഡയ്ക്കും കൊടുക്കപ്പെടും.

ജീവൽ ഭാഷകളെ ക്ലാസിക് എന്നും അല്ലെന്നും തരം തിരിക്കുന്ന രീതി അനാരോഗ്യകരമാണ്. തമിഴിന് ക്ലാസിക് പദവി നൽകണമെന്ന ആവശ്യം ഉയർത്തിയത് കാലിഫോർണിയ സർവകലാശാലയിലെ ജോർജ്ജ് എൽ. ഹാർടാണ്. അതാണ് 2004- ൽ തമിഴിന് ക്ലാസിക്കൽ ഭാഷയുടെ പദവി നൽകുന്നതിൽ കലാശിച്ചത്. ഇപ്പോൾ നാലുവർഷം കഴിഞ്ഞ് തെലുങ്കിനും കന്നഡയ്ക്കും ആ പദവി നൽകപ്പെട്ടിരിക്കുന്നു. ആയിരം കൊല്ലം മുമ്പെങ്കിലും പഴക്കമുള്ള കൃതികളോ രേഖപ്പെടുത്തപ്പെട്ട ചരിത്രമോ ഉണ്ടായിരിക്കുക, അമൂല്യമായ പാരമ്പര്യമായി തലമുറകൾ പരിഗണിച്ച സാഹിത്യകൃതികളോ മറ്റുഗ്രന്ഥങ്ങളോ ഉണ്ടായിരിക്കുക, മറ്റൊരു സമൂഹത്തിൽനിന്ന് കടംകൊണ്ടതല്ലാത്ത സ്വന്തവും മൗലികവുമായ സാഹിത്യപാരമ്പര്യമുണ്ടായിരിക്കുക എന്നിവയാണ് ക്ലാസിക് പദവിക്കായി ഇപ്പോൾ പറയപ്പെടുന്ന മാനദണ്ഡങ്ങൾ. മുമ്പ് രണ്ടായിരം കൊല്ലമായിരുന്നു മാനദണ്ഡം. ആയിരം കൊല്ലമായി മാനദണ്ഡത്തെ താഴ്ത്താനുള്ള ശ്രമത്തെ തമിഴ് പണ്ഡിതർ ചേർന്ന് എതിർത്തു എന്ന കാര്യം ആലോചിച്ചാൽ ഇത്തരം വർഗീകരണങ്ങളുടെ പിന്നിലെ മനോഭാവം വ്യക്തമാകും. മറ്റനേകം ഇന്ത്യൻ ഭാഷകളും ഈ പദവി അവകാശപ്പെടും എന്നതാണ് അവർ ഉന്നയിച്ച ന്യായം! ഒരു ഭാഷയ്ക്ക് അതിന്റെ ലിഖിത രൂപം വരുന്നത് രാഷ്ട്രീയമായ കാരണങ്ങളാലാണല്ലോ. ചരിത്രം അധികാരമായി പ്രവർത്തിക്കുകയാണ് അവിടെ. ദുർബലഭാഷകളെ മുന്നോട്ടുകൊണ്ടുപോകുന്നതിനു പകരം ഉന്നതപദവിയിലിരിക്കുന്നവയെ കൂടുതൽ ഉറപ്പിച്ച് ഭാഷാപരമായ ഉച്ചനീചത്വത്തിന് നികുതിപ്പണം നീക്കിവെക്കുകയാണ് കേന്ദ്രസർക്കാർ. ഭൂതകാലത്തിന്റെ പാരമ്പര്യഘോഷണത്തിലാണ് ക്ലാസിക് പദവിയുടെ പ്രത്യയശാസ്ത്രം കെട്ടിപ്പടുത്തിട്ടുള്ളത്, ഭാവിയിലേക്കുള്ള പ്രതീക്ഷാചക്രവാളത്തിലല്ല.

ക്ലാസിക് ഭാഷയെന്നത് ജനാധിപത്യവിരുദ്ധമായ സങ്കല്പമാണ്. മനുഷ്യസമൂഹങ്ങൾ തമ്മിൽ തുല്യതയുണ്ടെങ്കിൽ എല്ലാ ഭാഷകൾ തമ്മിലും തുല്യതയുണ്ട്. ക്ലാസിസത്തിന്റെ തറവാടിത്തത്തിന് തങ്ങളും അർഹരാണെന്ന് വിളിച്ചു പറയുന്നതിലല്ല (അതിന്റെ പേരിൽ കേരളത്തിന്റെ പ്ലേറ്റിൽ വീഴുന്ന കേന്ദ്രഫണ്ടിന്റെ കഷണങ്ങൾ പ്രലോഭിപ്പിക്കുന്നുണ്ടാവുമെങ്കിലും) കേരളീയ സമൂഹത്തിന്റെ ആഴത്തിലുള്ള ജനാ

ധിപത്യവൽക്കരണത്തിനും സ്വാതന്ത്ര്യപ്രഖ്യാപനത്തിനും യഥാർഥത്തിൽ നമ്മൾ എന്തു ചെയ്തു എന്ന് ലജ്ജാപൂർവ്വം ആലോചിക്കുകയാണ് മുഖ്യമന്ത്രിയും സാംസ്കാരിക നായകരും ചെയ്യേണ്ടത്. ബിരുദതലത്തിൽ നിന്ന് മലയാളഭാഷയെ പടിയിറക്കുന്നതിന്റെ യുക്തിയെന്താണെന്നുകൂടി ബഹുമാനപ്പെട്ട മുഖ്യമന്ത്രി ഭാഷാഭിമാനം പ്രഖ്യാപിക്കുന്ന ഇനിയുള്ള യോഗങ്ങളിൽ വിശദീകരിക്കേണ്ടതുണ്ട്.

ഇനി കാര്യത്തിലേക്ക് കടക്കുക. എന്താണ് ഭാഷാനയത്തിന്റെ പ്രശ്നങ്ങൾ? എന്തു കൊണ്ടാണ് ദക്ഷിണേന്ത്യൻ സംസ്ഥാനങ്ങളിൽ ഏറ്റവും ആധുനികീകരിക്കപ്പെട്ട സമൂഹമായ മലയാളികൾ ഭാഷയെ സംബന്ധിച്ച കാര്യങ്ങളിൽ ഉദാസീനരായിരിക്കുന്നത്? ആധുനികമായ 'ശാസ്ത്രീയവീക്ഷണം' തന്നെയാണ് നമുക്ക് ഇവിടെ പ്രതിബന്ധമായി നില്ക്കുന്നത്. തമിഴരെക്കാളും തെലുങ്കരെക്കാളും കന്നഡക്കാരെക്കാളും നാം പുരോഗമിച്ചിരിക്കുന്നു. അവരെക്കാൾ നാം ശാസ്ത്രീയമായി ചിന്തിക്കുന്നു. അവരെക്കാൾ നാം വ്യക്തിവൽക്കരിക്കപ്പെട്ടിരിക്കുന്നു. ഈ മാറ്റത്തിനിടയിൽ മറ്റെല്ലാറ്റിലുമെന്നപോലെ ഭാഷയെ സംബന്ധിച്ചും ആധുനികത മുന്നോട്ടുവെച്ച ഉപകരണവാദമായി, ഉപകരണയുക്തിയായി ഇത് നമ്മിൽ നിലനില്ക്കുന്നു.

ഭാഷയെ സംബന്ധിച്ച ഉപകരണവാദം

ഭാഷയെ സംബന്ധിച്ച് കൊളോണിയൽ കാലത്ത് രൂപപ്പെട്ടിരുന്നതും നമ്മുടെ സർക്കാർ ലാവണങ്ങളിലെ പണ്ഡിതർ ഇപ്പോഴും സൂക്ഷിച്ചുപോരുന്നതുമായ ഈ ഉപകരണയുക്തി എന്താണ്? ഭാഷ ആശയവിനിമയത്തിന്റെ ഒരുപകരണം മാത്രമാണ് എന്നതാണത്. യഥാർഥത്തിൽ യാന്ത്രികമായി പ്രകൃതിശാസ്ത്രത്തിന്റെ പഠനരീതി ഭാഷയിലേക്കും പറിച്ചു നട്ടപ്പോഴാണ് ഈ ഉപകരണയുക്തി രൂപപ്പെടുന്നത്. ഭാഷയിൽ നിന്ന് കേവലമായി സ്വതന്ത്രമാണ് ആശയങ്ങൾ എന്ന വീക്ഷണം ഉയരുന്നത്. ആശയങ്ങളുടെ സാമൂഹ്യസന്ദർഭത്തെ നിരാകരിക്കുന്നതും ഭാഷയും സാഹിത്യവും ബിരുദതലങ്ങളിൽ പഠിപ്പിക്കേണ്ട എന്ന വാദത്തിലേക്ക് നയിക്കുന്നതും ഈ കാഴ്ചപ്പാടാണ്.

ഉപകരണവാദം വ്യക്തിവാദവുമായി ചേർന്നാണ് നില്ക്കുന്നത്. ഉപകരണയുക്തി ഭാഷയെ കാണുന്നത് വ്യക്തിയുടെ കയ്യിലെ ഉപകരണം മാത്രമായാണ്. ഒറ്റപ്പെട്ട വ്യക്തികളെ കേന്ദ്രീകരിച്ച് മനുഷ്യാവസ്ഥയെ നോക്കിക്കാണുന്ന യുക്തിതന്നെ സ്വാംശീകരിക്കുന്ന പണ്ഡി

തരാണ് ഭാഷയെപ്പറ്റിയും ഉപകരണവാദം മുന്നോട്ടുവെക്കുന്നത്. ഒറ്റപ്പെട്ട വ്യക്തികൾ ചേർന്നുണ്ടാകുന്ന സമൂഹം (ആറ്റങ്ങൾ ചേർന്ന് വസ്തുക്കളുണ്ടാകുന്നതുപോലെ വ്യക്തികൾ ചേർന്ന് സമൂഹമുണ്ടാകുന്നു എന്ന യാന്ത്രിക വാദം) എന്ന വീക്ഷണമാണ് അവരെ നയിക്കുന്നത്.

എന്നാൽ ഇന്ന് ഈ വീക്ഷണം തിരുത്തിക്കുറിക്കപ്പെട്ടിരിക്കുന്നു. ഭാഷ ആശയവിനിമയത്തിന്റെ ഉപാധി മാത്രമല്ല ആശയത്തിന്റെ തന്നെ ഉപാധിയാണ് എന്നതാണ് സംസ്കാരപഠനത്തെ സംബന്ധിച്ച എല്ലാ പുതിയ ശാഖകളും ഇന്ന് അംഗീകരിച്ചിരിക്കുന്ന സമീപനം. ഭാഷ ആശയത്തിന്റെ ഉപാധിയാണ് എന്നതിനർത്ഥം ഓരോ ആശയവും ആ ഭാഷണ സമൂഹത്തിന്റെ മുദ്രകളുള്ളതാണെന്നാണ്. ശാസ്ത്രജ്ഞരായാലും അവരുടെ ഭാഷണസമൂഹമുദ്രകൾ അവർ നിർമിക്കുന്ന സത്യങ്ങളിൽ ഉണ്ടായിരിക്കും. സംസ്കാരപഠനം ശാസ്ത്രമേഖലകളിലുംകൂടി കടന്നുചെന്നത് ഇങ്ങിനെയാണ്.

ഒരാൾ ഭാഷ ഉപയോഗിക്കുകയല്ല ഭാഷയിലേക്ക് ജനിച്ചുവീഴുകയാണ് ചെയ്യുന്നത് എന്നാണിതിനർഥം. ഭാഷാവൽക്കരണത്തിലൂടെയുള്ള സാമൂഹ്യതയിൽ നിന്നാണ് യഥാർഥത്തിൽ അയാൾ വ്യക്തിപ്രതീതി ആർജ്ജിക്കുന്നതു തന്നെ. ഭാഷ ഒരു വ്യക്തിക്ക് ഒറ്റയ്ക്ക് രൂപപ്പെടുത്താൻ കഴിയുന്നതല്ല. ഒന്നിലേറെ വ്യക്തികൾ വിചാരിച്ചാലും അത് കഴിയില്ല. അനേകം ശിശുക്കളെ ബാഹ്യബന്ധമില്ലാതെ ഒന്നിച്ചു വളരാൻ അനുവദിച്ചാലും അവർക്ക് ഒരു ഭാഷ രൂപപ്പെടുത്താൻ സാധ്യമല്ല. ഭാഷ രൂപപ്പെട്ടത് ചരിത്രത്തിലൂടെയാണ്. പ്രകൃതിയും മനുഷ്യനും തമ്മിലുള്ള ചരിത്രപരമായ ബന്ധങ്ങളുടെ വളർച്ചയിൽ നിന്നാണ് ഭാഷയുടെ വ്യാകരണബന്ധങ്ങളും ആർത്ഥികബന്ധങ്ങളും വളർന്നുവന്നിട്ടുള്ളത്. സാമൂഹികതയും ചരിത്രപരതയും വഹിക്കുന്ന ഒരു ഭാഷയിലേക്ക് പ്രവേശിക്കാനും അതിനെ സ്വായത്തമാക്കാനും ഒരു മനുഷ്യശിശുവിന് കഴിയും അഥവാ മനുഷ്യശിശുവിനേ കഴിയൂ. ഈ അർഥത്തിൽ മാത്രമാണ് ഭാഷ ജന്മസിദ്ധമെന്ന് പറയുവാൻ കഴിയുക. അല്ലാതെ ഒറ്റപ്പെട്ട വ്യക്തിയുടെ അകത്ത് നിലനില്ക്കുന്നത് എന്ന അർഥത്തിൽ ജന്മപരമായ സിദ്ധിയല്ല ഭാഷ.

ഉപകരണവാദപരമായും വ്യക്തിവാദപരമായും ഭാഷയെ സമീപിക്കുന്ന പണ്ഡിതർ അറിവിനെ സംബന്ധിച്ച് പുലർത്തുന്ന വീക്ഷണവും വ്യക്തിവാദപരവും ഉപകരണവാദപരവുമാണ്. അതുകൊണ്ടു തന്നെ വ്യക്തികേന്ദ്രിതയുക്തിയിൽവെച്ചു കൈകാര്യം ചെയ്യാവുന്ന

വിഷയവുമല്ല ഭാഷ. അറിവിന് വിവരം, വിജ്ഞാനം, അവബോധം എന്നീ തലങ്ങളുണ്ട്. അറിവ് എന്നത് വിവരം മാത്രമാണ് എന്നു കരുതിയാൽ അതിന് മാതൃഭാഷ, അന്യഭാഷ എന്ന വ്യത്യാസമില്ല. മലയാളത്തിലും ഇംഗ്ലീഷിലും വിവരം തുല്യം തന്നെ. എന്നാൽ വിവരം എന്ന തലം വിട്ട് അറിവ് വിജ്ഞാനമാകുമ്പോൾ അവിടെ വിവിധതരം അറിവുകൾ ചേർന്ന ഉദ്ഗ്രഥനമുണ്ട്. വിവിധ വിജ്ഞാനങ്ങൾ ചേർന്ന് വിചാരവും വികാരവുമായി സാമൂഹ്യബോധമായി മാറുമ്പോഴാണ് അത് അവബോധമായി മാറുന്നത്. അവിടെ അത് സാമൂഹ്യമായ അനുഭവമാണ്, പെരുമാറ്റരീതിയാണ്. ഈ അവബോധം മാതൃഭാഷയും ഭാഷണസമൂഹവുമായി ചേർന്നാണ് നില്ക്കുന്നത്. ഐ.ടി.- ബി.ടി. യെ ഭാഷയ്ക്കു പകരം വെക്കാമെന്നു കരുതുന്ന വിദഗ്ധന്മാർ ഒരിക്കലും അറിവിനെ അവബോധവുമായി ബന്ധിപ്പിക്കാത്തവരാണ്. സമൂഹമല്ല, കമ്പനിയാണ് അവരെ സംബന്ധിച്ചിടത്തോളം അറിവിന്റെ ലക്ഷ്യം. സാഹിത്യവും കലയും അവരെ സംബന്ധിച്ചിടത്തോളം അറിവിന്റെ മണ്ഡലത്തിനു പുറത്താണ്. അവർക്ക് അറിവ് എന്നാൽ ഉപകരണബോധമാണ്. തെറ്റായ ഈ ചിന്താരീതിയിലൂടെ സാമൂഹ്യവിരുദ്ധമായ തീരുമാനങ്ങളിൽ അവർ എത്തിച്ചേരുന്നതിൽ, അതിനാൽ അദ്ഭുതവുമില്ല. ഇടപെടൽ ശേഷിയുള്ള ഒരു സമൂഹമാണ് ലക്ഷ്യം വെക്കുന്നതെങ്കിൽ അവിടെ അവബോധം പ്രധാനമാണ്, മാതൃഭാഷയും കലയും സാഹിത്യവും അതിന്റെ അനിവാര്യമായ ഭാഗമാണ്. ഭാഷയെ സംബന്ധിച്ച ഈ കാഴ്ചപ്പാടിൽ നിന്നു കൊണ്ടുവേണം മലയാളം സർവകലാശാല എന്ന പ്രഖ്യാപനത്തെ നോക്കിക്കാണേണ്ടത്.

ഒരു ഭാഷയ്ക്ക് ഒരു സർവകലാശാല എന്ന സങ്കല്പത്തോടു യോജിപ്പില്ല എന്നാണ് മലയാളം സർവകലാശാലക്കെതിരെ നേരത്തെ മുതൽ ഉന്നയിക്കുന്ന ഒരാരോപണം. മലയാളം മറ്റുഭാഷകൾ പോലെയുള്ള ഒരു ഭാഷയല്ല മലയാളിയെ സംബന്ധിച്ചിടത്തോളം എല്ലാ ഭാഷയിലേക്കും പ്രവേശിക്കുന്നതിനുള്ള കവാടമാണ് എന്ന് ഈ വിമർശകർ മനസ്സിലാക്കുന്നില്ല. അടിസ്ഥാനഭാഷാബോധത്തിന്റെ ആ ചുമരിലാണ് പിന്നീട് എല്ലാ ഭാഷകളും വരയ്ക്കപ്പെടുന്നത്. അ=ഇ എന്ന മട്ടിൽ തുല്യത എന്ന അതിഭൗതികതയിൽ വെച്ച് താരതമ്യം ചെയ്യാവുന്നതല്ല മാതൃഭാഷയും മറ്റുഭാഷകളും. ചുമരിനെ ചിത്രങ്ങളുമായി താരതമ്യം ചെയ്യുന്നതുപോലെയാണ് മാതൃഭാഷയെയും മറ്റുഭാഷകളെയും തുലനപ്പെടുത്തുന്നത്.

ഒറ്റപ്പെട്ട വ്യക്തിയും അയാൾ എത്തിച്ചേരേണ്ട ഏകലോകവും എന്നതാണ് ആഗോളവൽക്കരണകാലത്ത് ഭാഷ മനസ്സിലാക്കപ്പെടുന്ന മാതൃക. പുതിയ ലോകത്തിലേക്ക് എത്താനുള്ള വഴിയാകട്ടെ ലോക ഭാഷയും. ആ ലോക ഭാഷ, ഇംഗ്ലീഷ് തന്നെയാണ് എന്ന കാര്യത്തിൽ അവർക്ക് സംശയവുമില്ല. ലോകത്തിലേക്കുള്ള വഴി ലോകഭാഷയായ ഇംഗ്ലീഷിലൂടെയാണ് എന്ന, ഭാഷയും സ്ഥലവും തമ്മിലുള്ള അനിഷേധ്യം എന്ന രൂപത്തിൽ അവതരിപ്പിക്കപ്പെടുന്ന സമവാക്യമാണ് ചോദ്യം ചെയ്യപ്പെടേണ്ടത്.

ലോകഭാഷയുടെ നിർമിതി - ഇടപാടുമിച്ചം

ഇംഗ്ലീഷ് ലോകഭാഷയാണ് എന്നതിനെ ഒരു സാമാന്യബോധമാക്കി മാറ്റാൻ കോളനീകരണത്തിന് കഴിഞ്ഞിട്ടുണ്ട്. പുത്തൻ കോളനീകരണം അതിനെ ഉറപ്പിക്കാനും ശ്രമിക്കുന്നു. എന്നാൽ ഇംഗ്ലീഷ് ലോകഭാഷാപദവിയിലിരിക്കുന്നത് മറ്റുള്ള ഭാഷകളുടെ പ്രാദേശിക ഭാഷാപദവിയുടെ ബലത്തിലാണെന്നു കാണാം. ഈ ഭാഷകൾ പരസ്പരം കണ്ടുമുട്ടുകയും ഇടപെടുകയും ചെയ്യുന്നതോടു കൂടി നഷ്ടപ്പെടുന്നതാണ് ഇംഗ്ലീഷിന്റെ ലോകഭാഷാപദവി. അപ്പോൾ ഒരു ലോകഭാഷ എന്നതിന്റെ സ്ഥാനത്ത് അനേകം ലോകഭാഷകൾ ഉയർന്നുവരികയാണ് ചെയ്യുന്നത്. എല്ലാ ഭാഷകളും ലോകഭാഷകളും എല്ലാ മനുഷ്യരും വിശ്വപൗരന്മാരും ആയിത്തീരുന്ന അവസ്ഥയാണത്. പഴമയെപ്പറ്റിയുള്ള തറവാടിത്ത ബോധമല്ല നിർമാണബോധമാണ് ഇവിടെ പ്രവർത്തിക്കേണ്ടത്.

കൊളോണിയൽ സമൂഹങ്ങളിൽ ഇംഗ്ലീഷോ മറ്റ് അധിനിവേശ ഭാഷയോ ആണ് വിജ്ഞാനഭാഷയായി ഉപയോഗിക്കപ്പെടുന്നത്. അതിനാൽ ഇംഗ്ലീഷ് നിരന്തരം അർഥപരമായി പുതുക്കപ്പെടുകയും മലയാളം പോലുള്ള ഭാഷകൾ പുതിയ ബന്ധങ്ങളിലേക്ക് തുറവി കിട്ടാതെ മുരടിക്കുകയും ചെയ്യുന്നു. ഇത് ഇംഗ്ലീഷിന്റെ സ്വാഭാവിക ഗുണമായാണ് തെറ്റിദ്ധരിക്കപ്പെടുന്നത്.

ഇംഗ്ലീഷിലെ പദാവലികൾക്ക് കാലോചിതമായ അർഥപരിണാമമുണ്ടായത് ഇംഗ്ലണ്ടിലെ സമൂഹത്തിന്റെ ആഭ്യന്തരമായ മാറ്റങ്ങൾ കാരണമാണെന്നാണ് നാം കരുതിപ്പോരുന്നത്. പ്രദേശം/ലോകം എന്ന് മലയാളത്തെയും ഇംഗ്ലീഷിനെയും വിന്യസിക്കുമ്പോൾ കിട്ടുന്നത് ഈ ബോധവുമാണ്. എന്നാൽ കൂടുതൽ അടുത്തു ചെല്ലുമ്പോൾ ഇതു തെറ്റാ

ണെന്നു കാണാൻ കഴിയും. യഥാർഥത്തിൽ ഇന്ത്യയുൾപ്പെടെയുള്ള കോളനികളിലെ കച്ചവടവും ചൂഷണവുമാണ് അവിടത്തെ മുതലാളിത്ത വികാസത്തിന് കാരണമായത്.

സാമ്പത്തിക ശാസ്ത്രത്തിൽ ലാറ്റിനമേരിക്കൻ ചിന്തകർ (പോൾ ബറാൻ, പോൾ സ്വീസി, ഗുന്തർ ഫ്രാങ്ക് എന്നിവർ) മുന്നോട്ടുവെച്ച അവികാസത്തിന്റെ വികാസം എന്ന സങ്കല്പം ഭാഷയ്ക്കും ബാധകമാണ്. ഭാഷ സാമൂഹ്യാനുഭവത്തിന്റെ വിവിധ സന്ദർഭങ്ങളിലൂടെ പ്രയോഗിച്ച് അർത്ഥപരിണാമം നേടുന്നതിനെ തടയുന്നത് വിജ്ഞാനഭാഷയായി എല്ലാതലങ്ങളിലും ഇംഗ്ലീഷ് മാത്രം ഉപയോഗിക്കുന്ന അവസ്ഥയാണ്. ഇംഗ്ലീഷിന്റെ ഈ അർത്ഥപരമായ സഹായം മലയാളത്തിന്റെ സ്വകീയ വളർച്ചയെ മുരടിപ്പിക്കുന്നു. മൂന്നാം ലോകഭാഷകളുൾപ്പെടെയുള്ളവയിൽ നിന്ന് തട്ടിപ്പറിച്ച മിച്ചമൂല്യത്തിലാണ് ഇംഗ്ലീഷിന്റെ ഭാഷാപരമായ വിനിമയ ശേഷി നിലനില്ക്കുന്നത്. സ്വകീയമായ ഉല്പാദനമിച്ചമല്ല മറ്റു ഭാഷകൾക്കിടയിൽ ഇടനിലക്കാരനായി നിന്നുകൊണ്ടുള്ള ഇടപാടുമിച്ചമാണ് ഇംഗ്ലീഷിനെ കൊഴുപ്പിച്ചു കൊണ്ടിരിക്കുന്നത്. മറ്റു ഭാഷകൾ കൂടി ലോകഭാഷയുടെ പദവിയിലെത്തുന്നതിന് തയ്യാറാവുന്നതോടു കൂടി ഇംഗ്ലീഷ് പ്രാദേശിക ഭാഷയാകും. അഥവാ മറ്റുലോകഭാഷകളിൽ ഒന്നു മാത്രമായി ചുരുങ്ങും. എന്നാൽ അതുവരെ ഇംഗ്ലീഷ് ഇന്നത്തെ പദവിയിൽ തുടരുകയും ചെയ്യും.

തങ്ങൾ തമ്മിൽ യഥാർഥത്തിൽ നടക്കേണ്ട വിനിമയമാണ് ഇംഗ്ലീഷിന്റെ ലോകഭാഷാപദവിയായി അന്യവൽക്കരിക്കപ്പെട്ട് മുമ്പിൽ നില്ക്കുന്നത് എന്ന് മറ്റുഭാഷാ സമൂഹങ്ങൾ തിരിച്ചറിയുകയും ഇംഗ്ലീഷുമായി മാത്രമുള്ള ഇന്നത്തെ വിനിമയം എന്നതു വിട്ട് എല്ലാ ഭാഷകളുമായും വിനിമയ ബന്ധത്തിൽ ഏർപ്പെടാൻ അതിനെ സാധ്യമാക്കുകയും വേണം. അതായത് മലയാളവും ഇന്ത്യൻ ഭാഷകൾ തമ്മിലും ലോകത്തിലെ എല്ലാ ഭാഷകളും തമ്മിലും വിനിമയം ചെയ്യുണ്ടാക്കേണ്ടതാണ് അന്തർദ്ദേശീയ സമൂഹത്തിന്റെ ഭാഷ. അത് ദീർഘമായ ഒരു പ്രക്രിയയാണ്. പക്ഷേ ആ ദീർഘ പ്രക്രിയയിലൂടെ മാത്രമേ ഏകഭാഷാകേന്ദ്രിതമായ ആഗോളവൽക്കരണത്തിന് പകരം ബഹുഭാഷാകേന്ദ്രിതമായ, ബഹുഭാഷാസമൂഹങ്ങൾ പങ്കാളികളാകുന്ന അന്തർദേശീയ സമൂഹവും അതിനു വേണ്ട സാമൂഹ്യബന്ധങ്ങളും ഉയർന്നു വരികയുള്ളൂ.

ആധുനികീകരണത്തിന്റെ ഭാഷ ഇംഗ്ലീഷാണെന്ന ധാരണ രൂപപ്പെടുന്നതും ഭാഷയുടെ മുരടിപ്പിന്റെ കാരണങ്ങളെക്കുറിച്ചുള്ള അജ്ഞ

തയിൽ നിന്നാണ്. കാർഷിക സമൂഹത്തിൽ നിന്ന് വ്യവസായസമൂഹത്തിലേക്കുള്ള മാറ്റത്തെയാണ് ആധുനികീകരണം എന്ന് പലപ്പോഴും വിളിക്കുന്നത്. ഫ്യൂഡലിസത്തിൽ നിന്ന് മുതലാളിത്തത്തിലേക്കുള്ള പരിവർത്തനവുമാണത്. യൂറോപ്പിൽ ഇത് അവരുടെ കൃഷിയിൽ നിന്ന് അവരുടെ വ്യവസായത്തിലേക്കുള്ള നേർപരിണാമമായാണ് മനസ്സിലാക്കപ്പെടുന്നത്. കാർഷിക കാലഘട്ടത്തിന്റെ ഭാഷ തന്നെയാണ് അവർക്ക് വ്യവസായകാലഘട്ടത്തിന്റെയും ഭാഷ; അർഥപരിണാമത്തോടെ.

ഇംഗ്ലീഷിലുള്ള പദങ്ങളുടെ അർഥപരിണാമം ശ്രദ്ധിച്ചാൽ അവ അവരുടെ സാമൂഹ്യപരിണാമത്തോടൊപ്പം സഞ്ചരിച്ചുവെന്ന് കാണാം. ടോർച്ച് എന്ന മധ്യകാലത്തെ ചൂട്ട് അവർക്ക് ഇലക്ട്രിക് ടോർച്ചായി ഭാഷയിലും പരിവർത്തിപ്പിക്കാൻ കഴിഞ്ഞു. നമുക്കാകട്ടെ ഓലച്ചൂട്ടിൽ നിന്ന് ഇലക്ട്രിക് ചൂട്ടിലേക്ക് അർത്ഥപരിണാമമുണ്ടായില്ല. പകരം ചൂട്ട് നാം ആധുനിക പൂർവകാലത്ത് ഉപേക്ഷിച്ചു പോവുകയും ആധുനിക കാലത്തിനായി ടോർച്ച് എന്ന വാക്ക് സ്വീകരിക്കുകയും ചെയ്തു. വ്യവസായയുഗത്തിന് അനുസൃതമായി അർഥപരിണാമം സംഭവിക്കാത്തതിനാൽ മലയാളത്തിലെ ചൂട്ട് ഗൃഹാതുരത്വത്തിന്റെ പര്യായമായി മാറി. യഥാർഥത്തിൽ നമുക്ക് മിന്നൽ ചൂട്ടായി പുതിയ ടോർച്ചിനെ സങ്കല്പിക്കാൻ കഴിയുമായിരുന്നു. അപ്പോൾ ചൂട്ട് നമ്മോടൊപ്പം പരിണമിച്ചെത്തുന്ന വെളിച്ചത്തിന്റെ ഒരു ഗതിബോധമാണ് നമുക്ക് നൽകുക. ഗൃഹാതുരത്വമല്ല. അതേ പോലെ നമ്മുടെ വണ്ടി വണ്ടിയായിത്തന്നെ നിന്നപ്പോൾ അതിൽ നിന്നു നാം തീവണ്ടിയുണ്ടാക്കി. ഇംഗ്ലീഷിലെ റിക്ഷക്ക് ഓട്ടോറിക്ഷ വരെയുള്ള പരിണാമമുണ്ടായി. ഇംഗ്ലീഷ് പദാവലികൾക്ക് ചുറ്റും ആധുനികതയുടെ, നാഗരികതയുടെ, പരിണാമത്തിന്റെ അബോധപരിവേഷം രൂപപ്പെടുന്നതിന്റെ ഒരു കാരണം ഇതാണ്. ടെലിവിഷൻ വന്നപ്പോൾ അതിന്റെ പരിപാടികളുടെ പേരുമുഴുവൻ ഇംഗ്ലീഷായി മാത്രമേ അതിന്റെ സംഘാടകർക്ക് സങ്കല്പിക്കാൻ കഴിഞ്ഞുള്ളൂ.

കാർഷിക കാലത്ത് അവസാനിക്കുന്ന ഒന്നാണ് മലയാളിത്തം എന്ന് നാം ധരിക്കുന്നതിന് ഭാഷാപരമായ ഈ പ്രതീതിക്ക് പങ്കുണ്ട്. നെല്ല് മില്ലിലെത്തിയാൽ റൈസായാണ് മാറുന്നത്. ഉരലിൽ നിന്നും ഉലക്കയിൽ നിന്നും അത് മാറിയപ്പോൾ റൈസ് മിൽ എന്നായി. പഴയത് നെല്ലുകുത്തുകാരി പാറുവിൽ അവസാനിച്ചു. അതിനാൽ മലയാളത്തിനു ചുറ്റും ഫ്യൂഡൽ അധികാരത്തിന്റെ ഭാവുകത്വവലയം ഇപ്പോഴും നിലനില്ക്കുന്നു. വൈലോപ്പിള്ളിയിലും എം.ടി. യിലുമാണ് ഇന്നും മല

യാളം അവസാനിക്കുന്നത് എന്ന് തോന്നുന്നതിന്റെ കാരണം അതാണ്. വയലിന്റെ ഭാഷ മലയാളവും ഫാക്ടറിയുടെ ഭാഷ ഇംഗ്ലീഷുമാണ് എന്നു നാം കരുതുന്നു. സ്കൂളിന്റെ ഭാഷ മലയാളവും (ഉസ്കൂൾ) കോളജിന്റെയും യൂനിവേഴ്സിറ്റിയുടെയും ഭാഷ ഇംഗ്ലീഷാണെന്നും കരുതുന്നു. പാരമ്പര്യവിവാഹത്തിന്റെ ഭാഷ മലയാളവും പ്രണയത്തിന്റേത് ഇംഗ്ലീഷുമാണെന്ന് കരുതുന്നു. കുടുംബിനിയുടെ ഭാഷ മലയാളവും സ്ത്രീവാദിയുടെത് ഇംഗ്ലീഷുമാണെന്ന് കരുതുന്നു. സ്ഥിതിയുടെ ഭാഷ മലയാളവും ഗതിയുടെ ഭാഷ ഇംഗ്ലീഷുമാണെന്ന് കരുതുന്നു.

എന്നാൽ നമ്മുടെ ജാതിജന്മിനാടുവാഴിത്തത്തെ പിഴുതെറിഞ്ഞ സാമൂഹ്യവിപ്ലവത്തിന്റെ ഭാഷ മലയാളമായിരുന്നു. ഇപ്പോൾ നാഗരികയുവാക്കളുടെ വ്യക്തിപരമായ ഉൽക്കർഷേച്ഛയുടെ ഭാഷ ഇംഗ്ലീഷാണ്. ജനങ്ങൾക്കു വേണ്ടി എന്നതിന് പകരം ഫോർ ദ പീപ്പ്ൾ എന്നു പറയുമ്പോൾ അത് മധ്യവർഗ നാഗരികയുവത്വത്തിന്റെ യൂറോ-അമേരിക്കൻ മോഹാനുഭൂതി മാത്രമാകുന്നു. നാരായണഗുരുവിന്റെയോ കൃഷ്ണപിള്ളയുടെയോ പേരു കേട്ടുവളർന്നവരല്ല, ഇംഗ്ലീഷ് മീഡിയം സ്കൂളിൽ അബ്രഹാം ലിങ്കന്റെ പേരുമാത്രം കേട്ടു വളർന്ന് കമ്പ്യൂട്ടറിനു മുമ്പിൽ എത്തിയവരാണവർ. കേവലവ്യക്തിയും അവർക്കുമുമ്പിലെ ശൂന്യസ്ഥലവുമാണ് ഇവിടെ വ്യക്തി-ലോകബന്ധത്തിന്റെ മാതൃക.

ശൂന്യസ്ഥലങ്ങളിൽ കേവലമായി നില്ക്കുന്ന വ്യക്തികളുടെ സമാഹാരമല്ല ലോകസമൂഹമെന്ന് അംഗീകരിച്ചാൽ, ലോകസമൂഹമെന്നത് വിവിധസമൂഹങ്ങളുടെ സമാഹാരമാണ് എന്ന് അംഗീകരിച്ചാൽ, ആ സമൂഹത്തെ സമൂഹമാക്കുന്ന മുഖ്യഘടകം അവിടവിടങ്ങളിലെ ഭാഷയാണ് എന്ന് അംഗീകരിച്ചാൽ ലോകത്തിലേക്കുള്ള വഴി വ്യത്യസ്തമാണ് എന്നു കാണാം. ആഗോളവൽക്കരണത്തിന്റെ ഏകമുഖബന്ധത്തിന് പകരം അന്തർദ്ദേശീയതയുടെ ബഹുമുഖബന്ധങ്ങളിലൂടെയാണ് അത് സാധ്യമാകുക.

ആഗോളവൽക്കരണത്തിന് പകരം അന്തർദ്ദേശീയത

ആഗോളവൽക്കരണം ഭാഷകൾ തമ്മിൽ മേൽകീഴ് ബന്ധമാണ് ആവശ്യപ്പെടുന്നത്. ഇംഗ്ലീഷിന് മേൽപദവിയും മലയാളംപോലുള്ള ഭാഷകൾക്ക് കീഴ്പദവിയും എന്നതാണത്.

ഇംഗ്ലീഷ് ആന്റ് ഫോറിൻ ലാംഗ്വേജസ് എന്ന ഒരു ഡിപ്പാർട്ടുമെന്റ് കേരളത്തിൽ കൊണ്ടുവരാൻ ചർച്ച നടക്കുന്നുണ്ടെന്നു കേൾ

ക്കുന്നു. മലയാളിക്ക് കേരളത്തിൽ നിന്നു കൊണ്ട് മലയാളം സംസാരിച്ചും എഴുതിയും വിശ്വപൗരനാകാൻ കഴിയില്ലെന്ന തെറ്റിദ്ധാരണയാണ് ഇതിന്റെ പിന്നിലുള്ളത്. മലയാളത്തിൽ മാത്രം എഴുതുന്ന ഒരു എഴുത്തുകാരനെ നമുക്ക് വിശ്വസാഹിത്യകാരനായി സങ്കല്പിക്കുവാൻ കഴിയില്ല. അല്ലെങ്കിൽ യൂറോപ്പിൽ നിന്ന് എന്തെങ്കിലും അംഗീകാരം-സാക്ഷാൽ ടോൾസ്റ്റോയിക്ക് ജീവിച്ചിരുന്ന കാലത്ത് ലഭിക്കാതിരുന്ന നോബൽ സമ്മാനമോ അല്ലെങ്കിൽ പഴയ കൊളോണിയൽ പ്രജകൾക്ക് പഴയ തമ്പുരാൻ കനിഞ്ഞു നൽകുന്ന കോമൺവെൽത്ത് ബുക്കർ സമ്മാനമോ-ലഭിക്കണം. എന്നാൽ യൂറോപ്യൻ ഭാഷകളിൽ എഴുതുന്ന എഴുത്തുകാർ നാലാംവയസ്സു മുതലേ വിശ്വസാഹിത്യകാരന്മാരാണ്.

യൂറോ-അമേരിക്കൻ കേന്ദ്രിത ലോകബോധം ഉറപ്പിക്കുന്ന ഇത്തരം സംവിധാനങ്ങൾക്കു പകരം മലയാളവും വിദേശഭാഷകളുമായി നേരിട്ട് ബന്ധം സ്ഥാപിക്കുന്ന പഠനവകുപ്പുകളാണ് ഇനി വിഭാവനം ചെയ്യേണ്ടത്. പ്രാദേശികം എന്ന് ഇന്നു വിളിക്കപ്പെടുന്ന ഭാഷകൾ പരസ്പരം ബന്ധപ്പെടുമ്പോൾ അതിനുള്ള സംവിധാനങ്ങൾ ഉണ്ടാകുമ്പോൾ മറ്റൊരു അന്തർദ്ദേശീയത ഉയർന്നുവരും. ആഗോളവൽക്കരണത്തിനു പകരം മുന്നോട്ടുവെക്കേണ്ടത് ഭാഷകൾ തമ്മിൽ തുല്യതയും സാഹോദര്യവും വളർത്തുന്ന ഇത്തരം സംവിധാനങ്ങളാണ്. ഇംഗ്ലീഷിനും മറ്റു ഭാഷകളോടൊപ്പം ഈ സാഹോദര്യത്തിൽ സ്ഥാനമുണ്ടാകണം. ഇന്നുള്ള കോയ്മാധികാരം വിട്ട് അതിനെ സാഹോദര്യബന്ധത്തിലേക്ക് മാറ്റി സ്ഥാപിക്കണമെന്നു മാത്രം.

വിവിധ ജനസമൂഹങ്ങൾക്ക് അവരുടെ മാതൃഭാഷകളിലൂടെ തന്നെ പരസ്പരം വിനിമയം ചെയ്യാൻ സാധിക്കുമ്പോഴാണ് അവ തമ്മിലുള്ള വൈകാരിക വൈചാരിക ബന്ധങ്ങൾ ഉറപ്പിക്കപ്പെടുന്നത്. ആഫ്രിക്കയിൽ ഗികയുവിലുള്ള ഒരു കൃതി മലയാളത്തിലേക്ക് നേരിട്ട് വിവർത്തനം ചെയ്യാൻ കഴിയുമ്പോഴാണ് അത് സംഭവിക്കുന്നത്. അല്ലാതെ വരുന്നത് ഇംഗ്ലീഷിലെഴുതപ്പെടുന്ന നഗരകേന്ദ്രിത എഴുത്തുകാരുടെ കൃതികളായിരിക്കും. അടിസ്ഥാനജനവിഭാഗവുമായി ബന്ധമില്ലാത്ത നാഗരിക വരേണ്യരുടെ പരസ്പരവിനിമയം മാത്രമേ ഇംഗ്ലീഷിലൂടെ നടക്കുകയുള്ളൂ. മാതൃഭാഷയിലൂടെയാകുമ്പോൾ മാത്രമേ യഥാർഥ ജനകീയ സംസ്കാരങ്ങൾ തമ്മിലുള്ള വിനിമയം നടക്കൂ. ആഗോള വിജ്ഞാനരംഗത്തും സാഹിത്യരംഗത്തും നിലയുറപ്പിച്ചിരിക്കുന്ന നാഗരിക മധ്യവർഗത്തിന്റെ താത്പര്യങ്ങളെ കീറിമുറിക്കുവാനുള്ള രാഷ്ട്രീയ ഇച്ഛാശക്തിയോടൊപ്പം മാത്രമേ ഈ ജനകീയമായ ഒരു അന്താരാഷ്ട്രീയവൽക്ക

രണം വിജ്ഞാനരംഗത്തു സാധ്യമാകൂ. ഭാഷാപരമായ മനുഷ്യാവകാശത്തിന്റെയും ഭാഗമാണിതെന്നും കാണാം.

ഭാഷാപരമായ മനുഷ്യാവകാശം

മനുഷ്യാവകാശങ്ങൾ എന്തെന്ന് നിർവചിക്കുന്നത് ഇപ്പോഴും കൊളോണിയൽ യജമാനത്വമാണ്. അതിനാൽ തന്നെ അവരുടെ മനുഷ്യാവകാശങ്ങളുടെ പട്ടികയിൽ ഭാഷാപരമായ മനുഷ്യാവകാശം പെട്ടിട്ടില്ല. യൂറോപ്പിലോ അമേരിക്കയിലോ ഇത് ഉയരാതെ പോയതിന് കാരണം അവിടെ സ്വന്തം ഭാഷയിൽ തന്നെയാണ് എല്ലാ കാര്യങ്ങളും എന്നതുകൊണ്ടാണ്. സ്വന്തം ഭാഷയിൽ പഠിക്കാനും ചിന്തിക്കാനും ജോലി ചെയ്യാനും ജീവിക്കാനുമുള്ള അവകാശമാണ് ഭാഷാപരമായ മനുഷ്യാവകാശം. മൂന്നാം ലോകസംസ്കാര പഠിതാക്കളിൽ നിന്ന് കഴിഞ്ഞ ദശകത്തിൽ ഉയർന്നുവന്നതാണ് ഈ മുദ്രാവാക്യം.

അതിനാൽ ഭാഷയുടെ പേരിൽ സർവകലാശാല സ്ഥാപിക്കുന്നതിന്റെ യുക്തി അന്വേഷിച്ച് കാംബ്രിജിലോ ഓക്സ്ഫോർഡിലോ ചെന്നിട്ട കാര്യമില്ല. റൗട്‌ലജോ യൂറോ അമേരിക്കൻ ലോകത്തിലെ പ്രമുഖ പ്രസാധകരോ അതിനെ ന്യായീകരിക്കുന്ന പുസ്തകങ്ങൾ എഴുതിയിട്ടുണ്ടോ എന്ന് പരതി നോക്കിയിട്ടും കാര്യമില്ല. ഇംഗ്ലണ്ടിലോ അമേരിക്കയിലോ ഇത്തരത്തിൽ ഒരു സ്ഥാപനം ഇംഗ്ലീഷ് ഭാഷയ്ക്കില്ലാത്തത് അത് അവിടെ ആവശ്യമില്ലാത്തതിനാലാണ്. കഴിഞ്ഞ നൂറ്റാണ്ടുകളിലെ കോളനീകരണവും ഇപ്പോൾ നടക്കുന്ന പുത്തൻ കോളനീകരണവും ഇംഗ്ലീഷിനെ സ്വയം ആ പദവിയിലെത്തിച്ചിട്ടുണ്ട്. ഇന്ത്യയിൽ സ്വാതന്ത്ര്യസമരം തുടങ്ങാൻ ഇംഗ്ലണ്ടിൽ സാമ്രാജ്യത്വവിരുദ്ധസമരം നടന്നിട്ടുണ്ടോ എന്നന്വേഷിക്കുന്നതുപോലെയായിരിക്കും ഇത്തരം കാര്യങ്ങളിൽ യൂറോപ്പിൽനിന്ന് മാതൃകകൾ അന്വേഷിക്കുന്നതും. ഭാഷാ സർവകലാശാലകൾ യൂറോപ്പിനും അമേരിക്കയ്ക്കും കൊളോണിയൽ ആധിപത്യഭാഷകൾക്കും ആവശ്യമില്ലാത്തതും എന്നാൽ മൂന്നാംലോകത്തിലെ എല്ലാ സമൂഹങ്ങളിലും ആവശ്യമുള്ളതുമാണ്. അവരുടെ മനുഷ്യാവകാശസമരത്തിന്റെ ഭാഗമാണത്.

ഭാഷയുടെ മേൽപ്പറഞ്ഞ വിശാലധർമങ്ങളെ മുഴുവൻ പ്രതിനിധീകരിക്കുന്ന തലത്തിൽ വികസിക്കുന്നില്ലെങ്കിൽ മലയാളം സർവകലാശാല എന്ന സങ്കല്പത്തിന് അർത്ഥമില്ല. കേരളത്തിനകത്തെ ആഭ്യന്തര ജനാധിപത്യസമരത്തെയും സംബോധന ചെയ്യുന്നതായിരിക്കണം മലയാളം സർവകലാശാലയുടെ ലക്ഷ്യം. ആയിരക്കണക്കിന് വർഷത്തെ

സവർണാധിപത്യത്തിലൂടെ കടന്നുപോന്ന ഇന്ത്യയിലെ ഏതു ജീവൽ ഭാഷയും പോലെ മലയാളവും അതിന്റെ ഭാഷാവബോധത്തിൽ സവർണ-പുരുഷാധിപത്യയുക്തികൾ സൂക്ഷിക്കുന്നുണ്ട്. നമ്മുടെ ഗ്രാമങ്ങളെ സംബന്ധിച്ച അഭിമാനത്തിന്റെ പദകോശങ്ങളിലെല്ലാം ഈ സവർണാഭിരുചി നിലനില്ക്കുന്നതായി കാണാം. അത്തരത്തിലുള്ള ആധിപത്യങ്ങളെയും ചോദ്യം ചെയ്ത് ജനാധിപത്യവൽക്കരിക്കപ്പെടണമെങ്കിൽ ഭാഷയ്ക്ക് തുടർപരിണാമത്തിന്റെ ഗതികോർജ്ജം നൽകേണ്ടതുണ്ട്. അന്യഭാഷയിലേക്ക് ഒളിച്ചോടിക്കൊണ്ട് ഈ അടിസ്ഥാനസമരത്തിൽ നിന്ന് രക്ഷപ്പെടാനാവില്ല. ഭാഷാശുദ്ധിവാദപരമായ കാഴ്ചകളും അട്ടിമറിക്കപ്പെടുന്നത് അപ്പോഴായിരിക്കും. ഇംഗ്ലീഷിൽ സംസാരിക്കുന്ന നാഗരിക ബുദ്ധിജീവിക്ക് മാത്രമല്ല അടിസ്ഥാനജനവിഭാഗങ്ങൾക്കും വർണവ്യവസ്ഥയുടെയും ലിംഗാധിപത്യത്തിന്റെയും അട്ടിമറി അനുഭവപ്പെടണമെങ്കിൽ ആ അട്ടിമറി മാതൃഭാഷയുടെ സർവകോശങ്ങളിലും ധാതുക്കളിലും തന്നെ സംഭവിക്കണം.

ഈ നിലയിലെല്ലാം ആലോചിക്കുമ്പോഴാണ് മലയാളം സർവകലാശാലയെ സംബന്ധിച്ച മുഖ്യമന്ത്രിയുടെ പ്രസ്താവനയുടെ പരിമിതിയും വ്യക്തമാകുക. മലയാളഭാഷയുടെ പഠനത്തിനും ഗവേഷണത്തിനും എന്നാണ് മുഖ്യമന്ത്രി പ്രഖ്യാപിത മലയാളം സർവകലാശാലയെക്കുറിച്ച് പറഞ്ഞിരിക്കുന്നത്. യഥാർഥത്തിൽ മലയാള ഭാഷയുടെ ഭാഷാശാസ്ത്രപരമായ കീറിമുറിച്ചുള്ള പഠനമല്ല കേരളസമൂഹത്തിന്റെ പൊതുവിനിമയശേഷിയെ വികസിപ്പിക്കുകയാണ് മലയാളം സർവകലാശാല എന്നതുകൊണ്ട് ഉദ്ദേശിക്കേണ്ടത്. പഠനവും ഗവേഷണവും ഇന്ന് നിലവിലുള്ള സർവകലാശാലകളിലെ മലയാളവിഭാഗങ്ങളിൽ നടക്കുന്നുണ്ട്. അതിലല്ല കാര്യമിരിക്കുന്നത്. പേരിന് അത്തരമൊരു ആവർത്തനം ഉണ്ടാക്കിയിട്ട് കാര്യവുമില്ല.

മലയാളത്തിൽ വിവിധവിഷയങ്ങൾ പഠിപ്പിക്കുന്ന ഒരു സർവകലാശാലയാണ് ആവശ്യം. അവിടെ മെഡിക്കൽ എഞ്ചിനിയറിംഗ് കോഴ്സുകൾക്ക് വരെ മലയാളവും കേരളസംസ്കാരവും അനുബന്ധവിഷയങ്ങളായി പഠിപ്പിക്കപ്പെടണം. ഇംഗ്ലീഷല്ലാതെയുള്ള വിവിധ ലോക ഭാഷകൾക്ക് - പ്രത്യേകിച്ച് മൂന്നാം ലോകഭാഷകൾക്ക്- ഉള്ള പഠനവകുപ്പുകൾ അവിടെ ഉണ്ടാകണം. ലോകത്തിലെ വിവിധഭാഷാസമൂഹങ്ങളിലെ വിജ്ഞാനങ്ങളുമായി പരസ്പരം ബന്ധിപ്പിക്കാൻ കഴിയുന്ന മട്ടിൽ ആ ഭാഷകൾക്കെല്ലാം പഠനവകുപ്പുകളും വിവർത്തനത്തിനുള്ള

വകുപ്പുകളുമുള്ള, ആഗോളവൽക്കരണത്തിനു പകരം അന്തർദ്ദേശീയതയെ ലക്ഷ്യം വെക്കുന്ന ഒന്നാകണം മലയാളം സർവകലാശാല.

ലോകഭാഷയായി മലയാളത്തെ വികസിപ്പിക്കുകയെന്നാൽ ഇന്ന് ഇംഗ്ലീഷ് വഹിക്കുന്ന പദവിയിൽ മലയാളമെത്തുക എന്നതല്ല. കേരളീയ മുതലാളി ലോകം കീഴടക്കുമ്പോൾ മാത്രമാണ് അത് സംഭവിക്കുക. ആ അർത്ഥത്തിലുള്ള എല്ലാ ലോകഭാഷാസങ്കല്പങ്ങളും മുതലാളിത്തത്തിന്റെ മൂലധനത്തിന്റെയും ആധിപത്യത്തിന്റെയും ഭാഷാപതിപ്പ് മാത്രമാണ്. എന്നാൽ ഒരു ജനതയുടെ അനുഭവലോകത്തിന്റെ എല്ലാ മേഖലകളിലേക്കും ഭാഷയെ വികസിപ്പിക്കുക എന്നതാണ് ഒരു ഭാഷയെ ലോകഭാഷയാക്കുക എന്നതിനർത്ഥം.

മലയാളി ഇടപെടുന്ന ജീവിതമേഖലയുടെ എല്ലാ മണ്ഡലങ്ങളിലും മലയാളത്തെ സജീവമാക്കി നിർത്തുക വഴിയാണ് അത് ലോകഭാഷയാകുന്നത്. എല്ലാത്തരം ആർത്ഥികബന്ധങ്ങളും അതിൽ സാധ്യമാകുമ്പോൾ അത് ഒരു ജനതയുടെ ചിന്താപരവും വൈകാരികവുമായ സ്വാതന്ത്ര്യത്തിന്റെ മുന്നുപാധിയാകും. അതിനുള്ള സമരത്തിലൂടെയായിരിക്കും ആ ജനത അവരുടെതായ മൗലികമായ സ്വാതന്ത്ര്യബോധത്തിന് വഴിയും വ്യാഖ്യാനവും ചമയ്ക്കുന്നത്. അതിനുള്ള സ്ഥാപനമായ അന്തരീക്ഷം ഒരുക്കുക എന്നുള്ളതാണ് മലയാളം സർവകലാശാലയുടെ ഉദ്ദേശ്യമായിരിക്കേണ്ടത്.

ലോകത്തെയും മലയാളത്തെയും ബന്ധിപ്പിക്കുന്ന പ്രക്രിയ ഏറ്റെടുക്കുകയാണ് മലയാളം സർവകലാശാല ചെയ്യേണ്ടത്. യൂറോപ്പിലോ അമേരിക്കയിലോ ചെന്ന് നമ്മുടെ പണ്ഡിതന്മാർ ഇടയ്ക്ക് ലോകമലയാളസമ്മേളനങ്ങൾ നടത്താറുണ്ടല്ലോ. ലോകത്തിന് അവിടെ ഇന്ത്യയ്ക്ക് പുറത്തുള്ള ഒരു സ്ഥലം എന്ന അർത്ഥമേയുള്ളൂ. എന്നാൽ ശരിയായ അർത്ഥത്തിൽ നിരന്തരമായ ലോകമലയാളസമ്മേളനങ്ങൾക്കുള്ള (ലോകവും മലയാളവും വൈജ്ഞാനികമായും ഭാഷാപരമായും സമ്മേളിക്കുന്ന) ദൈനംദിന സംവിധാനമായിരിക്കണം മലയാളം സർവകലാശാല. കേരളത്തിന്റെ ഭൂതകാലവുമായല്ല, ലോകസമൂഹങ്ങളുടെ വർത്തമാനവും ഭാവിയുമായി സംവദിക്കുന്നതിനുള്ള വേദിയാണത്. ലോക വിജ്ഞാനങ്ങളുടെ മലയാളവൽക്കരണമെന്നതു പോലെ തന്നെ മലയാളവിജ്ഞാനങ്ങളുടെ ലോകവൽക്കരണവുമായിരിക്കണം അതിന്റെ ലക്ഷ്യം.

('യഥാർഥത്തിൽ എന്തിനാണ് മലയാളം സർവകലാശാല?'
മാതൃഭൂമി ആഴ്ചപ്പതിപ്പ്, 2008 ഡിസംബർ 7-13)

ജനാധിപത്യകേരളത്തിന്റെ രൂപീകരണത്തിൽ മലയാളസർവകലാശാലയുടെ പങ്ക്

നിർദ്ദിഷ്ട മലയാള സർവകലാശാലയെ സമകാലിക മലയാളം വാരിക (ജൂലൈ 9, വരികൾക്കിടയിൽ - വരുന്നു മലയാളത്തിനും സർവകലാശാല)യിൽ മുരളിയുടെ പംക്തിയിൽ വിമർശിച്ചു കണ്ടു. മറ്റൊരു സർവകലാശാലയ്ക്കും കേൾക്കേണ്ടി വന്നിട്ടില്ലാത്ത വിമർശനമാണ് മലയാള സർവകലാശാല എന്ന സങ്കല്പത്തിനു നേരെ കഴിഞ്ഞ രണ്ടു ദശകങ്ങളിലായി വന്നുകൊണ്ടിരിക്കുന്നത്. ഈയടുത്തായി അതിനെ പരിഹാസ്യമായി ചിത്രീകരിക്കാനുള്ള ശ്രമം തന്നെ നടക്കുന്നുണ്ട്. മലയാളഭാഷ മിമിക്രിക്കു മാത്രം പറ്റുന്ന ഭാഷയായി മാറിക്കഴിഞ്ഞുവെന്ന കേരളീയ മാധ്യമ-പൊതുമണ്ഡലത്തിന്റെ ധാരണയാണ് ഇത്തരം വിമർശനങ്ങളിലേക്ക് നയിക്കുന്നത്. ഇംഗ്ലീഷിലുള്ള ഒരു സ്ഥാപനത്തിനു നേരെയും ഇത്തരം വിമർശനം നാം ഉന്നയിക്കുകയില്ല.

മലയാള സർവകലാശാല എന്നാൽ മലയാളം അധ്യാപകർക്കുള്ള ലാവണം മാത്രമാണ് എന്ന തെറ്റിദ്ധാരണയാണ് ഇന്ന് പലർക്കുമുള്ളത്. സംസ്കൃത സർവകലാശാലയുമായി താരതമ്യം ചെയ്ത് മലയാള സർവകലാശാലയെ ഈയിടെ ആർ.വി.ജി. മേനോനും വിമർശിച്ചുകണ്ടു. മലയാള സർവകലാശാല വന്നാൽ മറ്റു ഭാഷകൾക്കും സർവകലാശാല വേണമെന്ന വാദം വരുമെന്നുവരെ ചിന്തിച്ച് അതിനെ വിമർശിക്കുന്നവരുമുണ്ട്. കേരളത്തെ ഒരു സമൂഹമാക്കി നിർത്തുന്നതിന്റെ ആധാരമായ മലയാളഭാഷയെ കേരളത്തിനകത്തെ മറ്റു ഭാഷകളുമായി താരതമ്യം ചെയ്യാൻ കഴിയുന്നതല്ല എന്ന ലളിതമായ സത്യമാണ് ഇത്തരം വിമർശകർ മറന്നുപോകുന്നത്. മലയാളത്തിന്റെ വികാസം കേരളസമൂഹത്തിന്റെ എല്ലാ നിലയിലുമുള്ള ജനാധിപത്യവൽക്കരണത്തിനും അനിവാര്യമാണെന്ന ധാരണയാണ് ഇത്തരം സന്ദർഭങ്ങളിൽ ഇല്ലാതെ പോകുന്നത്.

സർവകലാശാല - രണ്ടുതരം സങ്കല്പങ്ങൾ

മലയാള സർവകലാശാലയെക്കുറിച്ച് രണ്ടു തരം സങ്കല്പങ്ങൾ ഇന്ന് നിലവിലുണ്ട്. അതിലൊന്ന് മലയാളഭാഷയുടെ ചരിത്രവും

സാങ്കേതികതലവും മലയാളസാഹിത്യവും മാത്രം പഠിക്കുന്നതിനുള്ള ഒരു സ്ഥാപനമായി അതിനെ നോക്കിക്കാണലാണ്. മുതിർന്ന മലയാളം അധ്യാപകരിൽനിന്നും മലയാളഭാഷാ പണ്ഡിതരിൽ നിന്നുമാണ് ഈ തരത്തിലുള്ള സർവകലാശാലാസങ്കല്പം മുന്നോട്ടുവെക്കപ്പെട്ടിട്ടുള്ളത്. അതുകൊണ്ടുതന്നെയാണ് മലയാളം മാഷന്മാരുടെ ലാവണം മാത്രമായി മലയാള സർവകലാശാല തെറ്റിദ്ധരിക്കപ്പെടുന്നത്. മലയാളം അധ്യാപകർ സർവകലാശാലയ്ക്കു വേണ്ടി വാദിക്കുമ്പോൾ അത് അവർക്ക് എവിടെയെങ്കിലും കയറിപ്പറ്റാനായിരിക്കും എന്നാണ് അതിന്റെ വിമർശകർ 'ന്യായമായും' ചിന്തിച്ചുപോകുന്നത്.

എന്നാൽ ഇതിൽ നിന്നും തികച്ചും വ്യത്യസ്തമായ രീതിയിലാണ് ഇന്ന് മലയാള സർവകലാശാല സങ്കല്പിക്കപ്പെട്ടിട്ടുള്ളത്. അതാകട്ടെ ശാസ്ത്രവും സാങ്കേതികശാസ്ത്രങ്ങളും സാമൂഹ്യശാസ്ത്രവുമുൾപ്പെടെ എല്ലാ വിഷയങ്ങളും കൈകാര്യം ചെയ്യാൻ കഴിയുന്ന മട്ടിൽ മലയാളഭാഷയെ വികസിപ്പിക്കുക എന്ന ലക്ഷ്യത്തെ മുൻനിർത്തിയുള്ളതുമാണ്. ശാസ്ത്രരംഗങ്ങളിൽ മലയാളഭാഷയെ ശാക്തീകരിക്കുക എന്നത് തൊഴിൽപരമായി നോക്കിയാൽ മലയാളം അധ്യാപകരുടേതിനേക്കാൾ ശാസ്ത്രാധ്യാപകരുടെ ഉത്തരവാദിത്തമാണ്. അതുപോലെ സാമൂഹ്യശാസ്ത്രമണ്ഡലത്തിൽ മലയാള ഭാഷയെ വികസിപ്പിക്കുക എന്നത് സാമൂഹ്യശാസ്ത്ര അധ്യാപകരുടെയും ആ മണ്ഡലത്തിൽ പ്രവർത്തിക്കുന്നവരുടെയും ഉത്തരവാദിത്തമാണ്. അതുകൊണ്ടുതന്നെ മലയാള സർവകലാശാലയ്ക്കു വേണ്ടിയുള്ള ആവശ്യം ഉയർന്നുവരേണ്ടത് മാതൃഭാഷയിൽ സ്വന്തം വിഷയങ്ങൾ വികസിപ്പിക്കാനും അതു വഴി ആധുനിക കേരള സമൂഹത്തിന്റെ നിർമാണത്തിൽ പങ്കാളികളാകാനുമുള്ള അവരുടെ താത്പര്യത്തിൽ നിന്നാകണം. ഈയിടെയാണ് മുൻ ഐ.എസ്.ആർ.ഒ. ചെയർമാൻ ജി. മാധവൻ നായർ കേരളത്തിൽ മെഡിക്കൽ വിദ്യാഭ്യാസം മാതൃഭാഷയിലായിരിക്കണം എന്നു പറഞ്ഞത്.

ഭരണഭാഷയെക്കുറിച്ച് ചർച്ച ചെയ്യുമ്പോൾ നാം പറയാറുണ്ട്, ജനാധിപത്യസമൂഹത്തിൽ ഭരിക്കുന്നവരുടെ ഭാഷയല്ല ഭരിക്കപ്പെടുന്നവരുടെ ഭാഷയാണ് ഉപയോഗിക്കേണ്ടത് എന്ന്. ജനാധിപത്യത്തിന്റെ പ്രാഥമികമായ സദാചാരവും നീതിയുമാണത്. ഇത് ഭരണഭാഷയ്ക്കു മാത്രമല്ല ബാധകം. എല്ലാ വിജ്ഞാനമേഖലകളും അവയിൽ നിന്നുയർന്നുവരുന്ന ആശയങ്ങളും മാതൃഭാഷയിലാകുക എന്നതും ഒരു സമൂഹത്തെ നിർമിക്കുന്നതിന് അനിവാര്യമാണ്. ഭരണകൂടത്തിന്റെ ഭാഷ മാതൃഭാ

ഷയാകുന്നതു പോലെ വൈജ്ഞാനികസമൂഹത്തിന്റെ ഭാഷയും മാതൃഭാഷയായിരിക്കുക എന്നത് കൂടുതൽ സൂക്ഷ്മമായ ജനാധിപത്യസംവിധാനത്തിൽ അനിവാര്യമാണ്. കാരണം ഭരണംപോലെ വിജ്ഞാനവും പ്രാഥമികമായി അധികാരവുമായി ബന്ധപ്പെട്ടു നില്ക്കുന്നതാണ്.

അപ്പോഴാണ് വൈജ്ഞാനിക സ്ഥാപനങ്ങളുടെ ഭാഷ എന്തായിരിക്കണമെന്ന പ്രശ്നം വരുന്നത്. കേരളത്തിലെ ഗവേഷണ സ്ഥാപനങ്ങളിൽ എന്തുഭാഷയിലാണ് വിഷയങ്ങൾ കൈകാര്യം ചെയ്യുന്നത്? ഒരു ശാസ്ത്രജ്ഞൻ ഈയിടെ പറഞ്ഞത് തന്റെ ശാസ്ത്രഗവേഷണസ്ഥാപനത്തിൽ ഒരു പ്രബന്ധാവതരണ വേളയിൽ മലയാളത്തിൽ താൻ ഒരു ചോദ്യം ചോദിച്ചപ്പോൾ അവിടെ ബോംബ് വീണ പ്രതീതിയായിരുന്നുവെന്നാണ്. ഗവേഷണ സ്ഥാപനങ്ങൾ ഭാഷാപരമായി ജനാധിപത്യവൽക്കരിക്കപ്പെടേണ്ടതുണ്ടോ? ഉണ്ടെങ്കിൽ എവിടെയാണ് നാം തുടങ്ങേണ്ടത്? ഒരൊറ്റയടിക്ക് എല്ലാ വിജ്ഞാനമേഖലകളും മാതൃഭാഷാവത്കരിക്കാൻ കഴിയില്ല. മുഴുവൻ മലയാളികൾ മാത്രമിരിക്കുന്ന എത്രയോ അക്കാദമിക വേദികളിൽ ഇന്ന് ഇംഗ്ലീഷിലാണ് പ്രബന്ധങ്ങൾ അവതരിപ്പിക്കുന്നത്. ഈ അഭിനയ അനുഷ്ഠാനം നിർബാധം തുടർന്നുകൊണ്ടിരിക്കുന്നു. കഴിഞ്ഞ വർഷം ലോകപ്രസിദ്ധ ചിന്തകയായ ഗായത്രി ചക്രവർത്തി സ്പിവാക്ക് ചങ്ങനാശ്ശേരി എസ്. ബി. കോളജിൽ ഇംഗ്ലീഷ് വിഭാഗത്തിൽ ഒരു പ്രഭാഷണം നടത്തി. കോളജിൽ ബംഗാളിഭാഷ പഠിക്കുന്ന വിദ്യാർത്ഥികൾ ഇംഗ്ലീഷിലുള്ള അവരുടെ അവതരണത്തിനു ശേഷം ബംഗാളിയിലാണ് ചോദ്യം ചോദിച്ചത്. ബംഗാളിയിൽ തന്നെ അവർ അതിനെല്ലാം മറുപടി പറഞ്ഞു. അന്താരാഷ്ട്രീയമായ ആ അവതരണ സന്ദർഭത്തിൽ ഏറെ നേരം ബംഗാളിഭാഷയിൽ അവർ തമ്മിലുള്ള ചർച്ച നീണ്ടു പോയി. കേരളത്തിനു പുറത്തെ ഇംഗ്ലീഷ് വിഭാഗത്തിൽ വെച്ച് കേരളത്തിൽ നിന്നുള്ള മലയാളി വിദ്യാർത്ഥികൾക്ക് സ്വന്തം ഭാഷയിൽ സ്വന്തം നാട്ടുകാരായ അധ്യാപകരോട് ഇത്തരത്തിൽ ചോദ്യം ചോദിക്കാനുള്ള ധൈര്യമുണ്ടാകുമോ? ചോദിച്ചാൽത്തന്നെ എങ്ങിനെയായിരിക്കും നമ്മുടെ അധ്യാപകർ അത് സ്വീകരിക്കുക? കേരളത്തിലെ ഇംഗ്ലീഷ് ഡിപ്പാർട്ടുമെന്റുകളിൽ എപ്പോഴെങ്കിലും മലയാളഭാഷ ഉച്ചരിക്കപ്പെടുന്നുണ്ടോ? ഇംഗ്ലീഷിനെ മാതൃഭാഷയ്ക്കെതിരാകാതെ നോക്കാൻ ബംഗാളിക്കറിയാം. നമുക്കതറിഞ്ഞുകൂട. അതുകൊണ്ട് മലയാളത്തിനു വേണ്ടിയുള്ള എല്ലാ വാദങ്ങളും ഇംഗ്ലീഷിനെതിരാണെന്ന് നാം തെറ്റിദ്ധരിക്കുന്നു.

ദേശാഭിമാനി പത്രത്തിൽ ഇംഗ്ലീഷിനൊരു വക്കാലത്ത് എന്ന പേരിൽ വി. സുകുമാരന്റെ ഒരു പരമ്പര ആരംഭിച്ചിട്ടുണ്ട്. ഇംഗ്ലീഷ് ഇഷ്ടപ്പെടാത്തവർ ഒരുപാടുണ്ട്. പാലട പ്രഥമൻ ഒട്ടും പഥ്യമാകാത്തവരില്ലേ? രമേശ് നാരായണന്റെ ആലാപനം കേൾക്കുമ്പോൾ വിസ്ലിപ്പെട്ടിയുടെ മുന്നിൽ നിന്ന് എഴുന്നേറ്റുപോകുന്നവരില്ലേ? നേന്ത്രപ്പഴം വയറിനു പിടിക്കാത്തവരില്ലേ? അവരോട് പരിഭവിച്ചിട്ടു കാര്യമില്ല. ഭിന്നരുചീർ ലോക: അത്ര തന്നെ എന്നാണ് തുടക്കം. കേരളത്തിൽ കർഷകരും കർഷകത്തൊഴിലാളികളും കെട്ടിപ്പടുത്ത ഒരു പ ത്രത്തിലാണ് ഈ പുതിയ പംക്തി വന്നിട്ടുള്ളതെന്നത് ശ്രദ്ധേയമാണ്. കേരളത്തിൽ മാതൃഭാഷാവിദ്യാലയങ്ങൾ പിടിച്ചുനിർത്താനുള്ള വമ്പിച്ച അധ്വാനത്തിൽ കെ.എസ്.ടി.എ. ഉൾപ്പെടെയുള്ള അധ്യാപക സംഘടനകൾ ഏർപ്പെട്ടിരിക്കുമ്പോഴാണ് പാർടി പത്രം മാതൃഭാഷയ്ക്കുവേണ്ടി വാദിക്കുന്നവരെ മുഴുവൻ അപമാനിക്കുന്ന മട്ടിലുള്ള ഇത്തരം പരമ്പരകൾ ആരംഭിക്കുന്നത്. ഇംഗ്ലീഷ് ഒരു വിഷയമായി വിദ്യാർത്ഥികളെ പരിചയപ്പെടുത്തലല്ല, ഇംഗ്ലീഷ്ഭാഷയുടെ ആധിപത്യത്തിന്റെ രാഷ്ട്രീയത്തെ ന്യായീകരിക്കലാണ് അതിന്റെ ലക്ഷ്യമെന്ന് വ്യക്തമാണ്. തലക്കെട്ടുതന്നെ അതാണല്ലോ സൂചിപ്പിക്കുന്നത്.

വൈജ്ഞാനിക വ്യവഹാരങ്ങൾ നിർമിക്കുന്നതിൽ സ്ഥാപനങ്ങൾക്കുള്ള പങ്ക് വ്യക്തമാണല്ലോ. ആ വ്യവഹാരങ്ങൾ മാതൃഭാഷയിൽ നിർമിക്കണമെങ്കിൽ അതിനുള്ള സ്ഥാപനങ്ങൾ ആവശ്യവുമാണ്. അതാണ് മലയാളം സർവകലാശാല ലക്ഷ്യമാക്കുന്നത്. മലയാള സർവകലാശാലയ്ക്കെതിരായ വിമർശകർ ഉന്നയിക്കുന്ന ഒരു വിമർശനം ഒറ്റ വിഷയത്തിനായി ഒരു സർവകലാശാല വേണ്ട എന്ന കാര്യമാണ്. അല്ലെങ്കിൽ ഭാഷയ്ക്കു മാത്രമായി ഒരു സർവകലാശാല വേണ്ട എന്ന കാര്യം. മലയാള സർവകലാശാല മലയാളത്തിനു മാത്രമുള്ള സർവകലാശാലയല്ല, എല്ലാ വിഷയങ്ങൾക്കും വേണ്ടിയുള്ളതാണ്. ഭാഷയ്ക്കു വേണ്ടിയുള്ള സർവകലാശാലയല്ല, കേരളസമൂഹത്തിന്റെ സമസ്ത വിജ്ഞാനങ്ങൾക്കും വേണ്ടിയുള്ളതാണത്.

അവിടെ മലയാളം അധ്യാപകരെക്കാൾ എണ്ണത്തിൽ എത്രയോ കൂടുതലായിരിക്കും ശാസ്ത്ര-സാങ്കേതിക സാമൂഹ്യശാസ്ത്ര മേഖലയിലെ അധ്യാപകർ. വിവിധ ശാസ്ത്ര-സാമൂഹ്യശാസ്ത്ര വിഷയങ്ങളോടൊപ്പം മലയാളസാഹിത്യവും സംസ്കാരവും ഒരു പഠനവിഷയമായിരിക്കുമെന്നു മാത്രം. മലയാള സർവകലാശാലയോടു ബന്ധപ്പെട്ട മെഡിക്കൽ എഞ്ചി

നിയറിംഗ് കോഴ്സുകൾക്കും ഇതു ബാധകമായിരിക്കും. പ്രൊഫഷണൽ കോഴ്സുകളിൽ നമ്മുടെ അയൽ സംസ്ഥാനങ്ങളിൽ ഇപ്പോൾ ഭാഷ ഒരു പഠനവിഷയമാണ്. മലയാളം സർവകലാശാലയുടെ വൈസ് ചാൻസലറും മറ്റ് അധികാരികളും മലയാളം അധ്യാപകരാകേണ്ട യാതൊരാവശ്യവുമില്ല. നിലവിലുള്ള സാഹചര്യത്തിൽ ഭാഷാസ്നേഹികളും സൗന്ദര്യബോധമുള്ളവരുമായ ശാസ്ത്രരംഗത്തോ സാമൂഹ്യശാസ്ത്രരംഗത്തോ ഉള്ള ആളുകൾ അതിന്റെ തലപ്പത്തിരിക്കുന്നതാണ് നല്ലതും. ഭാഷയെ ഉപകരണയുക്തിക്കപ്പുറത്തേക്ക് നോക്കിക്കാണാൻ അവർക്കു കഴിയണമെന്നതാണ് പ്രധാന കാര്യം.

കേരള സമൂഹത്തെ ലോകത്തിലെ ഇതര സമൂഹങ്ങളുമായി ഭാഷാപരമായി ബന്ധിപ്പിക്കുന്നതിന്റെ അക്കാദമിക ചുമതലയും മലയാളം സർവകലാശാലയ്ക്കുണ്ടായിരിക്കും. ഇംഗ്ലീഷിനൊപ്പം, മറ്റു യൂറോപ്യൻ ഭാഷകൾക്കൊപ്പം മൂന്നാംലോക ഭാഷകളും അവിടെ പഠനവിഷയങ്ങളായിരിക്കും. വിവിധ സമൂഹങ്ങളിലെ സാഹിത്യത്തെ മാത്രമല്ല ഇതര വിജ്ഞാനരൂപങ്ങളെയും മലയാളിക്ക് പരിചയപ്പെടുത്തുന്നതിനുള്ള സ്ഥാപനമായിരിക്കും മലയാള സർവകലാശാല. മലയാളത്തിലെ വിവിധ വിജ്ഞാനങ്ങൾ ലോകത്തിലെ എല്ലാ ഭാഷകളിലേക്കും എത്തിക്കുന്നതിനുമുള്ള സംവിധാനമായിരിക്കുമത്. ഈയർത്ഥത്തിൽ ആഗോളസമൂഹമെന്ന നിലയിൽ മലയാളിയെ നിർമിക്കുന്നതിനും മുന്നോട്ടു നയിക്കുന്നതിനുമുള്ള അക്കാദമിക ദൗത്യമാണ് മലയാള സർവകലാശാലയ്ക്കുണ്ടായിരിക്കുക.

കേരളത്തിന് പുറത്താണ് തൊഴിലവസരങ്ങൾ എന്നു പറഞ്ഞ് നൂറു ശതമാനം വിദ്യാലയങ്ങളിലെയും പഠന മാധ്യമം ഇംഗ്ലീഷാക്കാൻ ശ്രമിക്കുകയാണ് നാം. ശരിയാണ് കേരളത്തിന് പുറത്ത് തൊഴിലവസരങ്ങളുണ്ട്. എന്നാൽ കേരളത്തിന് പുറത്ത് എത്രയിടങ്ങളിൽ ഇംഗ്ലീഷ് ഉപയുക്തമാകും? ഗൾഫിൽ പോകുന്നവർക്ക് അറബിയിലും ജർമനിയിൽ പോകുന്നവർക്ക് ജർമനിലും ഫ്രാൻസിൽ പോകുന്നവർക്ക് ഫ്രഞ്ചിലും ചൈനയിൽ പോകുന്നവർക്ക് ചൈനീസിലും കെനിയയിൽ പോകുന്നവർക്ക് കിക്കുയുവിലും ദക്ഷിണാഫ്രിക്കയിൽ പോകുന്നവർക്ക് സുലുവിലുമാണ് പരിശീലനം വേണ്ടത്. യഥാർഥത്തിൽ ആ ദൗത്യവും ഏറ്റെടുക്കാൻ കഴിയുക ഇംഗ്ലീഷിനോടൊപ്പം വിവിധ ലോകഭാഷകളുടെ കോഴ്സുകളും ഉള്ള മലയാള സർവകലാശാലയ്ക്കായിരിക്കും. ഇംഗ്ലണ്ടും അമേരിക്കയും മാത്രമാണ് ലോകം എന്ന കൊളോണിയൽ, പുത്തൻ

കൊളോണിയൽ സങ്കല്പത്തിൽ നിന്ന് പുറത്തു കടക്കാത്ത ആസൂത്രണ വിദഗ്ധരാണ് ഇംഗ്ലീഷ് എന്നാൽ ലോകം, ലോകം എന്നാൽ ഇംഗ്ലീഷ് എന്ന തെറ്റിദ്ധാരണ പരത്തുന്നത്. ഏക ധ്രുവലോകത്തിന് പകരം ബഹുധ്രുവ ലോകം സങ്കല്പിക്കുമ്പോൾ അത് ബഹുഭാഷാലോകമാണെന്ന് വ്യക്തമാകും. ബഹുധ്രുവ ലോകത്തിലേക്കാണ് ചെന്നെത്തേണ്ടതെങ്കിൽ അതിന് ബഹുഭാഷാപഠനത്തിനുള്ള സംവിധാനങ്ങളാണ് വേണ്ടത്. മാതൃഭാഷയെ അടിസ്ഥാനമായി നിർത്തിക്കൊണ്ടായിരിക്കും ഈ വികാസം. ബഹുധ്രുവലോകത്തേക്ക് മലയാളിയെ ഭാഷാപരമായും വൈജ്ഞാനികമായും തൊഴിൽപരമായും ബന്ധിപ്പിക്കുന്നതിനുള്ളതാണ് മലയാള സർവകലാശാല.

ഇംഗ്ലീഷ് മീഡിയത്തിൽ പഠിച്ചവർക്ക് ഇംഗ്ലീഷ് ഔദ്യോഗികഭാഷയായ സ്ഥലങ്ങളിൽ തൊഴിൽ ലഭിക്കുന്നുണ്ടെങ്കിൽ അത് ശരി തന്നെ. പക്ഷേ സംഭവിക്കുന്നത് അതല്ല. പുറത്ത് തൊഴിൽ കിട്ടാതെ അവർ കേരളത്തിൽത്തന്നെ തൊഴിൽ നോക്കാൻ നിർബന്ധിതമാകുന്നു. അവർക്കു വേണ്ടി കേരളസമൂഹം സ്വന്തം മാതൃഭാഷ മാറ്റാൻ നിർബന്ധിക്കപ്പെടുന്നു. ജനതയുടെ മേൽ ഭാഷാപരമായ അധികാരം പ്രയോഗിക്കുന്ന വർഗമായി അവർ മാറുകയും ചെയ്യുന്നു.

ഇതിന്റെ ഉദാഹരണം ഇന്ന് ഏറ്റവും പ്രകടമാകുന്നത് ദൃശ്യമാധ്യമരംഗത്താണ്. സവർണനാഗരിക പശ്ചാത്തലമുള്ള പെൺകുട്ടികളെയും ആൺകുട്ടികളെയുമാണ് നമുക്ക് അവതാരകരായി വേണ്ടത്. അവരിൽ ഭൂരിപക്ഷവും ഇന്ന് ഇംഗ്ലീഷ് മീഡിയത്തിലാണ് പഠിക്കുന്നത്. സവർണ നാഗരിക ഉപരിവർഗത്തിന്റെ ഭാഷയാണ് കേരളത്തിലെ ദൃശ്യമാധ്യമഭാഷ എന്ന് നാം തെറ്റിദ്ധരിക്കുന്നു. ടെലിവിഷൻ രംഗത്തെ ഈ വർഗാധിപത്യത്തിന് താഴെ കയ്യൊപ്പ് വെക്കുകയാണ് നാം ടെലിവിഷൻ മലയാളം എന്നാൽ മംഗ്ലീഷാണെന്ന് പ്രഖ്യാപിക്കുക വഴി ചെയ്യുന്നത്. അടിസ്ഥാന ജനവിഭാഗത്തിന്റെ നിയന്ത്രണത്തിൽ ടെലിവിഷൻ വരുമ്പോൾ ഇപ്പോഴത്തെ മംഗ്ലീഷ് കാലഘട്ടം ഉപരിവർഗാധിപത്യത്തിന്റെയും മൂലധനാധിപത്യത്തിന്റെയും അപകചമായ ആദ്യഘട്ടം മാത്രമായിരുന്നുവെന്ന് തിരിച്ചറിയപ്പെടും.

ഒരു ഉദാഹരണം പറയാം. ഇപ്പോൾ ജയ്ഹിന്ദ് ടെലിവിഷനിൽ മാപ്പിളപ്പാട്ട് പരിപാടിയിൽ വിധികർത്താക്കളിലൊരാളായി കൊണ്ടുവന്നത് ഗ്രാമീണ പശ്ചാത്തലമുള്ള പഴയ ഒരു മാപ്പിളപ്പാട്ട് കലാകാരിയെയാണ്. ഇംഗ്ലീഷ് ഭാഷയിലാണ് പരിപാടിയുടെ ഗ്രേഡിംഗ്. ആക്റ്റീവ്

എന്നും ചാലഞ്ചർ എന്നുമാണ് തരംതിരിവ്. വിധികർത്താവായ മാപ്പിളകലാകാരിക്ക് അത് പറയാനറിയില്ല. അവർ പാട്ടുപാടിയ പെൺകുട്ടിയോട് ആവശ്യപ്പെടുന്നു. മോള് തന്നെ പറയൂ, ഏതാണ് മോൾക്ക് ഞാൻ തരുന്നത് എന്ന്. കുട്ടി ശങ്കിച്ചു നില്ക്കുന്നു. ഇംഗ്ലീഷ് വാക്ക് പറയാൻ പരിശീലനമില്ലാത്ത വിധികർത്താവായ കലാകാരി വീണ്ടും വീണ്ടും നിർബന്ധിക്കുന്നു. നിർബന്ധത്തിനൊടുവിൽ പെൺകുട്ടി ആക്റ്റീവ് എന്നു പറയുന്നു. അതുതന്നെയാണ് മോളേ, ഞാൻ ഉദ്ദേശിച്ചത് എന്നു പറഞ്ഞ് വിധികർത്താവ് ഇംഗ്ലീഷിലേക്ക് കടക്കാതെ രക്ഷപ്പെടുന്നു. മലയാളഭാഷ മാത്രമല്ല ഇവിടെ അപമാനിക്കപ്പെട്ടത്. വിധി കർത്താവായി വന്ന ഉന്നതകലാകാരി കൂടിയാണ്. ദീർഘകാലത്തെ കലാസിദ്ധിയുടെ പേരിൽ ബഹുമാനിതയായിത്തീരേണ്ട അവർക്ക് ജാള്യതയുള്ള മുഖത്തോടെ അപമാനബോധത്തോടെ ഇരിക്കേണ്ടി വന്നത് ഉപരിവർഗത്തിന്റെ പൊങ്ങച്ചമാണ് ടെലിവിഷൻ എന്ന തെറ്റിദ്ധാരണ അവതാരകർക്കുള്ളതു കൊണ്ടു മാത്രമാണ്.

മാതൃഭാഷയിൽ മാധ്യമപഠനം നിർവഹിക്കുന്ന സംവിധാനം വരികയും ഭാഷാപഠനം അതിന്റെ അനിവാര്യമായ ഭാഗമാകുകയും ചെയ്യുമ്പോൾ മാത്രമാണ് കലയും കലാകാരികളും അപമാനിക്കപ്പെടുന്ന ഇത്തരം സന്ദർഭങ്ങൾ ഇല്ലാതാകുകയുള്ളൂ. നിലവിൽ അത്തരമൊരു മാധ്യമപഠന കോഴ്സ് മുന്നോട്ടുവെക്കാൻ നിർദ്ദിഷ്ട മലയാള സർവകലാശാലയ്ക്കേ കഴിയൂ.

ഇപ്പോൾ മുക്കിന് മുക്കിന് വന്നു കൊണ്ടിരിക്കുന്ന കേന്ദ്ര സർവകലാശാലകളിൽ നിന്ന് പുറത്തിറങ്ങുന്ന വർഗം ആരുടെ താത്പര്യങ്ങളെയാണ് ഉയർത്തിപ്പിടിക്കുക എന്ന ചോദ്യം പ്രസക്തമാണ്. കേന്ദ്ര സർവകലാശാലകൾക്കും അതിന്റെ കേന്ദ്രങ്ങൾക്കും മുമ്പിലെത്തുമ്പോൾ മുട്ടിടിക്കുന്നവരാണ് മലയാള സർവകലാശാലയെ പരിഹസിക്കുന്നത്. ആഗോളവും ദേശീയവുമായ പീഠങ്ങളിലിരുന്ന് കേരളമെന്ന പ്രദേശത്തോടും ഇവിടത്തെ ജനങ്ങളോടുമുള്ള അവമതിപ്പാണ് മലയാളത്തോടുള്ള പുച്ഛത്തിലൂടെ അവർ പ്രകടിപ്പിക്കുന്നതും. ഫെഡറലിസത്തെ തകർത്തുകൊണ്ട് വിദ്യാഭ്യാസ മണ്ഡലത്തിലുൾപ്പെടെ ആഗോളവത്കരണപരമായ പരിഷ്കാരത്തിന്റെ സന്ദർഭത്തിൽ വരുന്ന ഈ പരിഹാസത്തിന് അതിന്റേതായ രാഷ്ട്രീയമുണ്ട്.

മലയാള സർവകലാശാല എന്നതിനെ വിപുലമായ ഒരു ജനാധിപത്യസങ്കല്പത്തിന്റെ ഭാഗമായാണ് കാണേണ്ടത്. കേരളത്തിൽ സർ

ക്കാർ ജോലി ചെയ്യാൻ മലയാളത്തിൽ നല്ല നിലയിലുള്ള അറിവ് നിർബന്ധമാണെന്ന നിയമം പോലെ അനേകം കാര്യങ്ങൾ ഇതിനൊന്നിച്ച് വരേണ്ടിയിരിക്കുന്നു. എന്നാൽ മലയാള സർവകലാശാലയെക്കുറിച്ചുള്ള പ്രഖ്യാപനത്തിന്റെ കാര്യത്തെപ്പോലെ തന്നെ പ്രഖ്യാപനങ്ങൾക്കപ്പുറം പോകാനുള്ള ഇച്ഛാശക്തി ഭരണ-രാഷ്ട്രീയ നേതൃത്വത്തിന് ഇല്ലാതെ പോകുന്നു. തെരഞ്ഞെടുപ്പ് മാനിഫെസ്റ്റോകളിൽ വിവിധ രാഷ്ട്രീയ പാർടികൾ അവരുടെ ഭാഷാ നയവും കൂടി പ്രഖ്യാപിക്കുന്ന സമീപനം ഉണ്ടാകണം. കാരണം കേരളത്തെ നിർമിക്കുന്നതിൽ നിർണായകമായ ഒന്നാണല്ലോ കേരളത്തെ ഒരു സമൂഹമാക്കി നിർത്തുന്ന ഭാഷയെ അവരെങ്ങിനെയെല്ലാമാണ് നിലനിർത്താൻ പോകുന്നതെന്ന കാര്യം.

മലയാള സർവകലാശാലയുടെ വിമർശകർ ഓർക്കേണ്ടതും മറുപടി പറയേണ്ടതുമായ ചില കാര്യങ്ങളുണ്ട്. മലയാളഭാഷയില്ലാതെ കേരളം ഒരു സമൂഹമായി നിലനില്ക്കുമോ? മാതൃഭാഷയിൽ ഒരു പ്രാഥമിക വിദ്യാഭ്യാസ സ്ഥാപനം പോലുമില്ലാതായാൽ പിന്നെ വിജ്ഞാനത്തിന്റെ ഏതെങ്കിലും മേഖലയിൽ മലയാളം നിലനില്ക്കുമോ? വിജ്ഞാനരംഗത്തെ വാക്കുകളും സങ്കല്പങ്ങളും മറ്റൊരു ഭാഷ കൊണ്ട് പൂർണമായി പകരം വെക്കപ്പെട്ടു കഴിഞ്ഞാൽ പിന്നെ മലയാളപത്രങ്ങളും വാരികകളും നിലനില്ക്കുമോ? മലയാളം മിമിക്രി പരിപാടിക്കു മാത്രമായിക്കൊണ്ടിരിക്കുന്ന ചാനലുകൾതന്നെ പിന്നീട് എത്ര കാലം പിടിച്ചു നില്ക്കും? മലയാളം മരിക്കുന്നു എന്ന് പ്രകൃതിസത്യത്തെക്കുറിച്ചു പറയുന്നതുപോലെ മാറിനിന്നു പറഞ്ഞു പിന്മാറിയാൽ മതിയോ? മലയാളത്തെ നിലനിർത്തുന്ന ദീർഘകാലികമായ പദ്ധതികൾ മുന്നോട്ടു വെക്കേണ്ടത് ഓരോ മലയാളിയുടെയും ഉത്തരവാദിത്തമാണ്. അത് മലയാളം മാഷന്മാരുടെ തൊഴിൽപ്രശ്നമല്ല, കേരളസമൂഹത്തിന്റെ നിലനില്പിന്റെ പ്രശ്നമാണ്. നാലു കൊല്ലം അതിന്റെ നേതൃസ്ഥാനത്ത് ഇരിക്കാൻ ആരാണ് ഓടുന്നത് എന്നന്വേഷിക്കുന്നതിനു പകരം ഭാവി കേരളത്തെ കെട്ടിപ്പടുക്കാൻ പറ്റുന്ന വിധത്തിൽ മലയാള സർവകലാശാലാ സങ്കല്പത്തെ എങ്ങിനെയൊക്കെ വികസിപ്പിക്കാനാകും എന്നാണ് പൊതുരംഗത്തുള്ളവർ ആലോചിക്കേണ്ടത്.

ജനാധിപത്യ കേരളസമൂഹത്തെ നിർമിക്കുന്നതിനുള്ള ദൗത്യം മലയാളി ഉപേക്ഷിച്ചുവോ ഇല്ലയോ എന്ന ചോദ്യവുമായി ബന്ധപ്പെട്ടാണ് മലയാള സർവകലാശാല വേണമോ വേണ്ടയോ എന്ന ചോദ്യം നിലനില്ക്കുന്നത്. അത് തമാശയല്ല. പോകുന്നവർക്കെല്ലാം ഒരു കൊട്ടു

കൊട്ടുത്തു പോകാൻ കഴിയുന്ന വഴിയോര ചെണ്ടയല്ല മലയാള സർവ കലാശാല. എന്താണ് അത് മുന്നോട്ട് വെച്ച ജനാധിപത്യ സങ്കല്പം എന്ന് സാവകാശം ചിന്തിച്ച് വേണം അതിനെതിരെയുള്ള ഗുണപര മായ വിമർശനങ്ങളും മുന്നോട്ടുവെക്കേണ്ടത്.

(മലയാളം വാരിക, 2010 ജൂലൈ 30)

എന്തായിരിക്കരുത് മലയാളസർവകലാശാല

ആനയ്ക്ക് ആനയുടെ വലിപ്പമറിയില്ലെന്നു പറഞ്ഞതു പോലെയാണ് മലയാളത്തെ സംബന്ധിച്ചിടത്തോളം മലയാളിയുടെ കാര്യം. ഭാഷാപരമായ അഭിമാനം ഏറ്റവും കുറഞ്ഞ ജനതകളിലൊന്നാണ് കേരളീയർ. മാതൃഭാഷയെന്ന നിലയിൽ സംസാരിക്കുന്ന ആളുകളുടെ കണക്കെടുത്താൽ ഇന്ന് ലോകത്തിൽ മലയാളം ഇരുപത്തിയാറാമത്തെ സ്ഥാനത്താണ്. ചൈനീസ് (മന്ദറിൻ), ഹിന്ദി, സ്പാനിഷ് എന്നിവയ്ക്കു പിറകിൽ നാലാം സ്ഥാനത്താണ് മാതൃഭാഷയെന്ന നിലയിൽ ഇംഗ്ലീഷ് നില്ക്കുന്നത്. അറബിക്, പോർച്ചുഗീസ്, ബംഗാളി, റഷ്യൻ, ജാപ്പാനീസ്, ജർമൻ, പഞ്ചാബി, ജാവാനീസ്, കൊറിയൻ, വിയറ്റ്നാമീസ്, തെലുഗു, മറാത്തി, ഫ്രഞ്ച്, ഉർദു, ഇറ്റാലിയൻ എന്നിവയാണ് യഥാക്രമം ആദ്യത്തെ ഇരുപതു സ്ഥാനങ്ങളിൽ വരുന്ന ഭാഷകൾ. തെലുഗു, മറാത്തി, ഗുജറാത്തി എന്നിവ മാത്രമാണ് ഹിന്ദി കഴിഞ്ഞാൽ മലയാളത്തെക്കാൾ മുമ്പിൽ നില്ക്കുന്ന ഇന്ത്യയിലെ മാത്രമായ മാതൃഭാഷകൾ. ബംഗാളി ബംഗ്ലാദേശിലെയും ഭാഷയാണെന്ന് ഓർക്കണം. പഞ്ചാബി പാക്കിസ്ഥാനിലും സംസാരിക്കുന്നു.

മന്ദറിൻ - ചൈനീസ് (87.3 കോടി), ഹിന്ദി (37), സ്പാനിഷ് (35), ഇംഗ്ലീഷ് (34), അറബിക് (20.6), പോർച്ചുഗീസ് (20.3), ബംഗാളി (19.6), റഷ്യൻ (14.5), ജാപ്പാനീസ് (12.6), ജർമൻ (10.1), പഞ്ചാബി (8.8), ജാവാനീസ് (7.6), കൊറിയൻ (7.1), വിയറ്റ്നാമീസ് (7), തെലുഗു (7), മറാത്തി (6.8), തമിഴ് (6.8), ഫ്രഞ്ച് (6.7), ഉർദു (6.1), ഇറ്റാലിയൻ (6.1), ടർക്കിഷ് (6), പേർഷ്യൻ(5), ഗുജറാത്തി (4.6), പോളിഷ് (4.6), ഉക്രേനിയൻ(3. 9) എന്നിവയ്ക്കു ശേഷമാണ് കേരളത്തിന് പുറമേ മാഹിയും ലക്ഷദ്വീപുമുൾപ്പെടെയുള്ള 3. 7 കോടി ജനങ്ങളുടെ ഒന്നാം ഭാഷയെന്ന നിലയിൽ മലയാളം ഇരുപത്താറാം സ്ഥാനത്ത് വരുന്നത് (അവലംബം: എത്നോലോഗ് ലാംഗ്വേജസ് ഓഫ് ദ വേൾഡ് പതിനഞ്ചാം പതിപ്പ് 2005). ചൈനീസ് ഗോത്രത്തിൽ പെട്ട വു, യു, മിൻ എന്നിവയെക്കൂടി പ്രത്യേക ഭാഷകളാക്കി പരിഗണിക്കുന്ന കണക്കുകളിൽ മലയാളത്തിന് ഇരുപത്തൊമ്പതാമത്തെ സ്ഥാനമാണ് നൽകുന്നത്.

ലോകരാഷ്ട്രപദവിയുള്ള പല ഭാഷകളെക്കാളും മുമ്പിലാണ് മലയാളി സമൂഹമെന്നർത്ഥം. പല യൂറോപ്യൻ ഭാഷകളും ഇക്കാര്യത്തിൽ മലയാളത്തെക്കാൾ പിറകിലാണ്. രാജ്യപദവിയുണ്ടെങ്കിൽ ഇരുപത്താറാമത്തെ രാജ്യം. എന്നാൽ ഇത്തരത്തിലുള്ള അംഗീകാരം കേരളസമൂഹം മലയാളത്തിന് കൊടുക്കുന്നുണ്ടോ? ഭാഷാകാര്യത്തിൽ അധമബോധത്തിൽ നിന്ന് മലയാളി സ്വതന്ത്രനാണോ? ഭാഷയെ വളർത്തുന്നതിനും വികസിപ്പിക്കുന്നതിനും മറ്റു സമൂഹങ്ങൾ നടത്തുന്ന ശ്രമങ്ങളുമായി താരതമ്യം ചെയ്യുമ്പോൾ മലയാളി സ്വന്തം ഭാഷയോടു കാണിക്കുന്ന അവഗണനയും അവമതിപ്പും വ്യക്തമാകും. ഇതിന്റെ ഏറ്റവും നല്ല ഉദാഹരണമാണ് ദക്ഷിണേന്ത്യയിൽ മറ്റെല്ലാ ഭാഷകൾക്കുംവേണ്ടി സർവകലാശാലകൾ സ്ഥാപിക്കപ്പെട്ടിട്ടും മലയാള സർവകലാശാല സ്ഥാപിക്കുന്ന കാര്യത്തിൽ കേരളത്തിലെ മാറി മാറി വരുന്ന സർക്കാരുകൾ കാണിക്കുന്ന അനാസ്ഥ.

ആരംഭ ഘട്ടത്തിൽ മതപരിവേഷം കിട്ടിയ കാലടിയിലെ സംസ്കൃത സർവകലാശാലയ്ക്കും ഇപ്പോൾ മതപരമായ വികാരപരിവേഷം വന്നുകൊണ്ടിരിക്കുന്ന മലപ്പുറത്തെ അലിഗഢ് സർവകലാശാലാ കേന്ദ്രത്തിനും വേണ്ടി ഉയർന്ന മട്ടിലുള്ള യാതൊരു വാദവും പൊതുമണ്ഡലത്തിൽ മലയാള സർവകലാശാലയ്ക്ക് വേണ്ടിയുണ്ടാകാത്തത് കേരളീയ സമൂഹത്തിന്റെ പൊതുവായ പിന്നോക്കാവസ്ഥയും അതിന്റെ അബോധത്തിലുള്ള മതപരതയുമാണ് വ്യക്തമാക്കുന്നത്. കേരളത്തിലെ മധ്യവർഗത്തിന്റെ കാരിയറിസ്റ്റ്" ഭാഷയായിക്കൊണ്ടിരിക്കുന്ന ഇംഗ്ലീഷിന് ആരും ആവശ്യപ്പെടാതെ തന്നെ സർവകലാശാല(കേന്ദ്രം?) കൊല്ലത്ത് തുടങ്ങുമെന്ന് വിദ്യാഭ്യാസ മന്ത്രി ഇപ്പോൾ പ്രഖ്യാപിച്ചിരിക്കുന്നതും ചേർത്തുവായിക്കുമ്പോൾ മതയുക്തിക്കും നവകൊളോണിയൽ യുക്തിക്കുമിടയിൽ രാഷ്ട്രീയമായ അനാഥത്വം അനുഭവിക്കുന്ന മലയാളഭാഷയുടെ അവസ്ഥ വ്യക്തമാകും. ഒരു സമൂഹം അതിന്റെ ഭാഷാപരമായ ഉല്പാദനശേഷിയിലാണ് ആശയ ലോകത്ത് അതിന്റെ സൂക്ഷ്മജീവിതം ആരംഭിക്കുന്നത്. അത്തരമൊരു ജീവിതം മലയാളം ഇനിയും ആരംഭിച്ചിട്ടുണ്ടെന്ന് പറഞ്ഞുകൂടാ. മലയാളത്തിനും മലയാള സർവകലാശാലയ്ക്കും വേണ്ടി വാദിക്കാൻ ആവശ്യമായത് ഒരു ആധുനിക ജനാധിപത്യ മതേതര മനസ്സാണ്. മത, ജാതി, ഗോത്രപാരമ്പര്യത്തിൽ നിന്നല്ല കീഴാള, ദേശീയ, കർഷക പ്രസ്ഥാനങ്ങളുടെ തുടർച്ചയിൽ നിന്നാണ് ഈ നവോത്ഥാന മനസ്സ് രൂപപ്പെടുന്നത്. മതപരിവേഷമുള്ള ഭാഷകൾക്കും ആധി

പത്യത്തിന്റെ മുദ്രയുമായി നില്ക്കുന്ന ഇംഗ്ലീഷിനും വേണ്ടി വാദിക്കുന്നവർക്ക് വ്യത്യസ്ത കാരണങ്ങളാൽ ഇല്ലാതെ പോകുന്നത് ഈ മനസ്സാണ്.

യൂറോപ്പിൽ ഭാഷാസർവകലാശാലകൾ ആവശ്യമില്ലാത്തതിന് കാരണം

ഒരു ഭാഷയ്ക്ക് ഒരു സർവകലാശാല ആവശ്യമില്ല എന്ന പല്ലവിയാണ് മലയാള സർവകലാശാലയെക്കുറിച്ച് പറയുമ്പോൾ പല പണ്ഡിതരും എതിർവാദമായി ഉന്നയിക്കാറുള്ളത്. യൂറോപ്യൻ സമൂഹങ്ങളിൽ (അമേരിക്കയിലും) ഭാഷയ്ക്ക് സർവകലാശാലയില്ലെന്നതാണ് അവർ കാണുന്ന ന്യായം. എന്നാൽ ഇങ്ങനെ വാദിക്കുന്നവർ മനസ്സിലാക്കാത്തത് യൂറോപ്പിലെ എല്ലാ സർവകലാശാലകളും അവരവരുടെ ഭാഷാസർവകലാശാലകളാണെന്ന കാര്യമാണ്. കാരണം അവരവരുടെ ഭാഷയിൽ വിജ്ഞാനം വികസിപ്പിക്കാനുള്ള സ്ഥാപനങ്ങളാണവയെല്ലാം. കാന്റും ഹെഗലും മുതൽ സമകാലിക പണ്ഡിതർ വരെ അവരവരുടെ വിഷയങ്ങൾ വികസിപ്പിച്ചത് മാതൃഭാഷയിലാണ്. അതുവഴി അവരുടെ വ്യക്തിപരമായ വൈജ്ഞാനികവികാസം സാമൂഹ്യവികാസവുമായി ലയിച്ചുചേരുകയാണുണ്ടായത്. ജർമൻ തത്വചിന്തയും ജർമൻ ജീവിതവും തമ്മിലുണ്ടായിരുന്ന ഈ ബന്ധമാണ് കാന്റിനെയും ഹെഗലിനെയും മാർക്സിനെയും ജർമനിയിലെ ജൈവബുദ്ധിജീവികളാക്കിയത്. നമ്മുടെ പഠനവകുപ്പുകളിൽ നിന്ന് ജൈവബുദ്ധിജീവികൾ രൂപപ്പെടാത്തതിന് കാരണവും ഈ ബന്ധമില്ലാത്തതു തന്നെ. അറിവ് എന്നത് വ്യക്തിപരമായ ജ്ഞാനമല്ല സാമൂഹ്യമായ ജ്ഞാനമാണെന്ന് അംഗീകരിച്ചാൽ വ്യക്തി ഭാഗമായ സമൂഹത്തിന്റെ ഭാഷയിലാണ് അത് നടക്കേണ്ടത് എന്ന് വ്യക്തമാണ്.

യൂറോപ്യൻ സമൂഹവും നമ്മുടെ സമൂഹവും ചരിത്രപരമായി വികസിച്ചുവരുന്നത് വ്യത്യസ്ത രീതിയിലാണ്. ഭാഷാസമൂഹമെന്നുള്ള നിലയിലുള്ള അവരുടെ വളർച്ചയും നമ്മുടെ തളർച്ചയും ഇതുമായി ബന്ധപ്പെട്ടാണിരിക്കുന്നത്. മറ്റൊരു സമൂഹത്തെ കീഴടക്കിക്കൊണ്ടാണ് യൂറോപ്യൻ സമൂഹങ്ങൾ ദേശരാഷ്ട്രസമൂഹങ്ങളായി ഉദ്ഗ്രഥിക്കപ്പെട്ടത്. എന്നാൽ മൂന്നാംലോകത്തെ സംബന്ധിച്ചിടത്തോളം ജാതിമതഗോത്രസമൂഹങ്ങൾ ദേശരാഷ്ട്രസമൂഹങ്ങളായി ഉദ്ഗ്രഥിക്കപ്പെട്ടത് നമ്മുടെ സാമ്രാജ്യത്വവിരുദ്ധ സമരത്തിലൂടെയാണ്. ഭാഷാസമൂഹത്തെക്കാൾ വിപുലമായ രൂപങ്ങൾ കൊണ്ടാണ് ഈ ഐക്യം നാം നിർമിച്ചത്. ഇന്ത്യ ഇത്തരത്തിലൊരു വിപുലമായ ദേശീയ സമൂഹരൂപമാണ്.

മാതൃഭാഷയെ വീണ്ടെടുത്ത് ആധുനിക സമൂഹമായിത്തീരുന്നതിന്റെ വിവിധ മാതൃകകൾ ഇന്നു നമ്മുടെ മുമ്പിലുണ്ട്. ഇത് രണ്ടു തരത്തിലുണ്ട്:

1. ആധുനിക പൂർവഘട്ടത്തിൽ മതപരമായ കാരണങ്ങളാൽ മർദ്ദനങ്ങൾ ഏറ്റുവാങ്ങിയ സമൂഹം മതപരിവേഷമുള്ള ഭാഷയെ തിരിച്ചുപിടിക്കാൻ മതാവബോധത്തിന്റെ പിന്തുണയിൽ മുൻകാലത്ത് നടത്തിയ ശ്രമങ്ങൾ.
2. ആധുനിക കാലത്ത് കൊളോണിയൽ ആധിപത്യത്തിന്റെ ഭാഗമായി മർദ്ദിക്കപ്പെട്ട ഭാഷകൾ അതിന്റെ വീണ്ടെടുപ്പിനായി ഇന്നു നടത്തുന്ന ജനാധിപത്യപരമായ പ്രയത്നം.

ആൽബർട് ഐൻസ്റ്റൈനും ഹീബ്രുസർവകലാശാലയും

എല്ലാ ഭാഷകളും ലോകത്തിൽ എല്ലാവർക്കും അവകാശപ്പെട്ടതാണെങ്കിലും മതപരമായ ഭാഷ എന്ന സങ്കല്പം തന്നെ ശരിയല്ലെങ്കിലും ചരിത്രത്തിൽ ഭാഷകളെ ചില മതങ്ങളുമായി ബന്ധിപ്പിച്ചു കണ്ടുപോന്നിട്ടുണ്ട്. സംസ്കൃതത്തിന്റെയും അറബിയുടെയും ഹീബ്രുവിന്റെയും ചുറ്റുമുള്ള പരിവേഷം മതപരമാണ്. ഈ ഭാഷകൾക്കു വേണ്ടി വാദിക്കുന്നവർ പലപ്പോഴും മതപരമായ ലക്ഷ്യങ്ങൾ മുൻനിർത്തിയാണ് തങ്ങളുടെ വാദങ്ങൾ ഉന്നയിക്കാറുള്ളതും.

മതസമൂഹത്തിൽ നിന്ന് മതേതരമായ ആധുനിക സമൂഹത്തിലേക്കുള്ള മാറ്റത്തിൽ ആധുനിക ഭാഷകളെ സംബന്ധിച്ച തിരിച്ചറിവ് നിർണായകമായിരുന്നു. ആ പരിവർത്തനത്തിന്റെ ഭാഗമായാണ് ലോകത്തിൽ ഇന്ന് വിവിധ ഭാഷാസമൂഹങ്ങൾ ഉയർന്നുവന്നത്. മതരാഷ്ട്രരൂപീകരണത്തിനല്ല മതേതര ജനാധിപത്യ സാമൂഹ്യരൂപീകരണത്തിനാണ് ആധുനിക ഭാഷകളെ സംബന്ധിച്ച ചിന്തകൾ വഴി വെക്കേണ്ടത്.

മതപരമായ കാരണങ്ങളാൽ ചരിത്രപരമായി മർദ്ദിക്കപ്പെട്ട് ചിതറിപ്പോയ ഒരു സമൂഹം ആധുനിക സ്വത്വമാർജ്ജിച്ച് ഒരു സമൂഹമായിത്തീർന്നതിന്റെ ഏറ്റവും നല്ല ഉദാഹരണമാണല്ലോ ഒരു കാലത്ത് ലോകത്താകമാനം വേട്ടയാടപ്പെട്ട ജൂതർ പിന്നീട് ഒരു രാഷ്ട്രമായിത്തീർന്നത്. ഇരകൾ വേട്ടക്കാരായി മാറിയതാണ് ഇന്ന് ഇസ്രയേലിന്റെ അവസ്ഥ. അവർ പാലസ്തീനികളെ വേട്ടയാടുന്നു. ഇരകൾ എന്ന അവസ്ഥയെ അവർ മറികടക്കാൻ തുടങ്ങിയതിൽ ഭാഷാപഠനത്തിന് നിർണായകമായ പങ്കുണ്ടെന്നു കാണാം. ജൂതരെപ്പോലെ ഒരു മതസമൂ

ഹമല്ല നാം. ആ നിലയിലുള്ള താരതമ്യം പ്രസക്തവുമല്ല. എന്നാൽ ശിഥിലമായിപ്പോയ, വിജ്ഞാന ശേഷി നഷ്ടപ്പെട്ട ഒരു ഭാഷയെ ആധുനിക ലോകഭാഷകളിലൊന്നായി ഉയർത്തിയതിൽ സർവകലാശാലാസ്ഥാപനം വഹിച്ച പങ്കിന് ഏറ്റവും നല്ല ഉദാഹരണമാണ് ഹീബ്രു സർവകലാശാല. ഇച്ഛാശക്തിയുള്ള രാഷ്ട്രീയ സംവിധാനത്തിന്റെ ഇടപെടൽ ഒരു ഭാഷയുടെ വളർച്ചയിൽ എത്ര നിർണായകമാണ് എന്നു കാണിക്കുന്നതിന്റെ ഉദാഹരണമാണ് ഹീബ്രു സർവകലാശാല.

ഹീബ്രു സർവകലാശാലയുടെ സ്ഥാപകരിലൊരാൾ ആൽബർട് ഐൻസ്റ്റൈനായിരുന്നു. ജൂതർ വേട്ടയാടപ്പെട്ടിരുന്ന കാലത്താണ് എന്നതുകൊണ്ടാണ് ഐൻസ്റ്റൈനും സിഗ്മണ്ട് ഫ്രോയ്ഡും മറ്റും അതിൽ സഹകാരികളായത്. 1918-ലാണ് ഹീബ്രു സർവകലാശാലയ്ക്ക് തറക്കല്ലിട്ടത്. സർവകലാശാലയുടെ ആദ്യഗവർണർമാരിൽ ഐൻസ്റ്റൈനും സിഗ്മണ്ട് ഫ്രോയ്ഡും ഉൾപ്പെടുന്നുമുണ്ട്. അമേരിക്കയിലെ പ്രിൻസ്റ്റൺ സർവകലാശാലയിലാണ് ഗൗരവമേറിയ പ്രബന്ധങ്ങൾ ഐൻസ്റ്റൈൻ അവതരിപ്പിച്ചത്. അവിടെത്തന്നെ വെച്ചാണ് മരിച്ചതും. എന്നാൽ ഹീബ്രു സർവകലാശാലയ്ക്കാണ് തന്റെ അക്കാദമികമായ എല്ലാ അവകാശങ്ങളും ഐൻസ്റ്റൈൻ എഴുതിവെച്ചത്. (ഇരുപതാം നൂറ്റാണ്ടു കണ്ട ഏറ്റവും വലിയ ശാസ്ത്രജ്ഞന്റെ ശാസ്ത്രരേഖകളുടെ അസ്സൽ ഇപ്പോഴും സൂക്ഷിച്ചിരിക്കുന്നത് ഹീബ്രു സർവകലാശാലയിലാണെന്ന് ഓർക്കണം. അദ്ദേഹത്തിന്റെ പേരിലുള്ള എല്ലാ അവകാശങ്ങളും സർവകലാശാലയ്ക്കു തന്നെ).

ലോക പ്രസിദ്ധഗണിതശാസ്ത്രജ്ഞനായ എഡ്മണ്ട് ലാൻഡു (Edmund Landau)വാണ് ഹീബ്രു സർവകലാശാലയിൽ ഗണിതശാസ്ത്ര ഇൻസ്റ്റിറ്റ്യൂട്ട് സ്ഥാപിച്ചത്. ജർമനിയിലിരുന്ന് ഹീബ്രു സ്വന്തമായി പഠിച്ച ലാൻഡു ഹീബ്രു സർവകലാശാലയിൽ 1925-ൽ സംഖ്യാശാസ്ത്രത്തെക്കുറിച്ചുള്ള ആദ്യ പ്രഭാഷണം നടത്തിയത് നാട്ടുഭാഷയായ ഹീബ്രുവിലായിരുന്നു. സർവകലാശാലയുടെ ആദ്യത്തെ തലവനായി നിർദ്ദേശിക്കപ്പെട്ട പേരും അദ്ദേഹത്തിന്റേതായിരുന്നു (രാഷ്ട്രീയ കാരണങ്ങളാൽ നിയമനം നടന്നില്ലെങ്കിലും). വൈജ്ഞാനിക ഭാഷയെന്ന നിലയിൽ ഹീബ്രു വികസിക്കുകയായിരുന്നു.

മതപരിവേഷമാണ് ഹീബ്രുവിനുണ്ടായിരുന്നതെങ്കിൽ മതേതരമാണ് ഇന്ന് മൂന്നാം ലോകത്ത് നടക്കുന്ന ഭാഷാപ്രവർത്തനത്തിന്റെ തലം. കൊളോണിയൽ കാലത്ത് മർദ്ദിച്ചൊതുക്കപ്പെട്ട ഭാഷകൾ തിരി

ച്ചുവരാൻ ശ്രമിക്കുന്നതാണ് മതേതരമായ തലത്തിലുള്ള ഭാഷാപ്രവർത്തനത്തിന്റെ മുഖ്യസമരമണ്ഡലം. അതിലേറ്റവും പ്രധാനമായത് ഇന്ന് ആഫ്രിക്കൻ ഭാഷകളിൽ നടക്കുന്ന നിർമാണ പ്രവർത്തനമാണ്.

കൊളോണിയൽ സാഹചര്യങ്ങളിൽ ഭാഷാസർവകലാശാലയുടെ പ്രസക്തി

തങ്ങൾക്ക് അന്യമായിത്തീർന്ന രാഷ്ട്രീയാധികാരത്തെ തിരിച്ചുപിടിക്കാൻ ജനത നടത്തിയ സമരത്തെയാണല്ലോ നാം സ്വാതന്ത്ര്യസമരം എന്നുവിളിച്ചത്. വിദേശാധിപത്യത്തിനെതിരെ രാഷ്ട്രീയ സമരം വിജയകരമായി നടന്നു. സ്വാതന്ത്ര്യമെന്നത് രാഷ്ട്രാധികാരത്തിന്റെ പ്രശ്നം മാത്രമല്ല അതിനേക്കാളേറെ സാമൂഹ്യാധികാരത്തിന്റെ കാര്യമാണെന്ന് അംഗീകരിച്ചാൽ സ്വാതന്ത്ര്യസമരത്തിന്റെ മുഖ്യമുഖങ്ങളിലൊന്ന് ഭാഷാമണ്ഡലത്തിൽ ജനങ്ങളുടെ അധികാരം ഉറപ്പിക്കുക എന്നതാണെന്ന് വ്യക്തമാകും.

മൂന്നാം ലോകത്തെ സംബന്ധിച്ചിടത്തോളം യൂറോപ്യൻ അധിനിവേശത്തിന്റെ ഫലമായി ജനങ്ങളുടെ സംസാരഭാഷ വൈജ്ഞാനിക വികാസത്തിന്റെ മണ്ഡലത്തിൽ നിന്ന് പറിച്ചുമാറ്റപ്പെടുകയാണുണ്ടായത്. ഔദ്യോഗികഭാഷയെന്ന നിലയിലെന്നപോലെ വിജ്ഞാനഭാഷയെന്ന നിലയിലും യൂറോപ്യൻ ഭാഷകളാണ് മൂന്നാം ലോക ജനതയ്ക്കുമേൽ പ്രയോഗിക്കപ്പെട്ടത്. സ്വന്തം ജനതയിൽ നിന്ന് അകലത്തിലും ഉയരത്തിലും അന്യമായുമാണ് ഈ വൈജ്ഞാനിക-ഔദ്യോഗിക ഭാഷകൾ നിലനിന്നത്.

കോളനീകരണത്തിന്റെ ഭാഗമായി അന്യവൽക്കരിക്കപ്പെട്ട ശേഷം ആധുനിക സമൂഹമായി ആഫ്രിക്കൻ സമൂഹത്തെ മാറ്റുന്നതിനുള്ള പ്രക്രിയയിലാണ് അവിടത്തെ ബുദ്ധിജീവികൾ ഇന്ന് ഏർപ്പെട്ടിട്ടുള്ളത്. അതിന്റെ ഏറ്റവും നല്ല ഉദാഹരണമാണ് 2000-ൽ എറിത്രിയയിൽ നടത്തിയ അസ്മാറ പ്രഖ്യാപനം. ലിപി പോലുമില്ലാത്ത ആഫ്രിക്കൻ ഭാഷകളെ വിജ്ഞാനഭാഷയായി വികസിപ്പിക്കാനുള്ള ശ്രമത്തിലാണ് ആഫ്രിക്കയിലെ ഭാഷാപ്രവർത്തകരും എഴുത്തുകാരും. *മനസ്സിന്റെ അപകോളനീകരണം* എന്ന പുസ്തകത്തിലൂടെ ഭാഷാരംഗത്തെ സമരം കോളനിവൽക്കരണത്തിനെതിരെയുള്ള പ്രത്യയശാസ്ത്രസമരത്തിൽ എത്ര പ്രധാനമാണ് എന്ന് എൻഗുഗി വ്യക്തമാക്കുന്നുണ്ട്. ഈ രാഷ്ട്രീയ സമരം ഭാഷാശാസ്ത്ര പഠനരംഗത്തും സ്വാധീനം ചെലുത്തു

കയും കറുത്ത ഭാഷാശാസ്ത്രം (Black Linguistics) എന്ന ഒന്ന് ഉയർന്നു വരികയും ചെയ്തിരിക്കുന്നു.

ഇന്ത്യയിലും സ്വാതന്ത്ര്യസമരത്തിന്റെ ഭാഗമായിത്തന്നെയാണ് ഭാഷാപരമായ സമരവും ഉയർന്നുവന്നത്. ഗാന്ധിയൻ പ്രസ്ഥാനത്തിൽ മാതൃഭാഷയ്ക്കുണ്ടായിരുന്ന സ്ഥാനം എല്ലാവർക്കും അറിവുള്ളതാണ്. ഹിന്ദിയെ,സാമാന്യ മനുഷ്യരുടെ ഭാഷയായ ഹിന്ദുസ്ഥാനിയെ പ്രചരിപ്പിക്കാൻ ഗാന്ധിജി നടത്തിയ ശ്രമത്തോടൊപ്പം മാതൃഭാഷയും അദ്ദേഹത്തിന്റെ പരിഗണനാവിഷയമായിരുന്നു. ഗാന്ധിജിയുടെ *ഹിന്ദ്സ്വരാജ്യം* ആത്മകഥയും ഗുജറാത്തി ഭാഷയിലാണ് എഴുതപ്പെട്ടത് എന്നത് മറന്നുകൂടാ. ദക്ഷിണേന്ത്യയിൽ ആന്ധ്രയിലെ പോറ്റി ശ്രീരാമലു, തമിഴ്നാട്ടിൽ സ്വാതന്ത്ര്യസമര നേതാവായിരുന്ന സത്യമൂർത്തി മുതലുള്ളവരും രാഷ്ട്രീയ സ്വാതന്ത്ര്യത്തിന് ഭാഷാപരമായ തലമുണ്ടെന്ന വ്യക്തമായ ബോധ്യത്തോടെ പ്രവർത്തിച്ചവരായിരുന്നു. ഇന്ത്യയിൽ മാതൃഭാഷയും സാഹിത്യവും സർവകലാശാലാ തലത്തിൽ പഠിപ്പിക്കണമെന്ന് ആദ്യം വാദിച്ച സ്വാതന്ത്ര്യസമരനേതാവായിരുന്ന സത്യമൂർത്തി അതിനെ ദേശീയ സ്വാതന്ത്ര്യസമരത്തിന്റെ ഭാഗമായാണ് കണ്ടത്.

കേരളത്തിലാണെങ്കിൽ ആധുനിക സ്വത്വരൂപീകരണത്തിന്റെ ആരംഭംതന്നെ നമ്മുടെ ഭാഷാവബോധവുമായി ബന്ധപ്പെട്ടതാണ്. *മലയവിലാസ*മെഴുതി ആധുനികതയുടെ തുടക്കക്കാരിൽ ഒരാളായിത്തീർന്ന ഏ.ആർ. രാജരാജവർമ ഭാഷയുടെ മണ്ഡലത്തിലും പുതിയ സ്വത്വാവബോധമാണ് പ്രകടിപ്പിച്ചത്. വള്ളത്തോളിന്റെ ഭാഷാഭിമാനവും ആധുനികമായ ഈ ആത്മബോധത്തെയാണ് കാണിച്ചത്. അതിനു മുമ്പ് സംസ്കൃതത്തിൽ നിന്ന് വ്യത്യസ്തമായി ഊഴിയിൽ ചെറിയവരുടെ മൊഴിയായും ഭടജനങ്ങളുടെ നടുവിലെ പടയണിയുടെ കേരളഭാഷയായും പച്ചഭാഷയായും ഒക്കെ നമ്മുടെ കവികൾ മലയാളത്തെ കേരളീയതയുടെ ഭാവുകത്വ പരിണാമത്തിലോരോരിക്കലും തിരിച്ചറിഞ്ഞുപോന്നിട്ടുണ്ട്. ഇ.എം.എസുവരെ മാതൃഭാഷയ്ക്കായുള്ള ഈ സമരം തുടരുന്നതു കാണാം.

സ്വാതന്ത്ര്യാനന്തരം ഭരണഭാഷ മലയാളത്തിലാക്കുന്നതിനെക്കുറിച്ചുള്ള ചർച്ചകൾ ഉയർന്നുവരികയുണ്ടായി. ഭരണഭാഷ മലയാളത്തിലാക്കാൻ കഴിയില്ലെന്ന് ധരിച്ചിരുന്നവരായിരുന്നു കൊളോണിയൽ കാഴ്ചപ്പാട്ട പുലർത്തിയിരുന്ന പല പണ്ഡിതരും. എന്നാൽ ആ കടമ്പ

കൾ മുഴുവൻ കടന്ന് ഇന്ന് മലയാളം ഭരണഭാഷയായി അംഗീകരിക്കപ്പെട്ടിരിക്കുന്നു. രാഷ്ട്രീയാധികാരത്തിന്റെ ഒരു ഘട്ടം ആ നിലയിൽ പൂർത്തിയായെന്നു പറയാം. ഇനിയുള്ളത് വിജ്ഞാനഭാഷയെന്ന നിലയിൽ മലയാളത്തെ ഉയർത്തിപ്പിടിക്കുകയാണ്. 1959-ലെ ആദ്യസർക്കാർ ഭരണഭാഷയുടെ കാര്യത്തിൽ ആദ്യനടപടിയെടുത്തതിനു ശേഷം ഈ അജണ്ട വേണ്ടത്ര വേഗതയിൽ മുന്നോട്ടുപോയിട്ടില്ല. അവരെ അക്കാര്യത്തിലേക്ക് നയിക്കുന്നതിൽ അക്കാദമിക സമൂഹവും സാംസ്കാരിക മണ്ഡലവും വേണ്ടത്ര വിജയിച്ചുവെന്നും പറയാൻ കഴിയില്ല. ഇവിടെയാണ് മലയാള സർവകലാശാല എന്ന സങ്കല്പം പ്രസക്തമാകുന്നതും. കഴിഞ്ഞ മൂന്നു വർഷങ്ങൾക്കിടയിൽ മൂന്നു പ്രഖ്യാപനം മലയാള സർവകലാശാല സ്ഥാപിക്കുന്നതുമായി ബന്ധപ്പെട്ടു മുഖ്യമന്ത്രി-മന്ത്രി തലങ്ങളിൽ നടന്നിട്ടുണ്ട്. ഈ പ്രഖ്യാപനങ്ങൾ യാഥാർഥ്യമാകുമോ എന്നതാണ് ഇനിയുള്ള പ്രശ്നം. ഇതിനിടയിലാണ് ദക്ഷിണേന്ത്യയിൽ മറ്റെല്ലായിടത്തും ഭാഷാസർവകലാശാലകൾ സ്ഥാപിക്കപ്പെട്ടത്.

തമിഴ്നാട്ടിൽ തഞ്ചാവൂരിൽ തമിഴ് സർവകലാശാല ആരംഭിച്ചത് 1981-ലാണ്. എം.ജി. രാമചന്ദ്രൻ മുഖ്യമന്ത്രിയായ കാലത്ത്. രണ്ടുവർഷം കൊണ്ട് അത് യു.ജി.സി.യുടെ അംഗീകാരം നേടിയെടുത്തു. ഹൈദരബാദിനടുത്ത് നമ്പള്ളിയിൽ പോറ്റി ശ്രീരാമലുവിന്റെ പേരിലുള്ള തെലുങ്ക് സർവകലാശാല 1985-ലും ഹമ്പിയിൽ കന്നഡ സർവകലാശാല 1991-ലും ആരംഭിച്ചു. ആന്ധ്രയിലെ കുപ്പത്ത് ദ്രാവിഡ സർവകലാശാല ആരംഭിച്ചത് 1997-ലാണ്. അതിനും മുമ്പെ തന്നെ പട്യാലയിൽ 1962-ൽ പഞ്ചാബി സർവകലാശാല നിലവിൽ വന്നിരുന്നു.

എന്തായിരിക്കരുത് മലയാള സർവകലാശാല

മലയാള സർവകലാശാല എന്ന സങ്കല്പം പല അർത്ഥത്തിലാണ് ഉന്നയിക്കപ്പെട്ടത്. സാഹിത്യപഠനത്തിനും ഭാഷാഗവേഷണത്തിനുമായി ഒരു സർവകലാശാല എന്നതാണ് ഒരു കാഴ്ചപ്പാട്. ഒരുപക്ഷേ ദശകങ്ങൾക്കു മുമ്പ് ഈ കാഴ്ചപ്പാട് മുന്നോട്ടുവെക്കുമ്പോൾ മലയാളഭാഷ ഇന്ന് നേരിടുന്നത്ര വെല്ലുവിളി അന്തരീക്ഷത്തിലുണ്ടായിരുന്നില്ല. ഭാഷയും സമൂഹവും തമ്മിലുള്ള ബന്ധത്തെക്കുറിച്ചുള്ള ചർച്ചകൾ ഇത്രത്തോളം വികസിച്ചിരുന്നില്ല. അറിവും അധികാരവും തമ്മിലുള്ള ബന്ധത്തെക്കുറിച്ചുള്ള ദർശനത്തിന്റെ ചക്രവാളവും ശാസ്ത്രപഠനമേഖലയും ഇത്രത്തോളം പ്രശ്നവൽക്കരിക്കപ്പെട്ടിരുന്നുമില്ല.

മതത്തിന്റെ പിന്തുണയാണ് ഹീബ്രുവിന്റെ അടിത്തറയായത്. അതുകൊണ്ടു തന്നെ അതിന് വികാരപരമായ ഒരു കാര്യമാകാൻ സാധിച്ചു. അതിന്റെ പിന്തുണയിലുയർന്ന രാജ്യം പിന്നീട് മർദ്ദകരാജ്യമായിത്തീർന്നതും ഈ ദൗർബല്യം കൊണ്ടു തന്നെയാണ്. എന്നാൽ വിവിധ മതവിഭാഗങ്ങൾ സംസാരിക്കുന്നവരുടെ മാതൃഭാഷയെന്ന നിലയിൽ മതസ്വത്വത്തിന്റെയല്ല, മതേതരമായ ഒരു ആധുനിക സമൂഹത്തിന്റെ ചിഹ്നമാണ് മലയാളഭാഷ. ഭാഷ, സാഹിത്യം, കലാസംസ്കാരം എന്നിവയ്ക്കപ്പുറത്തേക്ക് വിജ്ഞാനഭാഷയുടെ പോഷണം മുഖ്യലക്ഷ്യമായാണ് നേരത്തെ പറഞ്ഞ തമിഴ്, കന്നഡ, തെലുങ്ക് സർവകലാശാലകളുണ്ടായതെന്ന് പറയാൻ കഴിയില്ല. തീർച്ചയായും മാതൃഭാഷാ വിജ്ഞാനമേഖലയിലെ നിഘണ്ടു നിർമാണം പോലുള്ള ഗംഭീരമായ പദ്ധതികൾ അവർ വിജയകരമായി ഏറ്റെടുത്തിട്ടുണ്ട്. എന്നാൽ ദേശീയവാദം, സംസ്കാരത്തനിമാവാദം എന്നിവയിൽ നിന്ന് ഈ സർവകലാശാലകൾ മുക്തമാണെന്നു പറയാൻ കഴിയില്ല. ഉദാഹരണത്തിന് പോറ്റി ശ്രീരാമലു സർവകലാശാലയുടെ ചിഹ്നം പൂർണകുംഭമാണ്. അതിനാൽ മലയാളം സർവകലാശാലയുടെ ലക്ഷ്യത്തെക്കുറിച്ച് ചർച്ച ചെയ്യുന്നത് ഇപ്പറഞ്ഞ മാതൃകകളെ പിൻപറ്റിയാകരുത്.

മലയാള സർവകലാശാല മലയാളഭാഷയും സാഹിത്യവും പഠിപ്പിക്കുന്ന അധ്യാപകരുടെ മാത്രം സ്ഥലമല്ല. അത് അങ്ങിനെ ആയിക്കൂടാ. വിജ്ഞാനഭാഷയെന്ന നിലയിൽ മലയാളത്തെ മുമ്പോട്ടു കൊണ്ടുപോകുന്നതായിരിക്കണം അത്. ശാസ്ത്ര സാങ്കേതിക രംഗമുൾപ്പെടെയുള്ള മണ്ഡലത്തിൽ മലയാളത്തെ വികസിപ്പിക്കുകയാകണം അതിന്റെ ലക്ഷ്യം. അതുകൊണ്ടാണ് മലയാളഭാഷയെ ഭാഷാശാസ്ത്രപരമായി പരിശോധിക്കുന്നതിനുള്ള മലയാള ഭാഷാധ്യാപകരുടേയും ഭാഷാശാസ്ത്രജ്ഞരുടെയും ഒരു സ്ഥലമായല്ല അത് സങ്കല്പിക്കേണ്ടത് എന്നു പറഞ്ഞത്. പകരം മലയാളത്തിൽ മാനവികശാസ്ത്ര സാമൂഹ്യശാസ്ത്ര ശാസ്ത്ര വിഷയങ്ങൾ പഠിക്കുന്നതിനും ഗവേഷണം നടത്തുന്നതിനുമുള്ള സ്ഥാപനമാകണം അത്. മലയാളഭാഷയിൽ തന്നെ ബിരുദബിരുദാനന്തര ഗവേഷണ തലങ്ങളിൽ വിദ്യാർത്ഥികൾക്ക് വിവിധ വിഷയങ്ങൾ പഠിക്കാനുള്ള സംവിധാനമാകണം മലയാള സർവകലാശാല. മലയാള സർവകലാശാലയുടെ കീഴിലുള്ള മെഡിക്കൽ എഞ്ചിനീയറിംഗ് പാരമെഡിക്കൽ സ്ഥാപനങ്ങളെല്ലാം മലയാളമാധ്യമത്തിലായിരിക്കണം പഠിപ്പിക്കേണ്ടത്. അതോടൊപ്പം എല്ലാ കോഴ്സുകളിലും മലയാളസാഹി

ത്യവും സംസ്കാരവും നിർബന്ധമായ പാഠ്യവിഷയമായിരിക്കണം. വിവിധ വിഷയങ്ങളിലെ പി.എച്ച്.ഡി. പ്രബന്ധങ്ങൾ മലയാളത്തിൽ തന്നെയാകണം സമർപ്പിക്കേണ്ടത്. (മലയാളത്തോട് നീതി പുലർത്താത്ത പുതിയ ബിരുദപരിഷ്കരണ നിർദ്ദേശങ്ങൾ മുന്നോട്ടുവെച്ച കേരളത്തിലെ ഉന്നതവിദ്യാഭ്യാസ കൗൺസിലിന്റെ കരട്ട നിർദ്ദേശത്തിൽ പോലും പി.എച്ച്.ഡി. പ്രബന്ധങ്ങൾ മലയാളത്തിൽ നൽകുന്നത് പ്രോത്സാഹിപ്പിക്കണം എന്നു പറഞ്ഞിട്ടുള്ളത് ഓർക്കുക. സച്ചിദാനന്ദൻ ഈയടുത്ത് പി.എച്ച്.ഡി. പ്രബന്ധങ്ങൾ ഉൾപ്പെടെ മലയാളത്തിൽ വന്നാൽ മാത്രമേ മലയാളഭാഷ വൈജ്ഞാനികമായി വികസിക്കുകയുള്ളൂ എന്ന് എഴുതിയിട്ടുണ്ട്). വിജ്ഞാനഭാഷയെന്ന നിലയിലുള്ള മലയാളത്തിന്റെ വികാസത്തിന് ഇത് ഉതകുമെന്നതാണ് ഒരു കാര്യം. പിന്നോക്ക സാഹചര്യങ്ങളിൽ നിന്നുവരുന്ന ഇംഗ്ലീഷിൽ പ്രാവീണ്യമില്ലാത്ത വിദ്യാർത്ഥികൾക്ക് പൊതുവിദ്യാഭ്യാസത്തിലേക്കും കേരളീയ പൊതുമണ്ഡലത്തിലേക്കും കടന്നുവരാനും ഉതകുമെന്നതാണ് ഇതിന്റെ മറ്റൊരു പ്രയോജനം.

മലയാളത്തിനു വേണ്ടിയുള്ള വാദം ഇംഗ്ലീഷിനോടുള്ള വിരോധം പ്രചരിപ്പിക്കാനുള്ളതല്ല. ഇംഗ്ലീഷിനെ അതിന്റെ ആധിപത്യയുക്തിയിൽ നിന്ന് സ്വതന്ത്രമായി കാണാനും അതിന്റെ മോചനപരമായ മൂല്യങ്ങളെ സ്വാംശീകരിക്കാനുമുള്ളതാണ്. യജമാനഭാഷയെന്ന നിലയിൽ നിന്ന് അതിനെ സഹോദരഭാഷയായി ജനാധിപത്യവൽക്കരിക്കാനുള്ളതാണത്. ഇംഗ്ലീഷ് മാത്രമല്ല ലോകത്തിലേക്കുള്ള വഴിയെന്നും എല്ലാ ഭാഷാസമൂഹങ്ങളിലേക്കും പ്രവേശിക്കാൻ അതതുഭാഷകളിലൂടെയുള്ളതാണ് ഏറ്റവും ശരിയായ വഴിയെന്ന തിരിച്ചറിവുമാണത്.

മൂന്നാം ലോകഭാഷകളുടെയും സാഹിത്യത്തിന്റെയും സംസ്കാരത്തിന്റെയും പഠനത്തിനും അവിടെ സാധ്യതയുണ്ടാകണം. മലയാളത്തിലെ വിജ്ഞാനം മറ്റുലോകഭാഷകളിലേക്കും മറ്റു ലോകഭാഷകളിലെ വിജ്ഞാനം മലയാളത്തിലേക്കും വിനിമയം ചെയ്യാനുള്ള സംവിധാനവുമാകുമ്പോഴാണ് മലയാളത്തെ ലോകഭാഷയായി ഉയർത്തുന്നതിനുള്ള ഉപാധിയായി മലയാള സർവകലാശാല മാറുക.

ഭാഷയുടെ ശേഷിയെ വികസിപ്പിക്കുകയും വ്യക്തിയുടെ അറിവ് സാമൂഹ്യവിജ്ഞാനമായി വികസിക്കുകയും ചെയ്യും എന്നതിനു പുറമെ ശാസ്ത്ര പഠനത്തിലും ഗുണപരമായ പരിവർത്തനം വരുത്താൻ മലയാള സർവകലാശാലയ്ക്ക് കഴിയും. അത് ശാസ്ത്രയുക്തിയെയും ആധുനികസൗ

ന്ദര്യാവബോധത്തെയും കൂട്ടിയിണക്കുന്നത് വഴിയായിരിക്കും. അറിവിന്റെ സാമൂഹ്യത അതിന്റെ സൗന്ദര്യാത്മകതയാണെന്ന് വ്യക്തമാക്കുന്നതായിരിക്കും.

അറിവിന്റെ സാമൂഹ്യതയും സൗന്ദര്യാത്മകതയും

ശാസ്ത്രപഠനത്തെ ജനാധിപത്യവൽക്കരിക്കാനും മലയാള സർവകലാശാലയ്ക്ക് മാത്രമേ കഴിയൂ. ശാസ്ത്രത്തെ ജനങ്ങളുടെ ഭാഷയിൽ പ്രയോഗിക്കുന്നതിന്റെ തലത്തിൽമാത്രമല്ല, ശാസ്ത്രയുക്തിയെ സൗന്ദര്യാത്മക യുക്തി കൊണ്ടു പൂരിപ്പിക്കണമെങ്കിലും മാതൃഭാഷാ സർവകലാശാലയ്ക്കേ കഴിയൂ. അങ്ങിനെ പൂരിപ്പിക്കുമ്പോഴേ ആധിപത്യസ്വഭാവമുള്ള ശാസ്ത്രയുക്തി ജനാധിപത്യവൽക്കരണത്തിന് വിധേയമാകൂ. അതുകൊണ്ട് ശാസ്ത്ര സാങ്കേതിക മേഖലയെ ഭരിക്കുന്ന യുക്തിബോധത്തോടൊപ്പം കേരളസമൂഹത്തിന്റെ ജനാധിപത്യമൂല്യങ്ങളെ വിനിമയം ചെയ്യാൻ ശേഷിയുള്ള സൗന്ദര്യാവബോധത്തിന് ഊന്നൽ നൽകുന്നതാകണം മലയാള സർവകലാശാല. മലയാളസമൂഹത്തിന്റെ സൗന്ദര്യശാസ്ത്രപരമായ നേട്ടങ്ങളെ സാമൂഹ്യവൽക്കരിക്കാൻ ഈ സർവകലാശാലയ്ക്ക് കഴിയണം. നവോത്ഥാന-മാനവിക മൂല്യങ്ങളെത്തന്നെയാണ് സൗന്ദര്യമൂല്യങ്ങളെന്നതുകൊണ്ട് ഉദ്ദേശിക്കുന്നത്. അത് മലയാളത്തിലെ കലകളിലൂടെയും സാഹിത്യത്തിലൂടെയുമാണ് വിനിമയം ചെയ്യുന്നത്. അതിനാൽത്തന്നെ കലയും സാഹിത്യവും ശക്തമായ വിഭാഗമായിരിക്കണം. വിശാലാർത്ഥത്തിൽ സൗന്ദര്യബോധമാണ് ആത്മനിഷ്ഠമായ സാമൂഹ്യബോധം. അത് എല്ലാതരം വിജ്ഞാനനിർമിതിയോടുമൊപ്പം ഉണ്ടായിരിക്കണം. ഇന്ന് എല്ലാ വിദ്യാർത്ഥികളെയും യാന്ത്രികമായി പരിസ്ഥിതി അവബോധവും മനുഷ്യാവകാശവും മറ്റും പഠിപ്പിക്കണമെന്ന് നിർദ്ദേശിക്കപ്പെട്ടിട്ടുണ്ടല്ലോ. വർഗ വർണ ലിംഗ പാരിസ്ഥിതിക തലത്തിലുള്ള സൗന്ദര്യാവബോധങ്ങളിലെല്ലാം ചരിത്രപരമായി വരുന്ന മാറ്റങ്ങളിലൂടെ ആനുഭൂതികമായി വിദ്യാർത്ഥികൾക്ക് കടന്നുപോകാൻ കഴിയുന്ന സംവിധാനമായിരിക്കണം മലയാള സർവകലാശാല.

മലയാള സർവകലാശാലയുടെ അധികാരികൾ മലയാളം അധ്യാപകരായിരിക്കേണ്ട യാതൊരാവശ്യവുമില്ല. മലയാളത്തോടൊപ്പം ലോകത്തിലെ വിവിധഭാഷകളുൾപ്പെടെ ഭാഷയ്ക്കും സാഹിത്യത്തിനും പ്രമുഖസ്ഥാനമുണ്ടെങ്കിലും മലയാളം അധ്യാപകരുടെ ലാവണം മാത്രമായി അതു മനസ്സിലാക്കപ്പെട്ടുകൂടാ. മലയാളത്തിൽ വിവിധ ശാസ്ത്രവി

ഷയങ്ങൾ പഠിപ്പിക്കുക എന്നതാണ് അതിന്റെ പ്രമുഖമായ ലക്ഷ്യം. വിജ്ഞാനനിർമിതിയെ സമൂഹവൽക്കരിക്കുക, ജനാധിപത്യവൽക്കരിക്കുക എന്നതാണ് ഇതുകൊണ്ടുദ്ദേശിക്കുന്നത്. കേരളീയ സമൂഹവും മലയാളഭാഷയും സാഹിത്യവും നടന്നു വന്ന വഴികളെക്കുറിച്ചും ഇനി നടക്കേണ്ട വഴികളെക്കുറിച്ചും ജനാധിപത്യബോധത്തോടെയും സാമൂഹ്യവും സൗന്ദര്യപരവുമായ ബോധത്തോടെയും ചിന്തിക്കാൻ കഴിയുന്ന ശാസ്ത്രാധ്യാപകരോ ശാസ്ത്രജ്ഞന്മാർ തന്നെയോ അതിന്റെ അധികാരികളായി വരുന്നതാണ് നല്ലത്. ആദ്യം തന്നെ ആ സന്ദേശം നൽകാൻ അതാണ് നല്ലത്. ശാസ്ത്രയുക്തിയുടെ പോസിറ്റീവിസ്റ്റ് സങ്കുചിതത്വത്തിൽ നിന്ന് സ്വതന്ത്രരായിരിക്കണം അവരെന്നു മാത്രം. അറിവിന്റെ ഉത്പാദനവും വിതരണവും ഒരു സാമൂഹ്യപ്രക്രിയയാണെന്ന ധാരണ അവർക്കുണ്ടാകണമെന്നു മാത്രം. ആത്യന്തികമായി കേരളസമൂഹത്തിന്റെ രൂപീകരണത്തിലാണ് തങ്ങൾ പങ്കാളികളായിരിക്കുന്നത് എന്ന ബോധം അവർക്കു വേണമെന്നു മാത്രം. അത്തരമൊരു സമൂഹത്തിന്റെ നിർമിതിയുടെ വൈജ്ഞാനിക നേതൃത്വമാണ് മലയാള സർവകലാശാല.

പിന്നോക്ക പശ്ചാത്തലത്തിൽനിന്നു വരുന്ന വിദ്യാർഥികൾ ഉപരിപഠനത്തിൽ ശാസ്ത്രവിഷയങ്ങളിൽ പിന്തള്ളപ്പെടുന്നു എന്ന് നിരീക്ഷിക്കപ്പെട്ടിട്ടുണ്ട്. ഒരുപക്ഷേ ഇന്ന് പിന്നോക്ക പശ്ചാത്തലത്തിൽനിന്നുള്ള കുട്ടികൾ കൂടുതൽ എത്തിപ്പെടുന്നത് മലയാളഭാഷയും സാഹിത്യവും പഠിക്കുന്ന മേഖലകളിലാണ്. അതിനപ്പുറത്തുള്ള വിഷയങ്ങളിൽ അവർ പലപ്പോഴും പരാജയപ്പെടുന്നതിന്റെ മുഖ്യമായ കാരണങ്ങളിലൊന്ന് മറ്റു വിഷയങ്ങളുടെ അധ്യയനവും വിജ്ഞാനോല്പാദനവും ഇംഗ്ലീഷിലാണ് നടക്കുന്നത് എന്നതാണ്. പിന്നോക്ക ഗ്രാമീണ മേഖലയിൽനിന്നു വരുന്ന വിദ്യാർഥികളുടെ അറിവിനെക്കുറിച്ചുള്ള സങ്കല്പം തന്നെ സാമൂഹ്യമായിരിക്കും. ആ സാമൂഹ്യത അറിവിനില്ലെന്നു വരുമ്പോൾ അത് കേവലം വ്യക്തിതലം മാത്രമുള്ള അറിവാണെന്നു വരുമ്പോൾ ഔപചാരികമായ അറിവിന്റെ മേഖലയിലുള്ള അവരുടെ താത്പര്യം കുറയും. അറിവിന്റെ സാമൂഹ്യതയെ ഉറപ്പിക്കുന്നത് മാതൃഭാഷയിൽ ആ ശാസ്ത്രങ്ങൾ പഠിക്കുകയും അതിനോടൊപ്പം സാഹിത്യസാമൂഹ്യസൗന്ദര്യാവബോധവുമായി അതിനെ ബന്ധിപ്പിക്കുകയും ചെയ്യുമ്പോഴാണ്.

സ്വന്തം ഭാഷ കൺമുമ്പിൽ തകർക്കപ്പെട്ടപ്പോൾ, കത്തിയമരുമ്പോൾ വീണവായിച്ച നീറോ ചക്രവർത്തിമാരായിരുന്നു നമ്മുടെ ഭര

ണാധികാരികളെന്ന് ഭാവി സമൂഹം വിധിയെഴുതുമോ? ആ ചരിത്രത്തിന്റെ വിലയിരുത്തലിൽ നിന്ന് നമ്മുടെ ഭരണാധികാരികളോടൊപ്പം നമ്മളും രക്ഷപ്പെടണമെങ്കിൽ മാതൃഭാഷയെന്ന നിലയിൽ, വിജ്ഞാന ഭാഷയെന്ന നിലയിൽ മലയാളത്തെ മുന്നോട്ടുകൊണ്ടുപോകുന്ന നടപടികൾ ആരംഭിക്കേണ്ട സമയം വൈകിയിരിക്കുന്നു. അതിനുള്ള ആദ്യത്തെ പടിയാണ് മലയാള സർവകലാശാല. ഒരു സമൂഹമെന്ന നിലയിലുള്ള മലയാളിയുടെ ആഭ്യന്തരമായ ഉദ്ഗ്രഥനത്തിന്റെയും ലോകസമൂഹമെന്ന നിലയിലുള്ള അതിന്റെ സ്വത്വപ്രഖ്യാപനത്തിന്റെയും ആധുനിക സന്ദർഭമാണ് മലയാള സർവകലാശാല.

(പച്ചക്കുതിര, 2009 ഓഗസ്റ്റ്)

ഹീബ്രുസർവകലാശാലയുടെ മാതൃക

മലയാള സർവകലാശാലയുടെ ബിൽ നിയമസഭയുടെ പരിഗണനയിലാണ്. ഭാഷയ്ക്കായി ഒരു സർവകലാശാലയോ? കേട്ടുകേൾവിയില്ലല്ലോ എന്ന് ആശ്ചര്യപ്പെടുന്നവർ ഇപ്പോഴുമുണ്ട്. യൂറോപ്പിലോ അമേരിക്കയിലോ അത്തരമൊരു സർവകലാശാലയില്ലല്ലോ എന്നാണ് അവരുടെ ആശ്ചര്യത്തിന് അർത്ഥം. ആധുനിക കാലഘട്ടത്തിൽ യൂറോപ്പ് ഭാഷാപരമായ അധിനിവേശത്തിന് വിധേയമാകാതിരുന്നതിനാൽ അവർക്ക് ഭാഷയുടെ പേരിൽ ഒരു സർവകലാശാല സ്ഥാപിക്കേണ്ടിവന്നില്ല എന്നത് സത്യമാണ്. എന്നാൽ നേരത്തെയുണ്ടായിരുന്ന സർവകലാശാലകൾ ഭാഷാ സർവകലാശാലകളാക്കി മാറ്റിയ ചരിത്രമാണ് അവർക്കുള്ളത്. മുമ്പ് റോമാസാമ്രാജ്യത്തിന്റെ കാലം മുതൽ ലത്തീനിൽ എല്ലാ വിഷയങ്ങളും പഠിപ്പിച്ചിരുന്ന യൂറോപ്യൻ സർവകലാശാലകൾ ആധുനിക ഘട്ടത്തോടെ മാതൃഭാഷയിൽ വിവിധ വിഷയങ്ങൾ പഠിപ്പിക്കുന്ന സർവകലാശാലകളായി പരിണമിക്കുകയായിരുന്നു. അതുകൊണ്ട് മാതൃഭാഷയ്ക്കായി പ്രത്യേക സർവകലാശാലകൾ അവർക്ക് സ്ഥാപിക്കേണ്ടി വന്നില്ല.

ഇംഗ്ലീഷിൽ വിവിധ വിഷയങ്ങൾ പഠിപ്പിക്കുന്ന നിലവിലുള്ള നമ്മുടെ സർവകലാശാലകൾ ഏതെങ്കിലും കാലത്ത് എല്ലാ വിഷയങ്ങളും മാതൃഭാഷയിൽ പഠിപ്പിക്കുന്ന സർവകലാശാലകൾ ആകുമെന്നതിനുള്ള യാതൊരു സൂചനയും കാണാത്ത സാഹചര്യത്തിലാണ് മലയാളത്തിൽ എല്ലാ വിഷയങ്ങളും പഠിപ്പിക്കുന്ന ഒരു സ്ഥാപനമെങ്കിലും നമ്മുടെ നാട്ടിൽ വേണമെന്നും അത് കേരളത്തിന്റെ സമഗ്രവികസനത്തിനുതകുന്ന ഏറ്റവും പ്രധാനപ്പെട്ട സർവകലാശാലയായിരിക്കണമെന്നും ഉള്ള ആവശ്യം പൊതുമണ്ഡലത്തിൽ ഉയർന്നുവന്നത്.

സർവകലാശാല കൊണ്ടു മാത്രം മാതൃഭാഷയെ രക്ഷിക്കാൻ കഴിയുമോ? ഇല്ല. പക്ഷേ സർവകലാശാലയ്ക്ക് അതിൽ പ്രധാനപ്പെട്ട ഒരു പങ്ക് വഹിക്കാൻ കഴിയും. അതിന് ഏറ്റവും നല്ല ഉദാഹരണം ഹീബ്രു സർവകലാശാലയാണ്. രാഷ്ട്രീയ- അന്താരാഷ്ട്രീയ നയങ്ങളിൽ നമുക്ക്

അനുകരിക്കേണ്ട ഒരു രാജ്യമേയല്ല ഇസ്രയേൽ. എന്നാൽ ഭാഷാകാര്യത്തിൽ അവർ നടത്തിയ ശ്രമങ്ങൾ നമുക്ക് മാതൃകയാകേണ്ടതാണ്.

മലയാളത്തെക്കാൾ പരിതാപകരമായ അവസ്ഥയിലായിരുന്നു പത്തൊമ്പതാം നൂറ്റാണ്ടിൽ ഹീബ്രു ഭാഷ. ഹീബ്രു മാധ്യമമായി ആദ്യത്തെ പ്രാഥമിക വിദ്യാലയം സ്ഥാപിക്കപ്പെട്ടതുപോലും 1889- ലാണ്. നമ്മുടെ ഇന്ദുലേഖ പ്രസിദ്ധീകരിച്ച വർഷമാണത്. മുപ്പതു വർഷത്തിനുള്ളിൽ 1918-ൽ അവർ എല്ലാ വിഷയങ്ങളും ഹീബ്രുവിൽ പഠിപ്പിക്കുന്ന ഒരു സർവകലാശാല സ്ഥാപിച്ചു. ഇക്കഴിഞ്ഞ പത്തുവർഷത്തിനുള്ളിൽ ശാസ്ത്രവും സാമ്പത്തിക ശാസ്ത്രവുമുൾപ്പെടെയുള്ള വിഷയങ്ങളിൽ എട്ടു നോബൽ സമ്മാനജേതാക്കളെ അവർ ഈ സർവകലാശാലയിൽ നിന്നു മാത്രമായി സൃഷ്ടിച്ചു. ഇംഗ്ലീഷിൽ പഠിപ്പിക്കുന്ന ഇന്ത്യയിലെ ഏതൊരു സർവകലാശാലയെക്കാളും റാങ്കിംഗിൽ മുന്നിലാണ് കേരളത്തിലെ ജനസംഖ്യയുടെ അഞ്ചിലൊന്നുപോലുമില്ലാത്ത ഇസ്രയേലിനകത്തെ ഈ സർവകലാശാല.

ഹീബ്രു സർവകലാശാലയുടെ സ്ഥാപകരിൽ ഏറ്റവും പ്രധാനി സാക്ഷാൽ ആൽബർട് ഐൻസ്റ്റൈൻ തന്നെ. നമ്മെപ്പോലെ സാഹിത്യകാരന്മാരുടെ ഒരു കാര്യമായല്ല ഹീബ്രു ഭാഷയെയും സർവകലാശാലയെയും അവർ സങ്കല്പിച്ചത്. ഭൗതികശാസ്ത്രജ്ഞരും ഗണിതശാസ്ത്രജ്ഞരും ഉൾപ്പെടെ വലിയൊരു ബുദ്ധിജീവിവിഭാഗം ഹീബ്രു സർവകലാശാലയ്ക്കു വേണ്ടി രംഗത്തുവന്നു. ബോധപ്രപഞ്ചത്തിന്റെ അതിർത്തികളന്വേഷിച്ച ഐൻസ്റ്റൈൻ മാത്രമല്ല, അബോധ പ്രപഞ്ചത്തിന്റെ ആഴങ്ങൾ തേടിയ സിഗ്മണ്ട് ഫ്രോയ്ഡും അതിൽ പങ്കാളിയായി.

വളരെ ആലോചിച്ച് ഓരോ ചുവടും വെച്ചാണ് ഹീബ്രു സർവകലാശാല ഇന്നത്തെ നിലയിലെത്തിയത്. സ്ഥാപിച്ച് ഏഴുവർഷം കഴിഞ്ഞ് 1925-ൽ അതിൽ ആദ്യത്തെ കോഴ്സുകൾ ആരംഭിച്ചു. ആദ്യപ്രഭാഷകരിലൊരാൾ ആൽബർട്ട് ഐൻസ്റ്റൈൻ തന്നെയായിരുന്നു. പിൽക്കാലത്ത് ഐൻസ്റ്റൈൻ തന്റെ കൃതികളുടെ അവകാശം എഴുതിക്കൊടുത്തതും ഹീബ്രു സർവകലാശാലയ്ക്കാണ്. അവയെല്ലാം ഇപ്പോൾ സൂക്ഷിച്ചിരിക്കുന്നതും അവിടെയാണ് (മലയാളിയായ ലോക പ്രസിദ്ധ ഭൗതികശാസ്ത്രജ്ഞൻ ജോർജ് സുദർശനെ കൊണ്ട് തുടക്കത്തിൽത്തന്നെ ഒരു ശാസ്ത്രപ്രഭാഷണം നടത്തിക്കുന്ന കാര്യം മലയാള സർവകലാശാലയ്ക്ക് ആലോചിക്കാൻ കഴിയുമോ!).

ഇപ്പോൾ മലയാളസർവകലാശാല ബില്ലിൽ പറയുന്നത് മലയാളഭാഷയുടെയും സാഹിത്യത്തിന്റെയും പരിപോഷണത്തിനായി സാഹിത്യകാരന്മാരും കലാകാരന്മാരും അക്കാദമി ചെയർമാന്മാരും നേതൃത്വം നൽകുന്ന ഒരു സർവകലാശാല എന്നാണ്. ഹീബ്രു സർവകലാശാലയുടെ ലക്ഷ്യമാകട്ടെ എല്ലാ വിജ്ഞാനശാഖയിലും രാജ്യത്തിന് നേതൃത്വം നൽകുന്ന പ്രതിഭകളെ ഉല്പാദിപ്പിക്കലും. ഭാഷാമാനവിക വിഷയങ്ങൾക്കു മാത്രമല്ല അവിടെ ഫാക്കൽറ്റിയുള്ളത്. പ്രകൃതിശാസ്ത്രം, സാമൂഹ്യശാസ്ത്രം, കൃഷി, ഭക്ഷ്യ സംസ്കരണം, നിയമം, മെഡിസിൻ, ഫാർമസി, മൃഗപരിപാലനശാസ്ത്രം, സോഷ്യൽ വർക്ക്, ബിസിനസ് അഡ്മിനിസ്ട്രേഷൻ തുടങ്ങി എല്ലാ വിഷയങ്ങളും അവിടെ ഹീബ്രുവിൽ പഠിപ്പിക്കുന്നു.

യാഥാർത്ഥ്യം എന്ന തിരശ്ശീലയിൽ തടഞ്ഞു വീഴാനല്ല, അത് പൊക്കിനോക്കാനാണ് ഹീബ്രു സർവകലാശാലയുടെ സ്ഥാപകർ ധൈര്യം കാണിച്ചത്. സർവകലാശാല ആരംഭിച്ച കാലത്ത് അവിടെ വിദ്യാർത്ഥികൾ കുറവായിരുന്നു. കെട്ടിടം പണിയുന്ന തൊഴിലാളികളായിരുന്നു സായാഹ്ന ക്ലാസിൽ ഒരു വലിയ വിഭാഗം. ക്ഷമാപൂർണമായ ആസൂത്രണത്തിലൂടെ ദശകങ്ങൾ കൊണ്ട് ആയിരങ്ങൾ പഠിക്കുന്ന സ്ഥാപനമായി അത് മാറി. 1928-ൽ ഗണിതശാസ്ത്ര ഇൻസ്റ്റിറ്റ്യൂട്ട്, 1932-ൽ സസ്യശാസ്ത്രപഠനം, 1935- ൽ പ്രകൃതിശാസ്ത്രത്തിന് പൊതുവായ ഫാക്കൽറ്റി, 1935- ൽ ആദ്യത്തെ പി.എച്ച്.ഡി, 1939 -ൽ മെഡിസിൻ, 1942- ൽ കൃഷിശാസ്ത്രം, 1953-ൽ സാമ്പത്തിക ശാസ്ത്രം, ഫാർമക്കോളജി, 1985-ൽ മൃഗ സംരക്ഷണം, 1999- ൽ കമ്പ്യൂട്ടർ സയൻസ്. യാതൊരു ധൃതിയുമില്ലാതെ, എനിക്കു ശേഷം പ്രളയം എന്ന ആധിയില്ലാതെ, വരും തലമുറകളിൽ വിശ്വാസമർപ്പിച്ച് ഒച്ചിന്റെ വേഗത്തിൽ അത് മുന്നേറി. 2002-ലും 2005-ലും സാമ്പത്തിക ശാസ്ത്രത്തിനും 2004-ൽ ഭൗതികശാസ്ത്രത്തിലും 2004-ലും 2006-ലും 2009-ലും രസതന്ത്രത്തിലും ഈ സർവകലാശാലയിലെ ശാസ്ത്രജ്ഞർ നോബൽ സമ്മാനം നേടി.

ഈ മാതൃകയിൽ നമുക്ക് മലയാളത്തിൽ ഒരു സർവകലാശാലയെ സങ്കല്പിക്കാൻ കഴിയുമോ? ഉന്നത വിദ്യാഭ്യാസത്തിന്റെ ലക്ഷ്യം പുറത്തേക്ക് പോകലാണ് എന്ന കാഴ്ചപ്പാടിൽ ഇംഗ്ലീഷിൽ പഠിപ്പിക്കുന്ന സർവകലാശാലകൾ നിലനിന്നുകൊള്ളട്ടെ. കേരളത്തിൽ ജോലി ചെയ്യാൻ തയ്യാറുള്ളവരെയാണ് മലയാള സർവകലാശാല ലക്ഷ്യം വെക്കേണ്ടത്. മലയാളഭാഷയിലൂടെ പഠിച്ച് ഗവേഷണം ചെയ്ത് മലയാ

ളിയുടെ രോഗത്തിനുള്ള ഒരു മരുന്ന് കണ്ടുപിടിച്ചാൽ അത് ലോകത്തിലെ ഏതു ഭാഷക്കാരന്റെയും രോഗത്തിനുള്ള മരുന്നാണ്. ബേപ്പൂരിലെ മലയാളഭാഷയിൽ രൂപകല്പനചെയ്ത ഉരുക്കൾ ലോകം മുഴുവനുമാണ് ഓടിക്കൊണ്ടിരിക്കുന്നത്. പ്രാദേശികതയെ ആഴത്തിലറിയുന്നതിലൂടെയാണ് നാം പുറംലോകത്തിനും സംഭാവന നൽകുക. ലോകത്തിലെ പുതു വിജ്ഞാനങ്ങളെല്ലാം അപ്പപ്പോൾ മലയാളത്തിലേക്ക് വിവർത്തനം ചെയ്യുന്ന ശക്തമായ സംവിധാനം സർവകലാശാലയിൽ ഇതിന് ആവശ്യമാണ്. ഇവിടത്തെ അറിവുകൾ ലോകത്തിലെ എല്ലാ ഭാഷകളിലേക്കെത്തിക്കാനും സംവിധാനം വേണം.

അന്യഭാഷകളുമായി ബന്ധമില്ലാതെ ഋഷ്യശൃംഗനെപ്പോലെ കൂട്ടിലടച്ചാൽ ഭാഷ സ്വയം വളരുകയില്ല. ലോകത്തിലെ വിവിധ ഭാഷകളുമായി ബന്ധപ്പെട്ടാണ് അത് വളരുന്നത്. ഇംഗ്ലീഷ് ഉൾപ്പെടെ ലോകത്തിലെ ഭാഷകളുടെ വകുപ്പുകൾ മലയാള സർവകലാശാലയിൽ വേണം. വിജ്ഞാനം അങ്ങോട്ടും ഇങ്ങോട്ടും ഒഴുകണം. തർജ്ജമയ്ക്കും ഇവിടെ വരുന്ന വിദേശികൾക്കും ഇവിടെ നിന്നു വിദേശത്തു പോകുന്നവർക്കും ഭാഷാപരമായ സഹായവും പരിശീലനവും കൊടുക്കാൻ മലയാള സർവകലാശാലയ്ക്ക് ആകണം. ബഹുധ്രുവലോകം ബഹുഭാഷാലോകവുമാണ്. പുതിയ ലോകക്രമത്തിലെ മലയാളിയുടെ സഹായിയാകണം മലയാള സർവകലാശാല. 64 ഭാഷകളാണ് ഹീബ്രു സർവകലാശാലയിൽ പഠിപ്പിക്കുന്നത് എന്നോർമ്മിക്കുക.

കേരളം ശാസ്ത്രലോകത്ത് അറിയപ്പെടുന്നത് ഗണിതപാരമ്പര്യത്തിന്റെ പേരിലാണ്. മഴയെ ആശ്രയിക്കുന്ന കൃഷി രീതിക്ക് കാലഗണന കൂടുതൽ കൃത്യമാകേണ്ടതുണ്ടായിരുന്നതിനാലാണ് നമ്മുടെ സൗരകേന്ദ്രിത ഗണിതം ഇത്ര വികസിച്ചത് എന്ന് വാദിക്കുന്ന പണ്ഡിതരുണ്ട്. മലയാള സർവകലാശാല നിലനില്ക്കുന്ന തിരൂർ പരിസരത്തായിരുന്നു നീലകണ്ഠ സോമയാജിയുടെയും സംഗമ ഗ്രാമമാധവന്റെയും മററും വേരുകൾ. ന്യൂട്ടനും മലബ്നിറ്റ്സിനും മുമ്പ് കലന(കാൽക്കുലസ്)ത്തിന് തുടക്കം കുറിച്ച കേരളീയ ഗണിതജ്ഞരുടെ പേരിൽ ഒരു സ്കൂളോ ചെയറോ ആരംഭിക്കുന്ന കാര്യം ആലോചിക്കാൻ മലയാള സർവകലാശാലയ്ക്ക് ആകുമോ?

എന്തുകൊണ്ട് കേരവൃക്ഷത്തിന്റെ നാട്ടിൽ ശരിക്കുള്ള ഒരു തെങ്ങുകയറ്റ യന്ത്രം പോലും നമുക്ക് ഉണ്ടാക്കാൻ കഴിയാതെ പോയി എന്നതിന് ഉത്തരം നാം പഠിച്ചത് നമ്മുടെ ഭാഷയിൽ നമ്മുടെ പ്രകൃതിക്കും

സമൂഹത്തിനും വേണ്ടിയല്ല എന്നതാണ്. എന്തുകൊണ്ട് ചക്കയോ ഇള ന്നീരോ നമുക്ക് ഉല്പന്നമായി വികസിപ്പിക്കാൻ കഴിഞ്ഞില്ല എന്ന തിനും ഉത്തരം അതുതന്നെ. നമ്മുടെ കത്തുന്ന വേനലിനെയും കുത്തി യൊഴുകുന്ന കർക്കിടകപ്പേമാരിയെയും ഊർജ്ജമാക്കി മാറ്റാൻ എന്തു കൊണ്ട് നമുക്ക് കഴിയുന്നില്ല എന്നതിനും കാരണം മറ്റൊന്നല്ല. ഓക്സ് ഫോർഡിലെയും കാംബ്രിജിലെയും ഹാർവാർഡിലെയും സിലബ സിൽ ചക്കസംസ്കരണവും കർക്കിടകമഴയുമില്ലല്ലോ! മാതൃഭാഷയിൽ ചിന്തിക്കാൻ കഴിയുമ്പോഴാണ് മുൻഗണനകൾ നമ്മുടേതായി മാറു ന്നത്. അപ്പോഴാണ് നാട് വികസിക്കുന്നത്. മെഡിസിനും എഞ്ചിനി യറിംഗും കൃഷിയും ഉൾപ്പെടുന്ന ഫാക്കൽറ്റികൾ വേണം. യാഥാർഥ്യ മാക്കാൻ ധൃതി വേണ്ട, പക്ഷെ കാഴ്ചപ്പുറത്ത് അതുണ്ടായിരിക്കണം, സ്വപ്നം കാണാനുള്ള ധീരത വേണം.

ചുരുക്കത്തിൽ ഇപ്പോൾ നിയമസഭയിൽ അവതരിപ്പിച്ച മലയാള സർവകലാശാലാ ബില്ല് ഉടച്ചുവാർക്കണം. അതിന്റെ ലക്ഷ്യം മാതൃ ഭാഷാ വിജ്ഞാനത്തിലൂന്നി കേരളത്തിന്റെ സ്വാശ്രയത്വവും സമഗ്രവി കസനവുമാകണം. അതിനുതകുന്ന ശാസ്ത്ര - സാമൂഹ്യശാസ്ത്ര - സാങ്കേ തിക ശാസ്ത്ര ഫാക്കൽറ്റികൾ സങ്കല്പിക്കണം. ഈ ഫാക്കൽറ്റികളെല്ലാം ഇപ്പോൾത്തന്നെ തുടങ്ങേണ്ടതില്ല. ഇപ്പോൾ പ്രഖ്യാപിച്ച നാലു കോഴ്സു കളിൽ തുടങ്ങാനാണ് ഭാവമെങ്കിൽ അങ്ങിനെ തന്നെയാകട്ടെ. പക്ഷെ വിപുലമായ കാഴ്ചപ്പാടിൽ വളരാനുള്ള ഭാവിയുടെ ഇടങ്ങൾ ആക്റ്റിൽ ഉണ്ടായിരിക്കണം.

ഇപ്പോൾ അന്വേഷിക്കുന്ന, ആകാശത്തിരിക്കുന്ന, എഴുപത്തഞ്ച് ഏക്കർ കൊണ്ട് ഈ സ്വപ്നമൊന്നും മലയാള സർവകലാശാലയിൽ സാധിക്കുകയില്ല. ഐക്യമലയാള പ്രസ്ഥാനം നൽകിയ മലയാള സർവ കലാശാലാ രേഖയിൽ 1000 ഏക്കർ ഭൂമി സർവകലാശാലയ്ക്ക് വേണ മെന്ന് പറഞ്ഞത് തലമുറകൾക്കപ്പുറത്തേക്ക് കണ്ണുപായിച്ചാണ്. നാനൂറ് ഏക്കറാണ് അലിഗഢ് സർവകലാശാലയുടെ ഒരു കേന്ദ്രത്തിന് മാത്ര മായി നാം അനുവദിച്ചത് എന്നത് മറന്നുപോകരുത്. അതിന്റെ നാലി ലൊന്നു പോലും സ്ഥലം കിട്ടാതെയാണ് ഇപ്പോൾ നാം അലയുന്നത്!

തിരുവിതാംകൂർ സർവകലാശാലയിലെ ആദ്യത്തെ വൈസ് ചാ ൻസലറായി അന്നത്തെ ഭരണാധികാരികൾ ക്ഷണിച്ചത് ആൽബർട്ട് ഐൻസ്റ്റൈനെയായിരുന്നു. അദ്ദേഹം അത് സ്വീകരിച്ചില്ല. വിവിധ വിഷയങ്ങൾ മാതൃഭാഷയിൽ പഠിക്കാനുതകുന്ന ഒരു സർവകലാശാല

സ്ഥാപിച്ചുകൊണ്ട് ഐൻസ്റ്റൈന്റെ മാതൃക ഇപ്പോഴെങ്കിലും നമുക്ക് പിന്തുടരാം. അതിന് ഇപ്പോഴുള്ള സർവകലാശാലാബിൽ മാതൃഭാഷാ വിജ്ഞാനത്തെയാകെ ലക്ഷ്യം വെക്കുന്ന മട്ടിലും അന്യഭാഷാസമ്പർക്കത്തിന് സാധ്യമാകുന്ന മട്ടിലും വിവിധ വിജ്ഞാനമേഖലകളിലെ പണ്ഡിതരെ കോർത്തിണക്കുന്ന മട്ടിലും അഴിച്ചു പണിയണം.

നോക്കൂ, സ്വദേശിവൽക്കരണ നിയമത്തിന് ശേഷം അറേബിയയിൽ നിന്ന് ആദ്യത്തെ കപ്പൽ തിരിച്ചു പുറപ്പെട്ടു കഴിഞ്ഞു. ഇനി ഏതൊക്കെ രാജ്യങ്ങളിൽ നിന്ന് കപ്പലുകൾ മലയാളനാട്ടിൽത്തന്നെ ഇടംതേടി തിരിച്ചുതുടങ്ങുമെന്ന് ആർക്കറിയാം?

(മാതൃഭൂമി ദിനപത്രം, 2013 ഏപ്രിൽ 1)

ലക്ഷ്യം മാതൃഭാഷയിലൂന്നി കേരളത്തിന്റെ വികസനം

ഏറെ കാത്തിരുന്ന മലയാള സർവകലാശാല വരുന്നു. മലയാളികൾക്കെല്ലാം സന്തോഷിക്കാം. ഏറ്റവും ഭാഷാഭിമാനം കുറഞ്ഞ ജനതകളിലൊന്നാണ് മലയാളികൾ. വാസ്തവത്തിൽ ഭാഷയുടെ കാര്യത്തിൽ ഏറെ അഭിമാനിക്കാനർഹതയുള്ളവരാണ് നാം.

ലോകത്തിൽ ഏറ്റവുമധികം ആളുകൾ മാതൃഭാഷയായി ഉപയോഗിക്കുന്ന ആദ്യത്തെ മുപ്പത്തഞ്ച് ഭാഷകളിൽ മൂന്നിലൊന്നുമുള്ളത് ഇന്ത്യയിലാണ്. അതിൽ ദക്ഷിണേന്ത്യയിലെ നാലു ഭാഷകളും ഉൾപ്പെടുന്നു. അതിൽത്തന്നെ പൊതുവായ ജനസംഖ്യയിൽ ഏറ്റവുമധികം ശതമാനം ആളുകൾ ഉപയോഗിക്കുന്ന ഭാഷ മലയാളമാണ്. കന്നഡ കർണാടകയിൽ 65% ആളുകളുടെ മാത്രം മാതൃഭാഷയാണ്. തെലുങ്ക് ആന്ധ്രയിൽ 83% ജനങ്ങൾ മാതൃഭാഷയായി ഉപയോഗിക്കുന്നു. ഏറെ ഭാഷാഭിമാനികളായ തമിഴ്നാട്ടിൽ തമിഴ് മാതൃഭാഷയായിട്ടുള്ളവർ 89% മാത്രമാണ്. എന്നാൽ കേരളത്തിൽ മലയാളം 96% ജനങ്ങളുടെയും മാതൃഭാഷയാണ്. കർണാടകത്തിൽ നിന്നും ആന്ധ്രയിൽ നിന്നും വ്യത്യസ്തമായി കേരളത്തിൽ മലയാളം എല്ലാ മതവിഭാഗത്തിൽപെട്ടവരുടെയും മാതൃഭാഷയാണ്. മൊഹിയുദ്ദീൻമാലയും പുത്തൻപാനയും ജ്ഞാനപ്പാനയും എഴുതപ്പെട്ടത് മലയാളത്തിലാണ്. നമ്മുടെ മതേതരത്വത്തിന്റെ ഏറ്റവും വലിയ ശക്തിസ്രോതസ്സ് നമ്മുടെ ഭാഷ തന്നെയാണ്. അതിനാൽ തന്നെ മലയാളത്തിന്റെ എല്ലാ നേട്ടങ്ങളും എല്ലാ വിഭാഗം ജനങ്ങളുടെയും പൊതുവായ നേട്ടമാണ്.

ലോകഭാഷകളിൽ മാതൃഭാഷയായി സംസാരിക്കുന്നവരുടെ എണ്ണത്തിൽ കേരളം ഇരുപത്തിയാറാമത്തെ സ്ഥാനത്താണ് (ഉപഭാഷകൾക്കു കൂടി ഭാഷാപദവി കൊടുക്കുന്ന ചില കണക്കുകളിൽ അത് മുപ്പത്തിനാലാം സ്ഥാനം വരെ പോകും). യൂറോപ്യൻഭാഷകളായ ഗ്രീക്കിനെക്കാളും സ്വിസ് ഭാഷയെക്കാളും സ്വീഡിഷ് ഭാഷയെക്കാളുമൊക്കെ ഏറെ ആളുകൾ മലയാളം മാതൃഭാഷയായി ഉപയോഗിക്കുന്നുണ്ട്. നമ്മെക്കാൾ എത്രയോ കുറഞ്ഞ ആളുകൾ സംസാരിക്കുന്ന ഭാഷകൾ

ലോകത്തിൽ ഉന്നതവിദ്യാഭ്യാസത്തിന്റെയും ഗവേഷണത്തിന്റെയും ഭാഷയായി ഉപയോഗിക്കുന്നു. എന്നാൽ കേരളത്തിൽ ഇപ്പോഴും സർവകലാശാലയിലെ പഠനമാധ്യമമായി മലയാളം ഉപയോഗിക്കുന്നില്ല. സാമൂഹ്യശാസ്ത്രവും ശാസ്ത്രവുമുൾപ്പെടെ എല്ലാ വിഷയങ്ങളും മാതൃഭാഷയിൽ പഠിക്കാൻ സാധ്യതയുള്ള സർവകലാശാലയാകണം മലയാള സർവകലാശാല. അന്യഭാഷകൾ മാധ്യമമായി ഉപയോഗിച്ച് വിജയിക്കാൻ കഴിയുന്ന വിദ്യാർത്ഥികൾ അഞ്ചു ശതമാനത്തിൽ താഴെ മാത്രമേ വരൂ എന്നാണ് പഠനങ്ങൾ കാണിക്കുന്നത്. ബഹുഭൂരിപക്ഷത്തിന്റെ വൈജ്ഞാനിക മുന്നേറ്റത്തിന് ഉപയുക്തമാകുന്ന ഭാഷ മാതൃഭാഷയായിരിക്കും. അതുകൊണ്ടാണ് മാതൃഭാഷ പഠനമാധ്യമമായി ഉപയോഗിക്കാത്ത സമൂഹങ്ങൾ സാംസ്കാരികമായി എന്നതുപോലെ തന്നെ സാമ്പത്തിക മേഖലയിലും തകർന്നടിഞ്ഞത്.

ഭാഷാസർവകലാശാലകൾക്ക് ഏറ്റവും മികച്ച മാതൃക ഹീബ്രു സർവകലാശാലയാണ്. മരണാസന്നമായി കിടന്ന ഹീബ്രുവിനെ അവർ സർവകലാശാല വഴി തിരിച്ചുകൊണ്ടുവന്നു. രണ്ടു കാര്യങ്ങളാണ് അവർ ചെയ്തത്. ശാസ്ത്രവും സാമൂഹ്യശാസ്ത്രവുമെല്ലാം മാതൃഭാഷയിൽ പഠിപ്പിച്ചു. ഒരു വശത്ത് പഠനമാധ്യമം ഹീബ്രുവായി നിലനിർത്തുമ്പോൾ തന്നെ പ്രധാനപ്പെട്ട ലോകഭാഷകളെല്ലാം അവിടെ പഠിപ്പിച്ചു. അതുവഴി ലോകഭാഷകളിലെ എല്ലാ വിജ്ഞാനസമ്പത്തുമായി ഹീബ്രുവിനെ ബന്ധപ്പെടാൻ അനുവദിച്ചു. 64 ലോകഭാഷകളാണ് ഹീബ്രു സർവകലാശാലയിൽ പഠിപ്പിക്കുന്നത്. ഹീബ്രു സർവകലാശാല സ്ഥാപിക്കാൻ മുൻകയ്യെടുത്തത് സാക്ഷാൽ ആൽബർട്ട് ഐൻസ്റ്റൈനായിരുന്നു. ഇന്ന് ലോകത്തിലെ ഏറ്റവും മികച്ച സർവകലാശാലകളിലൊന്നാണത്. ഇംഗ്ലീഷിൽ പഠിപ്പിക്കുന്ന ഇന്ത്യയിലെ ഒരു സർവകലാശാലയും അതിനടുത്തെങ്ങും എത്തുകയില്ല. ഹീബ്രുവിന്റെ അഞ്ചിരട്ടിയാണ് മലയാളം സംസാരിക്കുന്ന ആളുകളുടെ എണ്ണം. മലയാള സർവകലാശാലയിലും ശാസ്ത്രവും സാമൂഹ്യശാസ്ത്രവുമുൾപ്പെടെ എല്ലാ വിഷയങ്ങളും മലയാളത്തിൽ പഠിപ്പിക്കണം. ലോകഭാഷകൾക്കെല്ലാം അവിടെ പഠനവകുപ്പുകൾ ഉണ്ടാകണം. വിദേശ ഭാഷകൾ പഠിപ്പിക്കാനായി പ്രത്യേക സർവകലാശാല സ്ഥാപിക്കുകയല്ല, അവയെല്ലാം മലയാള സർവകലാശാലയിലേക്ക് കൊണ്ടുവരികയാണ് വേണ്ടത്.

ഇംഗ്ലീഷ് മാധ്യമമായി പഠിക്കുന്നതിന് നാം കാരണം പറയാറുള്ളത് തൊഴിൽ നേടേണ്ടത് വിദേശത്താണ് എന്നതാണ്. ആ നിലപാ

ട്ടുകൊണ്ടാണ് ഒരു തെങ്ങുകയറ്റ യന്ത്രംപോലും ഇനിയും നമുക്കുണ്ടാക്കാൻ കഴിയാതെ പോയത്. കേരളത്തിന്റെ തനതുവിഭവങ്ങളും തനതായ ബദൽ ഊർജ്ജസ്രോതസ്സുകളും ഉപയോഗിച്ച് കേരളത്തിന്റെ വികസനത്തിന് അടിത്തറയിടുകയാണ് സർവകലാശാല ചെയ്യേണ്ടത്. ഇംഗ്ലീഷ് മാധ്യമമായി ഉപയോഗിക്കുന്ന നാടുകളിൽ പോകേണ്ടവർ ആ മാധ്യമത്തിൽ പഠിച്ചുകൊള്ളട്ടെ. എന്നാൽ കേരളത്തിലിരുന്ന് കേരളത്തിന്റെ വികസനത്തിൽ പങ്കാളികളാകേണ്ടവർ മാതൃഭാഷയിലാണ് പഠിക്കേണ്ടത്.

തുഞ്ചൻ പറമ്പിൽ ഉദ്ഘാടനം നടന്നുവെന്നുള്ളതിന്റെ പേരിൽ മാത്രം ഇല്ലാത്ത സ്ഥലത്ത് വെട്ടിമുറിച്ച് സർവകലാശാല സ്ഥാപിക്കരുത്. തിരൂരിൽ സ്ഥലമില്ലെങ്കിൽ അതിനു പറ്റിയ സ്ഥലമുള്ളിടത്താണ് അത് സ്ഥാപിക്കേണ്ടത്. വിശാലമായ ഒറ്റ കാമ്പസ് മതി. അലിഗഢ് സർവകലാശാലയുടെ ഒരു കേന്ദ്രത്തിന് മാത്രമായി നാനൂറ് ഏക്കർ കൊടുക്കാമെങ്കിൽ മലയാള സർവകലാശാലയ്ക്ക് അതിന്റെ ഇരട്ടിയെങ്കിലും സ്ഥലം അനുവദിക്കാൻ കഴിയണം.

1956-ൽ അവസാനിച്ച പ്രക്രിയയല്ല, ആരംഭിച്ച പ്രക്രിയയാണ് കേരളത്തിന്റെ നിർമിതി എന്നത്. ആത്മാഭിമാനവും ജനാധിപത്യബോധവുമുള്ള ഒരു കേരളത്തിന്റെ നിർമിതിയിൽ നിർണായകമാണ് മലയാള സർവകലാശാലയുടെ സ്ഥാപനത്തിന്റെ ഈ നിമിഷം. കേരളത്തിന്റെ ഭൂതകാലത്തിന്റെ പ്രദർശനശാല മാത്രമായി അത് ഒതുങ്ങിക്കൂടാ.

(മാതൃഭൂമി ദിനപത്രം, 2012 നവംബർ 1)

5

സൗന്ദര്യാത്മകവിദ്യാഭ്യാസം

ചങ്ങമ്പുഴ പുറത്ത്, പൗരധർമ്മം അകത്ത്

ആഗോളവൽക്കരണം അക്കാദമികളെ പ്രയോജനവാദവുമായി ബന്ധിപ്പിച്ചിരിക്കുന്നു. അക്കാദമിക മുതലാളിത്തം (Academic capitalism) കടന്നുവന്നിരിക്കുന്നു. ഇംഗ്ലണ്ടിലും അമേരിക്കയിലും ആസ്ത്രേലിയയിലും കാനഡയിലും അക്കാദമികളെ എങ്ങിനെ മുതലാളിത്തം ഗ്രസിച്ചുകഴിഞ്ഞിരിക്കുന്നുവെന്നും അക്കാദമിക മുതലാളിത്തം എന്ന ഒരു സമീപനംതന്നെ അവിടെ വ്യാപകമാകുന്നുവെന്നും സൂചിപ്പിക്കുന്ന പഠനങ്ങൾ പുറത്തുവന്നു കഴിഞ്ഞു. ആസ്ത്രേലിയൻ സർവകലാശാലകളിൽ പരിഷ്കരണത്തിന്റെ ഭാഗമായി വന്ന നിർദ്ദേശം വൈസ് ചാൻസലർക്കു പകരം ചീഫ് എക്സിക്യൂട്ടീവ് ഓഫീസർ എന്ന തസ്തിക ഉണ്ടാക്കാനാണ്. വിദ്യാഭ്യാസം ഒരു വാണിജ്യ പ്രവർത്തനമായി കണക്കാക്കണം എന്നതുമാണ് നിർദ്ദേശം.

അന്നന്നുള്ള ആഗോളതൊഴിൽ സാധ്യതകൾക്കനുസരിച്ച് വിദ്യാഭ്യാസമണ്ഡലത്തെ ദീർഘകാലികമായി ആസൂത്രണം ചെയ്യുന്നതിന്റെ അപകടം ആഗോളസാമ്പത്തിക മാന്ദ്യം വ്യക്തമാക്കിക്കഴിഞ്ഞു. ഐ ടി - ബി ടി ക്കനുസരിച്ച് എല്ലാം മാറ്റിത്തീർക്കണമെന്ന വാദത്തിന്റെ പൊള്ളത്തരം അത് വ്യക്തമാക്കുന്നു. പ്രാദേശികമായ പ്രതിരോധത്തിൽ ഊന്നുന്ന ഒരു പാഠ്യപദ്ധതിയാണ് ഇന്ന് പ്രൈമറി സെക്കന്ററി തലത്തിൽ കേരളത്തിൽ മുന്നോട്ടുവെക്കപ്പെട്ടിരിക്കുന്നത്. പരിമിതികൾ പലതുമുണ്ടെങ്കിലും പല തലങ്ങളിലും പാളിച്ചയുണ്ടെങ്കിലും വിമർശനാവബോധമുള്ള, ഇടപെടൽശേഷിയുള്ള വിദ്യാർഥിയെ നിർമിക്കുക എന്ന അതിന്റെ പ്രഖ്യാപിതലക്ഷ്യം ശരിതന്നെയാണ്. എന്നാൽ വിമർശനാവബോധത്തെക്കുറിച്ചുള്ള അതിന്റെ കാഴ്ചപ്പാട് ശാസ്ത്രത്തിന്റെയും സാമൂഹ്യശാസ്ത്രത്തിന്റെയും യുക്തികൾക്കപ്പുറത്തേക്ക് കടന്നിട്ടില്ല. ഈ പരിമിതി പതിന്മടങ്ങായി വികസിച്ച് മാനവികശാസ്ത്രങ്ങളെന്ന് പേരിട്ടിട്ടുള്ള ഭാഷയുടെയും സാഹിത്യത്തിന്റെയും മണ്ഡലത്തെ അപ്പാടെ വിഴുങ്ങുന്ന കാഴ്ചയാണ് ഉന്നതവിദ്യഭ്യാസ മേഖലയിലെ പരിഷ്കരണങ്ങളിൽ ഇപ്പോൾ കാണുന്നത്. നിർഭാഗ്യവശാൽ ഉന്നതവിദ്യാഭ്യാസ കൗൺസിലിന്റെ മുൻകയ്യിലാണ് ഇത് നടക്കുന്നത്.

ഉന്നതവിദ്യാഭ്യാസ കൗൺസിലിന്റെ രൂപീകരണത്തെത്തന്നെ ആശങ്കയോടെയാണ് അക്കാദമിക സമൂഹം തുടക്കത്തിലേ കണ്ടത്. വ്യത്യസ്തമായ രാഷ്ട്രീയ സാഹചര്യങ്ങളിൽ സർവകലാശാലയുടെ സ്വയം ഭരണത്തിലുള്ള കടന്നുകയറ്റത്തിനുള്ള ഉപാധിയായി ഇതു മാറുമോ എന്ന ഭീതിയാണ് അന്നുതന്നെ നിലനിന്നത്. എന്നാൽ സർവ കലാശാലയുടെ അടിസ്ഥാന ധർമങ്ങളിലേക്ക് കടന്നുകയറാതെ ഉപ ദേശ സ്വഭാവം മാത്രമുള്ളതായിരിക്കും കൗൺസിൽ എന്നുള്ള ഉത്തര മാണ് അന്ന് നൽകപ്പെട്ടത്. സ്വകാര്യ-സ്വാശ്രയ സ്ഥാപനങ്ങൾ ജനാ ധിപത്യമൂല്യങ്ങൾ അവഗണിക്കുകയും എല്ലാം ലാഭാധിഷ്ഠിതവുമാകുന്ന ഒരു ഘട്ടത്തിൽ കൗൺസിലിന് ജനാധിപത്യാവകാശങ്ങളുടെ കാവ ലാളായി നില്ക്കാൻ കഴിയുമെന്ന് പ്രതീക്ഷിച്ചവരുമുണ്ട്. ജാതി-മത മാനേ ജ്മെന്റുകളുടെ താത്പര്യങ്ങൾക്കെതിരെ അതിന് നീങ്ങാൻ കഴിയുമെ ന്നതായിരുന്നു ഒരു പ്രതീക്ഷ. പല സർവകലാശാലകളിലെയും നിക്ഷി പ്ത താത്പര്യങ്ങൾ കൊണ്ട് നടക്കാതെ പോയ ജനാധിപത്യവൽക്ക രണം, സമകാലീകരണം തുടങ്ങിയ കാര്യങ്ങളിൽ ചില ചർച്ചകളെ ങ്കിലും തുടങ്ങിവെക്കും എന്നും കരുതപ്പെട്ടു.

എന്നാൽ ഇപ്പോൾ സംഭവിച്ചത് അതിന്റെ നിഷേധാത്മക വശ ങ്ങളുടെ വികാസമാണ്. ബിരുദതലത്തിലുള്ള പാഠ്യപദ്ധതിയുടെ പുന: സംഘടനക്കുള്ള രേഖ ഉന്നതവിദ്യാഭ്യാസകൗൺസിൽ ഇപ്പോൾ ചർച്ചക്കായി മുന്നോട്ടുവെച്ചിരിക്കുന്നു. ഈ രേഖയിൽ ഘടനാപരമായി ഒരു പരിവർത്തനവും വരുത്താൻ വിവിധ സർവകലാശാലകളിലെ അക്കാദമിക സമിതികൾക്ക് അവകാശമില്ല എന്നിടത്താണ് അക്കാ ദമിക സ്വാതന്ത്ര്യത്തിനു നേരെയുള്ള നിഷേധമായി ഈ രേഖ മാറു ന്നത്.

പുതിയ വിഷയങ്ങൾ കടന്നുവരികയും പഴയത് പലതും എടുത്തു മാറ്റപ്പെടുകയും ചെയ്തിരിക്കുന്നു. പത്തു പുതിയ പൊതുവിഷയങ്ങളിൽ ഇന്ത്യൻ ഭരണഘടനയും ഫിലോസഫി ഓഫ് സയൻസുമുണ്ട്. കേരള സംസ്കാരവും മലയാളഭാഷയും സാഹിത്യവും പൊതുവിഷയമാകണ മെന്നും മലയാളം ഒന്നാം ഭാഷയാകണമെന്നും ഇക്കാലങ്ങളിലെല്ലാം ഉയർന്ന നിർദ്ദേശങ്ങൾ കൗൺസിൽ കണക്കിലെടുത്തിട്ടില്ല. പകരം സംസ്കാരവും നാഗരികതയും എന്ന പേപ്പറിലെ ഒരു ചെറിയ ഭാഗം മാത്ര മാണ് കേരള സംസ്കാരം. അതാകട്ടെ ഏതു രണ്ടാംഭാഷക്കാർക്കും അവ രുടെ രീതിയിൽ അവതരിപ്പിക്കാവുന്നതുമാണ്.

ഭാഷയും സാഹിത്യവും പഠിപ്പിക്കേണ്ടതില്ലെന്നതാണ് രേഖയിലെ അടിസ്ഥാന നിലപാട്. മലയാളം ഉൾപ്പെടെയുള്ള രണ്ടാം ഭാഷകളിൽ ഇപ്പോഴത്തെ മൂന്ന പേപ്പറുകൾക്ക പകരം ഒരു സെമസ്റ്ററിൽ സാഹിത്യപഠനം ഒതുക്കിയിട്ടുണ്ട്. ഇംഗ്ലീഷിൽ ഇനി മുതൽ സാഹിത്യമേയില്ല. കൊളോണിയൽ സാഹചര്യങ്ങളിൽ ഇംഗ്ലീഷിനുണ്ടായിരുന്ന ധർമമല്ല ഇന്നുള്ളത് എന്നത് ശരി തന്നെ. അതിന്റെ വിനിമയശേഷിക്ക് പ്രാധാന്യം നൽകുകയുമാകാം. യൂറോ-അമേരിക്കൻ കേന്ദ്രീകരണത്തിൽ നിന്ന് ഭിന്നമായി നിലവിലുള്ള സാഹചര്യത്തിൽ ഇന്ത്യൻ ഭാഷാസാഹിത്യങ്ങളിലേക്കും മൂന്നാംലോകമുൾപ്പെടെയുള്ള സാഹിത്യമേഖലയിലേക്കും മലയാളിക്ക് കടന്നുചെല്ലാവുന്ന മട്ടിൽ പുതുക്കപ്പെടേണ്ടിയിരുന്നതിന് പകരം സമ്പൂർണമായി സാഹിത്യത്തിന്റെ നിഷേധമാണ് അവിടെ കാണുന്നത്.

ഇത്തരം ഒരു മാറ്റം വരുത്തുന്നതിന്റെ പിന്നിലെ ദർശനം എന്താണ്? ആഗോളവൽക്കരണത്തിനു നേരെയുള്ള പ്രതിരോധത്തിന്റെ യുക്തിയാണോ അതിന് വിധേയമാകുന്നതിന്റെ യുക്തിയാണോ ഈ പരിഷ്കരണങ്ങൾക്കു പിന്നിലുള്ളത്? വിമർശനാത്മക വിദ്യാഭ്യാസം എന്ന പ്രഖ്യാപിത ലക്ഷ്യത്തിനുതകുന്ന മട്ടിൽ ജ്ഞാനശാസ്ത്രപരമായ അടിത്തറ ഈ പരിഷ്കരണങ്ങൾക്കുണ്ടോ? അറിവിന്റെ മണ്ഡലത്തിൽ വന്ന പുതിയ സർഗാത്മകമായ തിരിച്ചറിവുകളെ ഈ പരിഷ്കരണം കണക്കിലെടുത്തിട്ടുണ്ടോ? കലയുടെയും സാഹിത്യത്തിന്റെയും ജ്ഞാനശാസ്ത്രപരവും ജനാധിപത്യപരവുമായ ധർമങ്ങളെ സംബന്ധിച്ച അജ്ഞതയാണ് ഉന്നതവിദ്യഭ്യാസ കൗൺസിലിന്റെ രേഖയെ നിഷേധാത്മകമാക്കുന്ന പ്രധാനപ്പെട്ട ഘടകം. അതാണ് ആഗോളവൽക്കരണത്തിന്റെ പൊതു അജണ്ടയുമായി അതിനെ യോജിപ്പിച്ചു നിർത്തുന്നത്. ആഗോളവൽക്കരണത്തിന്റെ അടിസ്ഥാനയുക്തിയെ ബലപ്പെടുത്തുന്നതിനുള്ള ഉപാധിയായി ഈ രേഖയെ മാറ്റുന്നത്. പ്രത്യക്ഷവാദത്തിന്റെ പൊതുവായ പരിമിതിയാണിത്.

ആഗോളവൽക്കരണത്തിന്റെ അടിസ്ഥാനയുക്തി

ആഗോളവൽക്കരണത്തിന്റെ അടിസ്ഥാനയുക്തി കിടക്കുന്നത് മുതലാളിത്തത്തിലാണ്. മുതലാളിത്തത്തിന്റെ യുക്തിയാകട്ടെ പ്രത്യക്ഷവാദ(positivism)പരമാണ്. പ്രത്യക്ഷവാദം എന്നാൽ പ്രകൃതിശാസ്ത്രത്തിന്റെ പദ്ധതികളുടെ രീതിയിൽ ലോകത്തിലെ എല്ലാ അനുഭവങ്ങളെയും നോക്കിക്കാണുക എന്നാണ്.

എല്ലാറ്റിനെയും ചരക്കും വസ്തുക്കളുമാക്കി മാറ്റുന്ന മുതലാളിത്തത്തിന്റെ യുക്തിയെ ആധുനികതായുക്തി എന്നാണ് വിളിക്കാറ്. ഉപകരണയുക്തി (instrumental reason) ആണത്. യന്ത്രത്തെ കൈകാര്യം ചെയ്യുന്നതുപോലെ എല്ലാറ്റിനെയും കൈകാര്യം ചെയ്യുക എന്നതാണ് അതിന്റെ രീതി. യുക്തി പ്രയോഗിക്കുന്ന ആൾക്കു മാത്രമാണ് അസ്തിത്വമുള്ളതെന്നും ബോധമുള്ളതെന്നും യുക്തി പ്രയോഗിക്കപ്പെടുന്ന വസ്തുവിന് ബോധമില്ലെന്നുമുള്ള വിഷയി/വിഷയപരമായ വിഭജനത്തിലാണ് ഇത് കെട്ടിപ്പൊക്കിയിട്ടുള്ളത്. പ്രകൃതിയെ അത് ബോധമില്ലാത്തതായി കരുതി. പ്രകൃതിയുടെ മേൽ എന്തും മനുഷ്യന് ചെയ്യാമെന്നു വന്നത് ആധുനിക പ്രകൃതിശാസ്ത്രത്തിന്റെ അടിത്തറ ഉപകരണയുക്തിയിലാണ് കുടികൊള്ളുന്നത് എന്നതിനാലാണ്. പ്രകൃതിശാസ്ത്രത്തിൽ അത് വമ്പിച്ച മുന്നേറ്റമുണ്ടാക്കിയെന്നത് നേര്.

ഈ യുക്തി പ്രകൃതിക്കു മേൽ മാത്രമല്ല മുതലാളിത്തത്തിന്റെയും കോളനീകരണത്തിന്റെയും ഘട്ടത്തിൽ മനുഷ്യർക്കുമേലും ഉപയോഗിക്കപ്പെട്ടു. കീഴടക്കുന്ന പ്രദേശങ്ങളിലെ മനുഷ്യർ മുതലാളിത്തത്തെ സംബന്ധിച്ചിടത്തോളം സ്വയം ബോധമില്ലാത്തവരാണ്. തങ്ങൾക്കു തങ്ങളുടെ ആധിപത്യരീതിക്കനുസരിച്ച് ആസൂത്രണം ചെയ്യപ്പെടേണ്ട വിഷയങ്ങൾ മാത്രമാണവർ. അവർക്ക് സ്വയമായ വിഷയിത്വം (subjectivity) ഇല്ല തന്നെ. ആധിപത്യം പ്രയോഗിക്കുന്നവരുടെ കർതൃസ്ഥാനം മാത്രം നിലനില്ക്കുകയും മറ്റെല്ലാ കർതൃസ്ഥാനങ്ങളെയും നിഷേധിക്കുകയുമാണ് അതിന്റെ രീതി. ഭരണകൂടത്തിന്റെ നോട്ടപ്പാടിൽനിന്നുള്ള കാഴ്ച മാത്രമാണ് സാധുവായ ഒരേയൊരു നോട്ടപ്പാട്. ആ നോട്ടപ്പാടിനെ സ്വാംശീകരിക്കുകയാണ് വിദ്യാഭ്യാസത്തിലൂടെ ചെയ്യേണ്ടത്. മറ്റെല്ലാറ്റിനെയും ആ നോട്ടപ്പാടിനനുസരിച്ച് ക്രമീകരിക്കുന്ന ജ്ഞാനശാസ്ത്രപരമായ ഏകാധിപത്യമാണ് അത് അടിച്ചേല്പിക്കുന്നത്.

എല്ലാ വിജ്ഞാനശാഖകളെയും ഈ ആധുനികതായുക്തിയിൽ മാറ്റിത്തീർക്കുകയാണ് മുതലാളിത്തം ചെയ്തത്. എല്ലാറ്റിനെയും അളവുകളും കണക്കുകളും മാത്രമാക്കി ചുരുക്കിക്കൊണ്ടുവരികയാണ് അത് ചെയ്തത്. അളക്കാൻ കഴിയാത്തതൊന്നും അതിനെ സംബന്ധിച്ച് നിലനില്ക്കുന്നില്ല. എല്ലാറ്റിനെയും വസ്തുക്കളാക്കി മാറ്റുന്നതിന്റെ ആധിപത്യപരമായ ആഹ്ളാദം ആണ് അത് ലോകത്തിനുമേൽ സ്ഥാപിക്കാൻ ശ്രമിച്ചത്. ശാസ്ത്രത്തെയും സാമൂഹ്യശാസ്ത്രത്തെയുമെല്ലാം അത് ഇത്തരത്തി

ലുള്ള വസ്തുരതി (fetishism)പരമായ ഘടകങ്ങളായി മാറ്റിയെഴുതി. പ്രപഞ്ചാനുഭവമെന്നത് അളവുകളുള്ള സ്ഥലകാലങ്ങൾ മാത്രമാണെന്നും ഈ സ്ഥലകാലങ്ങളിൽ കൃത്യമായ അളവുകളുള്ള രൂപങ്ങൾ നിറയ്ക്കപ്പെട്ടിരിക്കുകയാണെന്നുമുള്ള യാന്ത്രികതയെ ആണ് പ്രപഞ്ചബോധമായി അത് പ്രക്ഷേപിച്ചത്. പ്രപഞ്ചത്തിന്റെ ഈ യാന്ത്രികത സമൂഹത്തിലേക്കും ആരോപിച്ചപ്പോൾ ഭരണകൂടം കേന്ദ്രമായി നടത്തപ്പെടുന്ന വസ്തുവൽക്കരണ പ്രക്രിയയായി സാമൂഹ്യജീവിതം മാറി. ഭരണകൂടത്തെ അകത്ത് സ്വാംശീകരിച്ച് ആധിപത്യത്തിന്റെ കൊച്ചുപതിപ്പുകളായി എല്ലാ വ്യക്തികളെയും മാറ്റുക എന്നതാണ് മുതലാളിത്തപരമായ അറിവിന്റെ രീതിശാസ്ത്രം. താൻ കേന്ദ്രമായി അപരനെ തന്റെ ലക്ഷ്യങ്ങൾക്കുള്ള കോളനിയായി കരുതുന്ന അളവിന്റെ രീതിശാസ്ത്രമാണ് അറിവെന്ന പേരിൽ ലോകത്തിൽ മുതലാളിത്തം പ്രക്ഷേപിച്ചുകൊണ്ടിരിക്കുന്നത്.

ഇന്ന് നാം വിമർശനാത്മക ബോധനശാസ്ത്രത്തെ(ക്രിറ്റിക്കൽ പെഡഗോജി)ക്കുറിച്ചാണ് സംസാരിക്കുന്നത്. പ്രകൃതിശാസ്ത്രത്തിന്റെ മാതൃകയിൽ വാർക്കപ്പെട്ട സാമൂഹ്യശാസ്ത്രങ്ങൾ സ്വയം വിമർശനശേഷിയുള്ളതാണെന്നും നാം ധരിക്കുന്നു. ആഗോളവൽക്കരണത്തിൽ അടിസ്ഥാനശാസ്ത്രങ്ങളും സാമൂഹ്യശാസ്ത്രങ്ങളും പിന്തള്ളപ്പെടുന്നു എന്ന പ്രവണതയെ മുൻനിർത്തി സംസാരിക്കുമ്പോൾ നാം സാമൂഹ്യശാസ്ത്രത്തിന്റെ വിമർശനശേഷിയെക്കുറിച്ച് പറയാറുണ്ട്. പ്രത്യക്ഷത്തിൽ ഇത് ശരിയാണ്. എന്നാൽ പലപ്പോഴും സാമൂഹ്യശാസ്ത്രങ്ങളും നിലവിലുള്ള ഭരണകൂടത്തിന്റെ ആവശ്യങ്ങളെ അബോധത്തിൽ തൃപ്തിപ്പെടുത്തുന്നതാണ്. പാശ്ചാത്യ അക്കാദമികളിലെ പല സാമൂഹ്യശാസ്ത്രവിഷയങ്ങൾ പോലും എങ്ങിനെ കോളനീകരണം ഉൾപ്പെടെയുള്ള അവിടത്തെ ഭരണകൂടങ്ങളുടെ താത്പര്യങ്ങളുമായി ബന്ധപ്പെട്ടിരിക്കുന്നു എന്ന തിരിച്ചറിവ് ഇക്കഴിഞ്ഞ കാലയളവിൽ രൂപപ്പെട്ടിട്ടുണ്ട്.

ഈ തിരിച്ചറിവാണ് പ്രകൃതിശാസ്ത്രങ്ങളെ മാത്രമല്ല സാമൂഹ്യശാസ്ത്രങ്ങളെപ്പോലും അതിനു പുറത്തുകടന്ന് വിമർശിക്കേണ്ട ആവശ്യകതിലേക്ക് പാശ്ചാത്യസംസ്കാര പഠിതാക്കളെ എത്തിച്ചത്. ഈ തിരിച്ചറിവ് സംസ്കാരപഠനം എന്നറിയപ്പെടുന്ന മേഖലയുടെ ജന്മത്തിനും കാരണമായ സാഹചര്യങ്ങളിലൊന്നാണ്. സംസ്കാരപഠനം (cultural studies) എന്ന് ഇന്നു വിളിക്കപ്പെടുന്ന മേഖല സാമൂഹ്യശാസ്ത്രത്തിനകത്തു നിന്ന് സ്വയം രൂപപ്പെട്ടതാണെന്ന തെറ്റിദ്ധാരണ പുലർത്തുന്നവർ ഈ വിമർശനാത്മകതയുടെ വശത്തെക്കുറിച്ച് വേണ്ടത്ര ധാര

ണയില്ലാത്തവരാണ്. സാമൂഹ്യശാസ്ത്രത്തിന്റെ അധികാരസ്വഭാവത്തെ പ്പോലും പ്രശ്നവൽക്കരിക്കുന്ന മട്ടിൽ വിമർശനാവബോധം വികസിച്ചത് കലയുടെയും സാഹിത്യത്തിന്റെയും മണ്ഡലത്തിൽ നിന്നുള്ള ഉൾക്കാഴ്ച കളെ പ്രയോജനപ്പെടുത്തിക്കൊണ്ടാണ്. ആഴത്തിലുള്ള വിമർശനാത്മ കതയാണ് കലയും സാഹിത്യവും മുന്നോട്ടുവെക്കുന്നത്. അതുകൊണ്ടു തന്നെയാണ് നിലവിൽ കലയ്ക്കും സാഹിത്യത്തിനുമുള്ള സ്ഥാനം കുറച്ചു കൊണ്ട് വിമർശനാത്മക ബോധനശാസ്ത്രത്തെക്കുറിച്ച് സംസാരി ക്കാൻ കഴിയില്ലെന്നു പറയുന്നത്.

വിമർശനാത്മക വിദ്യാഭ്യാസത്തിൽ കലയ്ക്കും സാഹിത്യത്തിനുമുള്ള സ്ഥാനം

സൗന്ദര്യത്തിന്റെ മണ്ഡലമാണ് സാംസ്കാരികമായ വിമർശന ത്തിന്റെ ഏറ്റവും ആഴത്തിലുള്ള മണ്ഡലം എന്ന കാഴ്ചപ്പാട് മുന്നോട്ടുവെ ച്ചവരാണ് മാർക്ക് ഹോക് ഹീമറും തിയോഡർ അഡോർണോയും. അവരുടെ *പ്രബുദ്ധതയുടെ വൈരുധ്യാത്മകത* എന്ന പുസ്തകം മുതലാ ളിത്ത ആധുനികതയുടെ ഉപകരണയുക്തിക്കു നേരെയുള്ള വിമർശനവും അതിനു പകരം സൗന്ദര്യാത്മകതയുടെ പ്രതിരോധസ്വഭാവത്തെ ഉറ പ്പിക്കുന്നതുമാണ്.

ആധുനികതയുടെ സാർവലൗകികതയ്ക്കു വേണ്ടിയുള്ള അധികാര പരമായ താത്പര്യത്തെക്കുറിച്ച് അഡോർണോയും ഹോക്ഹീമറും പറയുന്നുണ്ട്. അധികാരത്തോടുള്ള അനുസരണയും ഏകീഭാവവും (കൺഫോമിറ്റി) അതാവശ്യപ്പെടുന്നുമുണ്ട്. ഉദ്ദേശ്യാധിഷ്ഠിതമായ പ്രവർ ത്തനത്തെ ഉപകരണാത്മകമായ പ്രവർത്തനമായി അത് ചുരുക്കി. ഗുണപരമായ തലങ്ങളെ മുഴുവൻ ഒഴിവാക്കി അളവിന്റെ മട്ടിലേക്ക് ചുരുക്കി. മൂല്യത്തെ വസ്തുതകളാൽ പകരം വെച്ചു. പ്രകൃതിയെയും സമൂ ഹത്തെയും കീഴടക്കുന്നതിനുള്ളതായിരുന്നു ഈ പദ്ധതി.

ആധുനിക മനുഷ്യനിർവചനത്തോടൊപ്പം ഉയർന്നുവന്നതാണ് സൗന്ദര്യാത്മകതയുടെ മണ്ഡലം. മനുഷ്യൻ ഉപകരണം ഉണ്ടാക്കുന്ന ജീവിയാണ് എന്നും മനുഷ്യൻ രാഷ്ട്രീയ ജീവിയാണ് എന്നും മറ്റുമുള്ള നിർവചനങ്ങൾക്കൊപ്പം പ്രധാനമാണ് മനുഷ്യൻ സൗന്ദര്യാനുഭൂതി യുള്ള ഒരു ജീവിയാണ് എന്നത്.

ആധുനിക ചിന്തയുടെ ഘട്ടത്തിൽത്തന്നെ സൗന്ദര്യാവബോധം മനു ഷ്യാവബോധത്തിന്റെ കേന്ദ്രമായി സ്ഥാപിക്കപ്പെട്ടിരുന്നു. സൗന്ദര്യശാ

സ്ത്രം (Aesthetics)എന്ന പദം 1750-ൽ ബോംഗാർടൻ നല്കിയതാണ്. യുക്തിയെക്കാൾ താണപടിയിലുള്ള ഒന്നായാണ് അദ്ദേഹം അതിനെ കണ്ടത് (സാഹിത്യവും കലയും യുക്തിയെക്കാൾ താണപടിയാണെന്ന് കരുതുന്നവർ ചരിത്രപരമായി ബോംഗാർട്ടന്റെ ഘട്ടത്തിലെത്തിയിട്ടേ ഉള്ളൂ എന്ന് പറയേണ്ടിവരും). യുക്തിക്ക് തുല്യമായ നിലയിൽ തികച്ചും വ്യത്യസ്തമായ മറ്റൊരു മാനുഷിക സിദ്ധിയായി തത്വചിന്തയിൽ സൗന്ദര്യാവബോധത്തെ സ്ഥാപിച്ചത് ഇമ്മാനുവേൽ കാന്റാണ്. ഇന്ദ്രിയപരവും വിനിമയപരവും സൗന്ദര്യാത്മകവുമായാണ് മനുഷ്യനെ കാന്റ് നിർവചിച്ചത്. എന്നാൽ അത് ഇന്ദ്രിയപരവും വിനിമയപരവും യുക്തിപരവും ആയി തെറ്റിദ്ധരിച്ചത് പിൽക്കാല ചിന്തകരാണെന്നും കാസ്കാർഡി പ്രബുദ്ധതയെ സംബന്ധിച്ച തന്റെ പഠനത്തിൽ (*പ്രബുദ്ധതയുടെ പ്രത്യാഘാതങ്ങൾ*) പറയുന്നുണ്ട്. മനുഷ്യനും പ്രപഞ്ചവും തമ്മിലുള്ള ബന്ധത്തിന്റെ ആത്മനിഷ്ഠതയുടെ എല്ലാ മണ്ഡലങ്ങളെയും ഉൾക്കൊള്ളുന്നതായിരുന്നു കാന്റിന് സൗന്ദര്യാവബോധം എന്ന സമീപനം. ആഹ്ലാദവേദനകളെ മനുഷ്യാവസ്ഥയുടെ അനിവാര്യമായ ഭാഗമായി തത്വചിന്താപരമായി കാന്റ് തന്റെ മൂന്നാം ക്രിറ്റിക്കിൽ (*ക്രിറ്റിക് ഓഫ് ജഡ്ജ്മെന്റ്*) ഉറപ്പിച്ചിരുന്നുവെന്ന് കാസ്കാർഡി സൂചിപ്പിക്കുന്നുണ്ട്. ചുരുക്കത്തിൽ പ്രകൃതിശാസ്ത്രത്തിന്റെയും സാമൂഹ്യശാസ്ത്രത്തിന്റെയും മണ്ഡലത്തിലെ ഉപകരണയുക്തിയെ നിരാകരിക്കുന്നതിനുള്ള മറുമരുന്ന് കിടക്കുന്നത് കലയുടെയും സാഹിത്യത്തിന്റെയും മണ്ഡലത്തിലാണ് എന്നുള്ളത് നേരത്തെയുള്ള തിരിച്ചറിവാണ്.

കാന്റിൽ നിന്ന് പ്രചോദനം ഉൾക്കൊണ്ട ജർമൻ കവിയും ചിന്തകനുമായ ഷില്ലർ തന്റെ കത്തുകളിൽ സൗന്ദര്യാത്മകതയുടെ വിദ്യാഭ്യാസപരമായ പ്രാധാന്യം എടുത്തു പറയുന്നുണ്ട്. എല്ലാം പ്രയോജനവാദത്തിലേക്ക് ചുരുക്കിക്കൊണ്ടിരുന്നകാലത്താണ് പ്രയോജനവാദത്തിനെതിരെ നില്ക്കണം കല എന്ന വീക്ഷണം ഷില്ലറെപ്പോലുള്ളവർ മുന്നോട്ടുവെച്ചത്. സൗന്ദര്യാത്മക വിദ്യാഭ്യാസത്തെപ്പറ്റി (On The Aesthetic Education of Man.1794)എന്ന പേരിൽ എഴുതപ്പെട്ട ഒരു കൂട്ടം കത്തുകളിലും ലേഖനങ്ങളിലും കേവലയുക്തിയുടെ പരിമിതികളെ ചൂണ്ടിക്കാണിച്ചുകൊണ്ട് സൗന്ദര്യാത്മകതയുടെ പ്രാധാന്യം ഷില്ലർ ഉറപ്പിച്ചു പറഞ്ഞു.

ആവശ്യകതയിൽനിന്നും ഉയർന്നു നില്ക്കണം കല എന്ന കാഴ്ചപ്പാടാണ് ഷില്ലർ ഉയർത്തുന്നത്. ഉപയോഗിതയാണ് ഈ കാലത്തിന്റെ

വലിയ വിഗ്രഹം (ഐഡോൾ) എന്നു ഷില്ലർ. ഉപയോഗിത എന്നാൽ ആ കാലത്തെ മുതലാളിത്തത്തിന്റെ ആവശ്യകത എന്നാണർത്ഥം. രാഷ്ട്രീയമണ്ഡലത്തിലെ പ്രശ്നങ്ങൾക്കുള്ള ഉത്തരത്തിനും സൗന്ദര്യാത്മ കതയുടെ മണ്ഡലം പിന്തുടരേണ്ടതുണ്ട്. കാരണം സൗന്ദര്യത്തിലൂടെ യാണ് നാം സ്വാതന്ത്ര്യത്തിലേക്ക് എത്തുന്നത്.

ആധുനികത മനുഷ്യനു നൽകിയ പിളർപ്പിനെ മറികടക്കാൻ കല ആവശ്യമാണെന്ന വീക്ഷണം ഷില്ലർ മുന്നോട്ടുവെക്കുന്നുണ്ട്. ഈ താള പ്പൊരുത്തം ഉണ്ടാക്കിയെടുക്കാൻ ഭരണകൂടത്തിന് സാധിക്കുമോ എന്ന ചോദ്യം ഷില്ലർ ഉന്നയിക്കുന്നുണ്ട്. ഈ പിളർപ്പിനെ ഭരണകൂടത്തിലൂടെ മറികടക്കാൻ മനുഷ്യനു കഴിയില്ല എന്നു ഷില്ലർ പറയുന്നുണ്ട്. അതാ യത് പൗരധർമമോ ഭരണഘടനയോ പഠിച്ചതുകൊണ്ട് മനുഷ്യന്റെ ഭാവു കത്വപരമായ ഐക്യം രൂപപ്പെടുത്താൻ കഴിയില്ല. മസ്തിഷ്കത്തിൽ അവ സാനിക്കുന്ന വഴി ഹൃദയത്തിലൂടെ കടന്നുപോകണം. ഈ കാലത്തിന്റെ ഏറ്റവും അടിയന്തിര കർത്തവ്യം ആ ഭാവുകത്വം പഠിപ്പിക്കലാണ് എന്ന് ഷില്ലർ പറഞ്ഞു. രാഷ്ട്രീയമായ അഴിമതിയുടെയും മാലിന്യത്തിന്റെ ഘട്ട ത്തിലും വിശുദ്ധമായി നിലനില്ക്കുന്ന തുറന്ന സ്രോതസ്സാണത്. ഈ ഉപ കരണം സൗന്ദര്യമെന്ന കലയാണ്. അതിന്റെ സ്രോതസ്സ് അതിന്റെ അനന്തമായ മാതൃകകളായി നമുക്കു മുന്നിൽ തുറന്നുകിടക്കുന്നു എന്ന് ഷില്ലർ പറയുന്നു. കല അർത്ഥപൂർണമായ ശില്പങ്ങളിൽ സത്യത്തെ സൂക്ഷിച്ചിരിക്കുന്നു. സത്യം കലയെന്ന മിഥ്യയ്ക്കു പിറകിൽ മറഞ്ഞിരുന്ന് ഇപ്പോഴും ജീവിക്കുന്നു. ഈ പകർപ്പിൽ നിന്നായിരിക്കും നാളെ സത്യ ങ്ങൾ വീണ്ടെടുക്കപ്പെടുക എന്നും ഷില്ലർ പ്രതീക്ഷിച്ചു. ഫ്രഞ്ചു വിപ്ലവം അതിന്റെ ലക്ഷ്യങ്ങളിലെത്താൻ പരാജയപ്പെട്ട് നിരാശാജനകമായി ത്തീർന്ന ഒരു കാലത്താണ് ഷില്ലർ കലയുടെ മണ്ഡലത്തിൽ മാനവിക തയുടെ രക്ഷ അന്വേഷിച്ചത് എന്നത് പ്രധാനമാണ്. ഭരണകൂട രാഷ്ട്രീയം കൊണ്ടു മാത്രം നേടാവുന്നതല്ല സമൂഹ്യമായ മോചനം എന്ന തിരിച്ചറി വാണ് ഷില്ലർ ചരിത്രപരമായി മുന്നോട്ടുവെച്ചത്.

കേരളത്തിൽ ആധുനികതയുടെ ഘട്ടത്തിൽത്തന്നെ ഉപകരണാ ത്മകയുക്തിയെ സംബന്ധിച്ച പരിമിതി വ്യക്തമാക്കപ്പെട്ടിരുന്നു. കല ഉപകരണയുക്തിക്കപ്പുറത്തുള്ള മറ്റൊരു മണ്ഡലമാണെന്ന ധാരണ കുമാരനാശാനുണ്ടായിരുന്നു. കല അഥവാ ഏഴാമിന്ദ്രിയം എന്ന പേരിൽ ആശാൻ ഒരു കവിത തന്നെ എഴുതിയിട്ടുണ്ട്. യുക്തിബോധവും സൗന്ദര്യബോധവും എന്നപേരിൽ മാരാർ എഴുതിയ ലേഖനം സൗന്ദ

ര്യമണ്ഡലത്തിനകത്ത് അതിന്റേതായ യുക്തി കണ്ടെത്താൻ കഴിയുമോ എന്ന അന്വേഷണമായിരുന്നു. യുക്തിയുടെ പ്രാഥമികത്വത്തെക്കുറിച്ച് പറയുമ്പോഴും മാരാർ കലാനിർമിതിയിലെ അബോധതത്വങ്ങളെക്കുറിച്ച് ബോധവാനായിരുന്നു. എന്നാൽ ഉപകരണയുക്തിക്കപ്പുറത്ത് പ്രവർത്തിക്കുന്ന കലയുടെ മണ്ഡലത്തെക്കുറിച്ച് ആഴത്തിലവബോധം ഉണ്ടായിരുന്ന വ്യക്തി കേസരി ബാലകൃഷ്ണപിള്ളയുമായിരുന്നു. അതുകൊണ്ടാണ് അരാജകമെന്ന് ആക്ഷേപിക്കപ്പെട്ടതെങ്കിലും അദ്ദേഹം പാശ്ചാത്യ ആധുനികതയുടെ സാഹിത്യസൃഷ്ടികളെ കേരളത്തിൽ പരിചയപ്പെടുത്തുകയും ഉപകരണ ബോധത്തിനപ്പുറത്തുള്ള മണ്ഡലത്തിലേക്ക് സാഹിത്യത്തെക്കൊണ്ടുപോകുകയും ചെയ്തത്. തകഴിയുൾപ്പെടെയുള്ള നമ്മുടെ നവോത്ഥാന എഴുത്തിന്റെ സ്രോതസ്സായി അത് പരിണമിക്കുകയാണല്ലോ ഉണ്ടായത്.

കല ആധുനിക വിദ്യാഭ്യാസത്തിൽ എത്രത്തോളം പ്രധാനമാണ് എന്ന ചർച്ചയും കേരളത്തിൽ അക്കാലത്ത് ഉയർന്നുവന്നിരുന്നു. വിദ്യാഭ്യാസത്തിൽ നാടകത്തിനുള്ള സ്ഥാനം എന്ന ഒരു ലേഖനം സി. ജി. അനന്തൻ പിള്ള ബി. എ. 1928-ൽ എഴുതുന്നുണ്ട്(ഗുരുനാഥൻ മാസിക). കലാലയങ്ങളിൽ നാടകശാലകൾ എത്ര അനിവാര്യമാണ് എന്ന് അദ്ദേഹം വാദിക്കുന്നുമുണ്ട്.

സൗന്ദര്യം-ആധുനികമായ ആത്മബോധത്തിന്റെ വിമർശനം

ചരിത്രവും പൗരധർമവും കൊണ്ട് സൗന്ദര്യാത്മകതയെ പകരം വെക്കാമോ? സൗന്ദര്യാത്മകതയെ ചരിത്രശാസ്ത്രം കൊണ്ട് പകരം വെക്കാൻ കഴിയില്ല. ചരിത്രത്തെ ചരിത്രപരിണാമത്തെ അനുഭൂതിയാക്കുന്ന പ്രക്രിയ നടക്കുന്നില്ലെങ്കിൽ ചരിത്രം യാന്ത്രികഭൗതികശാസ്ത്രങ്ങൾ പോലെ വസ്തുനിഷ്ഠം മാത്രമായിത്തീരും.

മുതലാളിത്ത യുക്തി രൂപംകൊണ്ടത് പാശ്ചാത്യപ്രബുദ്ധതയുടെ ഘട്ടത്തിലാണല്ലോ. പ്രബുദ്ധതാപരമായ ആധുനികത മുന്നോട്ടുവെച്ച ആത്മതത്വത്തെ വെല്ലുവിളിക്കാൻ നിലവിലുള്ള സാമൂഹ്യശാസ്ത്രത്തിനു സാധ്യമല്ല തന്നെ. സാംസ്കാരിക ഭൗതികവാദത്തിന്റെയും കേന്ദ്രമായി നില്ക്കുന്നത് ലോകം കീഴടക്കുന്ന ആധുനികതയുടെ 'ഞാൻ' (ego)എന്ന ബോധമാണ്. ഈഗോവിനെ ചരിത്രപരവും സാമൂഹ്യശാസ്ത്രപരവുമായി വികസിപ്പിക്കാൻ മാത്രമേ അതിനു കഴിയൂ. വ്യക്തിപരവും കുടുംബപരവുമായ ഈഗോവിനെ അക്കാദമികവും സ്ഥാപനപരവുമായ ഈഗോ

ആയി അതിന് വികസിപ്പിക്കാൻ കഴിയും. ആ നിലയിൽ 'പ്രൊഫഷണൽ എക്സലൻസ് ' ഉണ്ടായി എന്നും വരും. സ്ഥാപനോന്മുഖവും അധികാരോന്മുഖവുമായ ഈ ഈഗോവിനെ വിമർശിക്കാനോ അപനിർമിക്കാനോ ഉള്ള ഒരു സംവിധാനവും നിലിവിലുള്ള സാമൂഹ്യശാസ്ത്ര-ചരിത്രപദ്ധതികൾക്കില്ല. അതിന് ഈഗോവിന്റെ അടിസ്ഥാനപ്രവണതകളെ ചോദ്യം ചെയ്യാൻ കഴിയില്ല.

ആകാശത്തേക്കു കുതിക്കുന്ന (മുതലാളിത്തത്തിന്റെ യുക്തിയായി ഇന്ന് വികസിച്ചെത്തിയ) അപ്പൊളോണിയൻ ഈഗോവിനെ ഉത്സവാത്മകതയുടെ സാമൂഹ്യബന്ധത്തിലേക്ക് നിരന്തരം തിരിച്ചുകൊണ്ടുവരുന്ന വിമർശനാത്മകമായ വികാരമണ്ഡലമായി ഫ്രഡറിക് നീഷെ കലയുടെ മണ്ഡലത്തെ തിരിച്ചറിഞ്ഞിരുന്നു.

കാൾ മാർക്സാകട്ടെ സാഹിത്യത്തിന്റെ മണ്ഡലത്തെ വിലകുറച്ചു കണ്ട സമകാലിക പണ്ഡിതരുടെ ആത്മഗൗരവസിദ്ധാന്തങ്ങളെ വിമർശിക്കുകയാണ് ചെയ്തത്. ഫ്രഞ്ച് എഴുത്തുകാരിയുടെ *പാരീസിലെ രഹസ്യങ്ങൾ* എന്ന പ്രേമനോവലിനെ അതിന്റെ വിഷയത്തിന്റെ പേരിൽ പരിഹസിച്ച ബോവറെ *വിശുദ്ധകുടുംബ*ത്തിൽ മാർക്സ് വിമർശിക്കുകയും വികാരജീവിതത്തെ മനുഷ്യാവസ്ഥയുടെ അടിസ്ഥാനമായി ഉയർത്തിപ്പിടിക്കുകയും ചെയ്തു. ഈഗോവിനെ മാത്രം കേന്ദ്രീകരിക്കുന്ന ആത്മതത്വത്തിന്റെ ഉപകരണയുക്തിയെ സൈദ്ധാന്തികമായിത്തന്നെ വിമർശിക്കുന്നതിന്റെ ഭാഗമായിരുന്നു മാർക്സിന്റെ ഈ ഇടപെടൽ. അന്നത്തെ ജർമനിയിൽ ബോവർ ശുദ്ധ ഈഗോവിനെയാണ് മുന്നോട്ടുവെച്ചതെങ്കിൽ കേരളത്തിൽ ഇപ്പോൾ അക്കാദമിക ഈഗോ(academic ego) വാണ് അടിസ്ഥാനമാക്കുന്നത് എന്നതാണ് വ്യത്യാസം. ഹെഗേലിയനായ ബോവർക്ക് ചരിത്രബോധത്തിൽ കുറവുണ്ടായിരുന്നില്ല. എന്നാൽ ആത്മവിമർശനപരമായ സൗന്ദര്യാവബോധത്തിന്റെ കാര്യത്തിൽ വലിയൊരു അഭാവം ബോവറിലുണ്ടായിരുന്നു. അഭിരുചിയെ വിമർശനാത്മകമായി നോക്കിക്കാണാൻ വിസമ്മതിക്കുന്ന ചിന്താപദ്ധതി അബോധമായി പിന്തിരിപ്പനും അധികാരോന്മുഖവുമായ അഭിരുചികളാൽ നിയന്ത്രിക്കപ്പെടുന്നതായിരിക്കുമെന്ന കാര്യത്തിൽ സംശയമില്ല. മാർക്സിന്റെ ഈ വിമർശനസമീപനത്തെയാണ് അദ്ദേഹത്തിന്റെ പിന്തുടർച്ചക്കാർ മുന്നോട്ടുകൊണ്ടുപോയത്.

ഇറ്റലിയിൽ ഫാസിസത്തിന്റെ തുടക്കകാലത്ത് നടന്ന വിദ്യാഭ്യാസ പരിഷ്കരണത്തെക്കുറിച്ചുള്ള ഗ്രാംചിയുടെ വിമർശനം അതിന്റെ

പ്രയോജനവാദത്തിലെ ഊന്നലിനെ മുൻനിർത്തിയായിരുന്നു. പഴയ പാഠ്യപദ്ധതിയുടെ പരിമിതികൾ ചൂണ്ടിക്കാണിക്കുമ്പോൾ തന്നെ ഗ്രീക്ക്, ലാറ്റിൻ തുടങ്ങിയ ക്ലാസിക് ഭാഷകളുടെ പഠനം പഴയ പദ്ധതിയുടെ മെച്ചമായിരുന്നുവെന്ന് പോസിറ്റിവിസത്തിന്റെ ഏറ്റവും വലിയ വിമർശകനായിരുന്ന ഗ്രാംചി എടുത്തുകാട്ടിയിരുന്നു. സംസ്കാരാവബോധത്തിന്റെ ഭാഗമായാണ് ഗ്രാംചി ഭാഷാപഠനത്തെ കണ്ടത്. വെറും വിവരങ്ങൾ (information) മാത്രം നൽകുന്ന അധ്യാപകർ മോശപ്പെട്ട അധ്യാപകരാണെന്ന് ഗ്രാംചി പറയുന്നുണ്ട്. ഗ്രാംചിയെ പിടിച്ച് ആണയിട്ടു കൊണ്ടാണല്ലോ നാം എപ്പോഴും സംസാരിക്കുന്നത്. ആത്മബോധ്യങ്ങളുള്ള അധ്യാപകൻ എന്ന സങ്കല്പത്തെത്തന്നെയാണ് താൻ മുന്നോട്ടു വെക്കുന്നതെന്നും ഇന്ന് അവതരിപ്പിക്കപ്പെടുന്ന വെറും ഫെലിസിറ്റേറ്റർ' എന്ന സങ്കല്പം താൻ അവതരിപ്പിച്ചിട്ടില്ലെന്നും പൗലോ ഫ്രെയറും പറയുന്നുണ്ട്.

അബോധമായി സമൂഹത്തിൽ പ്രവർത്തിക്കുന്ന സൗന്ദര്യാവബോധത്തിന്റെ സാമൂഹ്യ സാംസ്കാരികാടിത്തറയെയാണ് അടുത്ത കാലത്ത് പിയറി ബോർദ്യുവുൾപ്പെടെയുള്ളവർ ചിന്താവിഷയമാക്കിയത്. ആധുനികതയുടെ ശുദ്ധസൗന്ദര്യാത്മകതയെ പ്രശ്നവൽക്കരിക്കുമ്പോഴും അവർ സമൂഹത്തിന്റെ അവബോധനിർമിതിയിൽ സൗന്ദര്യത്തിനുള്ള പങ്ക് വ്യക്തമാക്കുകയാണ് ചെയ്തത്. സാമൂഹ്യവൈരുധ്യത്തിന്റെ ആഴത്തിലുള്ള സംഘർഷത്തിന്റെ മണ്ഡലമായി സൗന്ദര്യത്തിന്റെ മണ്ഡലത്തെ തിരിച്ചറിയുക തന്നെയാണ് ചെയ്തത്. അതു കൊണ്ടു തന്നെ വിമർശനാവബോധത്തിന്റെ കേന്ദ്രസ്ഥാനമായി സൗന്ദര്യമണ്ഡലത്തെ അവർ നോക്കിക്കാണുകയും ചെയ്തു.

സാഹിത്യഭാഷയും സാമാന്യഭാഷയും തമ്മിലുള്ള വ്യത്യസ്തതയെ ചോദ്യം ചെയ്ത ഉത്തരാധുനികരും സാഹിത്യത്തിന്റെയും കലയുടെയും വിധ്വംസകശേഷിയെ അംഗീകരിച്ചവരോ സൗന്ദര്യത്തിന്റെ മണ്ഡലം ആഴത്തിലുള്ള സാമൂഹ്യസംഘർഷത്തിന്റെ മേഖലയായി കലയുടെ മണ്ഡലത്തെ കണ്ടവരോ ആണ്.

അൽത്തൂസറിനോടൊപ്പം, *മൂലധനം വായിക്കുമ്പോൾ* എന്ന ഗ്രന്ഥത്തിന്റെ രചനയിൽ പങ്കാളിയായിരുന്ന ഴാക് റാൻസിയേ (Jacques Ranciere 1968 ലെ പാരീസ് വിദ്യാർത്ഥികലാപത്തോട് അൽത്തൂസർ എടുത്ത നിഷേധാത്മകമായ നിലപാടിന്റെ പേരിൽ റാൻസിയേ അൽത്തൂസറുമായി തെറ്റിപ്പിരിയുകയായിരുന്നു) എഴുതിയ

സൗന്ദര്യത്തിന്റെ രാഷ്ട്രീയം (The Politics of Aesthetics) എന്ന പഠനം പ്രയോജനവാദികൾ ശ്രദ്ധിക്കേണ്ടതാണ്. കലയെയും സാഹിത്യത്തെയും മാറ്റിനിർത്തിക്കൊണ്ട് വിദ്യാഭ്യാസമണ്ഡലത്തെ സംസ്കാരപഠനപരമായി നോക്കിക്കാണുക എന്നു പറയുന്ന വാദത്തിന്റെ പൊള്ളത്തരം അപ്പോൾ വ്യക്തമാകും. കാന്റിന്റെ കാലം മുതലുള്ള സൗന്ദര്യാത്മകതയുടെ വിപ്ലവപരതയെ മുൻനിർത്തിയാണ് ഈ സമകാലിക ഫ്രഞ്ചു മാർക്സിസ്റ്റ് തന്റെ വാദങ്ങൾ ഉയർത്തിയിട്ടുള്ളത്. വിമർശനാത്മകവിദ്യാഭ്യാസത്തിന്റെ നെട്ടംതൂണാണ് കലയെയും സാഹിത്യത്തെയും സംബന്ധിച്ച പഠനം. എല്ലാ രാഷ്ട്രീയാവബോധപരമായ മാറ്റത്തിനും മുന്നോടിയായി സൗന്ദര്യാവബോധത്തിൽ മാറ്റമുണ്ടാകുന്നു എന്നാണ് അദ്ദേഹം വാദിക്കുന്നത്. പുതിയ സൗന്ദര്യശാസ്ത്രത്തിന്റെ ഉദ്ഭവവുമായി ബന്ധപ്പെട്ടാണ് പുതിയ രാഷ്ട്രീയാവബോധം ഉണ്ടാകുന്നത്.

സാഹിത്യത്തിന്റെയും കലയുടെയും മണ്ഡലത്തെ വസ്തുതാവിവരണപരമായ ചരിത്ര സംസ്കാരപഠനങ്ങളാൽ മാറ്റിവെക്കുമ്പോൾ സംഭവിക്കുന്നതെന്താണ്? അനുഭൂതിയുടെ മണ്ഡലത്തെ ചരിത്രത്തിന് പുറത്തേക്ക് കളയുകയാണ്. ചരിത്രശാസ്ത്രത്തെ വിമർശിക്കുന്ന സംസ്കാരപഠിതാക്കൾ തന്നെ ദൈനംദിനജീവിത സംസ്കാരത്തിന്റെ ആനുഭൂതിക ലോകത്തെ പ്രതിനിധീകരിക്കുന്നത് സാഹിത്യമാണ് എന്ന നിലപാടിലേക്കാണ് എത്തിക്കൊണ്ടിരിക്കുന്നത്. ചരിത്രം അതിന്റെ അമൂർത്തമായ സംവർഗങ്ങളിൽ നിന്ന് മോചിപ്പിക്കപ്പെടുമ്പോൾ അത് ദൈനംദിന ജീവിതത്തോടടുക്കുന്നു. ജ്ഞാനവസ്തുവിന്റെ വിദൂരതയെ നിരാകരിച്ച് അത് അനുഭവപരമാകുന്നു. ചരിത്രത്തെ ചരിത്രപരിണാമത്തെ അനുഭൂതിയാക്കുന്ന പ്രക്രിയ നടക്കുന്നില്ലെങ്കിൽ ചരിത്രം യാന്ത്രികഭൗതികശാസ്ത്രങ്ങൾ പോലെ വസ്തുനിഷ്ഠം മാത്രമായിത്തീരും. വസ്തുനിഷ്ഠതയുടെ യാന്ത്രികതയെ പ്രതിരോധിക്കുന്ന മണ്ഡലമാണ് ഇവിടെ സൗന്ദര്യത്തിന്റെ തലം. യാന്ത്രിക ഭൗതികവാദത്തിന്റെ വിമർശനം തന്നെയാണതിലുള്ളത്.

വിദ്യാർത്ഥിയുടെ ആത്മനിഷ്ഠതലത്തെ ഇളക്കിമറിച്ച് ആഴത്തിലുള്ള അവബോധപരിണാമമുണ്ടാകുന്നത് കലയും സാഹിത്യവും സംബന്ധിച്ച പഠനത്തിന്റെ സന്ദർഭത്തിലാണ്. അവിടെ മാത്രമാണ് ആത്മനിഷ്ഠതതന്നെ വിമർശിക്കപ്പെടേണ്ടതാണെന്ന തിരിച്ചറിവുണ്ടാകുന്നുള്ളൂ. *ചിന്താവിഷ്ടയായ സീതയും പാടുന്ന പിശാചും കുടിയൊഴിക്കലും* ആധുനികനാഗരികതയുടെ അനുഭവരീതിയെത്തന്നെ എങ്ങിനെ

വിമർശിച്ചുവെന്ന് പഠിക്കുമ്പോൾ ലഭിക്കുന്ന ഉൾക്കാഴ്ചകൾ സംസ്കാരത്തെ സാമൂഹ്യശാസ്ത്രദൃഷ്ടിയിൽ നിന്ന് വിമർശിക്കുന്നതിനെക്കാൾ എത്രയോ ആഴത്തിലുള്ളതാണ്. മനുഷ്യനാഗരികതയുടെ നിർമിതിയുടെ ഉപാധികൾ സാമൂഹ്യശാസ്ത്രം പറയുമ്പോൾ അതിന്റെ അനുഭൂതിഘടനകളെ സൗന്ദര്യശാസ്ത്രം വെളിപ്പെടുത്തുന്നു. ജൈവികമായ കാമത്തെ എങ്ങിനെ പ്രേമം എന്ന അനുഭൂതിയിലേക്ക് ആശാൻ കവിത പരിവർത്തിപ്പിച്ചുവെന്ന് അറിയുമ്പോഴാണ് അനുഭൂതിലോകം ചരിത്രവൽക്കരിക്കപ്പെടുന്നത്. ഇക്കാലത്ത് അത് ദൃശ്യമാധ്യമങ്ങളിലേക്കും വ്യാപിക്കും. കോർപറേറ്റ് യുഗത്തിൽ കല മുതലാളിത്തത്തിന്റെ ഉപകരണമാകുന്നതും പൊതുസമ്മതങ്ങൾ നിർമിക്കപ്പെടുന്നതും ചർച്ചയ്ക്ക് വിധേയമാകും. വിമർശനാത്മകമായ സൗന്ദര്യശാസ്ത്രം ആത്മനിഷ്ഠതയുടെ ചരിത്രവും അതിന്റെ വിമർശനവുമാണ് കൈകാര്യം ചെയ്യുന്നത്.

സൗന്ദര്യാത്മകതയുടെ മണ്ഡലത്തിൽ ആധുനികീകരിക്കപ്പെടാത്ത ഒരു സമൂഹം മറ്റെല്ലാ തലത്തിലും ഭൗതികമായി വികസിച്ചാലും പിന്തിരിപ്പനായിരിക്കും. എന്നു മാത്രമല്ല അവികസിതമായ ഒരു സൗന്ദര്യബോധവും വികസിതമായ സാങ്കേതിക വിദ്യയും ചേരുമ്പോൾ രൂപപ്പെടുന്നത് ഫാസിസമായിരിക്കും. കൗമാരത്തിൽത്തന്നെ ശാസ്ത്രസാങ്കേതിക വിദ്യാഭ്യാസത്തിലേക്കു മാത്രമായി ചുരുക്കപ്പെടുന്നതോടെ വിദ്യാർഥി സൗന്ദര്യാത്മകതയുടെ മണ്ഡലത്തിൽ പിന്തിരിപ്പനും പുരുഷാധിപതിയും ഫാസിസ്റ്റും ആയിത്തീരാനുള്ള സാധ്യത ഏറെയാണ്. സാമൂഹ്യചലനങ്ങളെ സംബന്ധിച്ച വസ്തുതകൾ ചർച്ച ചെയ്യപ്പെട്ടാലും ക്ലാസ് മുറികളിൽ സൗന്ദര്യശാസ്ത്രപരമായി വിച്ഛേദങ്ങൾ പ്രതിഫലിക്കുന്നില്ലെങ്കിൽ അത്തരം ക്ലാസുകൾ വിമർശനാത്മകമായിരിക്കുകയില്ല.

ചരിത്രത്തിലെ മാറ്റങ്ങളെ അനുഭവപരമായ മാറ്റങ്ങളായി അവതരിപ്പിക്കുന്നത് കലയാണ്. ഫ്യൂഡലിസവും സവർണാധിപത്യവും തകർന്നത് സാമൂഹ്യശാസ്ത്രം കണക്കുകൾ നിരത്തിയാണ് പറയുക. എന്നാൽ കലയും സാഹിത്യവും അതിനെ അനുഭവരൂപങ്ങളിലൂടെ പറയും. കണക്കുകളിലൂടെ പറയുമ്പോൾ അത് കേട്ടിരിക്കുന്ന വിദ്യാർത്ഥിയുടെ അനുഭവഘടനയിൽ യാതൊരു മാറ്റവുമുണ്ടാകണമെന്നില്ല. അയാളുടെ വ്യക്തിത്വത്തെ അത് ബൗദ്ധിക തലത്തിൽ മാത്രമേ സ്പർശിക്കുകയുള്ളൂ. എന്നാൽ കലയിലൂടെ വരുമ്പോൾ അത് വ്യക്തിത്വത്തിന്റെ സമഗ്രതയെ അയാളുടെ സാമൂഹ്യബന്ധത്തെ അനുഭവരീ

തിയെ മുഴുവൻ സ്വാധീനിക്കും. തന്നോടുതന്നെയുള്ള വിമർശനം. തന്റെ അനുഭവരീതിയോടുതന്നെയുള്ള വിമർശനം സാധ്യമാകുന്നത് കലയിലൂടെയും സാഹിത്യത്തിലൂടെയുമാണ്. കസവ് എവിടെ അവസാനിക്കുന്നു ശരീരം എവിടെ ആരംഭിക്കുന്നു എന്നു തിരിച്ചറിയാത്ത *ഇന്ദുലേഖ*യിൽനിന്ന് *രണ്ടിടങ്ങഴി*യിലെ ചിരുതയിലേക്കുള്ള മാറ്റത്തിൽ സംഭവിക്കുന്നത് സൗന്ദര്യാനുഭവത്തിലുള്ള മാറ്റമാണ്. വെയിലിലിറങ്ങി അധ്വാനിക്കുന്നതിലുള്ള ചിരുതയുടെ ഉത്സാഹവും ശേഷിയുമാണ് കോരനിൽ കാമുകത്വമുണർത്തുന്നത്. ഇതറിയുന്ന ഒരു വിദ്യാർഥിയിൽ അയാളുടെ സൗന്ദര്യബോധവും നീതിബോധവും സാമൂഹ്യബോധവും ഒരു അനുഭവ സമഗ്രതയിൽ ഒന്നിച്ചു സംബോധന ചെയ്യപ്പെടുകയാണ്.

സൗന്ദര്യാനുഭവം വർണ, വർഗ, ലിംഗ പ്രത്യയശാസ്ത്രങ്ങളുമായി ബന്ധപ്പെട്ടതാണ്. എന്നാൽ അതുകൊണ്ട് അത് നിലനില്ക്കാത്തതാണെന്നു വ രുന്നില്ല. വിശേഷസന്ദർഭങ്ങളിൽ രൂപം മാറുമെങ്കിലും വിവിധ രൂപങ്ങൾ കൈക്കൊള്ളുമെങ്കിലും പൊതുവായ ഒന്ന് എന്ന നിലയിൽ അത് അവിടെ എപ്പോഴുമുണ്ട്. അതാണ് മനുഷ്യസിദ്ധി എന്ന നിലയിൽ ആധുനിക മനുഷ്യാവസ്ഥയുടെ അനിവാര്യഭാഗമായി അതിനെ മാറ്റുന്നത്. സൗന്ദര്യാനുഭവത്തെ മനുഷ്യാവസ്ഥയുടെ ഭാഗമായി തിരിച്ചറിയാത്ത ഒരാൾ അതിന്റെ ചരിത്രപരതയും തിരിച്ചറിയുകയില്ല. സനാതനമെന്നു ധരിക്കപ്പെടുന്ന യാഥാസ്ഥിതിക സൗന്ദര്യബോധത്തിന്റെ തടവിലായിരിക്കും അയാൾ ഉണ്ടാകുക.

ജൈവബുദ്ധിജീവിയുടെ നിർമിതിയിൽ സൗന്ദര്യാവബോധമണ്ഡലത്തിലെ സമരം പ്രധാനമാണ്. സൗന്ദര്യാവബോധത്തിൽ മാറ്റം വരാതെയുള്ള രാഷ്ട്രീയാവബോധം തൊലിപ്പുറം മാത്രം സ്പർശിക്കുന്നതായിരിക്കും. സംഘടനാപരമായി എത്ര തന്നെ പുരോഗമനപരമായി തോന്നിച്ചാലും അത് അനുഭൂതിയുടെ മണ്ഡലത്തിൽ പിന്തിരിപ്പനായിരിക്കും. പൗരധർമം പഠിപ്പിക്കുന്നത് നല്ലതു തന്നെ. എന്നാൽ സൗന്ദര്യപരമായ തലത്തിലെ അവബോധപരമായ മാറ്റമില്ലെങ്കിൽ അത് മോരും മുതിരയും പോലെ ചേർച്ചയില്ലാതെ നില്ക്കുകയേ ഉള്ളൂ. രാഷ്ട്രയുക്തിയാണ് പ്രധാനമെന്നും സാമൂഹ്യബന്ധവും സാമൂഹ്യാനുഭവവും അപ്രധാനവുമാണെന്ന വാദത്തിലേക്കാണ് അത് എത്തിക്കുക. ആത്യന്തികമായി അതിന്റെ ഫലം ഫാസിസ്റ്റ് അവബോധവുമായിരിക്കും.

ഉപകരണയുക്തിയിൽ ചരിത്രപഠനം പോലും അളവുകളുടെ മണ്ഡലത്തിൽ തളഞ്ഞുകിടക്കാം. പഠനതാത്പര്യമെന്നത് വസ്തുരതി, സമ്പാ

ദ്യരതി, ശേഖരണരതി (ഉടമസ്ഥതാബോധം) എന്നിവ മാത്രമായി ത്തീരും. അത് സാമൂഹ്യതയെയല്ല ഉടമസ്ഥതാപരമായ അഹങ്കാരത്തെ മാത്രമാണ് വളർത്തുക. അത് മുതലാളിത്തത്തിന്റെ പ്രലോഭനങ്ങൾക്ക് വഴിപ്പെടുന്ന വ്യക്തികളെ മാത്രമേ സൃഷ്ടിക്കുകയുള്ളൂ. സാമൂഹ്യാനുഭൂതിയെ സ്വാംശീകരിക്കുന്ന വ്യക്തികളെയല്ല, കേവലമായി ബയോഡാറ്റ വർധിപ്പിക്കാൻ മത്സരിക്കുന്ന വ്യക്തികളെയാണത് അക്കാദമികരംഗത്തും ഉണ്ടാക്കുക. കലയെ നിഷേധിച്ചുകൊണ്ട് ആധുനിക ജനാധിപത്യ സോഷ്യലിസ്റ്റ് മൂല്യമുള്ള ഒരു സമൂഹം, നിരന്തരമായ വിമർശനാത്മകതയെ നിലനിർത്താൻ കഴിയുന്ന ഒരു സമൂഹം നിർമിക്കുക സാധ്യമല്ല.

തുടക്കത്തിൽ സൂചിപ്പിച്ച ഇന്നത്തെ പ്രൈമറി സെക്കന്ററി തലത്തിലെ സാഹിത്യപഠനത്തിലും സാഹിത്യത്തെ കേവലം ഉപകരണപരമായും സാമൂഹ്യശാസ്ത്രപരവുമായും മാത്രമാണ് വീക്ഷിക്കപ്പെടുന്നതെന്നു കാണാം. ശാസ്ത്രത്തെ സംബന്ധിച്ചും സാമൂഹ്യശാസ്ത്രത്തെ സംബന്ധിച്ചുമുള്ള നിലപാടുകൾക്കപ്പുറത്ത് ശാസ്ത്രസാഹിത്യപരിഷത്തിനും സൗന്ദര്യാത്മകതയുടെ വിമർശന ശേഷിയെക്കുറിച്ചുള്ള ധാരണയില്ലാത്തതാണ് ഇതിന് അടിസ്ഥാനകാരണം. സാഹിത്യം കേവലം ഉപകരണപരമായി മാത്രമാണ് മനസ്സിലാക്കപ്പെടുന്നത്. ഈ യുക്തി കൊണ്ട് ആഗോളവൽക്കരണത്തിന് ബദൽ നിർമിക്കാൻ ശ്രമിക്കുക സാധ്യമല്ലെന്നു മാത്രമല്ല മുതലാളിത്തയുക്തിയെ പുനരുല്പാദിപ്പിക്കുക മാത്രമാണ് അതുകൊണ്ടുണ്ടാകുക.

ആത്മനിഷ്ഠതയ്ക്ക് ചരമക്കുറിപ്പ് എഴുതുമ്പോൾ, സാഹിത്യവും കലയും പ്രതിനിധീകരിക്കുന്ന ആത്മവിമർശനത്തിന്റെയും വികാരത്തിന്റെയും വഴികൾ അക്കാദമികളിൽ അടയ്ക്കുന്നതോടെ തുറക്കപ്പെടുന്നത് അമൃതാനന്ദമയിയുടെയും ശ്രീശ്രീ രവിശങ്കറിന്റെയും ലോകമായിരിക്കും. ആധ്യാത്മക പ്രഭാഷണത്തിലേക്കും ഭക്തി സീരിയലുകളിലേക്കും മാത്രമായി ഒരു ജനതയുടെ മാനസിക ലോകത്തെ അടയ്ക്കുന്ന പ്രക്രിയയായിരിക്കും.

കലയും സാഹിത്യവും നിർബന്ധിതവിഷയങ്ങളാകുന്നത് പ്ലസ് റ്റു വരെ മതി എന്നാണ് ഒരു വാദം. സാഹിത്യപഠനം അനുഭൂതിയുടെ മണ്ഡലമാണ്. ആഴത്തിലുള്ള അനുഭൂതികളെ തിരിച്ചറിയുവാനുള്ള പ്രായം അതു കഴിഞ്ഞുള്ള കാലമാണ്. കുമാരനാശാന്റെ കവിത പതിനഞ്ചുവ

യസ്സുകാരന് മനസ്സിലാകുന്നതിന് ഒരു പരിധിയുണ്ട്. ബ്ലേയ്ക്കിന്റെ ഭാവമണ്ഡലത്തിലേക്ക് ആ പ്രായത്തിൽ ഒരാൾ കടക്കുന്നില്ല. വികാരപരമായ ആധുനികീകരണം നടക്കണമെങ്കിൽ മുതിർന്ന പ്രായത്തിലാണ് സാഹിത്യത്തിലെ ഇത്തരം വിഷയങ്ങൾ പഠിപ്പിക്കപ്പെടേണ്ടത്. അക്ഷരാഭ്യാസത്തിന്റെയും വാക്കും വാചകവും ഉറയ്ക്കുന്നതിന്റെയും ഘട്ടത്തിൽ വെച്ച് അവസാനിപ്പിക്കേണ്ടതാണ് സാഹിത്യപഠനം എന്ന വീക്ഷണം സാഹിത്യത്തെ സംബന്ധിച്ച കാര്യത്തിൽ വിദ്യാഭ്യാസപണ്ഡിതർ പ്രാഥമികധാരണയ്ക്കപ്പുറം പോയിട്ടില്ലെന്നാണ് കാണിക്കുന്നത്.

കലയുടെ മണ്ഡലവുമായി ബന്ധമില്ലാത്ത, കലയ്ക്കും സാഹിത്യത്തിനും അന്യമായ ഒരു സാമൂഹ്യനേതൃത്വമാണ് നമുക്കുണ്ടാകുന്നതെങ്കിൽ അത് സമൂഹത്തെ സംബന്ധിച്ചിടത്തോളം വിനാശകരമായിരിക്കും. കുമാരനാശാന്റെ കവിത വായിച്ചിട്ടില്ലാത്ത ഒരു രാഷ്ട്രീയ നേതൃത്വവും സാംസ്കാരിക നേതൃത്വവും കേരളത്തിനുണ്ടാവുകയാണെങ്കിൽ അത് ഭീകരമായിരിക്കും. വികാരപരമായി ആധുനികീകരിക്കപ്പെടാത്തതും എന്നാൽ ഉപകരണയുക്തിയിൽ ആധുനികോത്തരതയെ സ്വീകരിക്കുന്നതുമായ ഒരു വികൃതസമുദായമായിരിക്കുമത്. ബുദ്ധിയെ സാമൂഹ്യബന്ധമാക്കി മാറ്റുന്ന, പ്രജ്ഞയെ കരുണയും മൈത്രിയുമാക്കി മാറ്റുന്ന സംവിധാനം കലയിലും സാഹിത്യത്തിലുമാണ് കുടികൊള്ളുന്നത്. സ്വന്തം ശരീരത്തിന്റെ അതിജീവനത്തിനുള്ള വ്യക്തിയുടെ അന്ധമായ ജൈവികമായ സാമർത്ഥ്യത്തെ സാമൂഹ്യബന്ധമാക്കി മാറ്റുകയാണ് കല ചെയ്യുന്നത്. ജീവരക്തത്തെ മുലപ്പാലാക്കുന്ന വിദ്യയാണ് അത്.

അമ്മ തൻ നെഞ്ചുഞരമ്പിൽക്കൂടി
ചെമ്മേ ചെഞ്ചോരയെത്തന്നെ
അമ്മിഞ്ഞത്തൂവമൃതാക്കും മൈത്രി

എന്ന് കവി പറഞ്ഞിരിക്കുന്നത് ഈ വികാരത്തിനാണ്. ഇതിനുള്ള വിദ്യാഭ്യാസം ഇല്ലാതെ വരുമ്പോൾ അപരനെ തന്റെ ഉയർച്ചയ്ക്ക് തടസ്സം സൃഷ്ടിക്കുന്നതോ തന്റെ വളർച്ചയുടെ ഉപകരണമോ മാത്രമായി കാണുന്ന മുതലാളിത്ത യുക്തിയായിരിക്കും നമ്മുടെ കലാലയങ്ങളെയും സമൂഹത്തെയും ഭരിക്കുന്നത്. അതിനെ കലാലയത്തിലെങ്കിലും ക്ലാസ് മുറികളിലെങ്കിലും അധ്യാപക വിദ്യാർത്ഥി ബന്ധത്തിന്റെ മണ്ഡലത്തിലെങ്കിലും ചെറുത്തുനില്ക്കാൻ കലാസാഹിത്യവിദ്യാഭ്യാസം ആവശ്യമാണ്. പ്ലസ് റ്റു തലം കഴിഞ്ഞ് സാഹിത്യം എന്തിനാണ് പഠിപ്പിക്കുന്നത് എന്നു ചോദിക്കുന്ന പണ്ഡിതർക്ക് ഭാഷ ഒരുപകരണം മാത്രമാണ്.

ചോരയിൽനിന്ന് ചോരയെ മാത്രമേ അവർക്ക് പുനരുല്പാദിപ്പിക്കാൻ കഴിയൂ. ചോരയെ മുലപ്പാലാക്കുന്ന കലയുടെ ആ രാസവിദ്യ അവർക്ക് അജ്ഞാതമാണെന്ന് പറയേണ്ടിയിരിക്കുന്നു.

(ഫാസിസ്റ്റുകളെ സൃഷ്ടിക്കാൻ ആർക്കാണ് തിടുക്കം,
മാതൃഭൂമി ആഴ്ചപ്പതിപ്പ്, 2009 മാർച്ച് 29-ഏപ്രിൽ 4)

സാഹിത്യപഠനത്തിന്റെ ദർശനം - മാതൃഭാഷാസാഹിത്യപഠനം സൗന്ദര്യാത്മകവിദ്യാഭ്യാസമെന്ന നിലയിൽ*

സാഹിത്യം എന്തിനു പഠിക്കുന്നു, ഭാഷ തന്നെ എന്തിനു പഠിക്കുന്നു എന്ന ചോദ്യം ഇപ്പോൾ നിരന്തരമായി ഉന്നയിക്കപ്പെടുന്നുണ്ട്. എല്ലാം ലാഭാധിഷ്ഠിതമായ യുക്തിയിൽ നോക്കിക്കാണുന്ന വ്യവസ്ഥയിൽ ഈ ചോദ്യം സ്വാഭാവികമാണ്. കാർഷികമായോ വ്യാവസായികമായോ എന്ത് ഉല്പാദനശേഷിയാണ് ഭാഷയും സാഹിത്യവും പഠിക്കുന്നതു കൊണ്ടുള്ളത് എന്നതാണ് ആസൂത്രണവിദഗ്ധരുടെ ചോദ്യം. ആ നിലയിൽ പ്രയോജനവാദത്തിന്റെ യുക്തിയിൽ നോക്കിക്കണ്ടാൽ ഭാഷയും സാഹിത്യവും പഠിപ്പിക്കേണ്ടതില്ല. എന്നാൽ പ്രയോജനവാദത്തിനപ്പുറത്തേക്ക് കടക്കുമ്പോഴാണ് മാതൃഭാഷാ പഠനത്തിന്റെ ലക്ഷ്യങ്ങൾ വെളിപ്പെടുക.

ആഗോളവൽക്കരണത്തിന്റെ സാഹചര്യത്തിൽ മലയാളഭാഷ നേരിടുന്ന പ്രതിസന്ധി കേരളജനതയുടെ ഒരു സമൂഹമായുള്ള നിലനില്പിന്റെ തന്നെ വെല്ലുവിളിയാണ്. ആ നിലയിൽ അധ്യാപകരുടെയോ വിദ്യഭ്യാസ വ്യവസ്ഥയുടെയോ മാത്രം പ്രശ്നമായി മലയാളഭാഷയുടെ പ്രതിസന്ധിയെ ചുരുക്കിക്കണ്ടു കൂടാ. മലയാളപഠനം കേരളത്തിൽ നേരിടുന്ന വെല്ലുവിളി യഥാർഥത്തിൽ കേരളീയരുടെ സൗന്ദര്യമണ്ഡലം നേരിടുന്ന വെല്ലുവിളി തന്നെയാണ്. കാരണം മറ്റു ഭാഷകൾ പഠിപ്പിക്കുന്നതിന്റെ ഉദ്ദേശ്യമല്ല മാതൃഭാഷാ പഠനത്തിനുള്ളത്.

മാതൃഭാഷാ വിദ്യാഭ്യാസം കേരളത്തിൽ നേരിടുന്ന വെല്ലുവിളിക്ക് പല തലങ്ങളുണ്ട്. മലയാളം മാധ്യമമായുള്ള വിദ്യാലയങ്ങൾ ഇല്ലാതായിക്കൊണ്ടിരിക്കുന്നു എന്നതാണ് അതിന്റെ സാമാന്യതലം. അതോടൊപ്പം തന്നെയാണ് മാതൃഭാഷാ സാഹിത്യം തന്നെ പഠനവിഷയമല്ലാതായി മാറുന്നതിന്റെ പ്രശ്നവുമുള്ളത്. ഇത് സി.ബി.എസ്.ഇ., ഐ.സി.എസ്.ഇ, ഇന്റർ നാഷണൽ സ്കൂളുകളുടെ കാര്യം. എന്നാൽ പൊതു

* തിരുവനന്തപുരത്ത് എസ്.സി.ഇ.ആർ.ടി. സംഘടിപ്പിച്ച ദേശീയ സെമിനാറിൽ മലയാളപഠനത്തെ സംബന്ധിച്ച് അവതരിപ്പിച്ച പ്രബന്ധം.

വിദ്യാഭ്യാസത്തിൽ സർക്കാർ-എയ്ഡഡ് മേഖലയിൽത്തന്നെ മറ്റൊരു പ്രവണത വളർന്നുവന്നിട്ടുണ്ട്. ഡി.പി.ഇ.പി. പരിഷ്കരണത്തോട്ടു കൂടിയാണ് അത് വ്യാപകമായത്. സാഹിത്യപഠനത്തെ സാമൂഹ്യശാസ്ത്ര പഠനമായി ചുരുക്കിക്കാണുക എന്നതാണ് ആ സമീപനം. ചില സാമൂഹ്യശാസ്ത്രപരമായ വസ്തുതകൾ പഠിപ്പിക്കാനുള്ള ഒരു ഉപാധി മാത്രമായി സാഹിത്യപഠനത്തെ നോക്കിക്കാണുകയാണത്. സൗന്ദര്യാവബോധത്തെ ചരിത്രപരമായി കാണേണ്ടതിനു പകരം സൗന്ദര്യതലം തന്നെ ആകപ്പാടെ കയ്യൊഴിഞ്ഞ് സാമൂഹ്യശാസ്ത്രത്തിന്റെ രീതിശാസ്ത്രത്തിന് കീഴ്പെടുന്നതാണ് പലപ്പോഴും ഇവിടെ കാണുന്നത്. അധ്യാപകരെ സംബന്ധിച്ചിടത്തോളം എളുപ്പമുള്ള പണിയാണിത്. കാരണം ചില വസ്തുതകളും വിവരങ്ങളും നൽകി അയാൾക്ക് രക്ഷപ്പെടാൻ കഴിയും. അല്ലെങ്കിൽ വസ്തുതകളോ വിവരങ്ങളോ ശേഖരിക്കാൻ വിദ്യാർത്ഥികളെ ഏല്പിച്ച് അയാൾക്ക് കൈ കഴുകാൻ കഴിയും. ഇവിടെയാണ് ഭാഷാസാഹിത്യപഠനത്തിന്റെ വിശേഷിച്ച് മാതൃഭാഷാസാഹിത്യപഠനത്തിന്റെ രീതിശാസ്ത്രം എന്തായിരിക്കണമെന്ന പ്രശ്നം ഉയർന്നു വരുന്നത്.

ആധുനിക സൗന്ദര്യശാസ്ത്രത്തിന്റെ പിറവി

മുതലാളിത്ത വ്യവസായയുഗം പിറന്നതോടുകൂടിയാണല്ലോ ആധുനികവിദ്യാഭ്യാസത്തിന് പുതിയതരം നിർവചനങ്ങളും ലക്ഷ്യങ്ങളും ഉണ്ടായത്. പ്രകൃതിശാസ്ത്രത്തിന്റെ വികാസമായിരുന്നു അതിൽ പ്രധാനം. പ്രപഞ്ചത്തെ ഭൗതിക പ്രപഞ്ചമായി, പ്രകൃതിയെ ഭൗതികവാദപരമായി നോക്കിക്കാണുന്ന പഠനപദ്ധതികൾ രൂപപ്പെട്ടു. അത്തരത്തിൽ പ്രകൃതിശാസ്ത്രപഠനരീതി കടന്നു വന്നു. പ്രകൃതിയെ മാത്രമല്ല, സമൂഹത്തെയും ഭൗതികശാസ്ത്രപരമായി മനസ്സിലാക്കുന്ന രീതി പത്തൊമ്പതാം നൂറ്റാണ്ടോട്ടു കൂടി ഉയർന്നുവന്നു. സാമൂഹ്യ സാമ്പത്തിക രാഷ്ട്രീയ വ്യവസ്ഥയായി സമൂഹത്തെ മനസ്സിലാക്കുകയും അതിന്റെ നിയമങ്ങൾ കണ്ടെത്തുകയുമായിരുന്നു അതിന്റെ ഉദ്ദേശ്യം. സാമൂഹ്യശാസ്ത്രങ്ങളും സാമൂഹ്യശാസ്ത്രപഠനരീതിയും അങ്ങിനെ രൂപപ്പെട്ടു.

ആധുനിക തത്വചിന്തയുടെ പിതാവായി കണക്കാക്കപ്പെടാറുള്ള റെനെ ദക്കാർത്തിന്റെ വിഷയി/വിഷയം (subject/object) എന്ന വിഭജനമാണ് ആധുനികമായ ഈ പഠന സമീപനങ്ങളുടെ അടിത്തറയായത്. ആത്മനിഷ്ഠം, വസ്തുനിഷ്ഠം എന്ന രണ്ടു രീതിയിൽ ഊന്നി കാര്യങ്ങളെ നോക്കിക്കാണുന്നതിലേക്ക് എത്തിച്ചത് ഈ വിഭജനമാണെന്നും വിശാലമായി പറയാം.

പ്രകൃതിശാസ്ത്രപരമായ പഠനവിഷയങ്ങളിലെല്ലാം അതു പഠിക്കുന്ന, പഠിതാവിനെ അഥവാ വിഷയിയെ കേവലമായി കാണുന്ന സമീപനമാണ് ഉണ്ടായിരുന്നത്. അതായത് എല്ലായിടത്തും എല്ലാ കാലത്തും ഒരു പോലെ നിലനില്ക്കുന്നതാണ് വ്യക്തി, ആ വ്യക്തി കേവലമായ തന്റെ യുക്തി ഉപയോഗിച്ച് കാര്യങ്ങളെ വിശകലനം ചെയ്യുകയാണ് എന്ന തരത്തിലുള്ള ധാരണകളാണ് ഇതിന് പ്രമാണം. മനസ്സ്, ലോകം എന്ന വിഭജനം രൂപപ്പെട്ടുകയായിരുന്നു.

വ്യക്തിമനസ്സിനെ വിഷയമാക്കുന്ന മേഖല അക്കാലത്തുതന്നെ മനഃശാസ്ത്രമായി മനസ്സിലാക്കപ്പെട്ടിരുന്നു. എന്നാൽ ഭൗതിക പ്രപഞ്ചത്തിലെ നിയമങ്ങളിൽ നിന്ന് വ്യത്യസ്തമാണ് മനസ്സിന്റെ നിയമങ്ങൾ എന്ന തിരിച്ചറിവ് വന്നുകൊണ്ടുമിരുന്നു. യുക്തിയാണ് പ്രാഥമികം എന്നു കരുതുന്ന യുക്തിപ്രമാണവാദി(rationalism)കളും ഇന്ദ്രിയാനുഭവങ്ങളാണ് പ്രാഥമികം എന്നു കരുതുന്ന ഇന്ദ്രിയാനുഭവവാദി (empiricism)കളും എന്ന നിലയിൽ രണ്ടു വിഭാഗങ്ങൾ തത്വചിന്തയിൽ ഉയർന്നുവന്നു. തത്വചിന്തയിൽ ഈ വൈരുധ്യത്തെ സമന്വയിപ്പിച്ചത് ഇമ്മാനുവേൽ കാന്റാണ്. കാന്റിന്റെ തത്വചിന്തയിൽ തന്നെയാണ് ആധുനിക സൗന്ദര്യശാസ്ത്രത്തിന്റെ അടിസ്ഥാനങ്ങളും കിടക്കുന്നത്.

യുക്തിക്ക് അപ്പുറത്ത് പ്രവർത്തിക്കുന്ന ഒരു മണ്ഡലം എന്ന നിലയിൽ ഭാവനയുടെയും സൗന്ദര്യത്തിന്റെയും മണ്ഡലത്തെ കാന്റിനു മുമ്പു തന്നെ നോക്കിക്കണ്ടു തുടങ്ങിയിരുന്നു. 1750-ൽ ബോംഗാർടൻ സൗന്ദര്യശാസ്ത്രം എന്ന പദം ആദ്യമായി പ്രയോഗിച്ചു. കാന്റിന്റെ *കേവലയുക്തിയുടെ വിമർശം* (1781), *പ്രായോഗികയുക്തിയുടെ വിമർശം* (1788), *വിധിയുടെ വിമർശം* (1790) എന്നിങ്ങനെയുള്ള പുസ്തകപരമ്പരയിൽ മൂന്നാമത്തെ പുസ്തകമായ *വിധിയുടെ വിമർശനം* കേവലയുക്തിയുടെ മണ്ഡലത്തിൽനിന്ന് തള്ളപ്പെടുന്ന ഇന്ദ്രിയാനുഭവങ്ങളെ ഉയർത്തിപ്പിടിക്കുകയും ആ മണ്ഡലത്തെ സൗന്ദര്യത്തിന്റെ മണ്ഡലമായി തിരിച്ചറിയുകയുമാണുണ്ടായത്.

കാന്റിന്റെ വിമർശപരമ്പരയിലെ ഈ മൂന്നാം പുസ്തകമാണ് യാന്ത്രികവാദപരമായ സമീപനത്തെ വിമർശിക്കുന്നതിന്റെ താക്കോലായി പിൽക്കാലത്ത് പലരും കണ്ടത്. ബൂർഷ്വാചിന്തയെ കേവലം യാന്ത്രികവാദമായി മാറുന്നതിൽ നിന്ന് അത് തടഞ്ഞുനിർത്തി. ആത്മനിഷ്ഠതയ്ക്ക് തത്വചിന്താപരമായ പദവി കൈവന്നു. ഉപകരണപരമായ വസ്തുനിഷ്ഠതയെ മാത്രം ആധാരമാക്കുന്ന യാന്ത്രികഭൗതികവാദത്തെ

പിൽക്കാലത്ത് മാർക്സും വിമർശിച്ചു. മാർക്സ് ധ്യാനാത്മക യുക്തി എന്ന് വിമർശിച്ചത് സാമാന്യയുക്തിയെ പ്രമാണമാക്കുകയും അനുഭവപരമായ ആത്മനിഷ്ഠതയെ തള്ളിക്കളയുകയും ചെയ്ത സമീപനത്തെയാണ്.

സൗന്ദര്യത്തിന്റെ വിമർശനാത്മക തലം പ്രസക്തമാണ്. അതതു കാലത്ത് നിലനില്ക്കുന്ന യുക്തിയുമായി യോജിക്കാതെ നില്ക്കുന്ന അനുഭവങ്ങൾ പ്രകാശിപ്പിക്കപ്പെടുന്ന മണ്ഡലമാണ് സൗന്ദര്യത്തിന്റേത്. പ്രകൃതിശാസ്ത്രവും സാമൂഹ്യശാസ്ത്രവും, നിലനില്ക്കുന്ന യുക്തിക്കകത്തു നിന്നു പ്രവർത്തിക്കുന്നു. അതതുമണ്ഡലങ്ങളിൽ അത് വിമർശനാവബോധം ഉയർത്തുന്നു. എന്നാൽ പ്രകൃതിശാസ്ത്രവും സാമൂഹ്യശാസ്ത്രവും പങ്കിടുന്ന നിലനില്ക്കുന്ന യുക്തിയുടെ തന്നെ ഏറ്റവും ആഴത്തിലുള്ള വിമർശനമാണ് സൗന്ദര്യത്തിന്റെ മണ്ഡലത്തിലുള്ളത്. മനുഷ്യ വ്യക്തി തന്നെക്കുറിച്ച് യുക്തിപരമായി അറിയുന്നതിനപ്പുറത്ത് ഉള്ളതാണ് അയാളുടെ ആത്മനിഷ്ഠമണ്ഡലം. അത് യുക്തി കൊണ്ട് മാത്രമായി സംബോധന ചെയ്യാനോ യുക്തിയിലൂടെ മാറ്റാനോ കഴിയുന്നതല്ല.

യുക്തിയുടെ ബോധപൂർവ പ്രവർത്തനം മാത്രമല്ല അബോധവും മനുഷ്യനെ സ്വാധീനിക്കുന്നു എന്ന അറിവ് ഫ്രോയ്ഡിനോടുകൂടി പിന്നീട് കൂടുതൽ വെളിപ്പെടുകയായിരുന്നു. വ്യക്തിയെ യുക്തിക്കപ്പുറത്ത് സാമൂഹ്യജീവിതത്തിലേക്ക് കൊണ്ടുവരുന്ന മണ്ഡലം അബോധവൃത്തിയുടെതാണ്. അബോധവുമായി പ്രവർത്തിക്കാൻ കഴിയുക കലയ്ക്കും സാഹിത്യത്തിനുമാണ്. യുക്തിയെക്കാൾ പ്രത്യയശാസ്ത്രമാണ് മനുഷ്യനെ സാമാന്യജീവിതത്തിൽ നയിക്കുന്നത് എന്ന അൽത്തൂസറിന്റെയും മറ്റും തിരിച്ചറിവും ഇതിന്റെതന്നെ ഭാഗമാണ്. വ്യക്തിക്കു മാത്രമല്ല, സമൂഹത്തിനും അബോധമുണ്ടെന്നും സാമൂഹ്യമായ അബോധത്തെ യുക്തികൊണ്ടു മാത്രം സംബോധന ചെയ്യാൻ കഴിയില്ലെന്നും സമൂഹം സ്വാംശീകരിച്ച അബോധമായ പാഠങ്ങളിലൂടെ മാത്രമേ അത് സാധ്യമാകൂ എന്നും പിൽക്കാല ചിന്തകന്മാർ വാദിച്ചുറപ്പിക്കുകയും ചെയ്തു.

ഈ നിലയിൽ നോക്കുമ്പോൾ കേവലം യുക്തിയിലൂന്നിയ വിദ്യാഭ്യാസം വ്യക്തിതലത്തിലും സമൂഹതലത്തിലും പൂർണമായ വിദ്യാഭ്യാസമാണോ? സൗന്ദര്യമണ്ഡലത്തിന് അതിൽ പ്രമുഖ സ്ഥനമില്ലേ? ഈ ചോദ്യം പ്രബുദ്ധതയുടെ കാലത്തുതന്നെ ഉയർന്നുവന്നു. മനുഷ്യനെ സാമൂഹ്യജീവിയാക്കുന്ന ആധുനിക സാമൂഹ്യമൂല്യങ്ങളിലേക്ക് കൊണ്ടുവരാൻ വേണ്ടത് കലയാണ് എന്ന വീക്ഷണം ആദ്യമായി മുന്നോട്ടുവെക്കുന്നത് (ക്ലാസിക് കാലത്തിലെ പ്ലാറ്റോ-അരിസ്റ്റോട്ടിലിയൻ ചർച്ചയ്ക്കു

ശേഷം) ജർമൻ കവിയും ചിന്തകനുമായിരുന്ന ഷില്ലറാണ്. *മനുഷ്യന്റെ സൗന്ദര്യാത്മക വിദ്യാഭ്യാസത്തെക്കുറിച്ച്* (On the Aesthetic Education of Man 1794) എന്ന പേരിൽ അദ്ദേഹം ഒരുകൂട്ടം കത്തുകളും ലേഖനങ്ങളും പ്രസിദ്ധീകരിക്കുകയുണ്ടായി. സമത്വം, സ്വാതന്ത്ര്യം, സാഹോദര്യം എന്ന ലക്ഷ്യങ്ങളുമായി ഉയർന്നു വന്ന ഫ്രഞ്ചുവിപ്ലവത്തെ പിന്തുണച്ച ഷില്ലർ ആ മൂല്യങ്ങൾ സമൂഹത്തിൽ ശാശ്വതവൽക്കരിക്കാനുള്ള ശേഷി കേവലയുക്തിയുടെ ഭാഷ സംസാരിക്കുന്ന രാഷ്ട്രസംവിധാനത്തെക്കാൾ സമൂഹത്തിലെ കലാസാഹിത്യ സംവിധാനങ്ങൾക്കാണെന്നാണ് വാദിച്ചത്. അതിനർത്ഥം സൗന്ദര്യാത്മക വിദ്യാഭ്യാസം എന്നത് ആധുനിക വിദ്യാഭ്യാസത്തിന്റെ അടിസ്ഥാന ഭാഗമായിരിക്കണം എന്നതാണ്. എന്നുമാത്രമല്ല, അതിന്റെ രീതിശാസ്ത്രം പ്രകൃതിശാസ്ത്രത്തിൽ നിന്നും സാമൂഹ്യശാസ്ത്രത്തിൽ നിന്നും വ്യത്യസ്തമാണ് എന്നതുമാണ്.

സൗന്ദര്യശാസ്ത്രവിദ്യാഭ്യാസമില്ലാത്ത ഒരു സമൂഹം യാന്ത്രിക സമൂഹമായിരിക്കുമെന്നും സാമൂഹ്യമായി അതിന്റെ ഫലം ഫാസിസമായിരിക്കുമെന്നും ഇന്നു നമുക്കറിയാം; സൗന്ദര്യനിർമാണത്തിന് സമർത്ഥമല്ലാത്ത സമൂഹം വിമർശനശേഷിയില്ലാത്ത സമൂഹമായിരിക്കുമെന്നും. 'കാവ്യം യശസേ അർത്ഥ കൃതേ... ' എന്ന പഴയ ഫ്യൂഡൽ സൗന്ദര്യദർശനത്തിൽ നിന്നും തികച്ചും ഭിന്നമായി ആധുനിക മനുഷ്യന്റെയും ആധുനിക സമൂഹത്തിന്റെയും നിർമിതിയുടെ ഭാഗമായാണ് ആധുനിക സൗന്ദര്യശാസ്ത്രം രൂപപ്പെട്ടത്. വ്യക്തികൾ തങ്ങളുടെ സാമൂഹ്യരാഷ്ട്രീയ കർതൃത്വത്തിലൂന്നി പൊതുമണ്ഡലത്തിന്റെ രൂപീകരണത്തിൽ പങ്കാളിയാകുന്ന ആധുനികസന്ദർഭത്തിലാണ് അത് ഉച്ചരിക്കപ്പെട്ടത്. ആധുനിക സൗന്ദര്യശാസ്ത്രത്തിന്റെ ഈ സവിശേഷത തിരിച്ചറിയാത്തവർ പഴയ സൗന്ദര്യശാസ്ത്രത്തിൽ നിന്നും വിമുക്തി നേടിയവരുമല്ല. അതിനെ അവഗണിക്കുന്നവരാകട്ടെ സൗന്ദര്യാവബോധത്തെ മനുഷ്യന്റെ ഒരു സിദ്ധിയായി തിരിച്ചറിയാത്തവരുമാണ്.

ഈ തലത്തിൽ തന്നെയാണ് ആധുനിക ഇന്ത്യയിലെ വിദ്യാഭ്യാസത്തിൽ, കലാസാഹിത്യ പഠനത്തിന്റെയും മാതൃഭാഷാ പഠനത്തിന്റെയും രീതിശാസ്ത്രം ചർച്ച ചെയ്യപ്പെടേണ്ടത്. എല്ലാ പഠനപദ്ധതിയുടെയും ലക്ഷ്യം മതേതര ജനാധിപത്യ സോഷ്യലിസ്റ്റ് സമൂഹത്തിന്റെ നിർമിതിയാണല്ലോ. മതേതര ജനാധിപത്യ സോഷ്യലിസ്റ്റ് മൂല്യങ്ങളുടെ നിർമിതി നടക്കുന്നത് യുക്തിയിലൂടെ മാത്രമല്ല, അനുഭൂതിയിലൂടെ കൂടിയാണ്. മതേതരത്വത്തിന്റെയും ജനാധിപത്യത്തിന്റെയും സോഷ്യലിസത്തിന്റെയും അനുഭൂതിപാഠങ്ങൾ പരിചയിക്കാത്ത ഒരു സമൂഹ

ത്തിന് അത്തരമൊരു പെരുമാറ്റരീതി സമൂഹത്തിൽ കൊണ്ടുവരാൻ സാധ്യമല്ല.

രാഷ്ട്രത്തിലൂടെ, മേലേനിന്ന് നിയമങ്ങളിലൂടെ രൂപപ്പെടുന്നതല്ല ഈ മൂല്യങ്ങൾ. ഷില്ലർ ഇക്കാര്യം വ്യക്തമാക്കുന്നുണ്ട്. രാഷ്ട്രസംവിധാനത്തിലേക്ക് കടന്നുവരുന്നതിനു മുമ്പുതന്നെ സമൂഹത്തിൽ ഇത് രൂപപ്പെട്ടിരിക്കും. സമൂഹത്തിൽ ഉയർന്നുവരുന്ന പുതിയ വിമർശനാത്മക കർത്തൃസ്ഥാനങ്ങൾ പുതിയ കാഴ്ചസ്ഥാനങ്ങളും അനുഭവരീതിയും നൽകുന്നു. ഈ കർത്തൃസ്ഥാനങ്ങളെ സ്വാംശീകരിച്ചാണ് ആത്മനിഷ്ഠതയുടെ നിലനില്പുണ്ടാവുന്നത്.

ആത്മനിഷ്ഠതയ്ക്ക് ചരിത്രമുണ്ട്. ആത്മനിഷ്ഠതയുടെ ചരിത്രമാണ് കലയും സാഹിത്യവും. അത് യുക്തിയിലൂടെയല്ല, മറിച്ച് അതാതുകാലത്തെ കലാസാഹിത്യസൃഷ്ടികളിലൂടെയാണ് പഠിക്കുന്നത്. ആത്മനിഷ്ഠതയിലൂടെയാണ് സമൂഹതലത്തിൽ ജനാധിപത്യ മതേതര മൂല്യങ്ങൾ പരക്കുക. അതിനാൽ പൗരധർമ്മ പഠനത്തിലൂടെയും ഭരണഘടനാ പഠനത്തിലൂടെയും പരക്കുന്നതിനേക്കാൾ എത്രയോ ആഴത്തിലും വിമർശനാത്മകമായുമാണ് ഈ മൂല്യങ്ങൾ കലാസാഹിത്യ വിദ്യാഭ്യാസത്തിലൂടെ പരക്കുന്നത്. അനുഭൂതി മണ്ഡലത്തിലെ ആധുനികീകരണത്തിന്റെ ഉപകരണമാണ് കലയും സാഹിത്യവും.

മാതൃഭാഷാസാഹിത്യപഠനവും കലയും സാഹിത്യവും സ്കൂൾ പ്രായത്തോടുകൂടി അവസാനിപ്പിക്കേണ്ടതാണോ എന്ന ചോദ്യം കടന്നുവരുന്നത് ഇവിടെയാണ്. ഏറ്റവും ആഴത്തിലുള്ള അനുഭൂതിയുടെ മണ്ഡലത്തിലേക്ക് കടക്കുന്നത് കൗമാരത്തിലും അതിനുശേഷവുമാണ്. അതിനാൽ ആത്മനിഷ്ഠതയുടെ ഗൗരവമായ പാഠങ്ങളിലേക്ക് വിദ്യാർത്ഥി കടന്നുചെല്ലേണ്ട കാലം സ്കൂൾ വിദ്യാഭ്യാസത്തിനു ശേഷമാണ്. തന്റെ തന്നെ അബോധവാസനകളെ വിമർശനാത്മകമായി നോക്കിക്കാണാനും തന്നെത്തന്നെ വിമർശിക്കാനുമുള്ള ശേഷി കൂടിയാണ് ഇതു വഴി സൃഷ്ടിക്കപ്പെടുന്നത്. ആധുനികമായ ഈഗോവിന്റെ വിമർശനവുമായി തീരുന്നു ആ നിലയിൽ കലാസാഹിത്യ വിദ്യാഭ്യാസം.

സൗന്ദര്യാത്മക വിപ്ലവങ്ങൾ -
അനുഭൂതിമണ്ഡലത്തിന്റെ ചരിത്രപരത

സൗന്ദര്യമണ്ഡലത്തെയും സൗന്ദര്യശാസ്ത്രത്തെയും കയ്യൊഴിഞ്ഞ് സാമൂഹ്യശാസ്ത്രത്തിലേക്കു ചേക്കേറുകയല്ല, സൗന്ദര്യതലത്തിനകത്തെ

സാമൂഹ്യത തിരിച്ചറിയുകയാണ് കലാസാഹിത്യപഠനം ചെയ്യേണ്ടത്. ശുദ്ധകലാവാദത്തിൽനിന്നും ചരിത്രപരമായ സൗന്ദര്യശാസ്ത്രം എങ്ങിനെ വ്യത്യസ്തമാകുന്നു എന്ന അറിവ് പ്രധാനമാണ്. അനുഭൂതിമണ്ഡലം ചരിത്രപരമാണ്. നമ്മുടെ സാമൂഹ്യമാറ്റങ്ങളെല്ലാം സൗന്ദര്യമണ്ഡലത്തിൽ പ്രതിഫലിച്ചിട്ടുണ്ട്. സാമൂഹ്യമാറ്റങ്ങളുടെ ആത്മനിഷ്ഠരേഖയാണ് ആ നിലയിൽ സാഹിത്യം. സാമൂഹ്യശാസ്ത്രം പഠിക്കുന്നതിനേക്കാൾ മാനവികമായി, അനുഭൂതിയിലൂടെ, വിദ്യാർത്ഥി ഇത് സാഹിത്യത്തിലൂടെ പഠിക്കുന്നു.

സാമൂഹ്യശാസ്ത്രത്തിനും സൂക്ഷ്മതയിലേക്കു കടക്കുമ്പോൾ സൗന്ദര്യശാസ്ത്രത്തിലേക്ക് തിരിയേണ്ടിവരും. അടിസ്ഥാനപരമായ സാമൂഹ്യമാറ്റത്തോടൊപ്പം സൗന്ദര്യപരമായ മാറ്റവും സംഭവിക്കുന്നുണ്ട്. സൗന്ദര്യതലത്തിലുള്ള ഈ മാറ്റമില്ലെങ്കിൽ വ്യക്തി ആന്തരികതലത്തിൽ ആധുനികീകരിക്കപ്പെടുകയില്ല, വികാരപരമായി ജനാധിപത്യവൽക്കരിക്കപ്പെടുകയില്ല. ആധുനിക ശാസ്ത്രസാങ്കേതികവിദ്യ ഉപകരണാത്മകമായ യുക്തി രൂപപ്പെടുത്തുകയും എല്ലാറ്റിനെയും അതിജീവനത്തിനുള്ള ഒന്നായി മാറ്റുകയും ചെയ്യുന്നുണ്ട്. അതുണ്ടാക്കുന്ന അന്യവൽക്കരണത്തിനെതിരെ സമൂഹത്തിൽ സംഘടിതമായും അല്ലാതെയും സമരം നടക്കുന്നുണ്ട്. അത് സൗന്ദര്യതലത്തിൽ ആഴത്തിൽ മാറ്റങ്ങളുണ്ടാക്കുന്നുണ്ട്. ആ നിലയിൽ ആധുനിക കാലത്ത് കലയും സാഹിത്യവുമാണ് മാനവികതയുടെ കാവലാൾ.

മനുഷ്യ-പ്രകൃതി ബന്ധത്തിന്റെയും മനുഷ്യ-മനുഷ്യബന്ധത്തിന്റെയും മനുഷ്യനും അവളുടെ/അവന്റെ അബോധവും തമ്മിലുള്ള ബന്ധത്തിന്റെയും മണ്ഡലത്തിൽ വരുന്ന മാറ്റത്തെയാണ് സൗന്ദര്യതലത്തിലെ വിപ്ലവങ്ങൾ പ്രതിനിധീകരിക്കുന്നത്. സൗന്ദര്യാത്മക വിപ്ലവങ്ങളിലൂടെ വിദ്യാർഥിയെ കടത്തിവിടുകയാണ് സാഹിത്യത്തിന്റെയും കലയുടെയും പഠന ലക്ഷ്യം. ഒരു ജനതയുടെ ആത്മീയജീവിതത്തിന്റെ ഏറ്റവും ആഴത്തിലുള്ള രേഖ അതു കടന്നുപോയ സൗന്ദര്യാത്മക വിപ്ലവങ്ങളാണ്. *ഇന്ദുലേഖ* വന്നപ്പോൾ, *നളിനി*യും *ലീല*യും വന്നപ്പോൾ, *തോട്ടിയുടെ മകനും രണ്ടിടങ്ങഴി*യും വന്നപ്പോൾ, *ഭൂമിയുടെ അവകാശികൾ* വന്നപ്പോൾ, *ഖസാക്കിന്റെ ഇതിഹാസം* വന്നപ്പോൾ, *ആലാഹയുടെ പെൺമക്കൾ* വന്നപ്പോൾ, അതാണ് സംഭവിച്ചത്.

മുതലാളിത്ത സമൂഹത്തിൽ മനുഷ്യൻ ഉല്പാദനപരമായി എത്രത്തോളം പ്രയോജനകരമായി ജീവിക്കുന്നുവോ അത്രത്തോളം തനിക്കു

തന്നെ നിഷ്പ്രയോജനകരമായാണ് ജീവിക്കുന്നത് എന്നത് മാർക്സിന്റെ കാഴ്ചയാണ്. തന്നിൽനിന്ന് അന്യമായി തന്നിൽ വളരുന്ന ഈ പ്രയോജനവാദമാത്രമായ ഈഗോവിനെ തിരിച്ചറിയാനും വിമർശിക്കാനും മുതലാളിത്ത യുക്തിയുടെ മണ്ഡലത്തിൽ ഇടങ്ങളില്ല. അതുള്ളത് കലയിലാണ്. പ്രയോജനവാദപരമായ ഈഗോവിനെ അപനിർമിക്കുന്നതും ആത്മവിമർശനത്തിന് വിധേയമാക്കുന്നതും കലയാണ്. അതുവഴി സമൂഹത്തിന്റെ ആന്തരിക ശരീരത്തിലേക്കും ആഴത്തിലുള്ള സാമൂഹ്യതയിലേക്കും വ്യക്തി വീണ്ടും പ്രതീകാത്മകമായി തിരിച്ചുവരുന്നു.

കലയ്ക്ക് വിമർശനാത്മകമെന്നപോലെ നിർമാണാത്മകമായ ധർമവുമുണ്ട്. ഓരോ പുതിയ സാമൂഹ്യസാഹചര്യവും ആവശ്യപ്പെടുന്ന മട്ടിൽ വികാരങ്ങളെ അഴിച്ചുപണിയുകയും അതേ സമയം വികാരങ്ങളെ മാനവിക സമഗ്രതയിൽ ഉദ്ഗ്രഥിക്കുകയും ചെയ്യുന്നത് കലയും സാഹിത്യവുമാണ്. അന്ധമായ അതിജീവനവാസനകളെ സാമൂഹ്യമായ ബോധമായി അത് ആഴത്തിൽ മാറ്റിത്തീർക്കുന്നു. വാസനകളെ ഉദാത്തവൽക്കരിക്കലാണത്. (ഫ്രോയ്ഡിനെ മുൻനിർത്തി വില്യം റീഹ് ഇക്കാര്യത്തിൽ നൽകുന്ന വിശദീകരണമാണ് ഇവിടെ സ്വീകാര്യം). ഈ ഉദാത്തീകരണം ചരിത്രപരമാണ്. പ്രതീകങ്ങളിലൂടെയും രൂപങ്ങളിലൂടെയും ആഖ്യാനങ്ങളിലൂടെയുമാണ് അത് നടക്കുന്നത്. മിത്തിന്റെയും മതത്തിന്റെയും ഘട്ടം പിന്നിട്ട് ആധുനിക കലയിലേക്കും സാഹിത്യത്തിലേക്കും അത് വളർന്നു. നാടോടി സാഹിത്യത്തിലൂടെയാണ് പ്രാചീന സമൂഹങ്ങളിൽ ഈ ഉദാത്തീകരണ പ്രക്രിയ നടന്നതെങ്കിൽ ആധുനിക സമൂഹത്തിൽ അത് ആധുനിക കലയിലൂടെയും സാഹിത്യത്തിലൂടെയുമാണ്. ഉദാത്തീകരണത്തിന്റെ പുതിയ രീതികളാണ് - കൂടുതൽ സമകാലികമായ രൂപങ്ങളാണ് - പുതുതായി ഉയർന്നുവരുന്ന ഓരോ സാഹിത്യകലാരൂപവും പ്രതിനിധീകരിക്കുന്നത്; സമകാലികതയുടെ വികാരഘടനയെ നിർമിക്കുന്നത്.

അപ്പോൾ കലാസാഹിത്യപഠനമെന്ന നിലയിൽ പാഠ്യപദ്ധതിയുടെ ലക്ഷ്യമെന്താണ്? പാഠ്യപദ്ധതിയുടെ ലക്ഷ്യം(കരിക്കുലം ഒബ്ജക്റ്റീവ്) സൗന്ദര്യാത്മക വിപ്ലവങ്ങളിലൂടെ വിദ്യാർത്ഥിയെ കടത്തിവിടുകയാണ്. കൂടുതൽ ആഴത്തിൽ സമൂഹത്തിൽ ഉയർന്നുവരുന്ന വൈരുധ്യങ്ങളെ മാനവികതയിൽ വെച്ച് മനസ്സിലാക്കാനുള്ള വികാരപരമായ അനുശീലനം നൽകലാണത്. ഓരോ പ്രായത്തിലും സൗന്ദര്യാത്മകത

യുടെ അവബോധരീതി വിദ്യാർത്ഥിയിൽ എത്രത്തോളം വികസി ക്കുന്നു, എത്രത്തോളം അത് അവൾക്ക് അനുഭവിക്കാനാകും എന്നത് നോക്കിയാണ് പാഠ്യപദ്ധതിയുടെ അതതു ക്ലാസു കളിലെ ലക്ഷ്യം നിർവചിക്കേണ്ടത്. അനുഭൂതികളുടെ കൂടുതൽ ഉയർന്ന രൂപങ്ങൾ മന സ്സിലാക്കാനാകുന്ന പ്രായത്തിലേ ക്ലാസുകളിൽ അത്തരത്തിലുള്ള സൗന്ദര്യാത്മക ലക്ഷ്യങ്ങൾ ഉണ്ടായിരിക്കണം. അതിനാൽ എത്ര ഉയർന്ന പടവിലുള്ള പഠനകോഴ്സായാലും അതിലെല്ലാം കലയുടെയും സാഹിത്യത്തിന്റെയും മേഖലയും ഉണ്ടായിരിക്കണം. ഒരു ഭാഷാസം സ്കാരമാണ് ഇതിലെ പ്രാഥമിക യൂനിറ്റ്. ഒരു സംസ്കാരം അതിന്റെ അടി പ്പടവുകളായി കണക്കാക്കുന്ന കൃതികൾ വിദ്യാർത്ഥികൾക്ക് പരിചയ പ്പെടുത്തിയിരിക്കണം.

രീതിശാസ്ത്രവും വ്യത്യസ്തം

കലാസാഹിത്യപഠനത്തിന്റെ പാഠ്യവസ്തുമാത്രമല്ല, രീതിശാസ്ത്രവും പ്രകൃതിശാസ്ത്ര പഠനത്തിൽനിന്നും സാമൂഹ്യശാസ്ത്ര പഠനത്തിൽനിന്നും വ്യത്യസ്തമായിരിക്കും. അബോധത്തെ സ്പർശിക്കുന്ന സൗന്ദര്യത ലത്തെ മനസ്സിലാക്കാനുള്ള സാവകാശം കുട്ടിക്കു കിട്ടിയിരിക്കണം. ശാസ്ത്രത്തിൽ ഒരു പരീക്ഷണം കണ്ട ശേഷം അതേ പോലെ ഒരു പരീ ക്ഷണം കുട്ടിയെക്കൊണ്ടു ചെയ്യിക്കുന്ന പ്രയോജനവാദപരവും പ്രകൃതി ശാസ്ത്രപരവുമായ സമീപനരീതി ഇവിടെ പ്രയോജനം ചെയ്യില്ല. അതിനെ സൂക്ഷ്മമായി പിന്തുടരുവാനും വ്യക്തിതലത്തിൽ അതിനോടു സംവദിക്കാനും കഴിയുന്ന മട്ടിലായിരിക്കണം അത് അവതരിപ്പിക്ക പ്പെടേണ്ടത്.

യുക്തിയുടെ തലം ബോധത്തെയും വികാരത്തിന്റെ തലം അബോ ധത്തെയുമാണ് ബാധിക്കുന്നത് എന്ന് സമ്മതിച്ചാൽ ആ രണ്ടു തലങ്ങ ളിലുമുള്ള വിദ്യാഭ്യാസത്തിന്റെ രീതിശാസ്ത്രം വ്യത്യസ്തമാണെന്നു സമ്മ തിക്കേണ്ടി വരും. ആന്തരികധാരണകളെ സമ്പൂർണമായി സ്പർശി ക്കാനും അതിനോട് ഇടപഴകാനും കഴിയുന്ന കലയും സാഹിത്യവും കൂടുതൽ സാവകാശമായ പ്രതികരണമാണ് വിദ്യാർത്ഥിയിൽ നിന്ന് ആവശ്യപ്പെടുന്നത്. പഠിക്കുന്ന ഓരോ വരിയിലും ചോദ്യം ചോദിക്കപ്പെ ടണമെന്ന ശാഠ്യം ചിലപ്പോൾ വിപരീതഫലമാണ് കലാസാഹിത്യപ ഠനത്തിൽ ഉളവാക്കുക. ബോധരൂപത്തെ, വികാരഘടനയെത്തന്നെ മാറ്റിമറിക്കുന്നതായിരിക്കും പലപ്പോഴും ഉന്നതമായ കലാസാഹിത്യസൃ ഷ്ടികൾ. അതിനുള്ള സാവകാശം വിദ്യാർത്ഥിക്ക് ലഭിക്കേണ്ടതുണ്ട്.

അതിനാൽ പഠനരീതിയിൽ ഇപ്പോൾ വരുത്തിയ പരിഷ്കരണം (ഡി.പി.ഇ.പി. മുതൽ ഇപ്പോഴത്തെ ബിരുദ പുനസംഘടന വരെ) ഭാഷാ സാഹിത്യ കലാപഠനങ്ങൾക്ക് എത്രത്തോളം അനുയോജ്യമാണെന്ന കാര്യം പുനരാലോചിക്കേണ്ടതുണ്ട്. ഒരുപക്ഷേ പ്രകൃതിശാസ്ത്രത്തിന് അത് ഗുണകരമായിരിക്കാം. എന്നാൽ കേവലയുക്തിയിലൂന്നിയതും അബോധതലത്തെ കണക്കിലെടുക്കാത്തതും അളവുകളും അങ്കനങ്ങളുമുള്ളതും അതിവേഗതയേറിയതുമായ സമീപനം സാഹിത്യകലാപഠനത്തിൽ വിപരീത ഫലമുണ്ടാക്കാനാണ് സാധ്യത. സാഹിത്യകൃതിതന്നെ ക്ലാസിൽ പഠിപ്പിക്കാതെ അതിനെക്കുറിച്ച് സ്വയം നോട്ടുകൾ തയ്യാറാക്കി അവതരിപ്പിക്കുന്ന സംവിധാനം കലയുടെയും സാഹിത്യത്തിന്റെയും സവിശേഷതകളെ കണക്കിലെടുക്കുന്നില്ലെന്നു പറയേണ്ടിവരും. കലാസാഹിത്യപഠനത്തെ സംബന്ധിച്ചിടത്തോളം വസ്തുനിഷ്ഠമായ വിവരങ്ങളല്ല പ്രധാനം, ആത്മനിഷ്ഠതലവുമായി അത് എത്രത്തോളം സംവദിക്കുന്നു എന്ന കാര്യമാണ്. തൊലിപ്പുറത്തുള്ള വിവരങ്ങളുടെ കൂമ്പാരം കലാസാഹിത്യപഠനത്തെ പരിഹാസ്യമാക്കി മാറ്റുകയാണ് ചെയ്യുക. സാഹിത്യവും കലയും നൽകുന്ന അബോധപ്രക്രിയയിലൂടെ നീന്താൻ കഴിയുന്ന മാർഗദർശിക്കു മാത്രമേ വിദ്യാർത്ഥിയിൽ സൗന്ദര്യാത്മക മണ്ഡലത്തിൽ ചലനമുണ്ടാക്കാൻ കഴിയൂ. അധ്യാപകരെ ഫെലിസിറ്റേറ്റർ മാത്രമായി കാണുന്ന കമ്പനിയുക്തിയിലൂന്നിയ സമീപനത്തിന് അത് സാധ്യമാകുമെന്നു തോന്നുന്നില്ല.

കലയും സാഹിത്യവും അബോധത്തെ സ്പർശിക്കുന്നതാണ് എന്നു പറയുന്നതിനർത്ഥം അത് കേവലമാണെന്നോ ദിവ്യമാണെന്നോ അല്ല, ഭൗതികവും സാമൂഹ്യവുമായ നിർമിതിയാണെന്നു തന്നെയാണ്. ഭൗതിക സാമൂഹ്യനിയമങ്ങൾക്കകത്താണ് അത് പ്രവർത്തിക്കുന്നത് എന്നു തന്നെയാണ്. ഒരു സവിശേഷ കലാസാഹിത്യാനുഭവം സവിശേഷമായ വർഗ, ലിംഗ, വർണ ഘടനയ്ക്കകത്താണ് രൂപപ്പെടുന്നത്. ഈ വർഗ, വർണ, ലിംഗ ഘടനകൾ രൂപത്തെയും ഭാവത്തെയും ബാധിക്കുന്നുണ്ട്. ഒരു കൃതി, അതിനെ രൂപപ്പെടുത്തിയ വിചാരമാതൃക (paradigm)യ്ക്കകത്തുനിന്നു നോക്കുമ്പോൾ അത് ആസ്വാദനവും അതിനേക്കാൾ ജനാധിപത്യപരമായി വികസിച്ച വിചാരമാതൃകയ്ക്കുള്ളിൽനിന്നു നോക്കുമ്പോൾ അത് വിമർശനവുമായിത്തീരും. പുരുഷാധിപത്യമൂല്യങ്ങളുള്ള കൃതിയെ പുരുഷാധിപത്യമുൻവിധികൾ പങ്കിട്ടുകൊണ്ടു വായിക്കുമ്പോൾ ആസ്വാദനവും അതിന് പുറത്തുകടന്ന് സ്ത്രീപുരുഷ സമ

ത്വത്തിന്റെ പ്രത്യയശാസ്ത്രത്തിൽനിന്ന് വായിക്കുമ്പോൾ വിമർശനവ്യ മായിത്തീരുന്നു.

എന്നാൽ കലാസാഹിത്യപഠനത്തിന്റെ മണ്ഡലത്തിലെ ഈ വിമർശനാവബോധം പ്രകൃതിശാസ്ത്രത്തിന്റെയും സാമൂഹ്യശാസ്ത്രത്തിന്റെയും മണ്ഡലത്തിലെ വിമർശനാവബോധത്തിന്റെ തരത്തിലുള്ളതല്ല. കലാസാഹിത്യമണ്ഡലത്തിലെ വിമർശനാവബോധം ആത്യന്തികമായി സൗന്ദര്യാത്മകമാണ്. വസ്തുതാമാത്രനിഷ്ഠമോ വിവരണാത്മകമോ അല്ല, പുതിയൊരു സൗന്ദര്യശാസ്ത്രത്തിന്റെ സ്വാംശീകരണവുമായി ബന്ധപ്പെട്ടതാണത്. അതുകൊണ്ടുതന്നെ ആന്തരികമായി നിരന്തരം സൗന്ദര്യാത്മകതലത്തിൽ സ്വയം വിമർശനശേഷിയും സ്വയം അഴിച്ചുപണിയാൻ ശേഷിയുമുള്ള ഒരാൾക്കു മാത്രമേ നല്ല കലാസാഹിത്യ അധ്യാപികയോ അധ്യാപകനോ ആകാൻ കഴിയൂ. നിരന്തരം സ്വയം നിഷേധിക്കാനുള്ള ഈ ശേഷി(negative capability)യാണ് സൗന്ദര്യശാസ്ത്രാധ്യാപകന്റെ മുമ്പിലെ വെല്ലുവിളി. സനാതന സൗന്ദര്യശാസ്ത്രങ്ങളുടെ ഇരുമ്പുലക്കകൾ വിഴുങ്ങിയവർക്ക് അത് സാധ്യമാകുകയില്ല. സമൂഹത്തോടും ജീവിതത്തോടുമുള്ള തുറന്നതും മുൻവിധിയില്ലാത്തതുമായ സമീപനത്തിൽ നിന്നു മാത്രമേ അതുണ്ടാകൂ. സൗന്ദര്യശാസ്ത്രപരമായ ഈ അഴിച്ചുപണിയൽശേഷിയുള്ള അധ്യാപകരുടെ കയ്യിൽ സാമൂഹ്യശാസ്ത്രവും പ്രകൃതിശാസ്ത്രവും പോലും സൗന്ദര്യശാസ്ത്രത്തിന്റെ ഉന്നതമായ വിതാനത്തിലെത്തുകയും ചെയ്യും, അത്തരം ശാസ്ത്രാധ്യാപകർ ഇന്നു കുറഞ്ഞുകൊണ്ടിരിക്കുകയാണെങ്കിലും.

പുതിയ മൂല്യങ്ങളിൽ നിന്നുകൊണ്ടുള്ള പുനർവായനകൾ ക്ലാസിക്കുകൾക്ക് ആവശ്യമാണ്. പഴയ വിദ്യാഭ്യാസവ്യവസ്ഥ മാറ്റേണ്ടതിന്റെ ആവശ്യകത പറയുമ്പോൾത്തന്നെ അന്റോണിയോ ഗ്രാംചി ഗ്രീക്ക്, ലാറ്റിൻ കൃതികളുടെ പഠനം പഴയ പഠനരീതിയുടെ മെച്ചമായിരുന്നുവെന്ന് യൂറോപ്യൻ സാഹചര്യത്തിൽ വിലയിരുത്തിയിട്ടുണ്ട്. വിദ്യാർത്ഥിയുടെ സാംസ്കാരിക മൂലധനം വർധിപ്പിക്കുന്നതിന് അത് ഉതകും എന്നാണ് ഗ്രാംചി കരുതിയത്. അതിനുള്ള മാനസിക ഉപകരണങ്ങൾ വിദ്യാർത്ഥിക്ക് ലഭിച്ചിരിക്കണം. സവർണാധിപത്യം, പുരുഷാധിപത്യം, പ്രകൃതിചൂഷണപരമായ യുക്തിബോധം എന്നിവയെ ചോദ്യം ചെയ്യുന്ന ഭാവുകത്വമുള്ള പാഠങ്ങൾ പഠിപ്പിക്കപ്പെടണം. ആ കാഴ്ചയിൽ നിന്ന് പഴയ പാഠങ്ങളെ തിരിഞ്ഞുനോക്കാനും സാധ്യമാകണം. പാരമ്പര്യത്തെ നിഷേധിക്കലല്ല പാരമ്പര്യം വിമർശനാത്മകമായി അവത

രിപ്പിക്കപ്പെടുകയാണ് വേണ്ടത്. എങ്കിലേ അതിലെ നിഷേധഘടകങ്ങൾക്കെതിരെയുള്ള പ്രതിരോധം സൗന്ദര്യതലത്തിൽ രൂപപ്പെടുകയുള്ളൂ.

സൗന്ദര്യമണ്ഡലം വിവിധ സമൂഹവിഭാഗങ്ങൾ തമ്മിൽ സാംസ്കാരികമൂലധനത്തിന്റെ തലത്തിൽ നടക്കുന്ന സംഘർഷങ്ങളുടെയും മണ്ഡലമാണ്. സനാതനസൗന്ദര്യവാദം ഇവിടെയും തള്ളപ്പെടുന്നുണ്ട്. അതിനാൽ ഒരു ഘട്ടത്തിൽ സാംസ്കാരികമായ മൂലധനമായി അംഗീകരിക്കപ്പെടാതിരുന്ന കൃതികളെയും സമീപനങ്ങളെയും ഭാവുകത്വത്തെയും മനസ്സിലാക്കാൻ സാഹിത്യാധ്യാപനത്തിന് കഴിയണം. ചരിത്രത്തിൽ പിന്തള്ളപ്പെട്ട അത്തരം രൂപങ്ങളുടെ വായനയിൽ നിന്നാകും പലപ്പോഴും പുതിയ വിമർശനാവബോധത്തിന്റെ സാധ്യതകൾ തെളിയുന്നത്. സൗന്ദര്യമണ്ഡലത്തിലെ അട്ടിമറികൾ സംഭവിക്കുന്നത് അങ്ങനെയാണ്. മാതൃഭാഷയിൽ സൗന്ദര്യാത്മകമായ മാറ്റങ്ങളെ വിദ്യാർത്ഥിക്ക് ശബ്ദ-പദ-വാക്യ തലം മുതൽ ഭാവപരവും സാംസ്കാരികവുമായ തലംവരെ അനുഭവിക്കാൻ കഴിയും. ഉദാഹരണത്തിന് കീഴാളമായ ഒരു പ്രയോഗം വരുന്നതോടെ ഉണ്ടാകുന്ന സൗന്ദര്യാത്മകമായ തലത്തിലെ വിച്ഛേദം മാതൃഭാഷയിൽ അനുഭവപ്പെടുന്നതുപോലെ അന്യഭാഷയിൽ അനുഭവപ്പെടണമെന്നില്ല. *തോട്ടിയുടെ മകനിൽ* ചന്ദ്രികയിൽ മലം തിളങ്ങുന്നത് കാണുന്ന ഒരു രംഗമുണ്ട്. ചന്ദ്രികയിൽ സുന്ദരിയുടെ കവിളുകൾ തിളങ്ങുന്നത് വായിച്ചുശീലിച്ച മനസ്സുകളെ ഈ വാക്യം ഞെട്ടിപ്പിക്കും. അത് ഉണ്ടാക്കുന്ന സൗന്ദര്യാത്മക വിച്ഛേദം മറ്റൊരു ഭാഷയിൽ അനുഭവപ്പെടണമെന്നില്ല (എം.പി. ബാലറാം ചൂണ്ടിക്കാണിച്ചതാണ് ഈ ഉദാഹരണം).

അന്യഭാഷാവിദ്യാഭ്യാസത്തിന് സൗന്ദര്യതലത്തിൽ പ്രസക്തിയില്ലെന്ന വാദം ഇന്ന് ഇംഗ്ലീഷ് സാഹിത്യപഠനത്തെ ഉപേക്ഷിക്കാനുള്ള ഒഴിവുകഴിവായി ഉയർത്തപ്പെട്ടിട്ടുണ്ട്. എന്നാൽ അന്യഭാഷാ സാഹിത്യപഠനവും സൗന്ദര്യതലത്തിൽ പ്രസക്തമാണ്. അന്യഭാഷയിൽ പദത്തിന്റെയും വാക്യത്തിന്റെയും പ്രാഥമികതലത്തെക്കാൾ ഭാവപരവും സാംസ്കാരികവുമായ ഘടകങ്ങളായിരിക്കും മുന്നിൽ വരുന്നത് എന്നുമാത്രം. ആ നിലയിൽ സൗന്ദര്യാത്മകതയുടെ തലം വിദ്യാർത്ഥിക്ക് അന്യഭാഷയിലൂടെയും ലഭിക്കുന്നുണ്ട്. അതിനാൽ അന്യഭാഷകൾ പഠിക്കുമ്പോൾ ആ ഭാഷയിലെ കലാസാഹിത്യകൃതികൾ ഒഴിവാക്കേണ്ടതില്ല.

മാതൃഭാഷയല്ലാത്ത ഭാഷകൾ ഭാഷാപ്രയോഗത്തിനുംകൂടി ഊന്നൽ നൽകി പഠിപ്പിക്കപ്പെടണം. അടിസ്ഥാന ഭാഷാസമൂഹവുമായി (കേര

ളത്തിൽ മലയാളം) ചരിത്രപരവും സാമൂഹ്യവും രാഷ്ട്രീയവുമായി പ്രസ്തുത അന്യഭാഷയ്ക്കുള്ള ബന്ധമെന്ത് എന്നതിനെ മനസ്സിലാക്കിക്കൊണ്ടു വേണം അതിലെ പാഠങ്ങൾ രൂപകല്പന ചെയ്യാൻ. ഹിന്ദിയെ സംബന്ധിച്ച് ഇന്ത്യൻ ദേശീയതയുടെ മൂല്യങ്ങളുള്ള പാഠങ്ങൾ, അതിനെ വിമർശനാത്മകമായി നോക്കിക്കാണുന്ന പുതിയ എഴുത്തുകാരുടെ (ദളിത്, സ്ത്രീ തുടങ്ങിയ) പാഠങ്ങൾ എന്നിവ പ്രധാനമാണ്.

ഇംഗ്ലീഷിനെ സംബന്ധിച്ച് ഇന്ത്യൻ ഭാഷകളും മൂന്നാംലോക ഭാഷകളും പരസ്പരം ബന്ധിപ്പിക്കുന്ന മട്ടിലുള്ള കൃതികൾ പഠനപദ്ധതിയിലേക്ക് കൊണ്ടുവരേണ്ടതുണ്ട്. കേരളവും ഇന്ത്യയും കടന്നുപോന്നതും പോന്നുകൊണ്ടിരിക്കുന്നതുമായ ചരിത്ര-സാമൂഹ്യസന്ദർഭങ്ങൾ പങ്കിടുന്നത് മൂന്നാം ലോകമാണ് എന്നതിനാലാണിത്. ഇന്ത്യൻ - മൂന്നാം ലോക -ലോക ഭാഷകളിലെ കൃതികളെ പരസ്പരം പരിചയപ്പെടുത്തുന്ന മട്ടിലുള്ള ലക്ഷ്യങ്ങളാകാം. പഴയ ആംഗ്ലോ-അമേരിക്കൻ കേന്ദ്രീകരണം ഇംഗ്ലീഷ് സിലബസിൽ നിന്ന് മാറ്റിനിർത്താം.

എല്ലാ ഭാഷകളും മാനവസമൂഹത്തിന്റെ പൊതുവായ സമ്പത്താണ്. അതിനാൽത്തന്നെ ഒരു ഭാഷയും ഏതെങ്കിലും മതത്തിന്റെ ഭാഷയല്ല. മതപരിവേഷമുള്ളതായി തെറ്റിദ്ധരിക്കപ്പെടുന്ന സംസ്കൃതം, അറബി തുടങ്ങിയ ഭാഷകൾ ആധുനിക വിദ്യാലയങ്ങളിൽ പഠിപ്പിക്കപ്പെടുമ്പോൾ ഈ തിരിച്ചറിവ് പ്രധാനമാണ്. അതിലെ സാംസ്കാരിക പാഠങ്ങളെല്ലാം തന്നെ ആധുനികമായ സൗന്ദര്യാവബോധത്തിൽ നിന്നുകൊണ്ടും വിമർശനാവബോധത്തിൽ നിന്നുകൊണ്ടും നോക്കിക്കാണാനുള്ള സ്വാതന്ത്ര്യവും സംവിധാനങ്ങളും ഉണ്ടാകേണ്ടതാണ്.

ഇങ്ങനെയാണെങ്കിലും അന്യഭാഷാസാഹിത്യപഠനങ്ങൾ മാതൃഭാഷാപഠനത്തിന് പകരമാവുകയില്ല. കാരണം മാതൃഭാഷാസാഹിത്യപഠനം അബോധതലത്തെ സ്പർശിക്കുന്നതും അതിനെ ചരിത്രവുമായി ബന്ധിപ്പിക്കുന്നതുമാണ്. ആഴത്തിലുള്ള സ്നേഹദ്വേഷങ്ങൾ, ആഹ്ലാദവേദനകൾ എല്ലാം രൂപപ്പെടുകയും വിനിമയം ചെയ്യുന്നതും അതിലാണ്. വികാരലോകത്തെ ചരിത്രവൽക്കരിക്കുന്നതും ആധുനികീകരിക്കുന്നതും മാതൃഭാഷാസാഹിത്യപഠനമാണ്. അതിന്റെ ചക്രവാളങ്ങൾ നിരന്തരം പരിവർത്തിപ്പിക്കപ്പെടേണ്ടതുമുണ്ട്. അതിനാൽ ഏറ്റവും ജാഗ്രതയും സമകാലികതയും വിമർശനശേഷിയും പ്രകടിപ്പിക്കേണ്ടതും മാതൃഭാഷാസാഹിത്യം പഠിപ്പിക്കുന്നവരാണ്.

(സമകാലിക മലയാളം വാരിക, 2009 ഒക്ടോബർ 16)

ഡോക്ടർമാരുടെ രോഗം - വേണ്ടത് സൗന്ദര്യാത്മകവിദ്യാഭ്യാസം

"തുല്യയോഗ്യതയുള്ള രണ്ടു ഡോക്ടർമാരിൽ ആരുടെ ഉപദേശമാണ് സ്വീകരിക്കേണ്ടത് എന്ന പ്രശ്നംവരുമ്പോൾ ഞാൻ അതിൽ ചെക്കോവിനെ വായിച്ചയാളുടെതാണ് സ്വീകരിക്കുക"

-സൈമൺ ലീസ്

ഇക്കഴിഞ്ഞ, അസിസ്റ്റന്റ് സർജ്ജൻമാരെ തെരഞ്ഞെടുക്കാനുള്ള അഭിമുഖത്തിൽ പങ്കെടുത്തവർക്ക് സാമാന്യവിജ്ഞാനമില്ലെന്ന് കാണിച്ച് പി.എസ്.സി. ചെയർമാൻ മുഖ്യമന്ത്രിക്ക് നൽകിയ റിപ്പോർട്ട് ശ്രദ്ധേയമായ ചില വസ്തുതകളിലേക്ക് വിരൽ ചൂണ്ടുന്നു. അടിയന്തിരമായ ചില നടപടികളും അത് ആവശ്യപ്പെടുന്നു. മുമ്പ് ഭൂതപ്രേത പിശാചുക്കളാണ് അന്ധവിശ്വാസങ്ങളായിരുന്നതെങ്കിൽ ഇപ്പോൾ മധ്യവർഗത്തെയും ഉപരിവർഗത്തെയും ബാധിച്ചിരിക്കുന്ന അന്ധവിശ്വാസമാണ് മെഡിക്കൽ- എഞ്ചിനീയറിംഗ് കോഴ്സുകൾ. വിദ്യാർത്ഥിയുടെ താത്പര്യമേതും നോക്കാതെയാണ് ഈ കോഴ്സുകളിലേക്ക് രക്ഷിതാക്കൾ മക്കളെ തള്ളിവിടുന്നത്. സാധാരണ മലയാളിയെക്കാൾ സാമൂഹ്യബോധത്തിൽ വളരെ താഴെയാണ് ഈ കോഴ്സുകളിൽ നിന്ന് പുറത്തു വരുന്നവർ എന്നാണ് ചെയർമാന്റെ റിപ്പോർട്ട് വ്യക്തമാക്കുന്നത്. പൊതുവിജ്ഞാന പരീക്ഷ നടത്തിയാൽ മാത്രം ഈ കുറവ് പരിഹരിക്കാൻ കഴിയുമോ?

നമ്മുടെ വിദ്യാഭ്യാസ സമ്പ്രദായത്തിന്റെ അടിസ്ഥാനപരമായ കുറവുകളെ ഇത് എടുത്തുകാട്ടുന്നു. മാതൃഭാഷയിൽ എഴുതാനോ വായിക്കാനോ അറിയാത്ത ആളുകളെയാണ് ഇംഗ്ലീഷ് മാധ്യമ വിദ്യാലയങ്ങളിൽ പലതും പുറത്തുവിടുന്നത്. മലയാളത്തിൽ ഒരു പത്രമോ പുസ്തകമോ വായിക്കാൻ കഴിയാത്ത ബിരുദധാരിക്ക് എങ്ങിനെ കേരളത്തിലെ സാമൂഹ്യയാഥാർത്ഥ്യങ്ങൾ വ്യക്തമാകും? ഏതൊരു തൊഴിലിനെക്കാളും ഭാഷ പ്രധാനമാകുന്ന മേഖലയാണ് വൈദ്യത്തിന്റേത്.

രോഗിയുടെ ഭാഷ ഡോക്ടർ അറിയുന്നില്ലെങ്കിൽ ചികിത്സ തെറ്റുമെന്നു മാത്രമല്ല, അപകടവും വരുത്തിവെക്കും. ഓക്കാനം എന്ന വാക്കിന്റെ അർത്ഥമറിയാത്ത ഡോക്ടർ അത് വയറു വേദനയാണെന്ന് ധരിച്ച് മരുന്നെഴുതിക്കൊടുത്തതുകൊണ്ട് അനേക സ്ത്രീകളുടെ ഗർഭം അലസിയതായി ഐക്യമലയാള പ്രസ്ഥാനത്തിന്റെ ഒരു പ്രവർത്തകൻ ഈയിടെ പ്രസംഗിക്കുന്നത് കേട്ടിരുന്നു. മെഡിക്കൽ വിദ്യാഭ്യാസം തന്നെ മാതൃഭാഷയിലാക്കണമെന്നാണ് പല വിദഗ്ധരും വാദിക്കുന്നത്. എട്ടാംതരംവരെയെങ്കിലും മാതൃഭാഷയായിരിക്കണം വിദ്യാഭ്യാസമാധ്യമം എന്ന് ഈയിടെ അംഗീകരിച്ച വിദ്യാഭ്യാസ അവകാശ നിയമം പറയുന്നുണ്ട്. പക്ഷെ അതൊന്നും സർക്കാറിന്റെ ശ്രദ്ധയിൽ വന്നിട്ടില്ല.

വിദ്യാഭ്യാസ മാധ്യമത്തെ സംബന്ധിച്ച കാര്യങ്ങൾ പോലെ തന്നെ പ്രധാനമാണ് സാഹിത്യമുൾപ്പെടെയുള്ള മാനവിക പഠനമേഖലയോട് കാണിക്കുന്ന അവഗണന. കഴിഞ്ഞ സർക്കാറിന്റെ കാലത്താണ് ഉന്നതവിദ്യാഭ്യാസ കൗൺസിൽ ബിരുദപഠനത്തിൽ നിന്ന് സാഹിത്യ പഠനം മിക്കവാറും ഒഴിവാക്കിയത്. സാഹിത്യസാംസ്കാരിക മേഖലയിൽ നിന്ന് ഇതിനെതിരെ വ്യാപകമായ പ്രതിഷേധം ഉയർന്നിട്ടും സർവകലാശാലയിലെ ബിരുദകോഴ്സുകളിൽ ഇനിയും സാഹിത്യം തിരിച്ചു വന്നിട്ടില്ല. ഇത് സർവകലാശാലയിലെ സാധാരണ കോഴ്സുകളുടെ സ്ഥിതി. പ്രൊഫഷണൽ വിദ്യാഭ്യാസ മേഖലയിലാകട്ടെ സാഹിത്യ പഠനമേയില്ല. ഇംഗ്ലീഷ് മാധ്യമ വിദ്യാലയങ്ങളിലൂടെ മലയാളം എഴുതാനും വായിക്കാനും അറിയാതെ പുറത്തു വരുന്ന, ഒരു മലയാളസാഹിത്യകൃതി പോലും വായിച്ചിട്ടില്ലാത്ത വിദ്യാർത്ഥികളുള്ള കുറവ് സാമാന്യ വിജ്ഞാനത്തിന്റേതു മാത്രമല്ല, സൗന്ദര്യബോധത്തിന്റേതു കൂടിയാണ്.

സാഹിത്യബോധമുണ്ടാകാൻ സാഹിത്യം ഒരു കോഴ്സായി പഠിക്കണോ എന്ന് പലരും ചോദിക്കുന്നുണ്ട്. സാഹിത്യം ക്ലാസ് മുറിയിലിരുന്ന് പഠിക്കാതെയും സാഹിത്യബോധമുണ്ടാകാം എന്നത് ശരി തന്നെയാണ്. എന്നാൽ ഈ വാദം ശാസ്ത്രത്തിനും സാങ്കേതികവിദ്യക്കും കൂടി ബാധകമാണെന്നോർക്കണം. നൂറു കണക്കിന് ശാസ്ത്രീയ കണ്ടുപിടുത്തങ്ങൾ നടത്തിയ എഡിസൻ ആറു മാസം തികച്ച് സ്കൂളിൽ പോയിട്ടില്ല എന്ന ഉദാഹരണം ചൂണ്ടിക്കാട്ടി സ്കൂളുകളിലോ കോളേജുകളിലോ ശാസ്ത്രമേ പഠിപ്പിക്കേണ്ടതില്ല എന്ന് ആരും വാദിക്കാറില്ലല്ലോ.

സാഹിത്യത്തിനും കലയ്ക്കും വിദ്യാഭ്യാസത്തിൽ എന്തു പങ്കാണുള്ളത് എന്ന ചോദ്യത്തിന് ഏറ്റവും നല്ല വിശദീകരണം നൽകിയത്

ജർമൻ കവിയും ചിന്തകനുമായിരുന്ന ഫ്രഡറിക് ഷില്ലറാണ്. സാഹിത്യവും കലയും നൽകുന്നത് സൗന്ദര്യാത്മക വിദ്യാഭ്യാസമാണ് എന്ന് *മനുഷ്യന്റെ സൗന്ദര്യാത്മകവിദ്യാഭ്യാസത്തെപ്പറ്റി* (1795) എന്ന കൃതിയിൽ അദ്ദേഹം വാദിച്ചു. ബുദ്ധികൊണ്ടു മാത്രമല്ല, വികാരം കൊണ്ടു കൂടിയാണ് മനുഷ്യൻ ജീവിക്കുന്നത് എന്നും വികാരമണ്ഡലത്തെ വികസിപ്പിക്കുന്നതും സമകാലികമാക്കുന്നതും സൗന്ദര്യാത്മക വിദ്യാഭ്യാസമാണ് എന്നും അദ്ദേഹം പറഞ്ഞു. ഭൗതിക വസ്തുക്കളും ചരക്കുകളും മാത്രമല്ല, മനുഷ്യരെ ഒരു സമൂഹമാക്കി പരസ്പരം ബന്ധിപ്പിക്കുന്നത്. സൗന്ദര്യാത്മകമായ ഉല്പന്നങ്ങൾ കൊണ്ടു കൂടിയാണ് മനുഷ്യർ പരസ്പരം ബന്ധിതരായിരിക്കുന്നത്. സാഹിതീയവും സൗന്ദര്യാത്മകവുമായ ഉല്പന്നങ്ങളാൽ പരസ്പരം ബന്ധിപ്പിക്കപ്പെട്ട മനുഷ്യരുടെ സമുദായത്തെ അദ്ദേഹം സൗന്ദര്യാത്മക സമുദായം എന്നു വിളിച്ചു. സാമൂഹ്യബന്ധത്തിന്റെയും സാമൂഹ്യവിനിമയത്തിന്റെയും ഉയർന്ന രൂപമാണത്. ഏറ്റവും പുതിയ സാങ്കേതിക വിദ്യാഭ്യാസം കിട്ടുന്ന വിദ്യാർത്ഥി വികാരം കൊണ്ട് ഏറ്റവും പ്രാകൃതനാണെങ്കിൽ അവന് ശരിയായ വിദ്യാഭ്യാസം കിട്ടി എന്നു പറയാനാവുകയില്ല. ഏറ്റവും പുതിയ ഉല്പന്നങ്ങൾ വീട്ടിൽ കുമിഞ്ഞുകൂടുമ്പോഴും ഏറ്റവും പ്രാകൃതമായ സൗന്ദര്യബോധമാണ് ഒരാളെ നയിക്കുന്നതെങ്കിൽ അയാളെ പുതിയ കാലത്തെ മനുഷ്യനായി പരിഗണിക്കാൻ കഴിയില്ല.

ബൗദ്ധികവിദ്യാഭ്യാസം വിവരശേഖരത്തെ മാത്രമാണ് അടിസ്ഥാനമാക്കുന്നതെങ്കിൽ സൗന്ദര്യാത്മകവിദ്യാഭ്യാസം വികാരമണ്ഡലത്തെയാണ് സംബോധന ചെയ്യുന്നത്. ആ നിലയിൽ അത് വൈകാരികവിദ്യാഭ്യാസം തന്നെ. പ്രകൃതിയോടും സമൂഹത്തോടും എതിർലിംഗത്തോടുമുള്ള പെരുമാറ്റത്തെയും വികാരപരമായ ബന്ധത്തെയും നവീകരിക്കുകയാണ് സൗന്ദര്യാത്മക വിദ്യാഭ്യാസത്തിൽ സംഭവിക്കുന്നത്. ലൈംഗികവിദ്യാഭ്യാസം നൽകിയാൽ ആൺ പെൺ ബന്ധം മെച്ചപ്പെടുമെന്നും സ്ത്രീപീഡനം കുറയുമെന്നുമുള്ളത് തെറ്റിദ്ധാരണയാണ്. കാമത്തിന്റെ പ്രവർത്തനത്തെക്കുറിച്ചുള്ള ബുദ്ധിപരമായ അറിവല്ല, കാമത്തെ പ്രേമമാക്കുന്ന സൗന്ദര്യാത്മകമായ വിദ്യാഭ്യാസമാണ് ഇണയോടുള്ള ബന്ധത്തെ നവീകരിക്കുന്നത്. കുമാരനാശാന്റെ കൃതികൾ ഒരു മലയാളി എന്തിന് പഠിക്കണം എന്നുള്ളതിന്റെ ഉത്തരം ഇവിടെയാണ്. യഥാർത്ഥത്തിൽ പത്താംതരം വരെ മാത്രമുള്ള ഭാഷാപഠനമല്ല, അതും കഴിഞ്ഞ് വികാരവളർച്ചയുടെ പ്രായത്തിൽ ലഭിക്കുന്ന സൗന്ദര്യാത്മക

വിദ്യാഭ്യാസമാണ് സ്ത്രീപീഡകനായിത്തീരുമായിരുന്ന ഒരു യുവാവിനെ പ്രേമവായ്പുള്ള കാമുകനാക്കി മാറ്റുന്നത്. ഇണയോടുള്ള ഏകപക്ഷീയ മായ വികാരമാണ് കാമമെങ്കിൽ ഇണയുടെ ആഗ്രഹപാത്രമായി താൻ മാറിത്തീരണം എന്നുള്ള വികാരം കൂടി ചേരുമ്പോഴാണ് അത് പ്രേമ മാകുന്നത്. കോളജ് ക്ലാസുകളിലും സാഹിത്യം നിർബന്ധപഠനവിഷ യമാക്കണമെന്ന് പലരും വാദിച്ചത് സൗന്ദര്യാത്മക വിദ്യാഭ്യാസ ത്തിന്റെ ഈ പ്രസക്തി മനസ്സിലാക്കുന്നതുകൊണ്ടാണ്.

ഭൗതികവിദ്യാഭ്യാസത്തിന്റെ കുറവ് പരിഹരിക്കാൻ ആത്മീയ വിദ്യാഭ്യാസം മതി എന്ന് മതസംഘടനകളുടെയും ആത്മീയ പ്രസ്ഥാ നങ്ങളുടെയും ഉടമസ്ഥതയിലുള്ള സ്ഥാപനങ്ങളുടെ അധികാരികൾ വിചാരിക്കുന്നുണ്ട്. എന്നാൽ മതപരമായ വിദ്യാഭ്യാസം സൗന്ദര്യാത്മക വിദ്യാഭ്യാസത്തിന് പകരമാകുന്നില്ല. മോശയുടെ പത്തു പ്രമാണങ്ങൾ അക്കമിട്ടു പഠിപ്പിക്കുന്ന ബൗദ്ധികവിദ്യാഭ്യാസത്തെക്കാൾ ഫലപ്രദ മാണ് ക്രിസ്തുപറഞ്ഞുതരുന്ന കഥകൾ നൽകുന്ന വൈകാരികവിദ്യാ ഭ്യാസം. മതവിദ്യാഭ്യാസമാണ് മൂല്യവിദ്യാഭ്യാസമെന്നും തെറ്റിദ്ധാര ണയുണ്ട്. മതവിദ്യാഭ്യാസത്തിലുൾച്ചേർന്ന മാനുഷിക മൂല്യങ്ങൾ ഏറ്റവും സമകാലികമാവുകയാണ് സാഹിത്യവിദ്യാഭ്യാസത്തിലൂടെ. ഏറ്റവും പുതിയ സാഹിത്യകൃതികൾ ഏറ്റവും പുതിയ ധാർമ്മികസമ സ്യകളെയാണ് വിദ്യാർത്ഥിക്ക് സൗന്ദര്യാനുഭവമായി നൽകുന്നത്. സാഹിത്യം എന്ന് ഇവിടെ ഉദ്ദേശിക്കുന്നത് വാമൊഴി, വരമൊഴി വ്യത്യാസമില്ലാതെ എല്ലാസാഹിത്യരൂപങ്ങളും കലാസൃഷ്ടികളും ആധുനിക മാധ്യമസംസ്കാരവും മാനവികശാസ്ത്രങ്ങളുമെന്നാണ്. മൂല്യ വിദ്യാഭ്യാസം മതവിദ്യാഭ്യാസമല്ല, സൗന്ദര്യാത്മക വിദ്യാഭ്യാസ മാണ്. മുമ്പ് പണ്ഡിറ്റ് കെ.പി. കറുപ്പൻ പറഞ്ഞതുപോലെ ഭാഷയു ടെയും സാഹിത്യത്തിന്റെയും ആരാധനാലയത്തിലേക്ക് എല്ലാവർക്കും പ്രവേശനമുണ്ട്. അത് എല്ലാവർക്കും പൊതുവായുള്ളതുമാണ്.

ഈ സൗന്ദര്യാത്മക വിദ്യാഭ്യാസം മെഡിക്കൽ- എഞ്ചിനീയ റിംഗ് കോഴ്സുകളിലുമുണ്ടായിരിക്കണം. *ആരോഗ്യനികേതനം* എന്ന താരാശങ്കർ ബാനർജിയുടെ നോവൽ എം.ബി.ബി.എസ്. കോഴ്സിന്റെ ഭാഗമാകണം. *ഭൂമിയുടെ അവകാശികൾ* എന്ന ബഷീറിന്റെ കഥ എഞ്ചി നീയറിംഗ് കോഴ്സിന്റെ കൂടെ പഠിപ്പിക്കണം. മനുഷ്യനോടും ഭൂമിയോടും ആരോഗ്യകരമായ ബന്ധം സൂക്ഷിക്കുന്ന ഡോക്ടറും എഞ്ചിനീയറും അതുവഴിയാണ് പുറത്തു വരിക. ഈ തിരിച്ചറിവ് ഇപ്പോൾ പാശ്ചാത്യ

സർവകലാശാലകളിൽ ഉണ്ടായിത്തുടങ്ങിയിട്ടുണ്ട്. വൈദ്യമാനവിക ശാസ്ത്രം (മെഡിക്കൽ ഹ്യൂമാനിറ്റീസ്) എന്ന ഒരു പഠനശാഖ തന്നെ ഉയർന്നുവന്നിട്ടുണ്ട്.

സൗന്ദര്യാത്മക വിദ്യാഭ്യാസമില്ലാതെ എത്ര വലിയ ശാസ്ത്രീയ വിദ്യാഭ്യാസമുണ്ടായിട്ടും കാര്യമില്ലെന്നതിന് നിരവധി ഉദാഹരണങ്ങളുണ്ട്. ജനിതക ശാസ്ത്രത്തിലെ ഏറ്റവും വലിയ കുതിച്ചുചാട്ടങ്ങളിലൊന്നായ വാട്സൻ- ക്രിക്ക് കണ്ടുപിടുത്തത്തിന് കാരണക്കാരിലൊരാളായ ജെയിംസ് വാട്സനെ വംശീയ വിരോധം പ്രചരിപ്പിക്കുന്നതിന്റെ പേരിൽ ലബോറട്ടറിയിൽ നിന്ന് പുറത്താക്കുകയുണ്ടായി. ഡി.എൻ.എ. പ്രകാരം മനുഷ്യരെ വേർതിരിച്ച വാട്സന് മനുഷ്യരെ ഐക്യപ്പെടുത്തുന്ന വിശാലമായ സൗന്ദര്യബോധത്തിന്റെ കുറവു മാത്രമാണ് ഉണ്ടായിരുന്നത്. മഹാനായ ശാസ്ത്രജ്ഞനാകുമ്പോഴും നീചനായ മനുഷ്യനായി മാറാമെന്ന് ഇത് കാണിക്കുന്നു.

അറുപതുകളിൽത്തന്നെ അമേരിക്കയിലും തുടർന്നുള്ള ദശകങ്ങളിൽ യൂറോപ്പിലാകെയും പലയിടത്തും വൈദ്യമാനവികശാസ്ത്ര കോഴ്സുകൾ അവിടത്തെ മെഡിക്കൽ വിദ്യാഭ്യാസത്തിന്റെ ഭാഗമായി. ഡോക്ടർമാരുടെ കോഴ്സിൽ സാഹിത്യവും കലയും സാമാന്യവിജ്ഞാനങ്ങളും ഉൾപ്പെടുത്തുന്ന പാഠ്യപദ്ധതിയാണിത്. ന്യൂയോർക്ക് സർവകലാശാലയിലെ വൈദ്യശാസ്ത്രപഠനത്തിൽ ഫെലിസ് ഔളും ജോർജ്ജ് വാഷിംഗ്ടൺ സർവകലാശാലയിൽ ലിന്റ റാഫേലും നിരവധി വർഷങ്ങൾ ഈ കോഴ്സ് നടത്തിയിട്ടുണ്ട്. ഉയർന്ന ഡോക്ടർമാരെ ഉന്നതരായ മനുഷ്യരുമാക്കി തീർക്കുന്നതാണ് ഈ കോഴ്സ് സംവിധാനം. വൈദ്യധാർമ്മികത(മെഡിക്കൽ എതിക്സ്) വൈദ്യമാനവികശാസ്ത്രം എന്ന വിശാലമേഖലയിലെ ഒരു ഘടകം മാത്രമാണെന്ന് ഇന്ന് പലരും തിരിച്ചറിഞ്ഞിട്ടുണ്ട്. എഞ്ചിനീയറിംഗ് കോഴ്സിലും പലയിടത്തും സാഹിത്യമുൾപ്പെടുന്ന മാനവികവിഷയങ്ങൾ പഠനപദ്ധതിയുടെ ഭാഗമാണ്.

ഡോക്ടർമാർക്കും എഞ്ചിനീയർമാർക്കും മാത്രമല്ല, എല്ലാ പ്രൊഫഷണൽ കോഴ്സുകൾക്കും സൗന്ദര്യാത്മക വിദ്യാഭ്യാസം ആവശ്യമാണ്. വക്കീലന്മാർക്കും ന്യായാധിപന്മാർക്കും ഇതു ബാധകമാണ്. സാഹിത്യത്തെയും സൗന്ദര്യമേഖലയെയും മനസ്സിലാക്കാൻ കഴിയാത്തത് നീതിന്യായമേഖലയിൽ പ്രശ്നങ്ങളുണ്ടാക്കുന്നുണ്ട്. സ്ഥലവും കാലവും കണക്കാക്കിയുള്ള ആധുനിക യുക്തിയിൽ നിന്ന് വ്യത്യസ്തമായാണ് ഭാവനാലോകം നിലനില്ക്കുന്നത് എന്ന് തിരിച്ചറിയാതിരിക്കുന്നത് വലിയ സാമൂ

ഹ്യപ്രശ്നങ്ങളിലേക്ക് നയിക്കുന്നുണ്ട്. സാഹിതീയ പാഠങ്ങളെ ചരിത്ര പാഠങ്ങളായി തെറ്റിദ്ധരിച്ചതാണ് ബാബ്രി മസ്ജിദ് പൊളിച്ചുമാറ്റുന്നതിലെന്ന പോലെ തന്നെ അത് കുഴിച്ചുനോക്കി ചരിത്രാവശിഷ്ടം പരിശോധിക്കാനുള്ള വിധിയിലും വ്യക്തമായത്. രാമൻ ജനിച്ചത് വാത്മീകിയുടെ മനസ്സിലാണെന്ന് മനസ്സിലാക്കണമെങ്കിൽ ചരിത്രവിദ്യാഭ്യാസം പോര. സൗന്ദര്യാത്മക വിദ്യാഭ്യാസം തന്നെ വേണം. സാഹിത്യകൃതികളെയും സാഹിത്യകാരന്മാരെയും മതങ്ങളും നീതിപീഠങ്ങളും വിചാരണയ്ക്ക് വിധേയമാക്കുന്നത് സൗന്ദര്യാത്മക വിദ്യാഭ്യാസത്തിന്റെ കുറവുകൊണ്ടാണ്. യൂറോപ്പിൽനിന്ന് വ്യത്യസ്തമായി സാഹിത്യസംസ്കാരം ഇന്ത്യൻ സമൂഹത്തിലും ഇന്ത്യൻ ഭാഷകളിലും ആഴത്തിൽ വേരോടിയിട്ടുള്ളതാണെന്ന തിരിച്ചറിവ് ഇന്ന് ഉണ്ടായിട്ടുണ്ട്. ഇന്ത്യൻഭാഷകളും സാഹിത്യവും അറിയാതിരിക്കുന്നത് സമൂഹത്തെയും സമൂഹമനസ്സിനെയും മനസ്സിലാക്കുന്നതിന് തടസ്സമാകുന്നുണ്ട്.

ഹിപ്പോക്രാറ്റസിന്റെ പ്രതിജ്ഞ ഹിപ്പോക്രസിയാകാതിരിക്കണമെങ്കിൽ ആ മൂല്യങ്ങൾ സൗന്ദര്യാത്മകതലത്തിൽ വിദ്യാർത്ഥിയിലേക്ക് വിനിമയം ചെയ്യപ്പെടണം.

(മാതൃഭൂമി ദിനപത്രം, 2013 ഏപ്രിൽ 24)

6

ഭാഷയും തത്വചിന്തയും

ഭാഷയും തത്വചിന്തയും - ഉപകരണവാദത്തിനും നിർണയവാദത്തിനുമിടയിൽ

ചരിത്രപരവും സാമൂഹ്യവും സൗന്ദര്യാത്മകവുമായ പ്രതിഭാസമായ ഭാഷയെ ഈ ഘടകങ്ങളെയൊന്നും പരിഗണിക്കാതെ കേവലം ഒരു ഉപകരണം മാത്രമായി കാണുന്നതാണ് ഭാഷയെ സംബന്ധിച്ച ഉപകരണവാദം. ഈ ഉപകരണവാദത്തെ തള്ളിക്കൊണ്ടാണ് ഭാഷയെ സംബന്ധിച്ച് കഴിഞ്ഞ നൂറ്റാണ്ടിൽ വിവിധ സങ്കല്പങ്ങൾ ഉയർന്നു വന്നത്. ഉപകരണവാദത്തിന്റെ വിമർശനം പലപ്പോഴും അതിന്റെ നേർവിപരീത ദിശയിലേക്ക് നീങ്ങി ഭാഷാ നിർണയവാദമായി തീരാറുമുണ്ട്. പലപ്പോഴും ഭാഷയെ സംബന്ധിച്ച രാഷ്ട്രീയ ചർച്ചകളിൽ ഒരു വശത്ത് ഉപകരണവാദവും മറുവശത്ത് നിർണയവാദവുമാണ് ഉയർന്നു വരാറ്. മാതൃഭാഷയെ സംബന്ധിച്ച ശരിയായ സമീപനത്തിന് ഈ രണ്ടു വാദങ്ങളെയും പരിശോധിക്കേണ്ടത് ആവശ്യമാണ്. ഭാഷയെ സംബന്ധിച്ച ഈ നിലയിലുള്ള ചർച്ചകളെ സൗകര്യത്തിന് ആറായി തിരിക്കാം

1. ഭാഷാപരമായ ഉപകരണവാദം
2. ഭാഷാ നിർണയവാദവും ഭാഷാപരമായ ആപേക്ഷികതാവാദവും
3. അന്തർവിഷയിത്വപരമായ ഭാഷാസമീപനം
4. പ്രതിഭാസവിജ്ഞാനീയം- ഭാഷയും ഉണ്മയും തമ്മിലുള്ള ബന്ധം
5. ഭാഷാ ചായ്‌വ്-ഘടനാവാദവും ഘടനോത്തരവാദവും
6. ഭാഷാശാസ്ത്ര തത്വചിന്ത

1. പ്രബുദ്ധത - ഉപകരണവാദം

വസ്തുപ്രപഞ്ചത്തിലെയും സമൂഹജീവിതത്തിലെയും വിവിധ ഘടകങ്ങളെ പേരിട്ടു വിളിച്ച് അറിയുവാനുള്ള ഒരു ഉപകരണം മാത്രമാണ് ഭാഷ എന്നതാണ് ഭാഷയെ സംബന്ധിച്ച ഉപകരണവാദം. നിഷ്പക്ഷവും നിർഗുണവുമായ ഒരു മാധ്യമം മാത്രമാണ് ഭാഷ എന്നു കരുതപ്പെട്ടു. ആധുനികത്വത്തോട്ടു കൂടി രൂപപ്പെട്ട യാന്ത്രികവാദത്തോടൊപ്പം വളർന്നുവന്നതാണ് ഈ വീക്ഷണം. വിഷയി/വിഷയം എന്ന വിഭജനത്തി

ലൂന്നിയാണ് പ്രപഞ്ചാനുഭവത്തെ ആധുനികത വിഭജിച്ചത്. ആധുനിക തത്വചിന്തയുടെ പിതാവായി കരുതപ്പെടുന്ന റെനെ ദക്കാർത്തി (1596-1650) ന്റെ 'ഞാൻ ചിന്തിക്കുന്നു, അതിനാൽ ഞാൻ ഉണ്ട്' എന്ന നിരീക്ഷണം ആധുനികതയുടെ ആത്മബോധത്തിന്റെ അടിസ്ഥാന മാണ്. ഇതിലെ വിഷയി/വിഷയ വിഭജനം യാന്ത്രിക സമീപന ങ്ങൾക്ക് തുടക്കം കുറിച്ചു. ഇതിൽ ഇന്ദ്രിയാനുഭവങ്ങളിൽനിന്നും സ്വത ന്ത്രമായി നില്ക്കുന്ന അഹംബോധമാണ് മനുഷ്യൻ. ഈ കേവല വിഷയി ചിന്തിക്കുന്നത് ഭാഷയിലൂടെയാണ്. വസ്തുരൂപത്തിൽ നിലനില്ക്കുന്ന ലോകത്തെ മനുഷ്യൻ ഭാഷയിലൂടെ അറിയുന്നു (പ്രബുദ്ധതാപരമായ ആധുനികതയുടെ ഘട്ടത്തിലെ ഭാഷാപരമായ ഉപകരണവാദത്തെ സംബന്ധിച്ച ചർച്ചയ്ക്ക് ഈ പുസ്തകത്തിലെ ഭാഷ,നവോത്ഥാനം, ജനാ ധിപത്യം എന്ന ആദ്യലേഖനം നോക്കുക)

2. ഭാഷാനിർണയവാദവും ഭാഷാപരമായ ആപേക്ഷികതാ സങ്കല്പവും

ഭാഷയാണ് മനുഷ്യചിന്തയെയും ലോകവീക്ഷണത്തെയും സ്വാധീ നിക്കുന്നത്, ഭാഷ ഒരു പ്രതിഭാസം എന്ന നിലയിൽ പൊതുവെ മനു ഷ്യന്റെ ലോകബോധത്തെയും ലോകസ്വീകരണത്തെയും സ്വാധീനി ക്കുന്നു എന്നിങ്ങനെയുള്ളതാണ് ഒരു നിലപാട്. ചില തത്വചിന്തകർ ഗ്രീക്ക് കാലം തൊട്ടേ ഈ നിലപാട് സ്വീകരിച്ചിരുന്നു. ആധുനിക കാല മെത്തിയപ്പോൾ ഓരോ ഭാഷയും ഓരോ തരം ലോകവീക്ഷണമാണ് എന്ന തരം നിർണയവാദമായി ഇതു മാറുകയും ചെയ്തു.

ഗ്രീക്ക് തത്വചിന്തയിൽ തന്നെ ഭാഷയും ലോകബോധവും തമ്മി ലുള്ള ബന്ധത്തെക്കുറിച്ചുള്ള ചർച്ചയുണ്ട്. ഗോർജിയാസിന് ഭാഷയിലൂ ടെയല്ലാതെ ഭൗതികപ്രപഞ്ചത്തെ കാണാൻ സാധ്യമല്ല എന്ന ധാരണ യുണ്ടായിരുന്നു. ഭാഷയ്ക്കു മുമ്പെ ആശയങ്ങൾ നില്ക്കുന്നുവെന്നാണ് പ്ലാറ്റോ കരുതിയത്. മധ്യകാലത്ത് ഈ വാദമാണ് നിലനിന്നിരുന്നത്. ആശ യവാദികൾ ഇങ്ങനെയാണ് കരുതിയതെങ്കിൽ പിൽക്കാല ഭൗതിക വാദികൾ ഭൗതികപ്രപഞ്ചം ഭാഷയ്ക്കു മുമ്പെ നൽകപ്പെട്ട രൂപത്തിലു ണ്ടെന്ന നിലപാട് സ്വീകരിച്ചു.

ജർമൻകാരനായ വില്യം വോൺ ഹംബോൾട് (1767-1836) ഭാഷാ പരമായ ലോകവീക്ഷണം എന്ന സങ്കല്പം മുന്നോട്ടുവെച്ചു. ആധുനിക ഭാഷാനിർണയവാദത്തിന്റെ തുടക്കം ഇതാണെന്നു പറയാം. ഭാഷ ദേശത്തിന്റെ ആത്മാവിനെ പ്രതിനിധീകരിക്കുന്നു എന്നും അദ്ദേഹം

കരുതി. വ്യക്തിപരവും രാഷ്ട്രീയവുമായ ലോകവീക്ഷണവും ഒരു സങ്കല്പന വ്യവസ്ഥ എന്ന നിലയിൽ ഭാഷയുമായി ബന്ധപ്പെട്ട ലോകവീക്ഷണവും എന്ന് പിൽക്കാല പഠിതാക്കൾ ഇതിനെ വ്യവച്ഛേദിച്ചു.

നിർണയവാദം ഭാഷാരാഷ്ട്രീയവുമായി ബന്ധപ്പെട്ട് പരസ്പര വിരുദ്ധമായ രണ്ടു നിലപാടുകൾ സ്വീകരിച്ചതായി കാണാം.

1. ഓരോ ഭാഷയും ഓരോ തരം ചിന്താരീതിയെയും ലോകവീക്ഷണത്തെയും പ്രതിനിധാനം ചെയ്യുന്നു. അതിൽ ചിലത് ഉയർന്നതും വികസിച്ചതുമാണ്. മറ്റു ചിലത് അവികസിതമാണ്. വികസിച്ചതും അല്ലാത്തതുമായ ഭാഷകൾ എന്ന വിഭജനം പലപ്പോഴും സാമ്രാജ്യത്വ താത്പര്യങ്ങളോടാണ് ഒത്തു പോയത്.
2. ഓരോ ഭാഷയും ഓരോ തരം ലോകവീക്ഷണമാണ്. പക്ഷെ അവയോരോന്നും തുല്യപ്രാധാന്യവും തുല്യസാധ്യതയുമുള്ളതാണ്. വ്യത്യസ്തതകളെ അംഗീകരിക്കുന്ന നിലപാടിലേക്കാണ് ഇതെത്തിയത്.

(ക) ഭാഷാനിർണയവാദം സാമ്രാജ്യത്വതാത്പര്യത്തിന്

ഭാഷാനിർണയവാദം സാമ്രാജ്യത്വ താത്പര്യത്തിനായി ഉപയോഗിക്കപ്പെട്ടിട്ടുണ്ട്. ഹംബോൾട്ടിന്റെ ഭാഷാബോധത്തിൽത്തന്നെ യൂറോകേന്ദ്രീകരണ പ്രവണതയുണ്ടായിരുന്നു. യൂറോപ്യൻ ഭാഷകളാണ് കൂടുതൽ മികച്ചതും വികസിച്ചതും എന്ന് അദ്ദേഹം കരുതി. ഭാഷാവൈവിധ്യം എന്നത് ചിഹ്നങ്ങളുടെ വൈവിധ്യത്തെയല്ല പകരം ലോകവീക്ഷണങ്ങളുടെ തന്നെ വൈവിധ്യത്തെയാണ് വ്യക്തമാക്കുന്നത് എന്നാണ് ഹംബോൾട് പറഞ്ഞത്.

ഇരുപതാം നൂറ്റാണ്ടിന്റെ തുടക്കത്തിൽ ഇത് വംശീയവാദമായി അമേരിക്കയിലെ തദ്ദേശീയ ഇന്ത്യൻ ഭാഷകളെയും ആ ജനതയെയും നശിപ്പിക്കുന്നതിനുള്ള ന്യായം കൂടിയായിത്തീർന്നു. അമേരിക്കൻ ഭാഷാശാസ്ത്രജ്ഞനായ വില്യം ഡ്വിലൈറ്റ് വിറ്റ്നി തദ്ദേശീയ അമേരിക്കൻ ഭാഷകൾ സംസാരിക്കുന്നവർ കാട്ടാളന്മാരാണെന്നും അവർ അത് ഉപേക്ഷിച്ച് ഇംഗ്ലീഷിലേക്ക് മാറണമെന്നും പറഞ്ഞു.

(ഖ) വ്യത്യസ്തം, പക്ഷെ തുല്യം

വിറ്റ്നിയുടെ വീക്ഷണത്തെ വെല്ലുവിളിച്ച ഭാഷാശാസ്ത്രജ്ഞൻ ഫ്രാൻസ് ബൊയാസ് ആണ്. എല്ലാ ഭാഷകൾക്കും തുല്യ സാധ്യതകളാണുള്ളത് എന്ന് അദ്ദേഹം വാദിച്ചു. തദ്ദേശീയ അമേരിക്കൻ ഭാഷകളെ

ക്കുറിച്ചു പഠിച്ച അദ്ദേഹം സംസ്കാരവുമായി ഭാഷയ്ക്കുള്ള ബന്ധത്തെക്കുറിച്ച് നിർണയവാദത്തിനപ്പുറത്തുള്ള നിലപാടുകളാണ് സ്വീകരിച്ചത്.

സപീർ-വോർഫ് ഹൈപോതിസിസ്

എഡ്വേർഡ് സപീർ (1884 - 1939) എന്ന നരവംശ ഭാഷാശാസ്ത്രജ്ഞൻ ബൊയാസിന്റെ വിദ്യാർത്ഥിയായിരുന്നു. സപീറിന്റെയും അദ്ദേഹത്തിന്റെ ശിഷ്യനായ ബെഞ്ചമിൻ ലീ വോർഫി (1897- 1941)ന്റെയും പേരുകൾ ചേർത്ത് ഭാഷയെ സംബന്ധിച്ചുള്ള നിലപാട് സപീർ-വോർഫ് ഹൈപോതിസിസ് എന്നറിയപ്പെടുന്നു. ഓരോ ഭാഷയും ഓരോ ലോകവീക്ഷണങ്ങളാണ് എന്നതാണ് ഈ ഹൈപോതിസിസ്. യഥാർഥത്തിൽ അവർ ചേർന്ന് ഒരു ഹൈപോതിസിസും സ്വയം രൂപപ്പെടുത്തിയിട്ടില്ല. സപീറിന്റെ വിദ്യാർത്ഥിയായ ഹാരി ഹോയിജറാണ് ഇങ്ങിനെ ഒരു ഹൈപോതിസിസിന് പേരിട്ടത്. ഒരേ ലോകത്തെ വിവിധ പേരിട്ട് വിളിക്കുകയല്ല, പകരം വ്യത്യസ്ത ഭാഷ സംസാരിക്കുന്നവർ വ്യത്യസ്ത ലോകങ്ങളിൽ ജീവിക്കുകയാണ് ചെയ്യുന്നത് എന്ന് സപീർ വാദിച്ചു. രണ്ടു ഭാഷകൾക്കുള്ളിലെ ലോകവീക്ഷണം തുല്യമല്ലാത്തതിനാൽ ശരിയായ വിവർത്തനം സാധ്യമല്ല എന്നു സപീർ പറഞ്ഞു. പക്ഷേ ഒരു ഭാഷ ഒരു സംസ്കാരമാണ് എന്ന വീക്ഷണം അംഗീകരിച്ചില്ല. വിവധ ഭാഷകൾക്ക് ഒരേ സംസ്കാരം പങ്കിടാം എന്നു പറഞ്ഞു. സാംസ്കാരിക നിർണയവാദത്തെ അദ്ദേഹം അംഗീകരിച്ചില്ല. വൈഗോട്സ്കിയെയും സപീറിന്റെ സമീപനം സ്വാധീനിച്ചിട്ടുണ്ട്.

സപീറിനെക്കാളും വോർഫാണ് നിർണയവാദപരമായ നിലപാട് കൂടുതലും സ്വീകരിച്ചത്. 'പ്രപഞ്ചത്തിന്റെ അമേരിന്ത്യൻ മാതൃക' എന്ന ലേഖനത്തിൽ ഹോപി എന്ന അമേരിന്ത്യൻ ഭാഷയിൽ നമ്മുടെ ഭാഷയിലേതുപോലെ ക്രിയകൾക്ക് കാലപ്രത്യയങ്ങളില്ലെന്നും അതിനാൽ അത് വ്യത്യസ്തമായ ബോധമാണ് നൽകുന്നത് എന്നും വോർഫ് പറയുന്നുണ്ട് (57-64).

ഭാഷാപരമായ ആപേക്ഷികതയെ സംബന്ധിച്ച സിദ്ധാന്തങ്ങൾ പിന്നീട് ചോദ്യം ചെയ്യപ്പെട്ടു (1953). എറിക് ലെന്നൻബർഗ് ആണ് വോർഫിന്റെ സമീപനത്തെ ചോദ്യം ചെയ്ത ആദ്യപഠിതാക്കളിലൊരാൾ. തുടർന്ന് നോം ചോംസ്കിയുടെ സാർവലൗകിക വ്യാകരണത്തെ സംബന്ധിച്ച സങ്കല്പം വരികയും ഭാഷാനിർണയവാദം ഭാഷാശാസ്ത്രത്തിൽ പൊതുവെ തള്ളപ്പെടുകയും ചെയ്തു. എന്നാൽ 1990-കളിൽ ഭാഷാ ആപേ

ക്ഷികതയെ സംബന്ധിച്ച സങ്കല്പങ്ങൾ വീണ്ടും ഭേദഗതികളോടെ തല പൊക്കി.

3. ഭാഷയുടെ അന്തർവിഷയിത്വപരമായ അസ്തിത്വം

ഭാഷയെ അന്തർവിഷയി ബന്ധത്തിലൂന്നിയാണ് ഹെഗലും മാർക്സും കണ്ടത്. ഭാഷ ഒരു പ്രത്യേക വസ്തുവിനെ ഊന്നുമ്പോഴും അത് സാർവലൗകികതയെ ഉൾക്കൊള്ളുന്നുവെന്ന് ഹെഗൽ പറയുന്നുണ്ട് (Pheneomenology of Spirit: 66). 'ഇവിടെ' എന്നു ഞാൻ പറയുമ്പോൾ ഈ ഒരു 'ഇവിടെ' മാത്രമല്ല, എല്ലാ 'ഇവിടെകളും' അതിലുണ്ട്. സവിശേഷതയെ സാമാന്യവൽക്കരിക്കുന്നതും സാർവലൗകികമാക്കുന്നതുമാണ് ഭാഷ. അതിനാൽ ഭാഷയിലുള്ളത് വസ്തുവല്ല, പരിപ്രേക്ഷ്യങ്ങളാണ്. ഭാഷയുടെ ശക്തിയിലാണ് നമ്മുടെ ആത്മബോധം വ്യക്തിയെന്ന നിലയിൽ അസ്തിത്വം നേടുന്നത്. അത് മറ്റുള്ളവർക്കായും അപ്പോൾ നിലനില്ക്കുന്നു. ഭാഷ അഹത്തെ പ്രകാശിപ്പിക്കുന്നു. അതുകൊണ്ട് ഭാഷയിലെ അഹം സാർവലൗകികവുമാണ്. ഭാഷ അഹത്തെ പുറത്തേക്കയയ്ക്കുന്നു. ഭാഷയിലൂടെ പുറത്തെത്തുന്നതോടെ അഹത്തിന്റെ സവിശേഷമായ നിലനില്പ് തിരോഭവിക്കുന്നു (308). പരിപ്രേക്ഷ്യമാകുന്നതോടെ വസ്തു എന്ന നിലയിലുള്ള അസ്തിത്വം ഇല്ലാതാവുകയും അത് ആത്മബോധമായി മാറുകയും ചെയ്യുന്നു. ഈ നിലയിൽ വസ്തുപ്രപഞ്ചത്തെയും ആത്മബോധത്തെയും സാർവലൗകികവും സാമൂഹ്യവുമാക്കുന്ന പ്രതിഭാസമാണ് ഹെഗലിന് ഭാഷ.

ഭാഷ എന്നത് മറ്റുള്ളവർക്കായി നിലനില്ക്കുന്ന ആത്മബോധമാണ്. മാധ്യസ്ഥതയില്ലാതെ സന്നിഹിതമായ ആത്മബോധമാണത്. ആത്മബോധമെന്ന നിലയിൽ അത് സാർവലൗകികവുമാണ് എന്ന് ഹെഗൽ പറയുന്നു (395).

മറ്റുള്ളവർക്കായി നിലനില്ക്കുന്നതുകൊണ്ട് തനിക്കായി നിലനില്ക്കുന്നതാണ് ഭാഷ എന്ന് *ജർമൻ പ്രത്യയശാസ്ത്ര*ത്തിൽ മാർക്സും ഏംഗൽസും പറയുന്നുണ്ട്. തത്വചിന്തകന് ചിന്തയുടെ ലോകത്തുനിന്ന് യഥാർഥ ലോകത്തിലേക്ക് ഇറങ്ങി വരാൻ തടസ്സമുണ്ടാക്കുന്നത് ഭാഷയാണെന്ന് മാർക്സ് പറയുന്നുണ്ട്. ചിന്തയെ ലോകത്തു നിന്ന് വേർപെടുത്തിയതു പോലെ തന്നെ ചിന്തകർ ഭാഷയെ സ്വതന്ത്രമായ ഒരു മണ്ഡലമായി കണ്ടു. ഇതാണ് ദാർശനികഭാഷയുടെ നിഗൂഢത. ചിന്താലോകത്തുനിന്ന് യഥാർഥലോകത്തിലേക്ക് ഇറങ്ങാൻ കഴിയാത്തതുകൊണ്ടാണ്

ഭാഷയിൽ നിന്ന് ജീവിതത്തിലേക്ക് ഇറങ്ങിവരാൻ കഴിയാത്തതെന്നും മാർക്സും ഏംഗൽസും പറഞ്ഞു (472-3). മാതൃഭാഷയുമായി ബന്ധിപ്പിച്ച് മാർക്സിന്റെയും ഏംഗൽസിന്റെയും ഈ നിരീക്ഷണം വികസിപ്പിച്ചാൽ ആശയലോകത്തിൽനിന്ന് ഭൗതികലോകത്തിലേക്കുള്ള ഈ ഇറക്കത്തിന്റെ ആദ്യപടി ആധിപത്യഭാഷയിൽനിന്ന് മാതൃഭാഷയിലേക്കുള്ള ഇറങ്ങി വരവാണെന്നു കാണാം.

ഭാഷ അന്തർവിഷയിത്വപരമായാണ് നിലനില്ക്കുന്നത് എന്ന് ലക്കാനും പറയുന്നുണ്ട്. ഭാഷണത്തിന്റെ വില നാം അളക്കുന്നത് അന്തർവിഷയിത്വപരമായ നമ്മൾ എന്ന ബോധത്തിലാണ് എന്ന് ലക്കാൻ വ്യക്തമാക്കുന്നുണ്ട് (Lacan: 2008: 94)

4. പ്രതിഭാസ വിജ്ഞാനീയം-ഉണ്മയും ഭാഷയും

ജർമൻ ചിന്തകനായ മാർട്ടിൻ ഹെഡഗർ(1889-1976) ഭാഷയെ ഉണ്മയുമായി ബന്ധിപ്പിച്ചു. ഭാഷയെ സംബന്ധിച്ച ഉപകരണവാദത്തെ നിരാകരിക്കുകയാണ് ഹെഡഗർ. ഭാഷയാണ് ഉണ്മയ്ക്ക് രൂപം നൽകുന്നത്. വ്യക്തിയല്ല, ഭാഷയാണ് സംസാരിക്കുന്നത് (Clark:73). ആ നിലയിൽ നമ്മുടെ പ്രപഞ്ചബോധത്തെയും വസ്തുബോധത്തെയും ആത്മബോധത്തെയും രൂപപ്പെടുത്തുന്നത് ഭാഷയാണ്.

ഉച്ചാരണത്തെയല്ല, കേൾവിയെയാണ് അദ്ദേഹം ഭാഷയുടെ സ്വഭാവത്തിന്റെ പ്രതിനിധിയായി കാണുന്നത് (206-207). ഭാഷയ്ക്കു കാതോർക്കുകയാണ് മനുഷ്യൻ ചെയ്യുന്നത്. നാം ഉണ്മയുടെ ശബ്ദത്തിന് കാതോർക്കാൻ ശ്രമിക്കുകയാണ്. ഉണ്മയുടെ ശബ്ദം നാം ഭാഷയിലൂടെയാണ് അറിയുന്നത്. ഭാഷയിലൂടെയാണ് നാം ഉണ്മയുമായി ഇണക്കപ്പെടുന്നത്. മൗനമായിരിക്കുമ്പോഴും നാം ഭാഷയിലേർപ്പെടുകയാണ് ചെയ്യുന്നത്. മൗനം വാചാലതയെക്കാൾ ചിലപ്പോൾ വിനിമയമൂല്യമുള്ളതാകാം (208).

മനുഷ്യനല്ല ഉണ്മയെ നിർണയിക്കുന്നത്. പകരം ഉണ്മ ഭാഷയിലൂടെ അതിനെ മനുഷ്യന് വെളിപ്പെടുത്തിക്കൊടുക്കുകയാണ്. സർഗാത്മകമായ ഒരു കടപ്പാടാണിത്. ഭാഷാസ്വീകരണത്തിലൂടെ ലഭിക്കുന്ന സർഗാത്മകതയാണ് മനുഷ്യന്റേത്. അതിനാൽ ഭാഷാജീവിയെന്ന നിലയിൽ മനുഷ്യന് ഭാഷയിലൂടെ വരുന്ന ഉണ്മയുടെ സത്യത്തെ സംരക്ഷിക്കാൻ ബാധ്യതയുണ്ട്. ഭാഷയുടെ, ഉണ്മയുടെ സംരക്ഷകനും ഉത്തരവാദിയുമായ മനുഷ്യൻ അതിനാൽ ഭാഷയുടെ ഇടയനാണ്. മനുഷ്യൻ

തനിക്ക് കിട്ടിയ ചിഹ്നങ്ങൾക്ക് കാതോർക്കുകയും അവയെ വിവർത്തനം ചെയ്യുകയുമാണ്.

ഭാഷ ഉണ്മയുടെ ആവാസസ്ഥാനമാണ്. ഉണ്മയുടെ സത്യം ഭാഷയിലാണ് കുടികൊള്ളുന്നത്. ഭാഷയുടെ കാവ്യാത്മകവും സാഹിതീയവും സൗന്ദര്യാത്മകവുമായ ധർമങ്ങളെ ഹൈഡഗർ പ്രാഥമികമായി കണ്ടു.

5. ഭാഷാചായ്‌വ്

സ്വിസ് ഭാഷാശാസ്ത്രജ്ഞനായ ഫെർഡിനന്റ് ഡി സസ്യൂറി (1857-1913)ൽ ആരംഭിക്കുന്ന ഘടനാവാദത്തോടെ കഴിഞ്ഞ നൂറ്റാണ്ടിൽ പല കോണുകളിൽ നിന്നും ഭാഷയെ സംബന്ധിച്ച ഉപകരണവാദം ചോദ്യം ചെയ്യപ്പെട്ടിട്ടുണ്ട്. ലോകത്തെയും നമ്മെയും രൂപപ്പെടുത്തുന്നതിൽത്തന്നെ ഭാഷയ്ക്ക് പങ്കുണ്ട് എന്ന് തിരിച്ചറിയപ്പെട്ടു. എന്നാൽ ഭാഷാനിർണയവാദമാകുകയല്ല, ചരിത്രത്തെയും സമൂഹത്തെയും ഭാഷയുടെ ചിഹ്നപരമായ മാധ്യസ്ഥ്യത്തെ അംഗീകരിക്കുകയാണ് ഘടനാവാദമെന്നു പറയാം. സംസ്കാരപഠനത്തിൽ ഇത് ഭാഷാചായ്‌വ് എന്നറിയപ്പെടുന്നു. ഘടനാവാദം രൂപപ്പെടുത്തിയ ഭാഷാചായ്‌വിന് ഭാഷാശാസ്ത്രത്തിലെ ഘടനാവാദഘട്ടം, സാഹിത്യവിമർശനവുമായി ബന്ധപ്പെട്ട റഷ്യൻ ഫോർമലിസ്റ്റ് ഘട്ടം, വിവിധ സാമൂഹ്യശാസ്ത്ര മേഖലകളിൽ ഘടനാവാദം സ്വാധീനം ചെലുത്തിയ ഫ്രഞ്ച് ഘടനാവാദ ഘട്ടം, അതു കഴിഞ്ഞ് ദറീദയുടെ അപനിർമാണ ഘട്ടം എന്നിങ്ങനെ വിവിധ ഘട്ടങ്ങൾ സങ്കല്പിക്കാം.

ഘടനാവാദത്തിനു ശേഷം സാമൂഹ്യശാസ്ത്ര- മാനവികശാസ്ത്രമേഖലയിലും ചിലപ്പോൾ പ്രകൃതി ശാസ്ത്രമേഖലയിലും ഭാഷയ്ക്ക് പ്രാധാന്യം വന്നു. എല്ലാ അറിവുകളും ഭാഷയാൽ മാധ്യസ്ഥീകരിക്കപ്പെടുന്നുണ്ടെന്നും ഭാഷയുടെ ബലതന്ത്രവും പ്രത്യയശാസ്ത്രപരമായ തലവും നമ്മുടെ അറിവുകളെ ബാധിക്കുന്നുണ്ടെന്നുമുള്ള വാദം ഉയർന്നു.

ഭാഷ എന്ന അന്യം

ഭാഷയും മനുഷ്യനുമായുള്ള ബന്ധത്തെ ജീവശാസ്ത്രത്തിൽനിന്ന് വേർപെടുത്തിയത് ഘടനാവാദമാണ്. ഫ്രഞ്ച് മനോവിശ്ലേഷകനായ ഴാക് ലക്കാൻ ഭാഷ അന്യമാണെന്നു പറഞ്ഞു. ഹെഗലിന്റെയും ഹൈഡഗറുടെയും വീക്ഷണങ്ങളിൽ നിന്ന് ലക്കാൻ ചിലതു സ്വീകരിച്ചു. അതിനെ ഫ്രോയ്ഡിയൻ മനോവിശ്ലേഷണവുമായി ഇണക്കിച്ചേർത്തു. ഭാഷയെ പ്രതീകക്രമം എന്ന് അദ്ദേഹം വിളിച്ചു. വിശാലമായ

അർത്ഥത്തിൽ ലക്കാന്റെ പ്രതീകക്രമം സാമൂഹ്യക്രമം തന്നെ. എന്നാൽ അതിനെക്കവിഞ്ഞ് ഭാഷയുടെ സ്വയംപൂർണതയുമായി ബന്ധപ്പെട്ടതു മാണത്. സിഗ്മണ്ട് ഫ്രോയ്ഡ് പിതാവിന് നൽകിയ സ്ഥാനം ലക്കാൻ ഭാഷയ്ക്കാണ് നൽകിയത്. ഫ്രോയ്ഡിന്റെ സങ്കല്പപ്രകാരം അമ്മയോ ടുള്ള ശിശുവിന്റെ ആഗ്രഹത്തെ തടയുന്നത് പിതാവാണ്. അതുപോലെ നമ്മുടെ ആഗ്രഹങ്ങളെ ക്രമീകരിക്കുന്നത് ഭാഷയാണ്. അത് നിയന്ത്ര ണതത്വമാണ്. ലക്കാൻ അതോടൊപ്പം അബോധത്തെ ഭാഷയുമായും ബന്ധിപ്പിച്ചു. അബോധം ഭാഷയെപ്പോലെ ഘടനയുള്ളതാണ് എന്ന് ലക്കാൻ പറഞ്ഞു. ഭാഷയെ നാം പ്രകാശിപ്പിക്കുകയല്ല, ഭാഷ നമ്മെ പ്രകാശിപ്പിക്കുകയാണ് ചെയ്യുന്നത്. ഭാഷ ഒരേ സമയം നമ്മുടെ പ്രകാ ശനവും നമ്മെ പ്രകാശിപ്പിക്കുന്നതും നമ്മുടെ മേലുള്ള അധികാരവും നമ്മെ നയിക്കുകയും നിയന്ത്രിക്കുകയും ചെയ്യുന്ന തത്വവുമാണ്. ഭാഷ യുടെ ധർമം വിവരങ്ങൾ അറിയിക്കലല്ല, ആവാഹിച്ചുണർത്തലാണ് എന്ന് ലക്കാൻ പറയുന്നുണ്ട് (2008: 94). ഭാഷയിൽ നാം അന്വേഷിക്കു ന്നത് അന്യന്റെ പ്രതികരണമാണ്. എന്നെ ഒരു വിഷയിയാക്കുന്നത് എന്റെ ചോദ്യമാണ്. ഭാഷയിൽ എനിക്ക് ഒരു കർത്തൃത്വം ലഭിക്കണ മെങ്കിൽ ഒരു വസ്തുവെന്ന നിലയിൽ ഞാൻ അതിൽ സ്വയം നഷ്ടപ്പെ ടേണ്ടതുണ്ട് (94).

6. ഭാഷാശാസ്ത്ര തത്വചിന്ത

തത്വചിന്തയിൽ ഭാഷാപ്രശ്നം അവതരിപ്പിച്ചത് വിറ്റ്ഗൻസ്റ്റൈൻ (1889-1951) ആണ്. ഭാഷയെ കൃത്യമാക്കിക്കൊണ്ടു മാത്രമേ തത്വചിന്താ പ്രശ്നങ്ങൾ പരിഹരിക്കാൻ കഴിയൂ എന്നാണ് ആദ്യഘട്ടത്തിൽ അദ്ദേഹം കരുതിയത്. തത്വചിന്താപ്രശ്നം പരിഹരിക്കണമെങ്കിൽ ശാസ്ത്രീയവും കൃത്യവുമായ ഭാഷാപ്രയോഗം വേണം. താർക്കിക പ്രത്യക്ഷവാദ(ലോ ജിക്കൽ പോസിറ്റീവിസം)ത്തിന്റെ നിലപാടാണിത്. എന്നാൽ പിൽ ക്കാലത്ത് ഇതിൽ നിന്ന് വ്യത്യസ്തമായി വിവിധ ഭാഷാപ്രയോഗങ്ങൾ വിവിധതരം ലീലകളാണ് എന്ന ബഹുത്വവാദപരമായ നിലപാടാണ് അദ്ദേഹം സ്വീകരിച്ചത്.

അടിസ്ഥാനപരമായി ഭാഷയെ സംബന്ധിച്ച ചർച്ചകളിൽ പല പ്പോഴും കേവലവാദ നിലപാടാണ് യൂറോപ്യൻ ചിന്തകർ സ്വീകരിച്ചത്. അധിനിവേശത്തിന്റെ ഫലമായി ഭാഷയ്ക്ക് എന്തു സംഭവിക്കുന്നു എന്ന കാര്യത്തിലേക്ക് അവരുടെ ശ്രദ്ധ എത്തിയില്ല. ഫ്രാങ്ക്ഫർട്ട് ചിന്തകർ മുതൽ റെയ്മണ്ട് വില്യംസ് വരെയുള്ളവർ അവരുടെ സംസ്കാര ചർച്ച

കളിൽ ഒരിക്കലും കൊളോണിയലിസത്തെ പ്രശ്നവൽക്കരിച്ചിരുന്നില്ല എന്ന കാര്യം നിലനില്ക്കേ ഇക്കാര്യത്തിലും അദ്ഭുതത്തിന് അവകാശമില്ല. ഭാഷയും അധികാരവും തമ്മിലുള്ള പ്രശ്നത്തെ അതിന്റെ മൂർത്തതയിൽ മുന്നോട്ടുവെച്ചത് മൂന്നാം ലോകത്തെ ദേശീയ സമരത്തിന്റെ ചിന്താമണ്ഡലമാണ്. ഗാന്ധിജി മുതൽ എൻഗുഗി വരെയുള്ളവരിലാണ് ഭാഷാപ്രശ്നം മൂർത്തമായ അധികാര പ്രശ്നവും ജനാധിപത്യപ്രശ്നവുമായി മാറുന്നത്. നമ്മുടെ ഭാഷാശാസ്ത്ര പഠനവിഭാഗങ്ങളും തത്വചിന്താപഠനവിഭാഗങ്ങളും ഈ നിലയിൽ പ്രശ്നത്തെ മൂർത്തവൽക്കരിക്കേണ്ടതുണ്ട്.

ഭാഷാ നിർണയവാദത്തിലാണ് നാം ഈ ചർച്ച ആരംഭിച്ചത്. ഭാഷാപരമായ ഉപകരണവാദത്തോട് കലഹിച്ചു കൊണ്ടാണ് ഭാഷാസമരം ആരംഭിച്ചത്. എന്നാൽ അതുകൊണ്ട് ഭാഷയുടെ മേഖലയിലുള്ള ജനാധിപത്യസമരത്തിന്റെ തത്വചിന്താപരമായ അടിത്തറ ഭാഷാനിർണയവാദമാണെന്നു വരുന്നില്ല. മലയാളഭാഷയ്ക്ക് സ്വയംപൂർണമായ ഒരു ലോകവീക്ഷണമുണ്ടോ? മലയാളത്തിന് മാത്രമായി ഒരു ലോകവീക്ഷണമുണ്ടോ? മലയാള ഭാഷ നിശ്ചിതമായ സാംസ്കാരികതയിൽ ഉറപ്പിച്ചു നില്ക്കുന്നതാണോ? ഇത്തരം അതിഭൗതികമായ ചോദ്യങ്ങൾക്ക് ഉത്തരം തേടലല്ല. പകരം ഭരണകൂടവും ജനതയുമായുള്ള ബന്ധത്തെ, സൗന്ദര്യാത്മകവും വൈജ്ഞാനികവുമായ മേഖലകളെ ജനാധിപത്യവൽക്കരിക്കുന്നതിനാണ് മാതൃഭാഷയിലൂന്നിയ സമരം ലക്ഷ്യമാക്കുന്നത്.

ചരിത്രപരമായി നോക്കിയാൽ ഉപകരണവാദത്തിന് നേരെ എതിരെയാണ് ഭാഷാനിർണയവാദം നില്ക്കുന്നത്. നരവംശശാസ്ത്രപഠിതാക്കൾ ഒരു ജനതയ്ക്ക് ഒരേയൊരു ലോകവീക്ഷണം ആരോപിക്കുമ്പോഴാണ് ഈ നിർണയവാദം വരുന്നത്. ആധുനിക ഭാഷകളെ സംബന്ധിച്ചിടത്തോളം ഓരോ ഭാഷയിലും സാമ്പത്തിക രാഷ്ട്രീയ ഘടകങ്ങളിലൂന്നിയ വ്യത്യസ്ത ലോകവീക്ഷണങ്ങൾ തമ്മിൽ പരസ്പരം ഏറ്റുമുട്ടുന്നുണ്ട് എന്നുള്ളതാണ് വസ്തുത. അതേ സമയം ഓരോ ഭാഷയ്ക്കും ഓരോ ചരിത്രഘട്ടത്തിലും അമൂർത്തതലത്തിൽ ഒരു സാകല്യമുണ്ടെന്നും സങ്കല്പിക്കാം. ഇതിലപ്പുറം ഭാഷാനിർണയവാദം അർത്ഥശൂന്യമാണ്. അത് വിവിധ ഭാഷകളെ തട്ടുകളാക്കിത്തിരിക്കാനും കാരണമാകുന്നുണ്ട്. ഓരോ ഭാഷയും ഓരോ തരം ലോകവീക്ഷണത്തിൽ അടഞ്ഞു കിടക്കുന്നു എന്നു കരുതുന്നതിന് പകരം എല്ലാ ഭാഷകളെയും തുറന്ന വ്യവസ്ഥയായി കാണുന്നതാണ് ഭാഷാപരമായ ജനാധിപത്യത്തിലൂന്നിയ ശരിയായ വീക്ഷണം. മാതൃഭാഷയുടെ സവിശേഷവും സൗന്ദര്യാത്മകവുമായ

ലോകത്തുനിന്ന് നാം ആരംഭിക്കുന്നു. എല്ലാ ഭാഷകളും എല്ലാ ജനതകളും പങ്കിടുന്ന ഭാവനാത്മകവും വൈജ്ഞാനികവും പ്രായോഗികവുമായ ലോകവുമായി നാം സംവാദത്തിലേർപ്പെടുന്നു.

സഹായഗ്രന്ഥങ്ങൾ

Clerk, Timothy. 2007, *Martin Heidegger*, Routledge, London, New York.

Heidegger, Martin. 1962, *Being and Time*, Tr. A.V.Miller, Motilal Banarsidas, Delhi.

Lacan, Jacques. 2008, *Ecrits - A Selection*, Tr. Alan Sheridan, Routledge, London, New York.

Marx, Engels. 1976, *The German Ideology*, Progress Publishers, Moscow.

Whorf, Benjamin Lee. 1988, *Language, Thought, Reality - Selected Writings of Benjamin Lee Whorf*, The MIT Press, Massachusetts.

7

അനുബന്ധം

അനുബന്ധം 1

ഭാഷയോടുള്ള സമീപനങ്ങൾ

1. അക്കാദമികസമീപനം

ഭാഷയെ സർവകലാശാലാപാഠ്യപദ്ധതിയുടെ ഭാഗമായി കാണുന്ന സമീപനം. വ്യാകരണം, ഭാഷാവിജ്ഞാനം, ഭാഷാശാസ്ത്രം എന്നീ വിവിധ ഘട്ടങ്ങളിലൂടെ അക്കാദമിക പഠനം കടന്നുപോയിട്ടുണ്ട്. ഭാഷാപ്രയോഗത്തിലെ തെറ്റും ശരിയും നിശ്ചയിക്കുന്നതാണ് വ്യാകരണത്തിന്റെ പഴയ രീതി. പത്തൊമ്പതാം നൂറ്റാണ്ടിൽ ചരിത്രപരമായ സമീപനത്തിലൂന്നി ഭാഷയെ പഠിക്കുകയാണ് ഭാഷാവിജ്ഞാനം (ഫിലോളജി) ചെയ്തത്. സമകാലികപ്രയോഗങ്ങളെയും ഭാഷാഘടനയെയും പഠിക്കുകയാണ് ഇരുപതാം നൂറ്റാണ്ടിൽ വികസിച്ച ആധുനിക ഭാഷാശാസ്ത്രം (ലിംഗ്വിസ്റ്റിക്സ്). അക്കാദമിക സമീപനം സ്വയം മാതൃഭാഷാരാഷ്ട്രീയത്തെ ഉൾക്കൊള്ളണമെന്നില്ല. പലപ്പോഴും യൂറോകേന്ദ്രീകരണപരവും ശാസ്ത്രവാദപരവും ഉപകരണവാദപരവും പോസിറ്റീവിസ്റ്റിക്കുമായ സമീപനമാണ് ഈ രംഗത്തുള്ള വലിയൊരു വിഭാഗം ആളുകൾ പുലർത്തുന്നത്. എന്നാൽ ഇതിനു വിരുദ്ധമായി ഭാഷയെ രാഷ്ട്രീയ പ്രശ്നമായി കാണുന്ന ഭാഷാശാസ്ത്രജ്ഞരുമുണ്ട്.

2. സാംസ്കാരിക സമീപനം

ഭാഷയുടെ സാഹിതീയവും സാംസ്കാരികവുമായ സങ്കല്പങ്ങളെ മുൻനിർത്തിയുള്ള സമീപനം. വിവിധ സാഹിത്യസംഘടനകൾ ഭാഷയെ സമീപിക്കുന്നത് പലപ്പോഴും ഈ രീതിയിലാണ്. മാതൃഭാഷയ്ക്കും സാഹിത്യത്തിനും പ്രാധാന്യം നൽകണമെന്ന വാദവും ഇതിന്റെ അടിസ്ഥാനത്തിലാണ് രൂപപ്പെടുന്നത്. കേരളത്തിൽ എൺപതുകളിൽ എസ്.കെ. പൊറ്റെക്കാട്, വൈക്കം മുഹമ്മദ് ബഷീർ, തകഴി തുടങ്ങിയവർ ഈ നിലയിൽ ഭാഷയ്ക്കു വേണ്ടിയുള്ള വാദമുഖങ്ങൾ ഉയർത്തിയിരുന്നു. എൺപതുകളിൽ രൂപപ്പെട്ട മലയാള ഭാഷാ പ്രസ്ഥാനങ്ങളെ ഈ സമീപനം സ്വാധീനിച്ചിരുന്നു.

3. ജനകീയ സമീപനം

ഭാഷയെ ജനതയും ഭരണകൂടവും തമ്മിലുള്ള അധികാരബന്ധത്തിന്റെ വിഷയമായി കാണുന്നതാണ് ജനകീയസമീപനം. മാതൃഭാഷയെ ഭരണത്തിലും വിദ്യാഭ്യാസത്തിലും ഉപയോഗിക്കുന്നത് അടിസ്ഥാനപരമായ ജനാധിപത്യത്തിന്റെയും മനുഷ്യാവകാശത്തിന്റെയും പ്രശ്ന

മായാണ് ഇവിടെ പരിഗണിക്കുന്നത്. ഭരണം, കോടതി, പൊതുജീവിതം, വിദ്യാഭ്യാസം എന്നിവിടങ്ങളിലെല്ലാം മാതൃഭാഷ വേണമെന്ന വാദമാണിത്. മാതൃഭാഷയ്ക്കു വേണ്ടി നിലകൊള്ളുന്ന സംഘടനകൾ ഉന്നയിക്കുന്നത് ഈ ജനകീയ സമീപനമാണ്. കേരളത്തിൽ 2010 നവംബർ 28 -ന് ഐക്യമലയാള പ്രസ്ഥാനത്തിന്റെ രൂപീകരണത്തോടെ ഈ സമീപനം വ്യക്തമായ ദിശാബോധത്തോടെ വികസിച്ചു വന്നു. ഭാഷാശാസ്ത്രജ്ഞരുടെയോ സാഹിത്യസാംസ്കാരിക പ്രവർത്തകരുടെയോ കാഴ്ചപ്പാട് എന്നതിലപ്പുറം സാധാരണക്കാരാണ് ഭാഷയോട് ഈ സമീപനം വെച്ചുപുലർത്തുന്നത്.

സമ്പത്തുമായും വികസനവുമായും ബന്ധപ്പെട്ട മറ്റു ചില സമീപനങ്ങളും ഇതിനൊടൊപ്പം കടന്നുവരുന്നു:

(i). സാമ്പത്തികഭാഷാശാസ്ത്രം, ഭാഷാസമ്പദ്ശാസ്ത്രം

ഭാഷയും സമ്പത്തും തമ്മിലുള്ള ബന്ധത്തിലൂന്നുന്ന പഠനം. ഒരു ജനതയുടെ സാമ്പത്തിക വികാസം അടിസ്ഥാനപരമായി ആ ജനതയുടെ ഭാഷാനയവുമായി കൂടി ബന്ധപ്പെട്ടിരിക്കുന്നു എന്ന വാദം. സമ്പത്ത് ഭാഷയെ നിർണയിക്കുന്നു എന്ന ഉപകരണവാദ സമീപനമല്ല, പകരം ഭാഷാനയത്തിന് സാമ്പത്തികവും രാഷ്ട്രീയവുമായ പ്രത്യാഘാതമുണ്ട് എന്നതാണ് ഇവിടത്തെ വാദം. മാതൃഭാഷയിലൂടെ മാത്രമേ ഒരു സമൂഹത്തിന് സാമ്പത്തികവികാസം പോലും സാധ്യമാകുകയുള്ളൂ എന്നതാണ് ഈ സമീപനം. കെ. സേതുരാമന്റെ *മലയാളത്തിന്റെ ഭാവി* (2011) എന്ന പുസ്തകം കേരളത്തിൽ ആദ്യമായി ഈ വാദം ഉന്നയിച്ചു. അച്ചടിമാധ്യമങ്ങൾ, ദൃശ്യമാധ്യമങ്ങൾ, വിവരസാങ്കേതിക വിദ്യ എന്നിവയിലൂടെ ഒരു ഭാഷ ഒരു സമൂഹത്തിന്റെ ഉല്പാദന ജീവിതത്തിൽ എത്രത്തോളം പങ്കുവഹിക്കുന്നു എന്നുള്ള പരിശോധനയും ഇതിന്റെ ഭാഗമാണ്. ഇതിനെ ഭാഷാസമ്പദ്ശാസ്ത്രമെന്നു വിളിക്കാം. പുതിയ വിവരസാങ്കേതികലോകത്ത് വിജ്ഞാനം തന്നെ ചരക്കാകുന്ന ഘട്ടത്തിൽ ഈ സമീപനം ഏറെ പ്രസക്തവുമാകുന്നു.

(ii). വികസന ഭാഷാശാസ്ത്രം

സാമ്പത്തിക ഭാഷാശാസ്ത്രത്തിന്റെ തുടർച്ചയാണ് വികസനഭാഷാശാസ്ത്രമെന്നു പറയാം. ഒരു സമൂഹത്തിന്റെ സർവതോമുഖമായ വികസനം മാതൃഭാഷയിലൂടെ മാത്രമേ സാധ്യമാകൂ എന്നതാണ് ഈ വാദം. സാമ്പത്തികം മാത്രമല്ല, രാഷ്ട്രീയമായ ഘടകങ്ങളും ഇതിൽ വരുന്നു. ഭാഷയെ രാഷ്ട്രീയ സമ്പദ്ശാസ്ത്രവുമായി ബന്ധിപ്പിച്ചു കാണുമ്പോഴാണ് ഈ കാഴ്ചപ്പാട് സമഗ്രത നേടുക. ഭാഷയുടെ വികാസത്തെ ലോകവ്യവ

സ്ഥയുമായി ചേർത്തുവെക്കുമ്പോൾ അതിന് അന്തർദ്ദേശീയമായ തലവും വരുന്നു. അന്യഭാഷയെ മാതൃഭാഷയ്ക്കു പകരം വെക്കുമ്പോൾ ഒരു സമൂഹം വികസിക്കുകയല്ല, മുരടിക്കുകയാണ് ചെയ്യുന്നത്. ലത്തീനമേരിക്കൻ ചിന്തകരുടെ ആശ്രിതത്വസിദ്ധാന്തവുമായി ഇതിനെ ബന്ധിപ്പിക്കാവുന്നതാണ്.

സാമൂഹ്യഭാഷാശാസ്ത്രം എന്ന് അക്കാദമിക സമൂഹം പേരിട്ടു വിളിക്കുന്ന സമീപനത്തിന് മാതൃഭാഷയെ ജനാധിപത്യവുമായും വിഭവാധികാരവുമായും വികസനവുമായും ബന്ധിപ്പിച്ചു കാണാൻ കഴിയുമ്പോഴാണ് ജനകീയ ഭാഷാശാസ്ത്രത്തിലേക്കുള്ള വഴി തുറക്കുന്നത്.

അനുബന്ധം 2

മാതൃഭാഷാസംഘടനകൾ

മലയാളത്തിനു വേണ്ടിയുള്ള സമീപകാല ജനകീയ പ്രസ്ഥാനങ്ങളുടെ തുടക്കം 1982-ൽ എസ്.കെ. പൊറ്റെക്കാട് കേരളസർക്കാറിനയച്ച ഒരു കത്തിൽനിന്നാണെന്ന് ഡോ. ജോർജ് ഇരുമ്പയം പറയുന്നുണ്ട്. കേരളത്തിലെ എല്ലാ സ്കൂളുകളിലും കോളേജുകളിലും മലയാളം നിർബന്ധഭാഷയാക്കണമെന്നാവശ്യപ്പെട്ടാണ് കത്തയച്ചത്. കത്തിൽ അദ്ദേഹത്തെ കൂടാതെ വൈക്കം മുഹമ്മദ് ബഷീർ, സുകുമാർ അഴീക്കോട് തുടങ്ങിയവരും ഒപ്പു വെച്ചിരുന്നു. എന്നാൽ അതിനു മുമ്പ് നിലനിന്ന സാഹിത്യസംഘടനകളും ശാസ്ത്രസംഘടനകളും പ്രസ്ഥാനങ്ങളും ഭാഷയുമായി ബന്ധപ്പെട്ട പ്രശ്നങ്ങൾ മുന്നോട്ടുവെച്ചിരുന്നു.

സാഹിത്യസംഘടനകളുടെയും ശാസ്ത്രസംഘടനകളുടെയും സംഭാവനകൾ - സമസ്ത കേരള സാഹിത്യപരിഷത്ത്, പുരോഗമന സാഹിത്യപ്രസ്ഥാനം, ഗ്രന്ഥശാലാസംഘം, ശാസ്ത്രസാഹിത്യപരിഷത്ത്:

സ്വയം മാതൃഭാഷാസംഘടനകളല്ലെങ്കിലും ദേശീയ പ്രസ്ഥാനത്തിന്റെ ഊർജ്ജത്തിൽ രൂപപ്പെട്ട (ശാസ്ത്രസാഹിത്യ പരിഷത്ത് പിൽക്കാലത്താണുണ്ടാവുന്നത്) ഈ സംഘടനകൾ മാതൃഭാഷയുടെ കാര്യത്തിൽ പല നിലയിൽ ഇടപെട്ടവയാണ്. സമസ്ത കേരള സാഹിത്യപരിഷത്ത് മലയാളത്തിന്റെ സാഹിതീയവും വൈജ്ഞാനികവുമായ പുരോഗതിക്കു വേണ്ടി ഒരു കാലത്ത് നിരന്തരം പ്രവർത്തിച്ച സംഘടനയാണ്. മലയാളസർവകലാശാലയുൾപ്പെടെയുള്ള കാര്യങ്ങൾ സമസ്ത കേരള സാഹിത്യപരിഷത്ത് ഉന്നയിച്ചിരുന്നു. സാഹിത്യത്തിന്റെ ഉള്ളടക്കത്തെ സംബന്ധിച്ചും ഭാഷയുടെ ജനകീയവൽക്കരണത്തെ സംബന്ധിച്ചുമുള്ള

കാഴ്ചപ്പാട് മുന്നോട്ടുവെച്ച പുരോഗമന സാഹിത്യപ്രസ്ഥാനവും തുടർന്ന് പുരോഗമന കലാസാഹിത്യസംഘവും മലയാളഭാഷയുടെ പുരോഗതിയെയും സാഹിതീയവും സാംസ്കാരികവുമായ ഉള്ളടക്കത്തെയും ആഴത്തിൽ സ്വാധീനിച്ച സംഘടനകളാണ്. ശാസ്ത്രസാഹിത്യപരിഷത്ത് 1970-90 കാലഘട്ടത്തിൽ പഠനം മാതൃഭാഷാമാധ്യമത്തിലായിരിക്കേണ്ടതിന്റെ ആവശ്യകത ചൂണ്ടിക്കാട്ടി നിരവധി പ്രചരണപരിപാടികൾ നടത്തിയിരുന്നു. വിജ്ഞാനത്തിന്റെയും വിജ്ഞാനഭാഷയുടെയും ജനകീയവൽക്കരണം പരിഷത്തിന്റെ കാഴ്ചപ്പാടായിരുന്നു. ഗ്രന്ഥശാലാസംഘവും അതിന്റെ പ്രവർത്തകരും മാതൃഭാഷയുടെ കാര്യത്തിൽ പ്രാദേശിക തലത്തിലും സംസ്ഥാന തലത്തിലും നിരവധി ഇടപെടലുകൾ നടത്തിപ്പോന്ന പ്രസ്ഥാനമാണ്.

പിൽക്കാലത്ത് രൂപപ്പെട്ട ഐക്യമലയാള പ്രസ്ഥാനത്തിന്റെ സമരവേദികളിലെല്ലാം ഈ സംഘടനകളുടെ നേതാക്കളും പ്രവർത്തകരും അണിനിരന്നിരുന്നു.

1. മലയാളസംരക്ഷണവേദി

1989 ഒക്ടോബർ 3-ന് രൂപീകരിച്ച സംഘടന. ഡോ. ജോർജ് ഇരുമ്പയം മുഖ്യസംഘാടകൻ. ഇതിന് മുന്നോടിയായി 1988-ൽ ഏറണാകുളത്ത് ഒരു മാതൃഭാഷാസമ്മേളനം നടത്തിയിരുന്നു. കെ.എസ്.രാധാകൃഷ്ണൻ, എം.വി. ബെന്നി എന്നിവരാണത് സംഘടിപ്പിച്ചത്. മലയാളത്തെ വിദ്യാഭ്യാസമേഖലയിൽ ഒന്നാംഭാഷയാക്കുക, കേന്ദ്രീയവിദ്യാലയങ്ങളിലും മറ്റും മാതൃഭാഷയ്ക്ക് പ്രാധാന്യം നൽകുക, മലയാള സർവകലാശാല സ്ഥാപിക്കുക എന്നീ ആവശ്യങ്ങളും മലയാള സംരക്ഷണവേദി ഉന്നയിച്ചു. 1991 ജനുവരി 19-ന് കോട്ടയത്ത് മലയാള മഹാസമ്മേളനം നടത്തി. 1991 മെയ് ഒന്നിനായിരുന്നു ഒന്നാം വാർഷിക സമ്മേളനം. മാതൃഭാഷയ്ക്ക് പ്രാധാന്യം നൽകുന്ന ഒരു ഭാഷാനയം കേന്ദ്രസർക്കാറിനെ കൊണ്ട് അംഗീകരിപ്പിക്കുക എന്ന ലക്ഷ്യം മുന്നോട്ടു വെച്ചു. ജസ്റ്റിസ് വി.ആർ. കൃഷ്ണയ്യരെ വേദിയുടെ ചെയർമാനായി തെരഞ്ഞെടുത്തു. ദൽഹിയിലും ഈ സംഘടനയുടെ ശാഖ പ്രവർത്തിച്ചിരുന്നു. നവംബർ 1 മുതലുള്ള മലയാള വാരാചരണത്തിന് ആഹ്വാനം ചെയ്തത് മലയാളസംരക്ഷണവേദിയാണ്. കാലിക്കറ്റ് സർവകലാശാലയിൽ ബി.കോമിന് മലയാളം പഠിക്കാനുള്ള അവസരമുണ്ടാക്കാനും സംഘടന ഇടപെട്ടു. ജസ്റ്റിസ് വി.ആർ. കൃഷ്ണയ്യർ, പ്രൊഫ. എം.കെ. സാനു, ഡോ. ജോർജ്ജ് ഇരുമ്പയം എന്നിവർ ഭാരവാഹികളായി ഏറണാകുളം കേന്ദ്രീകരിച്ച് ഈ സംഘടന ഇപ്പോൾ പ്രവർത്തിക്കുന്നു. ഒരു കാലത്ത് എം.ടി. വാസുദേവൻ നായർ തുടങ്ങി പല എഴ

ത്തുകാരും ഈ വേദിയുമായി സഹകരിച്ച് പ്രവർത്തിച്ചിരുന്നു. 1990-ൽ ചങ്ങനാശ്ശേരിയിൽ നവകേരളവേദി എന്ന ഒരു സംഘടന മാതൃഭാഷയ്ക്കു വേണ്ടി പ്രവർത്തിച്ചിരുന്നു.

2. മലയാളസമിതി

മലയാളം ഭരണഭാഷയാക്കുക, മലയാളം നിർബന്ധിത ഒന്നാം ഭാഷയാക്കുക എന്നീ ആവശ്യങ്ങൾ മുൻനിർത്തി 1990 മുതൽ പ്രവർത്തിച്ചുവരുന്ന സംഘടനയാണ് മലയാളസമിതി. മലയാണ്മ എന്ന ഒരു പ്രസിദ്ധീകരണം 1990 മുതൽ പല ഘട്ടങ്ങളിലായി നടത്തിയിരുന്നു. എം.കെ. ചാന്ദ് രാജ്, ഹരിദാസൻ, ടി.ടി. ശ്രീകുമാർ, സി.എസ്. ജയചന്ദ്രൻ തുടങ്ങിയവരായിരുന്നു ആദ്യകാല പ്രവർത്തകർ. 1991 മാർച്ച് 7- ന് തിരുവനന്തപുരത്ത് സെക്രട്ടറിയേറ്റിന് മുമ്പിൽ കുത്തിയിരിപ്പ് സത്യാഗ്രഹം നടത്തി. ഇതിൽ മലയാള സംരക്ഷണ സമിതി പ്രവർത്തകരും സഹകരിച്ചു. എസ്.ഗുപ്തൻ നായർ, ഒ.എൻ.വി., ഡി.സി. കിഴക്കേമുറി, എം.കെ. സാനു തുടങ്ങിയവർ പങ്കെടുത്തു.

'മലയാളത്തെ ആര് രക്ഷിക്കും' എന്ന പേരിൽ 1989 ജൂലൈയിൽ കലാകൗമുദിയിൽ എം.കെ.ചാന്ദ് രാജും ഹരിദാസനും ചേർന്നെഴുതിയ ഫീച്ചറാണ് മലയാളസമിതി പ്രവർത്തകരുടെ ആദ്യത്തെ ഇടപെടൽ. തുടർന്നാണ് മലയാളസമിതി രൂപീകരിച്ചത്. ഭാഷയും വികസനവുമായി ബന്ധപ്പെട്ട കാഴ്ചപ്പാടും ആദ്യമായി മുന്നോട്ടുവെച്ചത് മലയാളസമിതിയാണ് ('കേരളം വളരുന്നോ?' എന്ന പേരിൽ ഹരിദാസൻ എഴുതിയ ലേഖനം, മാതൃഭൂമി ആഴ്ചപ്പതിപ്പ്, 1991).

സ്കൂൾ കോളജ് തലത്തിൽ മലയാളം ഒന്നാംഭാഷയാക്കുക, സർവകലാശാലകളിലുൾപ്പെടെ ഭരണഭാഷ മലയാളമാക്കുക എന്നീ ആവശ്യങ്ങൾ സംഘടന ഉന്നയിച്ചു.

മലയാളഭാഷാപഠനത്തിന്റെ കാഠിന്യം വിദ്യാർത്ഥികൾക്ക് തടസ്സമാകുന്നുണ്ടെന്ന വാദവും മലയാളസമിതി ഉന്നയിച്ചു. സ്ഥലനാമങ്ങൾ മലയാളത്തിലാക്കുക, വിവിധ ഫോറങ്ങൾ മലയാളത്തിലാക്കുക എന്നീ ആവശ്യങ്ങളും മലയാളസമിതി ഉന്നയിച്ചിരുന്നു.

മലയാളം നിർബന്ധിത ഒന്നാംഭാഷയാക്കണമെന്നാവശ്യപ്പെട്ട് 2010 നവംബർ 5-ന് അന്നത്തെ മുഖ്യമന്ത്രി വി.എസ്. അച്യുതാനന്ദന് മലയാളസമിതി നൂറിലേറെ സാംസ്കാരിക പ്രവർത്തകർ ഒപ്പിട്ട നിവേദനം നൽകി. ഇതാണ് പിന്നീട് ഐക്യമലയാളപ്രസ്ഥാനം ഏറ്റെടുത്തതും ഒന്നാംഭാഷാപ്രക്ഷോഭത്തിലേക്ക് നയിച്ചതും. 'മലയാളം ജന്മാ

വകാശം' എന്ന പേരിൽ 2011 ജനുവരി 21-ന് തിരുവനന്തപുരം യൂനിവേഴ്സിറ്റി കോളേജിൽ വെച്ച് മലയാളസമിതിയുടെ ആഭിമുഖ്യത്തിൽ ഒരു പ്രഖ്യാപനം നടന്നു. ഒ.എൻ.വി. കുറുപ്പ്, കാനായി കുഞ്ഞിരാമൻ, സുഗതകുമാരി, പി.കെ. രാജശേഖരൻ എന്നിവരടക്കം നിരവധി പേർ പങ്കെടുത്ത ഈ ഒത്തുചേരൽ മലയാളം നിർബന്ധിത ഒന്നാംഭാഷയാക്കുക, ബിരുദതലം വരെ മലയാളം പഠിക്കാനുള്ള അവകാശം ഉറപ്പിക്കുക എന്നീ ആവശ്യങ്ങളും ഉന്നയിച്ചു.

ആരംഭകാലത്ത് തിരുവനന്തപുരത്തും കോഴിക്കോട്ടും ഈ സംഘടനയുടെ പ്രവർത്തനമുണ്ടായിരുന്നു. എം.കെ.ചാന്ദ് രാജ്, ഹരിദാസൻ, ആർ.നന്ദകുമാർ എന്നിവർ ഭാരവാഹികളായി ഇപ്പോൾ തിരുവനന്തപുരം കേന്ദ്രീകരിച്ച് പ്രവർത്തിക്കുന്നു.

1998 മുതൽ നാലഞ്ചുവർഷം എം.വി. തോമസ്, അജയപുരം ജ്യോതിഷ്കുമാർ, എൽ.വി. ഹരികുമാർ എന്നിവർ ഭാരവാഹികളായി മലയാളകർമസമിതി എന്ന പേരിൽ ഒരു സംഘടന പ്രവർത്തിച്ചിരുന്നു. എസ്.എസ്.എൽ.സിക്ക് റാങ്ക് സംവിധാനം അനാരോഗ്യകരമായ പ്രവണത സൃഷ്ടിക്കുമെന്ന് കാണിച്ച് അന്നത്തെ വിദ്യാഭ്യാസ മന്ത്രി പി.ജെ. ജോസഫിന് ഈ സംഘടന നിവേദനം നൽകിയിരുന്നു. മലയാളകർമസമിതിയുടെ പ്രവർത്തകർ പിന്നീട് മലയാളസമിതിയുടെ പരിപാടികളിൽ സഹകരിച്ചു പ്രവർത്തിച്ചു.

3. മലയാള ഐക്യവേദി

'ഭരണവും വിദ്യാഭ്യാസവും മലയാളത്തിൽ' എന്ന മുദ്രാവാക്യമുയർത്തി 2009 നവംബർ 14, 15 തീയതികളിൽ വടകര നടന്ന സമ്മേളനത്തിൽ വെച്ച് മലയാള ഐക്യവേദി രൂപീകരിച്ചു. 2009-ലെ ബിരുദപുന:സംഘടനയിൽ മലയാളഭാഷയും സാഹിത്യവും പിന്തള്ളപ്പെട്ടതിനോടുള്ള പ്രതിഷേധമായി മാർച്ച് മാസത്തിൽ ആരംഭിച്ച കൂട്ടായ്മകൾ പൊതുപരിപാടി മുൻനിർത്തി മലയാള ഐക്യവേദി എന്ന സംഘടനയായി മാറുകയായിരുന്നു. ഡോ. പുതുശ്ശേരി രാമചന്ദ്രൻ, ഡോ.കെ.എം. ഭരതൻ, പി. പവിത്രൻ എന്നിവർ ആദ്യ ഭാരവാഹികൾ.

സാഹിത്യപഠനത്തെ സൗന്ദര്യാത്മക വിദ്യാഭ്യാസമായി കണ്ട് വിദ്യാഭ്യാസത്തിന്റെ എല്ലാ തലങ്ങളിലും പഠിപ്പിക്കണമെന്ന കാഴ്ചപ്പാട് മുന്നോട്ടുവെച്ചു. വിജ്ഞാനഭാഷാ വികസനം, കോടതിഭാഷാപ്രശ്നം എന്നിവ പൊതുസമൂഹത്തിനു മുന്നിലേക്ക് കൊണ്ടുവന്നു. ഫെബ്രു. 21 ലോകമാതൃഭാഷാദിനമാണെന്നത് കേരളസമൂഹത്തിന്റെ ശ്രദ്ധയിലേക്ക് കൊണ്ടുവന്നത് മലയാള ഐക്യവേദിയാണ്.

എസ്.എസ്.എൽ.സി. ബുക്കിൽനിന്ന് മലയാളത്തിൽ പേര് എഴുതുന്നത് എടുത്തുകളഞ്ഞതിനെതിരെയും ഒമ്പതാം ക്ലാസിലെ ഹിന്ദി പാഠപുസ്തകത്തിൽനിന്ന്, അതുവരെ മലയാളത്തിൽ കൊടുത്തിരുന്ന അർത്ഥം ഇംഗ്ലീഷിലേക്ക് മാറ്റിയതിനെതിരെയും വിജയകരമായ സമരം നടത്തി.

കടകളുടെ ബോർഡുകൾ മലയാളത്തിലാക്കുക എന്ന ആവശ്യം ഉന്നയിച്ച് തൃശ്ശൂരിലെയും കോഴിക്കോട്ടെയും ആയിരക്കണക്കിന് കടകളിൽ കയറി പ്രചരണം നടത്തി. 2010 നവംബറിൽ മലയാളം നിർബന്ധിത ഒന്നാംഭാഷയാക്കുന്നതിന് സർക്കാറിന് ഭീമഹരജി നൽകാനും സെക്രട്ടറിയേറ്റിനു മുമ്പിൽ സമരം സംഘടിപ്പിക്കാനും മലയാള ഐക്യവേദി ആലോചിക്കുന്ന ഘട്ടത്തിൽ സമാന മുദ്രാവാക്യം ഉന്നയിച്ച് മലയാളസമിതിയും മുന്നോട്ടുനീങ്ങുന്നതറിഞ്ഞ് ഐക്യമലയാളപ്രസ്ഥാനം എന്ന ഒരു പൊതുക്കൂട്ടായ്മ രൂപീകരിക്കാനുള്ള തീരുമാനമെടുക്കുകയായിരുന്നു. ഒന്നാംഭാഷാസമരത്തിൽ മലയാള ഐക്യവേദിയുടെ പ്രവർത്തകർ സജീവമായി പങ്കാളികളായി. ഹയർസെക്കന്ററി പ്രവേശനത്തിൽ പൊതുവിദ്യാലയങ്ങളിലെ വിദ്യാർത്ഥികൾക്ക് അവസരം നഷ്ടപ്പെടുത്തി സി.ബി.എസ്.ഇ. സ്കൂളിലെ സ്കൂൾ പരീക്ഷയെഴുതിയ വിദ്യാർത്ഥികൾക്ക് മുൻഗണന ലഭിക്കുന്നതിനെതിരെ 2012-ൽ പ്രത്യക്ഷസമരരംഗത്തിറങ്ങി.

മലയാള ഐക്യവേദിക്ക് ഭരണഭാഷാവേദി, ശാസ്ത്രമലയാളവേദി, സാമൂഹ്യശാസ്ത്ര മലയാളവേദി, മലയാള മാധ്യമവേദി, മലയാള വിവരസാങ്കേതിക വേദി, മലയാള വിവർത്തക വേദി, പ്രൈമറി തല മലയാളവേദി, ഹൈസ്കൂൾ തല മലയാളവേദി, ഹയർസെക്കന്ററി തല മലയാളവേദി, ബിരുദതല മലയാളവേദി, ബിരുദാനന്തരതല മലയാളവേദി എന്നിങ്ങനെ വിവിധ വിഷയങ്ങളെ കേന്ദ്രീകരിച്ച് ഉപസമിതികളുണ്ട്. ഈ വിഷയങ്ങളെ സംബന്ധിച്ച് ഒരു ശില്പശാല 2010 നവംബർ 23, 24 തീയതികളിൽ എറണാകുളം ജില്ലയിലെ കറുകുറ്റിയിൽ സംഘടിപ്പിക്കുകയും നയം രൂപീകരിക്കുകയുമുണ്ടായി. 2013 ജൂൺ 1, 2 തീയതികളിൽ പാലക്കാട് മുണ്ടൂരിൽ മറ്റൊരു പ്രവർത്തക ക്യാമ്പും സംഘടിപ്പിച്ചു.

പതിനാല് ജില്ലകളിലും പ്രാദേശിക ഘടകങ്ങളോടു കൂടി സംസ്ഥാനത്താകമാനം മലയാള ഐക്യവേദി പ്രവർത്തിക്കുന്നു. ഇരുപത്തിയഞ്ച് അംഗങ്ങളുള്ള സെക്രട്ടറി തല സമിതി പ്രവർത്തനങ്ങൾക്ക് നേതൃത്വം നൽകുന്നു. എം.വി. പ്രദീപൻ (പ്രസിഡന്റ്), ആർ. ഷിജു (ജന. സെക്രട്ടറി), ഡോ. വി.പി. മാർക്കോസ് (കൺവീനർ) എന്നിവർ ഇപ്പോഴത്തെ ഭാരവാഹികൾ.

വിദ്യാർത്ഥി മലയാളവേദി

മലയാള ഐക്യവേദിയുടെ വിദ്യാർത്ഥിക്കൂട്ടായ്മയായ വിദ്യാർത്ഥി മലയാളവേദി 2010-ലാണ് നിലവിൽ വന്നത്. മലബാറിൽ 178 സ്കൂളുകളിൽ പുതുതായി പ്ലസ് റ്റു കോഴ്സുകൾ ആരംഭിച്ചപ്പോൾ ഒമ്പത് സ്കൂളുകളിൽ മലയാളപഠനത്തിന് അവസരം ഇല്ലാത്ത അവസ്ഥ വന്നു. അതിനോടുള്ള പ്രതികരണമായി കോഴിക്കോട് ജില്ലയിലെ പുറമേരിയിൽ കടത്തനാട് രാജാസ് ഹൈസ്കൂളിലാണ് വിദ്യാർത്ഥി മലയാളവേദിയുടെ ആദ്യത്തെ ഘടകം രൂപീകരിക്കുന്നത്. ഈ സ്കൂളിലെ പതിനൊന്നാം ക്ലാസ് വിദ്യാർത്ഥികളായ അനൂപ്, ഷിബിൻ എന്നിവർ ഞങ്ങൾക്ക് മലയാളം പഠിക്കണം എന്നാവശ്യപ്പെട്ട് തിരുവനന്തപുരത്ത് മലയാള ഐക്യവേദി പ്രവർത്തകരോടൊപ്പം പത്രസമ്മേളനം നടത്തി. മുഖ്യമന്ത്രി വി.എസ്. അച്യുതാനന്ദനെയും വിദ്യാഭ്യാസ മന്ത്രി എം.എ. ബേബിയെയും കണ്ട് നിവേദനം നൽകുകയും ചർച്ച നടത്തുകയും ചെയ്തു. രാഷ്ട്രീയ വ്യത്യാസമില്ലാതെ എല്ലാ വിദ്യാർത്ഥികളും ഉൾക്കൊള്ളുന്ന വിദ്യാർത്ഥി മലയാളവേദിയുടെ കൂട്ടായ്മകൾ വിവിധ കോളേജുകളിലും സർവകലാശാലകളിലും പ്രവർത്തിക്കുന്നു. കാമ്പസിലെ ഭരണഭാഷ മലയാളമാക്കുക, ഉന്നതവിദ്യാഭ്യാസത്തിന് മാതൃഭാഷ മാധ്യമമായി ഉപയോഗിക്കാൻ അനുവദിക്കുക എന്നീ ആവശ്യങ്ങൾ മുന്നോട്ടുവെക്കുന്നു. വിദ്യാർത്ഥി മലയാളവേദി 2013 ഫെബ്രു. 15-ന് നൂറോളം വിദ്യാർത്ഥികളെ അണിനിരത്തി സെക്രട്ടറിയേറ്റിന് മുമ്പിൽ നിരാഹാര സമരം നടത്തി. എ.എം. രഞ്ജിനി (ചെയർപേഴ്സൻ), വി. നിതേഷ്(കൺവീനർ) എന്നിവർ ആദ്യ ഭാരവാഹികൾ. ഇപ്പോൾ ബി. വിഷ്ണുരാജ് (ചെയർമാൻ), പി.സുരേഷ് (കൺവീനർ), ആതിര. ടി.ആർ. (ഖജാൻജി) എന്നിവർ ഭാരവാഹികൾ.

4. ഐക്യമലയാള പ്രസ്ഥാനം

മലയാള ഐക്യവേദി, മലയാള സമിതി, മലയാള സംരക്ഷണവേദി എന്നീ സംഘടനകൾ ചേർന്ന് 2010 നവംബർ 28- ന് രൂപീകരിച്ച പൊതുവായ കൂട്ടായ്മയാണ് ഐക്യമലയാള പ്രസ്ഥാനം. നവംബർ 28-ന് ഈ കൂട്ടായ്മയുടെ വിളംബരജാഥ കാനായി കുഞ്ഞിരാമന്റെ നേതൃത്വത്തിൽ തിരുവനന്തപുരത്ത് സെക്രട്ടറിയേറ്റിന് മുമ്പിൽ നടന്നു. നവംബർ 29-ന് മലയാളം നിർബന്ധിത ഒന്നാംഭാഷയാക്കുന്നതിനുള്ള സമരവും ആരംഭിച്ചു. മാതൃഭാഷയ്ക്കു വേണ്ടി പിന്നീടുള്ള സമരങ്ങളെല്ലാം ഐക്യമലയാള പ്രസ്ഥാനമാണ് നയിച്ചത്.

ഭരണപ്രതിപക്ഷഭേദമില്ലാതെ കേരളത്തിലെ രാഷ്ട്രീയ നേതാക്കളും സാഹിത്യസാംസ്കാരിക രംഗത്തുള്ളവരും ഐക്യമലയാള പ്രസ്ഥാന

ത്തിന്റെ സമരവേദികളിൽ പ്രത്യക്ഷപ്പെടുന്നു. മലയാളത്തിനു വേണ്ടി തെരുവിലിറങ്ങിയുള്ള തുടർസമരങ്ങൾ കേരളത്തിൽ ആരംഭിക്കുന്നത് ഐക്യമലയാള പ്രസ്ഥാനത്തിന്റെ രൂപീകരണത്തോടു കൂടിയാണെന്നു പറയാം.

മലയാളസർവകലാശാല, കോടതി ഭാഷ മലയാളമാക്കൽ എന്നീ കാര്യങ്ങളെ മുൻനിർത്തി പ്രത്യേകം രേഖകൾ തയ്യാറാക്കി മുഖ്യമന്ത്രിക്ക് സമർപ്പിച്ചു. കോടതി ഭാഷ മലയാളമാക്കാൻ 25,000 ത്തോളം പേർ ഒപ്പിട്ട നിവേദനം മുഖ്യമന്ത്രിക്ക് നൽകി. ഐക്യമലയാള പ്രസ്ഥാനം കേരളത്തിലെ വിവിധ സാംസ്കാരിക പ്രവർത്തകരും സംഘടനകളും ഐക്യപ്പെടുന്ന മലയാളികളുടെ പൊതുവായ സമരസംഘടനയായി മാറിയിരിക്കുന്നു. സുബൈർ അരിക്കുളം (ചെയർമാൻ), ഹരിദാസൻ (സെക്രട്ടറി), എം.വി. പ്രദീപൻ (കൺവീനർ) എന്നിവർ ഇപ്പോഴത്തെ ഭാരവാഹികൾ.

ഐക്യമലയാള പ്രസ്ഥാനം നടത്തിയ പ്രധാനസമരങ്ങൾ:

2010 നവംബർ 29-ഒന്നാം ഭാഷാസമരം

രണ്ടു ദശകം നീണ്ട ഇടവേളയ്ക്കു ശേഷം മലയാളത്തിനു വേണ്ടി പ്രത്യക്ഷസമരം ആരംഭിക്കുന്നത്, മലയാളം നിർബന്ധിത ഒന്നാംഭാഷയാക്കുക എന്ന മുദ്രാവാക്യവുമായി 2011 നവംബർ 29- ന് ഐക്യമലയാളപ്രസ്ഥാനം തിരുവനന്തപുരത്ത് സെക്രട്ടറിയേറ്റിനു മുമ്പിൽ സമരം നടത്തിയപ്പോഴാണ്. മുഖ്യമന്ത്രിയുമായി നടത്തിയ ചർച്ചയെ തുടർന്ന് ആർ.വി.ജി. മേനോന്റെ നേതൃത്വത്തിൽ മലയാളം നിർബന്ധിത ഒന്നാം ഭാഷയാക്കുന്നതിനെ കുറിച്ച് പഠിക്കാൻ സമിതിയെ നിയോഗിച്ചു. അതിന് തുടർനടപടികളൊന്നും ഉണ്ടാവാത്തതിനെ തുടർന്ന് 2011 ഡിസംബർ 22 മുതൽ ഐക്യമലയാളപ്രസ്ഥാനം അനിശ്ചിത കാല നിരാഹാര സമരം ആരംഭിച്ചു. നിയമസഭയിൽ സി.പി. മുഹമ്മദ് ഉന്നയിച്ച ഉപക്ഷേപത്തെ മുൻനിർത്തി മുഖ്യമന്ത്രി വി.എസ്. അച്യുതാനന്ദൻ നൽകിയ ഉറപ്പിനെത്തുടർന്ന് സമരം അവസാനിപ്പിച്ചു.

ആർ.വി.ജി. കമ്മിറ്റി

മലയാളം നിർബന്ധിത ഒന്നാംഭാഷയാക്കുക എന്നാവശ്യപ്പെട്ട് ഐക്യമലയാള പ്രസ്ഥാനം നടത്തിയ സമരത്തെത്തുടർന്നാണ് ആർ.വി.ജി. മേനോന്റെ നേതൃത്വത്തിൽ സർക്കാർ ഒരു സമിതിയെ നിർദ്ദേശങ്ങൾ സമർപ്പിക്കാനായി നിയോഗിക്കുന്നത്. സംസ്ഥാനത്തെ എല്ലാതരം സ്കൂളുകളിലും പത്താംക്ലാസുവരെ മലയാളം നിർബന്ധിത ഒന്നാം ഭാഷയാക്കുന്നതിനുള്ള ശുപാർശ കമ്മിറ്റി മുന്നോട്ടുവെച്ചു. മന്ത്രിസഭ 2011

ജനവരി 25ന് പ്രസ്തുത നിർദ്ദേശങ്ങൾ അംഗീകരിച്ചു. അടുത്ത ദിവസത്തെ പത്രങ്ങളെല്ലാം അത് വലിയ പ്രാധാന്യത്തോടെ നൽകി. പല പത്രങ്ങളും മുഖപ്രസംഗങ്ങൾ എഴുതി.

ഒ.എൻ.വി കമ്മിറ്റി

ആർ.വി.ജി. മേനോൻ കമ്മിറ്റിയുടെ റിപ്പോർട്ടിനെ അടിസ്ഥാനമാക്കി പ്രായോഗിക നിർദ്ദേശങ്ങൾ നൽകാൻ എസ്.സി.ഇ.ആർ.ടി. നിയോഗിച്ചത് ഒ.എൻ.വിയുടെ നേതൃത്വത്തിലുള്ള സമിതിയെയായിരുന്നു. ഈ നിർദ്ദേശങ്ങൾ അംഗീകരിച്ചുകൊണ്ട് മലയാളം നിർബന്ധിത ഒന്നാംഭാഷയാക്കിക്കൊണ്ടുള്ള ഉത്തരവ് 2011 മെയ് 6 ന് പുറത്തുവന്നു.

ഒന്നാം ഭാഷാ ഉത്തരവ് പൂർണമായി നടപ്പിലാക്കുന്നതിനും കോടതി ഭാഷ മലയാളമാക്കുന്നതിനും സമഗ്രമാതൃഭാഷാനിയമം അംഗീകരിക്കുന്നതിനും വേണ്ടി തുടർന്ന് നിരവധി സമരങ്ങൾ സെക്രട്ടറിയേറ്റിനു മുമ്പിൽ ഐക്യമലയാള പ്രസ്ഥാനം നടത്തുകയുണ്ടായി. മുഖ്യമന്ത്രിയുമായും സാംസ്കാരിക വകുപ്പ് മന്ത്രിയുമായുമുള്ള ചർച്ചകളുടെ അടിസ്ഥാനത്തിലാണ് സമരങ്ങൾ ഒത്തുതീർപ്പായത്. കോടതിഭാഷ മലയാളമാക്കുന്നതിനായി 25,000 ത്തോളം പേർ ഒപ്പിട്ട നിവേദനം ഐക്യമലയാളപ്രസ്ഥാനം മുഖ്യമന്ത്രിക്ക് നൽകി.

കെ.പി.രാമനുണ്ണിയുടെ നിരാഹാരസമരം

ഒന്നാംഭാഷാ ഉത്തരവ് നടപ്പിലാക്കുക, കോടതി ഭാഷ മലയാളമാക്കുക തുടങ്ങിയ ആവശ്യങ്ങളുന്നയിച്ചും ഇവയുൾപ്പെടുന്ന സമഗ്ര മലയാളനിയമം നിയമസഭ പാസ്സാക്കണമെന്നാവശ്യപ്പെട്ടുകൊണ്ടും ഐക്യമലയാള പ്രസ്ഥാനത്തിന്റെ ആഭിമുഖ്യത്തിൽ കെ.പി.രാമനുണ്ണി 2013 മാർച്ച് 18 ന് അനിശ്ചിതകാല നിരാഹാര സമരം ആരംഭിച്ചു. യൂനിവേഴ്സിറ്റി കോളജിൽ വെച്ച് ഒ.എൻ.വി ഉദ്ഘാടനം ചെയ്ത സമരം കോളജിനു മുമ്പിലെ പന്തലിലാണ് നടന്നത്. അടുത്ത നിയമസഭാസമ്മേളനത്തിൽ സമഗ്രഭാഷാനിയമം കൊണ്ടു വരുമെന്ന് സാംസ്കാരിക വകുപ്പ് മന്ത്രി നൽകിയ ഉറപ്പിനെ തുടർന്നാണ് സമരം പിൻവലിച്ചത്.

മലയാള സർവകലാശാല-ഇടപെടലുകൾ

മലയാളസർവകലാശാല ആവശ്യത്തിന് ദശകങ്ങളുടെ പഴക്കമുണ്ട്. 1980- കളിൽ തന്നെ ഈ ചർച്ച കേരളത്തിൽ സജീവമായിരുന്നു. സാഹിത്യസാംസ്കാരിക മേഖലയിലുള്ളവർക്കു പുറമെ ലോനപ്പൻ നമ്പാടനെപ്പോലെ രാഷ്ട്രീയ രംഗത്തുള്ളവരും ഇതിനു വേണ്ടി വാദിച്ചിരുന്നു. മാതൃഭാഷാസംഘടനകളായ മലയാള സംരക്ഷണവേദിയും മലയാളസ

മിതിയും 1990-കളിൽ തന്നെ ഈ കാര്യം മുന്നോട്ടുവെച്ചിരുന്നു. മലയാള സർവകലാശാലാ സ്ഥാപനത്തിലേക്ക് നയിക്കുന്ന ഇടപെടലുകൾ അടുത്തകാലത്താണ് വീണ്ടും സജീവമായത്. മലയാളത്തിന് ഒരു സർവകലാശാല സ്ഥാപിക്കണമെന്നാവശ്യപ്പെടുന്ന നിവേദനം മലയാള ഐക്യവേദി 2009 മെയ് 12-ന് മുഖ്യമന്ത്രിക്കും വിദ്യാഭ്യാസ വകുപ്പ മന്ത്രിക്കും കൊടുക്കുകയും ചർച്ച ചെയ്യുകയും ചെയ്തു. 2010 മെയ് 29-ന് ഡോ. പുതുശ്ശേരി രാമചന്ദ്രൻ, പി. പവിത്രൻ എന്നിവർ മുഖ്യമന്ത്രിയുടെയും വിദ്യാഭ്യാസ മന്ത്രിയുടെയും മുന്നിൽ ഈ ആവശ്യം വീണ്ടും ഉന്നയിച്ചു. തുടർന്ന് ഐക്യമലയാള പ്രസ്ഥാനം നടത്തിയ സമരങ്ങളിലെല്ലാം ഒരു മുദ്രാവാക്യം മലയാള സർവകലാശാല സ്ഥാപിക്കുക എന്നതായിരുന്നു.

മലയാളസർവകലാശാലാ രൂപരേഖ

ഐക്യമലയാളപ്രസ്ഥാനം കേരളത്തിന്റെ വികസനത്തെയും മലയാള സർവകലാശാലയെയും സംബന്ധിച്ച് ഒരു സമഗ്രരേഖ തയ്യാറാക്കിയിരുന്നു. ഒ.എൻ.വി കുറുപ്പ് സൂക്ഷ്മപരിശോധന നടത്തി 2011 ആഗസ്റ്റ് 14 -ന് തിരുവനന്തപുരത്തു നടന്ന ചടങ്ങിൽ വെച്ച് മുഖ്യമന്ത്രി ഉമ്മൻ ചാണ്ടിക്ക് ഈ രേഖ കൈമാറി. വിവിധ വിഷയങ്ങൾ മാതൃഭാഷയിൽ പഠിപ്പിക്കുക, ഇന്ത്യയിലെയും ലോകത്തെയും വിവിധ ഭാഷകളുമായി മലയാളത്തിന് വിജ്ഞാനവിനിമയം സാധിക്കുന്ന മട്ടിൽ ഇന്ത്യൻ ഭാഷകളുടെയും മൂന്നാംലോകത്തേതുൾപ്പെടെ വിവിധ ലോകഭാഷകളുടെയും പഠനവകുപ്പുകൾ സർവകലാശാലയിൽ ഉണ്ടായിരിക്കുക എന്നിങ്ങനെ വിവിധ നിർദ്ദേശങ്ങൾ ഉൾക്കൊള്ളുന്നതായിരുന്നു രേഖ. ഈ രേഖ അധികാരികൾ തള്ളിക്കളയുകയാണുണ്ടായത്.

അനുബന്ധം 3

ഒന്നാംഭാഷ - കമ്മിറ്റികൾ, റിപ്പോർട്ടുകൾ, ഉത്തരവുകൾ

1. ആർ.വി.ജി. മേനോൻ കമ്മിറ്റി റിപ്പാർട്ട് 2010-11
(നിർദ്ദേശങ്ങൾ മാത്രം)

കേരളത്തിലെ മാതൃഭാഷാ പഠനത്തിന്റെ നിലവിലുള്ള അവസ്ഥ, ഭാഷാപഠനം ശക്തിപ്പെടുത്താനുള്ള നിർദ്ദേശങ്ങൾ എന്നിവ സംബന്ധിച്ച പഠനം.

സമിതിയുടെ നിർദ്ദേശങ്ങൾ:

1. കേരളത്തിലെ സ്കൂൾ വിദ്യാഭ്യാസത്തിന്റെ എല്ലാ തലത്തിലും മലയാളം നിർബന്ധിതമാക്കണം

2. 5 മുതൽ 10 വരെ ക്ലാസുകളിൽ ഒന്നാംഭാഷയ്ക്ക് രണ്ടു പേപ്പറുകൾ ഉണ്ട്. ഒന്നാംപേപ്പറിന് 4 പീരീഡും രണ്ടാം പേപ്പറിന് 2 പീരീഡുമാണ് നിലവിൽ അനുവദിച്ചിട്ടുള്ളത്. സംസ്കൃതം, അറബിക്, ഉർദു ഭാഷകൾ പഠിക്കുന്ന കുട്ടികൾ രണ്ടാം പേപ്പർ ആയിട്ടാണ് മലയാളം പഠിക്കുന്നത്. മാതൃഭാഷ പഠിക്കാൻ മതിയായ സമയം ഇവർക്കു കിട്ടുന്നില്ല. അതിനാൽ രണ്ടു പേപ്പറിനും 3 പീരീഡ് വീതം അനുവദിച്ച് പീരീഡ് ഘടനയിൽ മാറ്റം വരുത്തണം.
3. പുതിയ രീതി നടപ്പിലാക്കുന്നതിന്റെ ഭാഗമായി ഭാഷാധ്യാപക തസ്തികകൾ തീരുമാനിക്കുന്നതിലെ മാനദണ്ഡങ്ങൾ പുനർനിർണയിക്കുകയും അദ്ധ്യാപക തസ്തികകൾ സംരക്ഷിക്കുകയും വേണം.
4. മാതൃഭാഷാപഠനം മെച്ചപ്പെടുത്തുന്നതിന്റെ ഭാഗമായി കേരളപാഠ്യപദ്ധതി ചട്ടക്കൂട്ടിലെ നിർദ്ദേശം പരിഗണിച്ച് രണ്ടാം പേപ്പറിന് അടിസ്ഥാന പാഠാവലി എന്ന പേരിൽ സമഗ്രമായ ഒരു പാഠപുസ്തകം വികസിപ്പിച്ചിട്ടുണ്ട്. അത് സംസ്ഥാന സർക്കാറിന്റെ നേട്ടമായി കണക്കാക്കാം.
5. കന്നഡ, തമിഴ് തുടങ്ങിയ മാതൃഭാഷകൾ പഠിക്കുന്ന വിദ്യാർത്ഥികൾക്കും കേരളസമൂഹത്തിൽ ജീവിക്കുന്നവർ എന്ന നിലയിൽ മലയാളം പഠിക്കാൻ അവസരം നൽകണം. അതിനാൽ ഒന്നാംഭാഷയിലെ രണ്ടാംപേപ്പർ (3 പീരീഡ്) ഈ വിദ്യാർത്ഥികളും പഠിക്കേണ്ടതാണ്.
6. സംസ്കൃതം സ്കൂളുകളിലും അറബിക് സ്കൂളുകളിലും മലയാള പഠനത്തിനുള്ള അവസരം ഉറപ്പു വരുത്തേണ്ടതാണ്. മലയാളത്തിന് 3 പീരീഡ് ഈ സ്കൂളുകളിലും ഏർപ്പെടുത്തണം. എന്നാൽ സംസ്കൃതവും അറബിക്കും ഗൗരവത്തോടെ പഠിക്കുന്നതിനുള്ള അവസരം കുറയാനും പാടില്ല.
7. മറ്റു സംസ്ഥാനങ്ങളിൽ നിന്ന് കേരളത്തിൽ താമസമാക്കി സ്കൂൾ വിദ്യാഭ്യാസം നേടുന്നവർക്ക് മലയാളപഠനത്തിന്റെ അടിത്തറ പാകുന്നതിന് പ്രത്യേക പാഠപുസ്തകം തയ്യാറാക്കണം. അവർ ഒന്നാംഭാഷയായി ഈ പാഠപുസ്തകം പഠിക്കുകയും അതിനെ അടിസ്ഥാനമാക്കി പൊതുപരീക്ഷ എഴുതുകയും വേണം.
8. കേരളത്തിൽ പ്രവർത്തിക്കുന്ന കേന്ദ്ര ബോർഡുകളുടെ കീഴിലുള്ള സ്കൂളുകളിലും ഒരു നിർബന്ധിത വിഷയമായി മലയാളം പഠിപ്പിക്കാൻ നടപടി സ്വീകരിക്കണം.
9. വിദ്യാഭ്യാസ അവകാശ നിയമം നടപ്പിലാക്കുന്നതിന്റെ ഭാഗമായി 1 മുതൽ 8 വരെ ക്ലാസുകളിൽ പഠനമാധ്യമം മലയാളമാക്കാൻ നട

പടികൾ സ്വീകരിക്കണം. ഇത് കേരളത്തിൽ പ്രവർത്തിക്കുന്ന എല്ലാ സ്കൂളുകളിലും നടപ്പിലാക്കണം. മറ്റു ബോർഡുകളുടെ അംഗീകാരത്തോടെ നടത്തുന്ന സ്കൂളുകൾ ഈ വ്യവസ്ഥ പാലിച്ചാൽ മാത്രമേ എൻ.ഒ.സി. നൽകാൻ പാടുള്ളൂ.

10. വൊക്കേഷണൽ ഹയർ സെക്കന്ററിയിൽ നിലവിൽ ഇംഗ്ലീഷ് മാത്രമാണ് ഭാഷയായി പഠിപ്പിക്കുന്നത്. ഇതിനു പകരം ഇംഗ്ലീഷോ മലയാളമോ തിരഞ്ഞെടുക്കാനുള്ള അവസരം നൽകുന്നതിനു വേണ്ട നടപടികൾ സ്വീകരിക്കണം.

11. സംസ്ഥാനത്തെ എല്ലാ ഹയർ സെക്കന്ററി സ്കൂളുകളിലും മലയാളം പഠിക്കാൻ അവസരം ഉണ്ടാകണം.

12. പുതിയ നയം നടപ്പിലാക്കുന്നതിന്റെ ഭാഗമായി മലയാളത്തിന്റെ സിലബസിൽ ആവശ്യമായ ക്രമീകരണം വരുത്തണം.

സമിതി അംഗങ്ങൾ:

1. ഡോ. ആർ.വി.ജി. മേനോൻ (ചെയർമാൻ)
2. ശ്രീ. എൻ. ശ്രീകുമാർ
3. ശ്രീമതി. ആർ.ബി. രാജലക്ഷ്മി
4. ശ്രീ. സി. ഉസ്മാൻ
5. ശ്രീ. ചുനക്കര ഹനീഫ
6. ഡയറക്ടർ, ഹയർ സെക്കന്ററി
7. ഡയറക്ടർ, വൊക്കേഷണൽ ഹയർ സെക്കന്ററി
8. ഡയറക്ടർ, എസ്.സി.ഇ.ആർ.ടി. (കൺവീനർ)

ഒ.എൻ.വി. ചെയർമാനായ വിദഗ്ധസമിതി റിപ്പോർട്ട്

സ്കൂളുകളിൽ മലയാളപഠനം നിർബന്ധമാക്കുന്നതിനുള്ള പ്രായോഗിക നിർദ്ദേശങ്ങൾ:

സംസ്ഥാനത്തെ സ്കൂളുകളിലെ മലയാളപഠനം സംബന്ധിച്ച് പഠനം നടത്താനും മലയാളം നിർബന്ധിത വിഷയമാക്കുന്നതിനെക്കുറിച്ച് ആലോചിക്കാനും പ്രൊഫ. ആർ.വി.ജി. മേനോൻ അധ്യക്ഷനായി ഒരു സമിതിയെ സംസ്ഥാന സ്കൂൾ കരിക്കുലം സ്റ്റിയറിംഗ് കമ്മിറ്റി നിയോഗിച്ചു. ഈ കമ്മിറ്റിയുടെ റിപ്പോർട്ട് കേരള സർക്കാർ പരിഗണിക്കുകയും തത്ത്വത്തിൽ അംഗീകരിക്കുകയും ചെയ്തു. നിർദ്ദേശങ്ങൾ നടപ്പിലാക്കുന്നതുമായി ബന്ധപ്പെട്ട പ്രായോഗിക നിർദ്ദേശങ്ങൾ സമർപ്പിക്കാൻ സർക്കാർ എസ്.സി.ഇ.ആർ.ടിയെ ചുമതലപ്പെടുത്തി. അതനുസരിച്ച് താഴെപ്പറയുന്നവർ ഉൾപ്പെടുന്ന വിദഗ്ധ സമിതി രൂപീകരിച്ചു.

1. പ്രൊഫ. ഒ.എൻ.വി കുറുപ്പ്, 2. പ്രൊഫ. കെ.പി. ശങ്കരൻ (അഡ്വൈസർ, പാഠപുസ്തക സമിതി), 3. ഡോ. ഡി. ബഞ്ചമിൻ (ചെയർമാൻ, പാഠപുസ്തക സമിതി), 4. ഡോ. സി.ആർ. പ്രസാദ് (മലയാളവിഭാഗം,കേരള സർവകലാശാല), 5. ഡോ. പി. പവിത്രൻ (മലയാളവിഭാഗം, ശ്രീശങ്കരാചാര്യ സംസ്കൃത സർവകലാശാല), 6. ശ്രീ. അക്ബർ കക്കട്ടിൽ (മെമ്പർ, മലയാളം അഡ്വൈസറി ബോർഡ്, കേന്ദ്ര സാഹിത്യ അക്കാദമി, മെമ്പർ, പാഠപുസ്തക കമ്മിറ്റി), 7. ഡോ. പി. സത്യനേശൻ (മുൻ കരിക്കുലം തലവൻ, എസ്.സി.ഇ.ആർ.ടി.), 8. ശ്രീ. ഷാജഹാൻ (ജന.സെക്രട്ടറി, കെ.എസ്.ടി.എ.), 9. ജെ. ശശി (പ്രസിഡന്റ്, ജി.എസ്.ടി.യു), 10. ശ്രീ. വി.വി. വേണു (എച്ച്.എസ്.എ., ജി.വി.എച്ച്.എസ്.എസ്. ഫോർ ഗേൾസ്, മണക്കാട്)

2011 ഫെബ്രുവരി 25,26 തീയതികളിൽ എസ്.സി.ഇ.ആർ.ടി യിൽ കമ്മിറ്റി യോഗം ചേർന്നു. കമ്മിറ്റിയുടെ നിരീക്ഷണങ്ങൾ താഴെ ചേർക്കുന്നു.

ശിശുവിന് സമ്പന്നമായ ഭാഷാനുഭവങ്ങൾ ലഭിക്കുന്നത് സമീപസ്ഥ ചുറ്റുപാടുകളിൽ നിന്നാണ്. ശിശുവികാസത്തെ ഇത് നിർണായകമായി സ്വാധീനിക്കുന്നു. സമീപസ്ഥ ചുറ്റുപാടുകളിൽനിന്ന് ശിശു ആർജ്ജിക്കുന്ന ഭാഷയെ സാങ്കേതികമായി ഒന്നാം ഭാഷ എന്നും മാതൃഭാഷ എന്നും പറയുന്നു. ശിശുവിന്റെ ബുദ്ധിപരവും വൈകാരികവുമായ വികാസത്തിന് മാധ്യമമായിത്തീരുന്നത് ഈ ഭാഷയാണ്. അതിനാൽ പഠനമാധ്യമം മാതൃഭാഷയായ ഒന്നാം ഭാഷ തന്നെയായിരിക്കണം. വളർച്ചയുടെ ഘട്ടത്തിൽ സൗന്ദര്യാത്മകവും വൈകാരികവുമായ തലങ്ങളെ സ്പർശിക്കുന്നത് മാതൃഭാഷയും അതിന്റെ സാഹിത്യവുമാണ്. വിശാലാർത്ഥത്തിൽ മാതൃഭാഷാപഠനം സൗന്ദര്യാത്മക വിദ്യാഭ്യാസമാണ്. ഇത് എല്ലാ ഘട്ടങ്ങളിലും തുടർന്നു കൊണ്ടു പോകേണ്ടതുണ്ട്.

ചുറ്റുപാടുമായി ഇടപഴകിക്കൊണ്ടുള്ള അറിവുനിർമാണമാണ് ബൗദ്ധിക വികാസത്തിന് വഴി തെളിക്കുന്നത്. ജ്ഞാനാർജ്ജനത്തെ സംബന്ധിച്ച സിദ്ധാന്തങ്ങൾ ഇത് സാധൂകരിക്കുന്നു. വിദ്യാഭ്യാസ മനശ്ശാസ്ത്രവും ദർശനങ്ങളും ഇതിന് അടിവരയിട്ടിട്ടുണ്ട്. നാഡീ മനശ്ശാസ്ത്ര സിദ്ധാന്തപ്രകാരം ന്യൂറോണുകളുടെ സ്വാഭാവികമായ കണ്ണിചേരൽ മാതൃഭാഷയിൽ പഠിക്കുമ്പോഴാണ് ശക്തിപ്പെടുന്നത്. വിജ്ഞാന വിസ്ഫോടനത്തിന്റെ പശ്ചാത്തലത്തിൽ ആഴത്തിലുള്ള അറിവുനിർമാണം സാധ്യമാക്കുന്നതിന് മാതൃഭാഷാ മാധ്യമത്തിലുള്ള പഠനം അനിവാര്യമാണ്.

ഭാഷാടിസ്ഥാനത്തിലാണ് കേരളസംസ്ഥാനം രൂപീകൃതമായിട്ടുള്ളത്. കേരളത്തിൽ വസിക്കുന്നവരെ സാമൂഹികമായും സാംസ്കാരിക

മായും കൂട്ടിയിണക്കുന്നതിൽ മലയാളം പ്രധാന പങ്കു വഹിക്കുന്നു. കേരളത്തിന്റെ പ്രകൃതി പോലെതന്നെ ഭാഷയും ഇവിടെ വസിക്കുന്ന എല്ലാ ജനവിഭാഗങ്ങൾക്കും അവകാശപ്പെട്ടതാണ്. ഈ പശ്ചാത്തലത്തിൽ വേണം കേരളത്തിലെ വിദ്യാഭ്യാസ പ്രക്രിയയിൽ മലയാളഭാഷയുടെ സ്ഥാനം നിർണയിക്കേണ്ടത്.

ദേശീയോദ്ഗ്രഥന മൂല്യങ്ങൾ ഉയർത്തിപ്പിടിക്കുന്നതിന്റെ ഭാഗമായി കേരളത്തിൽ സ്കൂൾ വിദ്യാഭ്യാസം നിർവഹിക്കുന്ന എല്ലാ കുട്ടികളും മലയാളഭാഷ നിർബന്ധമായും പഠിക്കേണ്ടതുണ്ട്. കേരളത്തിന്റെ സാമൂഹിക ജീവിതവുമായി ഇണങ്ങിച്ചേരുന്നതിനും ഭരണസംവിധാനങ്ങളുമായി ഇടപഴകുന്നതിനുള്ള ശേഷി ആർജ്ജിക്കുന്നതിനും സാംസ്കാരിക പൈതൃകത്തിൽ അഭിമാനം കൊള്ളുന്നതിനും ഈ ഭാഷാപഠനം സഹായകമാകണം. എന്നാൽ ശിശു മനശ്ശാസ്ത്രം അനുസരിച്ച് പഠനമാധ്യമം മാതൃഭാഷയാകേണ്ടതുണ്ട്. അതിനാൽ തമിഴും കന്നഡയും മാതൃഭാഷയായിട്ടുള്ള കുട്ടികൾക്ക് അവരുടെ മാതൃഭാഷയിൽ പഠനം നടത്താനുള്ള അവസരം തുടരണം. ഒപ്പം കേരളത്തിന്റെ ഭാഷ എന്ന നിലയിൽ അവർ മലയാളം പഠിക്കുകയും വേണം.

പ്രായോഗിക നിർദ്ദേശങ്ങൾ

1. മലയാളം ഒന്നാം ഭാഷയായാണ് കേരളത്തിലെ സെക്കന്ററി വരെയുള്ള സ്കൂളുകളിൽ പഠിപ്പിച്ചു വരുന്നത്. 5 മുതൽ 10 വരെയുള്ള ക്ലാസുകളിൽ ഒന്നാംഭാഷയ്ക്ക് രണ്ടു പേപ്പറുകൾ ഉണ്ട്. ഒന്നാം പേപ്പറിന് 4 പീരീഡും രണ്ടാം പേപ്പറിന് 2 പീരീഡുമാണ് നിലവിൽ അനുവദിച്ചിട്ടുള്ളത്. സംസ്കൃതം, അറബിക്, ഉർദു ഭാഷകൾ ഒന്നാം പേപ്പറായി പഠിക്കുന്ന കുട്ടികൾ രണ്ടാം പേപ്പർ ആയിട്ടാണ് മലയാളം പഠിക്കുന്നത്. പാഠ്യപദ്ധതി പരിഷ്കരണത്തിന്റെ ഭാഗമായി ഹൈസ്കൂൾ ക്ലാസുകളിലേക്ക് രൂപപ്പെടുത്തിയിട്ടുള്ള അടിസ്ഥാന പാഠാവലികൾ മേൽപറഞ്ഞ വിഭാഗം വിദ്യാർത്ഥികളുടെ മലയാളപഠനം ശക്തിപ്പെടുത്താൻ പര്യാപ്തമാണെങ്കിലും അനുവദിച്ചിട്ടുള്ള പീരീഡുകൾ ഈ പുസ്തകം പഠിപ്പിക്കുന്നതിന് തികയുന്നില്ല. അതിനാൽ നിലവിലുള്ള ഒന്നാം പേപ്പർ മാറ്റമില്ലാതെ നിലനിർത്തിക്കൊണ്ട് രണ്ടാംപേപ്പറിന് മൂന്നു പീരീഡ് അനുവദിക്കണം. മലയാളം ഉൾപ്പെടെ ഒന്നാം പേപ്പറായി പഠിക്കുന്ന എല്ലാ കുട്ടികൾക്കും ഈ സൗകര്യം ഉറപ്പു വരുത്തണം. ഐ.ടി പഠനം നടപ്പിലാക്കിയതിന്റെ ഭാഗമായി 4 പീരീഡ് അനുവദിച്ചിട്ടുണ്ട്. പുതിയ പാഠ്യപദ്ധതി നിലവിൽ വന്നതോടെ ഐ.ടി ബന്ധിത വിദ്യാഭ്യാസം നടപ്പിലാക്കി. അതിനാൽ എല്ലാ വിഷയ

ങ്ങളുടെ പഠനത്തിലും ഐ.ടി പഠനം ഉൾക്കൊള്ളുന്നുണ്ട്. ഈ സാഹചര്യത്തിൽ ഐ.ടി. തിയറിക്കായി ഇപ്പോഴുള്ള രണ്ട് പീരീഡുകളിൽ ഒന്ന് ഇനി മുതൽ മലയാളത്തിനായി നീക്കിവെക്കേണ്ടതാണ്.

അപ്പർ പ്രൈമറിയിലാണ് ഭാഷാപഠനത്തിന്റെ അടിത്തറ ഉറയ്ക്കേണ്ടത്. അവിടെയും രണ്ടാം പേപ്പറിന്റെ പീരീഡ് മൂന്നായി ഉയർത്തണം. ഇതിനു വേണ്ടി ആഴ്ചയിൽ ഒരു ദിവസം മറ്റു പീരീഡുകളിൽ നിന്ന് അഞ്ചുമിനിട്ടു വീതം ചേർത്ത് ഒരു പീരീഡ് കണ്ടെത്തേണ്ടതാണ്.

ഒന്നാം ഘട്ടത്തിൽ ഈ മാറ്റങ്ങൾ വരുത്തുകയും ഭാവിയിൽ മറ്റേതു ഭാഷ പഠിക്കുന്നവർക്കും തുല്യമായി മലയാളം പഠിക്കാൻ കഴിയുന്ന മട്ടിൽ കൂടുതൽ പഠനസമയം മലയാളത്തിന് കണ്ടെത്തുകയും വേണം.

2. ഓറിയന്റൽ സ്കൂൾ, മലയാളത്തിനു പകരം രണ്ടാം പേപ്പറായി സ്പെഷ്യൽ ഇംഗ്ലീഷ് സ്വീകരിച്ച സ്കൂളുകൾ എന്നിവിടങ്ങളിൽ ഹൈസ്കൂൾ വിഭാഗത്തിലെ ഐ.ടിയുടെ മൂന്നു പീരീഡുകൾ മലയാള പഠനത്തിനു മാറ്റിവെക്കണം. ഈ കുറവ് നികത്താൻ സ്കൂൾ സമയത്തിനു ശേഷം ഐ.ടി പ്രവർത്തനങ്ങൾ നടത്താൻ വിദ്യാർത്ഥികൾക്ക് അവസരം നൽകണം. അപ്പർ പ്രൈമറിയിൽ ആഴ്ചയിൽ മൂന്നു പീരീഡു വീതം മറ്റു പീരീഡുകളിൽനിന്ന് അഞ്ചു മിനിട്ടു വീതം മാറ്റി മൂന്നു പീരീഡ് അനുവദിക്കണം.

3. അന്യസംസ്ഥാനങ്ങളിൽനിന്ന് കേരളത്തിലെത്തുന്ന വിദ്യാർത്ഥികൾക്ക് മലയാളപഠനത്തിൽ ഏർപ്പെടുന്നതിന് പശ്ചാത്തലമൊരുക്കാൻ നിലവാരം തുലനപ്പെടുത്തുന്നതിനുള്ള മൂന്ന് പാഠപുസ്തകങ്ങൾ (എൽ.പി, യു.പി., എച്ച്.എസ്.) രൂപപ്പെടുത്തണം. ഈ പുസ്തകം പഠിപ്പിക്കാൻ സ്കൂളിൽ പ്രത്യേകം സമയം കണ്ടെത്തേണ്ടതാണ്. 2011-12 അധ്യയനവർഷം തന്നെ ഈ പുസ്തകങ്ങൾ ലഭ്യമാക്കണം. തമിഴ്, കന്നഡ, ഗുജറാത്തി മാതൃഭാഷക്കാർക്കുള്ള സ്കൂളുകളിൽ മേൽപറഞ്ഞ പുസ്തകം ആഴ്ചയിൽ രണ്ടു പീരീഡു വീതം പഠിപ്പിക്കണം. തുടർന്നുള്ള വർഷങ്ങളിൽ അതത് ക്ലാസിലെ അടിസ്ഥാന പാഠാവലി (മൂന്നു പീരീഡ്) തന്നെ പഠിപ്പിക്കുന്നതിന് അവരെ പ്രാപ്തരാക്കണം. തുടർച്ചയായ നാലുകൊല്ലം കേരളത്തിൽ പഠിക്കാൻ അവസരം ലഭിക്കാത്ത വിദ്യാർത്ഥികൾക്ക് മേൽപറഞ്ഞ നിലവാരം തുല്യപ്പെടുത്തുന്നതിനുള്ള പ്രത്യേകപാഠപുസ്തകം അടിസ്ഥാനമാക്കി പത്താം ക്ലാസിലെ പൊതുപരീക്ഷ നടത്തണം. 10-ാം ക്ലാസിനോടടുപ്പിച്ച്

നാലുകൊല്ലം മലയാളം പഠിച്ചിട്ടുള്ളവർ പത്താംക്ലാസിലേക്ക് പൊതുവിൽ നിശ്ചയിച്ചിട്ടുള്ള പാഠപുസ്തകം അടിസ്ഥാനമാക്കി പൊതുപരീക്ഷ എഴുതണം.

4. വൊക്കേഷണൽ ഹയർ സെക്കന്ററിയിൽ നിലവിൽ ഇംഗ്ലീഷ് മാത്രമാണ് ഭാഷ എന്ന നിലയിൽ പഠിക്കാൻ അവസരമുള്ളത്. ഈ അവസ്ഥയിൽ മാറ്റം വരണം. മലയാളം പഠിക്കാൻ ആഗ്രഹിക്കുന്ന വിദ്യാർത്ഥികൾക്ക് ഇംഗ്ലീഷിനു പകരം മലയാളം തിരഞ്ഞെടുക്കാൻ എല്ലാ വൊക്കേഷണൽ ഹയർസെക്കന്ററി സ്കൂളുകളിലും അവസരം നൽകണം. ഇവിടെ ഹയർ സെക്കന്ററിയിലെ പാഠപുസ്തകങ്ങൾ ഉപയോഗിച്ചാൽ മതിയാവും. ഭാഷാധ്യാപക നിയമനത്തിന്റെ കാര്യത്തിൽ ഹയർ സെക്കന്ററിയിൽ പിന്തുടരുന്ന രീതി ഇവിടെയും നടപ്പിലാക്കണം.

5. ഹയർ സെക്കന്ററി സ്കൂളുകളിലും മലയാളപഠനത്തിന് അവസരമുണ്ടാക്കണം. നിലവിലുള്ള സ്കൂളുകളിൽ മലയാളപഠനത്തിനുള്ള അവസരം ലഭ്യമാണ്. എന്നാൽ പുതുതായി ഹയർ സെക്കന്ററി കോഴ്സ് ആരംഭിച്ച ചില സ്കൂളുകളിൽ മലയാളപഠനത്തിന് അവസരമില്ല എന്നു കാണുന്നു. ഈ സ്കൂളുകളിൽ 2011-12 അധ്യയനവർഷം പ്ലസ് വൺ-ന് മലയാളം ഉറപ്പു വരുത്തണം. ഭാവിയിൽ അനുവദിക്കുന്ന എല്ലാ ഹയർ സെക്കന്ററി കോഴ്സുകളിലും രണ്ടാം ഭാഷയായി ആദ്യം അനുവദിക്കുന്നത് മലയാളമായിരിക്കണം.

ഹയർ സെക്കന്ററി-വൊക്കേഷണൽ ഹയർ സെക്കന്ററി വിദ്യാർത്ഥികൾക്ക് ഭാഷാവിഷയങ്ങൾ ഒഴികെയുള്ളവയ്ക്ക് മലയാളത്തിൽ പൊതുപരീക്ഷ എഴുതുന്നതിന് അവസരം നൽകുകയും ചോദ്യപേപ്പറുകളിൽ ദ്വിഭാഷാരീതി നടപ്പിലാക്കുകയും ചെയ്തിട്ടുണ്ട്. ഇത് ഒരു വിഭാഗം വിദ്യാർത്ഥികളുടെ പഠനത്തിന് പ്രോത്സാഹനമായിട്ടുണ്ട്. എന്നാൽ ഇതിനു പൂരകമായി മലയാള മാധ്യമത്തിൽ നിലവാരമുള്ള പാഠപുസ്തകങ്ങൾ ഇന്ന് ലഭ്യമല്ല. അതിനാൽ എല്ലാ വിഷയങ്ങൾക്കും മലയാള ഭാഷയിലുള്ള പുസ്തകങ്ങൾ രൂപപ്പെടുത്തേണ്ടതാണ്. 2012-13 അധ്യയനവർഷം ഇവ ലഭ്യമാക്കണം.

6. സംസ്ഥാനത്തിനകത്ത് പ്രവർത്തിക്കുന്ന സി.ബി.എസ്.ഇ./ ഐ.സി.എസ്.ഇ./ മറ്റു ബോർഡുകൾ എന്നിവയുടെ നിയന്ത്രണത്തിലുള്ള എല്ലാ സ്കൂളുകളിലും മലയാളം നിർബന്ധ വിഷയമായി പഠിപ്പിക്കേണ്ടതാണ്. ലോവർ പ്രൈമറി ഘട്ടത്തിൽ കേരള പാഠാവലി എട്ടു പീരീഡും അപ്പർ പ്രൈമറിയിലും ഹൈസ്കൂളിലും അടിസ്ഥാനപാഠാ

വലി മൂന്നു പീരീഡും പഠിപ്പിക്കേണ്ടതാണ്. നിലവിൽ ഒരു വിഷയമായി മലയാളം പഠിക്കുന്നവർക്ക് ഏഴു പീരീഡ് കേരള പാഠാവലിക്കും അടിസ്ഥാനപാഠാവലിക്കുമായി മാറ്റിവെക്കണം.

7. വിദ്യാഭ്യാസ അവകാശനിയമം നടപ്പിലാക്കുന്നതിന്റെ ഭാഗമായി 8-ാം ക്ലാസുവരെ എല്ലാ സ്കൂളുകളിലും പഠനമാധ്യമം മാതൃഭാഷയാക്കേണ്ടതാണ്. പലപ്പോഴും സാമൂഹിക സമ്മർദ്ദങ്ങളുടെ പേരിലാണ് സർക്കാർ സ്കൂളുകൾ ഉൾപ്പെടെയുള്ള പ്രൈമറി വിദ്യാലയങ്ങളിൽപ്പോലും ഇംഗ്ലീഷ് മാധ്യമ ഡിവിഷനുകൾ അനുവദിച്ചത്. വിദ്യാഭ്യാസ അവകാശ നിയമത്തിന്റെ വെളിച്ചത്തിൽ 8-ാം ക്ലാസുവരെ പഠനമാധ്യമം മാതൃഭാഷയാക്കുന്നതിന് പശ്ചാത്തലമൊരുക്കാൻ വിപുലമായ ബോധവൽക്കരണ പ്രവർത്തനങ്ങൾ നടത്തേണ്ടതുണ്ട്. 2011-12 അധ്യയനവർഷം മാതൃഭാഷാ മാധ്യമത്തിലുള്ള പഠനത്തിന്റെ പ്രാധാന്യം സമൂഹത്തെ ബോധ്യപ്പെടുത്തുന്നതിനുള്ള പരിപാടികൾ സംഘടിപ്പിക്കണം. 2012-13 മുതൽ എല്ലാത്തരം സ്കൂളുകളിലും ഒന്നാം ക്ലാസിൽ പ്രവേശനം നേടുന്ന വിദ്യാർത്ഥികൾ മാതൃഭാഷാ മാധ്യമത്തിലാണ് പഠിക്കേണ്ടത്. മറ്റു ബോർഡുകളുടെ അംഗീകാരത്തോടെ നടത്തുന്ന സ്കൂളുകൾ ഈ വ്യവസ്ഥ പാലിച്ചാൽ മാത്രമേ എൻ.ഒ.സി നൽകാൻ പാടുള്ളൂ.

8. മലയാളഭാഷാപഠനം ശക്തിപ്പെടുത്തുന്നതിനും പുതിയ സാഹചര്യത്തിൽ വിവിധ ഭാഷാപശ്ചാത്തലങ്ങളിൽ നിന്നു വരുന്ന വിദ്യാർത്ഥികൾക്ക് ഉചിതമായ പഠനാനുഭവം നൽകുന്നതിനും പ്രത്യേകം അധ്യാപക പരിശീലനം നടപ്പാക്കണം.

സംസ്ഥാനത്തെ വിവിധതരം സ്കൂളുകളിലെ ഭാഷാപഠന നിലവാരം ഉറപ്പുവരുത്തുന്നതിനുള്ള അക്കാദമിക സംവിധാനം ക്രമീകരിക്കണം. ഇതിനായി ഒരു മോണിറ്ററിംഗ് സെൽ രൂപീകരിക്കേണ്ടതാണ്. ജില്ലാതലത്തിൽ ഡയറ്റുകൾ കേന്ദ്രീകരിച്ചും ഇത് രൂപീകരിക്കണം.

മുകളിൽ അക്കമിട്ടു കാണിച്ച എട്ടു മേഖലകളുമായി ബന്ധപ്പെട്ട് എട്ട് വ്യത്യസ്ത ഉത്തരവുകൾ ഉണ്ടാകേണ്ടതാണ്.

നിർബന്ധിത ഒന്നാംഭാഷ: സർക്കാർ ഉത്തരവുകൾ

6.5.2011-ലെ ഉത്തരവ്

കേരളസർക്കാർ

സംഗ്രഹം

പൊതുവിദ്യാഭ്യാസം സംസ്ഥാന സ്കൂൾ കരിക്കുലം കമ്മിറ്റി-സ്കൂളുകളിൽ മലയാളപഠനം നിർബന്ധമാക്കുന്നതിന് എസ്.സി.ഇ.ആർ.ടി. സി. സമർപ്പിച്ച പ്രായോഗിക നിർദ്ദേശങ്ങൾ അംഗീകരിച്ച് ഉത്തരവ് പുറപ്പെടുവിക്കുന്നു.

പൊതുവിദ്യാഭ്യാസ (എസ്) വകുപ്പ്

സ.ഉ (എം.എസ്) നം: 103/11/പൊ.വി   തിരുവനന്തപുരം തീയതി 06.05.2011

പരാമർശം:

1) സംസ്ഥാന വിദ്യാഭ്യാസഗവേഷണ പരിശീലന സമിതി ഡയറക്ടറുടെ 24.01.11-ലെ കത്ത്
2) സ.ഉ.(എം.എസ്) നം.17/11/ പൊ.വി.തിയ്യതി 31.1.11
3) എസ്.സി.ഇ.ആർ.ടി ഡയറക്ടറുടെ 26.02.11-ലെ കത്ത്

ഉത്തരവ്

മലയാള ഭാഷാപഠനം സംബന്ധിച്ച് ശ്രീ ആർ.വി.ജി. മേനോൻ ചെയർമാനായ കമ്മിറ്റിയുടെ റിപ്പോർട്ട് തത്വത്തിൽ അംഗീകരിച്ചുകൊണ്ടും ടി റിപ്പോർട്ട് നടപ്പാക്കുന്നത് സംബന്ധിച്ച് വിശദമായ പ്രായോഗിക റിപ്പോർട്ട് സമർപ്പിക്കാൻ എസ്.സി.ഇ.ആർ.ടിയെ ചുമതലപ്പെടുത്തിക്കൊണ്ടും പരാമർശം 2 പ്രകാരം ഉത്തരവാകുകയുണ്ടായി. ആയത് സംബന്ധിച്ച് പരാമർശം 3 പ്രകാരം എസ്.സി.ഇ.ആർ.ടി ഡയറക്ടർ സമർപ്പിച്ച റിപ്പോർട്ട് സർക്കാർ വിശദമായി പരിശോധിച്ചു. താഴെപ്പറയുന്ന ഉത്തരവുകൾ പുറപ്പെടുവിക്കുന്നു.

1) സ്കൂളുകളിൽ മലയാളപഠനം നിർബന്ധിതമാക്കുന്നതിന് എസ്.സി.ഇ.ആർ.ടി സമർപ്പിച്ച അനുബന്ധമായി ചേർത്തിട്ടുള്ള പ്രായോഗിക നിർദ്ദേശങ്ങൾ അംഗീകരിക്കുന്നു.

2) പ്രായോഗിക നിർദ്ദേശങ്ങളിൽ 1,2,3 എന്നിവ നടപ്പാക്കുന്നതിന് ആവശ്യമായ വിധം പീരീഡുകൾ ക്രമീകരിച്ച് അടുത്ത അദ്ധ്യയനവർഷം മുതൽ നടപ്പാക്കാൻ സഹായകമായ മാസ്റ്റർ ടൈംടേബിൾ ഉണ്ടാക്കുന്നതിനുള്ള ചുമതല ഡി.പി.ഐയ്ക്കു നൽകുന്നു.

3) പ്രായോഗിക നിർദ്ദേശങ്ങളിൽ 4,5 എന്നിവ നടപ്പാക്കുന്നത് സംബന്ധിച്ച് വിശദാംശങ്ങളും അതുവഴി ഉണ്ടാകുന്ന സാമ്പത്തിക ബാധ്യതയും കണക്കാക്കി സമർപ്പിക്കാൻ ഹയർ സെക്കന്ററി ഡയറക്ടറെയും വൊക്കേഷണൽ ഹയർ സെക്കന്ററി ഡയറക്ടറെയും ചുമതലപ്പെടുത്തുന്നു.

4) പ്രായോഗിക നിർദ്ദേശങ്ങളിൽ 6 നടപ്പാക്കാനാവശ്യമായ നടപടികൾ പൊതുവിദ്യാഭ്യാസ സെക്രട്ടറി കൈക്കൊള്ളുന്നതാണ്.

5) പ്രായോഗിക നിർദ്ദേശങ്ങളിൽ 7 നടപ്പാക്കാൻ ആവശ്യമായ സാമൂഹികാന്തരീക്ഷം വികസിപ്പിക്കാൻ ആവശ്യമായ ആസൂത്രണം നടത്താനും വിദ്യാഭ്യാസ വകുപ്പിന്റെ കീഴിലുള്ള വിവിധ സ്ഥാപനങ്ങളെയും ഡിപ്പാർട്ടുമെന്റുകളെയും ഏകോപിപ്പിക്കുവാനും പൊതുവിദ്യാഭ്യാസ സെക്രട്ടറി നടപടി എടുക്കുന്നതാണ്.

6) പ്രായോഗിക നിർദ്ദേശങ്ങളിൽ 5 ലെ അക്കാദമിക അംശങ്ങളുള്ള രണ്ടാം ഭാഗവും 8 ഉം നടപ്പാക്കാൻ ഡയറ്റുകളുടെ സഹകരണത്തോടെ ആവശ്യമായ നടപടികൾ കൈക്കൊള്ളാൻ എസ്.സി.ഇ.ആർ.ടിയെ ചുമതലപ്പെടുത്തുന്നു.

7) ശ്രീ. ആർ.വി.ജി മേനോൻ കമ്മിറ്റി റിപ്പോർട്ടും സ്കൂളുകളിൽ മലയാളപഠനം നിർബന്ധിതമാക്കുന്നതിനുള്ള പ്രായോഗിക നിർദ്ദേശങ്ങൾ മുന്നോട്ടുവെച്ച എസ്.സി.ഇ.ആർ.ടി റിപ്പോർട്ടും നടപ്പാക്കുന്നത് മോണിറ്റർ ചെയ്യാൻ ആവശ്യമായ സംവിധാനങ്ങൾ വികസിപ്പിക്കുന്നതിനാവശ്യമായ നിർദ്ദേശങ്ങൾ പൊതുവിദ്യാഭ്യാസ സെക്രട്ടറി രൂപീകരിക്കുന്നതാണ്.

ഗവർണറുടെ ഉത്തരവിൻ പ്രകാരം
ജെയിംസ് വർഗ്ഗീസ്
പ്രിൻസിപ്പൽ സെക്രട്ടറി

27.6.2011 ലെ ഉത്തരവ്

കേരളസർക്കാർ

സംഗ്രഹം

പൊതുവിദ്യാഭ്യാസം-സ്കൂളുകളിൽ മലയാളം ഒന്നാംഭാഷയാക്കിക്കൊണ്ട്-ഉത്തരവ് പുറപ്പെടുവിക്കുന്നു.

പൊതുവിദ്യാഭ്യാസ (എസ്) വകുപ്പ്

സ.ഉ.(എം.എസ്)നം. 148/11/പൊ.വി   തിരുവനന്തപുരം, തീയതി: 27.6.2011

പരാമർശം :

1) സംസ്ഥാനത്തെ വിദ്യാഭ്യാസ ഗവേഷണ പരിശീലന സമിതി ഡയറക്ടറുടെ 24.01.11 ലെ കത്ത്
2) സ.ഉ. (എം.എസ്) നം. 17/11/ പൊ.വി. തിയ്യതി 31.01.11
3) എസ്.സി.ഇ.ആർ.ടി ഡയറക്ടറുടെ 26.02.11-ലെ കത്ത്
4) സ.ഉ.(എം.എസ്) നം 103/11/ പൊ.വി. തിയ്യതി 06.05.11

ഉത്തരവ്

സ്കൂളുകളിൽ മലയാളപഠനം നിർബന്ധിതമാക്കുന്നതിന് എസ്.സി.ഇ. ആർ.ടി സമർപ്പിച്ച പ്രായോഗിക നിർദ്ദേശങ്ങൾ നടപ്പിലാക്കിക്കൊണ്ട് പരാമർശം 4 പ്രകാരം ഉത്തരവ് പുറപ്പെടുവിക്കുകയുണ്ടായി. സംസ്ഥാനത്തെ സ്കൂളുകളിൽ ഈ വർഷം തന്നെ മലയാളം ഒന്നാം ഭാഷയാക്കിക്കൊണ്ട് താഴെ പറയും പ്രകാരം ഉത്തരവ് പുറപ്പെടുവിക്കുന്നു.

1. സംസ്ഥാനത്തെ സ്കൂളുകളിൽ പത്താംക്ലാസുവരെ മലയാളം ഒന്നാം ഭാഷയായിരിക്കുന്നതാണ്.

2. കന്നട, തമിഴ് മുതലായവ മാതൃഭാഷയായുള്ള ഭാഷാന്യൂനപക്ഷ പ്രദേശങ്ങളിൽ നിന്നുള്ള കുട്ടികൾക്ക് അവരവരുടെ മാതൃഭാഷ ഒന്നാംഭാഷയായി പഠിക്കാനുള്ള സംവിധാനം തുടരുന്നതാണ്. എന്നാൽ അവർ ഒന്നാം ഭാഷയുടെ രണ്ടാംപേപ്പറായി മലയാളം പഠിക്കേണ്ടതാണ്.

3. മുകളിൽ രണ്ടാമതായി പരാമർശിച്ചിരിക്കുന്ന സംവിധാനങ്ങൾ ഓറിയന്റൽ സ്കൂളുകളിലും തുടരുന്നതാണ്.

4. രാവിലെ സ്കൂൾ തുടങ്ങുന്നതിനു മുമ്പോ ഉച്ചക്കുള്ള ഇടവേള സമയത്തോ സ്കൂൾ അടയ്ക്കുന്ന സമയം ദീർഘിപ്പിച്ചോ ഐ.റ്റിയുടെ സമയം കുറയ്ക്കാതെ തന്നെ മലയാളം രണ്ടാം പേപ്പറിന്റെ വർദ്ധിപ്പിക്കുന്ന ഒരു പീരിയഡ് ക്രമീകരിക്കുന്നതാണ്. മലയാളത്തിനായി കണ്ടെത്തുന്ന ഇപ്രകാരമുള്ള അധിക പിരീഡുകൾ തസ്തിക നിർണ്ണയത്തിനായി കണക്കാക്കുന്നതല്ല.

ഗവർണറുടെ ഉത്തരവിൻ പ്രകാരം
ജെയിംസ് വർഗ്ഗീസ്
പ്രിൻസിപ്പൽ സെക്രട്ടറി

01.09.2011 ലെ ഉത്തരവ്

കേരള സർക്കാർ

സംഗ്രഹം

പൊതുവിദ്യാഭ്യാസം-ഒന്നാംഭാഷ മലയാളം-സംസ്ഥാനത്തെ വിദ്യാലയങ്ങളിൽ മലയാളഭാഷാപഠനം നിർബന്ധമാക്കി ഉത്തരവ് പുറപ്പെടുവിക്കുന്നു

പൊതുവിദ്യഭ്യാസ (എസ്) വകുപ്പ്

സ.ഉ (പി) നം.183/ 11 / പൊ.വി തിരുവനന്തപുരം തീയതി: 01.09.2011

പരാമർശം:

1) സ.ഉ. (എം.എസ്) നം.103/11/പൊ.വി. തിയ്യതി 06.05.2011

2) സ.ഉ.(എം.എസ്) നം. 148/11/ പൊ.വി. തിയ്യതി 27.06.2011
3) പൊതുവിദ്യാഭ്യാസ ഡയറക്ടറുടെ 11.07.11-ലെ എച്ച്(3)/28324/11 ഡി.പി.ഐ നമ്പർ കത്ത്

ഉത്തരവ്

സംസ്ഥാനത്തെ വിദ്യാലയങ്ങളിൽ മലയാളഭാഷാ പഠനം നിർബന്ധമാക്കിക്കൊണ്ട് പരാമർശം 1 പ്രകാരവും പത്താംക്ലാസുവരെ മലയാളം ഒന്നാം ഭാഷയാക്കിക്കൊണ്ട് പരാമർശം 2 പ്രകാരവും സർക്കാർ ഉത്തരവ് പുറപ്പെട്ടുവിച്ചിരുന്നു. എന്നാൽ ഈ ഉത്തരവുകളെ സംബന്ധിച്ച് ചില പരാതികൾ ലഭിച്ചിരുന്നു. സർക്കാർ ഇക്കാര്യം വിശദമായി പരിശോധിച്ചതിന്റെ അടിസ്ഥാനത്തിൽ പരാമർശത്തിലെ സർക്കാർ ഉത്തരവുകൾ ഭേദഗതി ചെയ്ത് സംസ്ഥാനത്തെ വിദ്യാലയങ്ങളിൽ മലയാളഭാഷാപഠനം നിർബന്ധമാക്കി ഉത്തരവു പുറപ്പെടുവിക്കുന്നു. ഇത് സംബന്ധിച്ച് താഴെ പറയുന്ന നിർദ്ദേശങ്ങൾ പുറപ്പെടുവിക്കുന്നു.

പൊതുവായത്

1. സംസ്ഥാനത്തെ വിദ്യാലയങ്ങളിൽ പത്താംക്ലാസുവരെ മലയാളം നിർബന്ധ ഭാഷയായിരിക്കും.
2. കന്നട, തമിഴ്, ഗുജറാത്തി എന്നിവ മാതൃഭാഷയായുള്ള കുട്ടികൾക്ക് അവരുടെ മാതൃഭാഷ ഒന്നാം ഭാഷയായിത്തന്നെ പഠിക്കുവാൻ നിലവിലുള്ള സംവിധാനം തുടരുന്നതാണ്. എന്നാൽ അവർക്ക് നിലവിലുള്ള ഭാഷയ്ക്കു പുറമെ മലയാളം കൂടി പഠിക്കാൻ സാഹചര്യം ഒരുക്കുന്നതാണ്.
3. അറബി, സംസ്കൃതം ഓറിയന്റൽ സ്കൂളുകളിലും ഒന്നാം ഭാഷ പാർട്ടു രണ്ടിൽ മലയാളം കൂടി പഠിപ്പിക്കും. പാർട്ടു രണ്ടിൽ രണ്ടു പേപ്പറുകളായിരിക്കും. പേപ്പർ ഒന്ന് അറബി/സംസ്കൃതം, പേപ്പർ രണ്ട് മലയാളം.
4. എല്ലാ വിഭാഗം സ്കൂളുകളിലും ഒന്നാം ഭാഷ പാർട്ട് രണ്ടിൽ സ്പെഷ്യൽ ഇംഗ്ലീഷ് ഘട്ടംഘട്ടമായി ഒഴിവാക്കുന്നതാണ് (ഗൾഫിലെയും ലക്ഷദ്വീപിലെയും സ്കൂളുകൾ ഒഴിച്ച്- അവിടെ ഇപ്പോഴത്തെ സ്ഥിതി തുടരുന്നതാണ്)
5. സംസ്ഥാനത്ത് പ്രവർത്തിക്കുന്ന സി.ബി.എസ്.ഇ/ ഐ.സി.എസ്.ഇ. മറ്റു ബോർഡുകൾ എന്നിവയുടെ നിയന്ത്രണത്തിലുള്ള എല്ലാ സ്കൂളുകളിലും മലയാളം നിർബന്ധ വിഷയമായി പഠിപ്പിക്കേണ്ടതാണ്. വിദ്യാഭ്യാസ അവകാശ നിയമം സംസ്ഥാനത്ത് നടപ്പിലാക്കുന്നതിന്റെ ഭാഗമായി ഇത്തരം സ്കൂളുകൾക്ക് നൽകുന്ന അംഗീകാര സർട്ടിഫിക്കറ്റിൽ ഇതൊരു വ്യവസ്ഥയായി നിഷ്കർഷിക്കുന്നതാണ്.
6. ഫിഷറീസ് സ്കൂളുകളിൽ പാർട്ട് ഒന്ന് വിഭാഗത്തിൽ മലയാളം ഒന്നാം ഭാഷയായി പഠിക്കുന്നതിനാൽ തൽസ്ഥിതി തുടരുന്നതാണ്.
7. വൊക്കേഷണൽ ഹയർ സെക്കന്ററി തലത്തിൽ നിലവിൽ ഇംഗ്ലീഷ് മാത്രമാണ് ഭാഷ എന്ന നിലയിൽ പഠിക്കാൻ അവസരമുള്ളത്. പകരം മല

യാളം കൂടി പഠിക്കാൻ അവസരം ലഭ്യമാവുംവിധം നടപടിക്രമങ്ങൾ രൂപപ്പെടുത്തി ഒരു മാസത്തിനകം റിപ്പോർട്ട് നൽകാൻ വൊക്കേഷണൽ ഹയർ സെക്കന്ററി ഡയറക്ടറെ ചുമതലപ്പെടുത്തുന്നു.

8. ഹയർ സെക്കന്ററി വിദ്യാലയങ്ങളിൽ മലയാളം ഒന്നാംഭാഷയാക്കുന്നതും ദേശീയഭാഷയായ ഹിന്ദി, മറ്റു ഭാഷകളായ അറബി, ഉറുദു, സംസ്കൃതം തുടങ്ങിയവയുടെയും പ്രാധാന്യം ഉൾക്കൊണ്ടും പ്രായോഗിക നിർദ്ദേശങ്ങൾ അടങ്ങിയ ഒരു റിപ്പോർട്ട് സമർപ്പിക്കാൻ ഹയർ സെക്കന്ററി ഡയറക്ടറെ ചുമതലപ്പെടുത്തുന്നു.

പാഠപുസ്തകം

9. അഞ്ചുമുതൽ പത്തുവരെ ക്ലാസുകളിലേക്ക് പാർട്ട് രണ്ടായി എസ്.സി.ഇ.ആർ.ടി. തയ്യാറാക്കിയ നിലവിലുള്ള മലയാളം പാഠാവലികൾ തന്നെ പാഠപുസ്തകമായി ഉപയോഗിക്കാമോയെന്ന കാര്യവും വരുംവർഷങ്ങളിലേക്ക് പുതിയ പുസ്തകങ്ങൾ രൂപപ്പെടുത്തുന്ന കാര്യവും എസ്.സി.ഇ.ആർ.ടി. യുടെ കരിക്കുലം കമ്മിറ്റി പരിശോധിച്ച് പ്രായോഗികനിർദ്ദേശങ്ങൾ സമർപ്പിക്കേണ്ടതാണ്.

10. മലയാളം പഠിപ്പിക്കാത്ത സ്കൂളുകളിലെ എൽ.പി. വിഭാഗത്തിലും പ്രത്യേകം തയ്യാറാക്കിയ മലയാളപാഠപുസ്തകം ഏർപ്പെടുത്തുന്നതും പ്രത്യേക ചോദ്യപേപ്പറിന്റെ അടിസ്ഥാനത്തിൽ പരീക്ഷ നടത്തുന്നതുമാണ്. ഇങ്ങനെ പ്രത്യേകമായി പഠിപ്പിക്കേണ്ട മലയാളം പുസ്തകങ്ങൾ എസ്.സി.ഇ.ആർ.ടി. യുടെ നേതൃത്വത്തിൽ തയ്യാറാക്കി നൽകുന്നതാണ്.

11. സംസ്ഥാനത്തിനു പുറത്തുനിന്നും ഇവിടുത്തെ വിദ്യാലയങ്ങളിൽ ചേരുന്ന കുട്ടികളും ഒന്നാംഭാഷയായി മലയാളം തന്നെ പഠിക്കേണ്ടതാണ്. എട്ടാം ക്ലാസുകളിലേക്ക് എസ്.സി.ഇ.ആർ.ടി തയ്യാറാക്കിയ പ്രത്യേക മലയാള പാഠപുസ്തകം ഈ വർഷം തന്നെ ലഭ്യമാക്കും.

പീരിയഡുകളുടെ പുന:ക്രമീകരണം, പരീക്ഷ

12. മലയാളം പാർട്ട് രണ്ട് പാഠാവലി കൂടുതൽ ഫലപ്രദമായി പഠിക്കുന്നതിന് ആഴ്ചയിൽ രണ്ടിനു പകരം മൂന്നു പീരിയഡുകൾ നീക്കിവെക്കുന്നതാണ്. അതിനായി ചൊവ്വാഴ്ച ദിവസം ടൈംടേബിൾ 8 പീരിയഡായി പുനക്രമീകരിച്ച് ഒരു അധിക പീരിയഡ് കണ്ടെത്തുന്നതാണ്. അന്നേ ദിവസം ഉച്ച വരെ 40 മിനിട്ടിന്റെ 4 പീരിയഡുകളും ഉച്ചയ്ക്കു ശേഷം 35 മിനിട്ടിന്റെ 4 പീരിയഡുകളുമായി പഠനസമയം പുന:ക്രമീകരിക്കേണ്ടതാണ്.

13. അറബി,സംസ്കൃതം ഓറിയന്റൽ സ്കൂളുകളിൽ ഇപ്പോൾ പഠിപ്പിക്കുന്നതു പോലെ ഒന്നാംഭാഷ പാർട്ട് ഒന്ന് അതേ പ്രകാരം തുടരുന്നതാണ്. പാർട്ട് രണ്ട്, രണ്ടു പേപ്പറുകളായിരിക്കും.,പാർട്ടു രണ്ടിൽ ഒന്നാം പേപ്പർ ഇപ്പോഴുള്ള പാർട്ടു രണ്ടും രണ്ടാംപേപ്പർ മലയാളവും ആയിരിക്കും. പാർട്ട് ഒന്ന്

40+10 (TE+CE) മാർക്കിന്റെ പരീക്ഷയും പാർട്ട് രണ്ടിൽ ഓരോ പേപ്പറും 20+5 (TE+CE) വീതവുമായിരിക്കും. ഈ സ്കൂളുകളിൽ മലയാളം പഠിപ്പിക്കുന്നതിന് മൂന്നു പീരിയഡുകൾ അധികമായി കണ്ടെത്തണം. ഇതിനായി ചൊവ്വ, ബുധൻ, വ്യാഴം എന്നീ ദിവസങ്ങളിൽ ടൈംടേബിൾ 8 പീരിയഡായി പുന: ക്രമീകരിച്ച് ദിവസം ഒന്ന് വീതം മൂന്നു പീരിയഡുകൾ മാറ്റിവയ്ക്കണം. ഈ ദിവസങ്ങളിൽ ഉച്ചവരെ 40 മിനിട്ടിന്റെ 4 പീരിയഡും ഉച്ചയ്ക്കുശേഷം 35 മിനിട്ടിന്റെ 4 പീരിയഡുകളുമായി പഠനസമയം ക്രമീകരിക്കുന്നതാണ്. ഈ ക്രമീകരണം നടത്തി എന്ന് ഡി.ഇ.ഒ/എ.ഇ.ഒ മാർ ഉറപ്പാക്കേണ്ടതാണ്.

അദ്ധ്യാപകരുടെ ക്രമീകരണം

14. ഓരോ സ്കൂളിലും പാർട്ട് രണ്ട് മലയാളം പഠിപ്പിക്കുന്നതിനു അധികമായി കണ്ടെത്തുന്ന മലയാളം പീരിയഡുകൾ സ്റ്റാഫ് ഫിക്സേഷനു പരിഗണിക്കുന്നതല്ല. എന്നാൽ മലയാളം അധ്യാപകരുടെ പരമാവധി പീരിയഡു കഴിഞ്ഞും അധികം വരുന്ന പീരിയഡുകൾ ഉണ്ടെങ്കിൽ അവിടെ ടീച്ചേഴ്സ് ബാങ്ക്/പ്രൊട്ടക്റ്റഡ് ടീച്ചേഴ്സ്/സാധ്യതയുണ്ടെങ്കിൽ ആയത് അധിക തസ്തികയായി പരിഗണിച്ച് നിലനിർത്തുന്നതാണ്. ഇതിനു ആവശ്യമായ നിർദ്ദേശം പൊതുവിദ്യാഭ്യാസ ഡയറക്ടർ ഒരു മാസത്തിനകം നൽകേണ്ടതാണ്. ഈ കാലയളവിൽ പ്രസ്തുത അദ്ധ്യാപകരുടെ ശമ്പളം ഉൾപ്പെടെയുള്ള ആനുകൂല്യ വിതരണത്തിനു യാതൊരു തടസ്സവുമില്ലാതിരിക്കാനും പൊതുവിദ്യാഭ്യാസ ഡയറക്ടർ പ്രത്യേക ക്രമീകരണം നടത്തേണ്ടതുമാണ്.

(ഗവർണറുടെ ഉത്തരവിൻ പ്രകാരം)
എം.ശിവശങ്കരൻ
സെക്രട്ടറി

19.05.2012-ലെ സർക്കുലർ:

എച്ച് (3)/ 28324/ 2011 പൊതുവിദ്യാഭ്യാസ ഡയറക്ടറുടെ കാര്യാലയം
തിരുവനന്തപുരം, തീയതി 19. 05. 2012

സർക്കുലർ

സർ,

വിഷയം: പൊതു വിദ്യാഭ്യാസം-സംസ്ഥാനത്തെ വിദ്യാലയങ്ങളിൽ മലയാള ഭാഷാപഠനം നിർബന്ധിതമാക്കുന്നതു - സംബന്ധിച്ച്

സൂചന: 1. സ.ഉ.(പി) 183/11/ പൊ.വി. തിയ്യതി 1/9/2011
2. 10/5/2012 ൽ ബഹു.പൊ.വി. സെക്രട്ടറിയുടെ ചേംബറിൽ കൂടിയ യോഗ തീരുമാനം

സംസ്ഥാനത്തെ എല്ലാ സ്കൂളുകളിലും മലയാളം ഒന്നാംഭാഷയായി പഠിപ്പിക്കണമെന്ന് സൂചന 1 പ്രകാരം ഉത്തരവായിട്ടുള്ളതും പ്രസ്തുത ഉത്തരവ് നടപ്പിൽ വരുത്തുന്നതിനുള്ള കർശന നിർദ്ദേശങ്ങൾ ബന്ധപ്പെട്ട വിദ്യാഭ്യാസ ഉപഡയറക്ടർമാർ, ജില്ലാ/ ഉപജില്ലാ വിദ്യാഭ്യാസ ആഫീസർമാർ എന്നിവർക്ക് നൽകിയിട്ടുള്ളതുമാണ്. എന്നാൽ പല സ്കൂളുകളിലും ടി ഉത്തരവ് പ്രാവർത്തികമാക്കിയതായി കാണുന്നില്ല. പ്രസ്തുത സാഹചര്യത്തിൽ മേൽനിർദ്ദേശങ്ങൾ കർശനമായി പാലിക്കുന്നതിനുള്ള അധികമാർഗ്ഗ നിർദ്ദേശങ്ങൾ കൂടി ഇതോടൊപ്പം ഉൾപ്പെടുത്തുന്നു.

1. കേരളത്തിൽ കന്നട,തമിഴ്, ഗുജറാത്തി ഭാഷകൾ പഠിക്കുന്ന കുട്ടികൾക്ക് മലയാളഭാഷ പഠിക്കുന്നതിന് താല്പര്യമുണ്ടോയെന്നും അവർ ഇപ്പോൾ രണ്ടാം ഭാഷയായി ഏതു ഭാഷ പഠിക്കുന്നുവെന്നുമുള്ള വിവരങ്ങൾ ശേഖരിക്കണം.
2. ഓറിയന്റൽ സ്കൂളുകൾക്ക് അക്കാദമിക് കലണ്ടർ തയ്യാറാക്കുമ്പോൾ മലയാളം പഠിപ്പിക്കുന്നതിനുള്ള പീരിയഡുകൾ ക്രമീകരിക്കുന്നതിനുള്ള നിർദ്ദേശങ്ങൾ നൽകണം.
3. സംസ്കൃതം, അറബിക് ഓറിയന്റൽ സ്കൂളുകളിൽ 1 മുതൽ 4 വരെ നിലവിലുള്ള സ്ഥിതി തുടരുന്നതും 5,6,7 ക്ലാസുകളിൽ മലയാളം പഠിപ്പിക്കുന്നതിന് നിലിവിലുള്ള അദ്ധ്യാപകരെ ഉപയോഗിക്കാവുന്നതുമാണ്.
4. ഇവർ ചെയ്യുന്ന അധികജോലിക്ക് എത്ര സമയം, അതിന്റെ അടിസ്ഥാനത്തിൽ നൽകേണ്ടുന്ന വേതനത്തിന് എത്ര തുക വേണ്ടി വരുമെന്നും വിവരങ്ങൾ ശേഖരിച്ച് ധനകാര്യവകുപ്പിനെ അറിയിക്കുവാനും ഡയറ്റുകൾക്ക് നിർദ്ദേശം നൽകിയിട്ടുണ്ട്.
5. 8,9,10 ക്ലാസ്സുകളിൽ മലയാളം പഠിപ്പിക്കുന്നതിന് നിലവിലുള്ള അദ്ധ്യാപകരെ നിയോഗിക്കുകയോ ദിവസവേതനാടിസ്ഥാനത്തിൽ നിയോഗിക്കുകയോ ചെയ്യാവുന്നതാണ്. ഇങ്ങനെ നടത്തുന്ന ക്ലാസ്സുകളുടെ മോണിറ്ററിംഗ് ഡയറ്റുകളെ ഏൽപ്പിച്ചിട്ടുണ്ട്.
6. മലയാള ഭാഷാപഠനം 10-ാം ക്ലാസുവരെ നിർബന്ധമാക്കിയിട്ടുണ്ട്. 2012-13-ൽ 8- ാം ക്ലാസ്സിലും 2013-14-ൽ 9-ാം ക്ലാസ്സിലും 2014-15-ൽ 10-ാം ക്ലാസ്സിലും പരീക്ഷ നിർബന്ധമായിരിക്കും. 8,9,10 ക്ലാസ്സുകളിലെ സ്പെഷ്യൽ ഇംഗ്ലീഷ് തുടർന്നുവരുന്ന മൂന്നുവർഷം കൊണ്ട് നിർത്തലാക്കുന്നതാണെന്നും അതിനു പകരം മലയാളം പഠിപ്പിക്കേണ്ടതാണെന്നും തീരുമാനിച്ചു.
7. ജില്ലയിൽ ഡെപ്യൂട്ടി ഡയറക്ടർമാർ,പുതുതായി മലയാളം പഠിപ്പിക്കുന്ന സ്കൂൾ ഹെഡ്മാസ്റ്റർമാരുടെ യോഗം വിളിച്ച് ആവശ്യമായ നിർദ്ദേശം നൽകുന്നതിനും അദ്ധ്യാപകരുടെ ലഭ്യത അറിയിക്കുകയും ചെയ്യേണ്ടതാണ്.

8. എൽ.പി, യു.പി, ഹൈസ്കൂൾ വിഭാഗത്തിലെ കുട്ടികളുടെ മലയാളഭാഷാ നിലവാരം അളക്കുന്നതിന് ആവശ്യമായ ടൂൾ എസ്.സി.ഇ.ആർ.റ്റിയെ ചുമതലപ്പെടുത്തിയിട്ടുണ്ട്. മേൽപ്പറഞ്ഞ സൂചന 1ലെ നിർദ്ദേശങ്ങളും ഈ സർക്കുലറിലെ നിർദ്ദേശങ്ങളും എല്ലാ സ്കൂളുകൾക്കും നൽകേണ്ടതും അവ പ്രാവർത്തികമാക്കിയിട്ടുണ്ടോയെന്നുള്ള പുരോഗതി റിപ്പോർട്ട് എല്ലാ മാസവും 15-ാം തീയ്യതിക്കകം ഈ ആഫീസിനെ അറിയിക്കേണ്ടതുമാണ്.

വിശ്വസ്തതയോടെ,

(ഒപ്പ്)

പൊതുവിദ്യാഭ്യാസ ഡയറക്ടർക്കു വേണ്ടി

അനുബന്ധം 4

പദകോശം

അടിസ്ഥാനഭാഷണ പ്രദേശം

ഒരു ഭാഷ ചരിത്രപരമായി വികസിച്ചുവന്നതും മാതൃഭാഷ എന്ന നിലയിൽ സർവസാധാരണമായി ഉപയോഗിക്കുന്നതുമായ പ്രദേശത്തെ ആ ഭാഷയുടെ അടിസ്ഥാന ഭാഷണപ്രദേശമെന്ന് വിളിക്കാം. ഭരണവിദ്യാഭ്യാസ തലങ്ങളിൽ ഈ ഭാഷ ഏറ്റവും വ്യാപകമായി ഉപയോഗിക്കുന്നതും ഈ പ്രദേശത്തായിരിക്കും. ഈ പ്രദേശത്തെ ഭാഷാനയമായിരിക്കും ഈ ഭാഷയുടെ മറ്റെല്ലാ ഇടങ്ങളിലെയും വികാസത്തെ ബാധിക്കുന്നത്.

മലയാളത്തെ സംബന്ധിച്ചിടത്തോളം കേരളമാണ് അടിസ്ഥാന ഭാഷണപ്രദേശം. കേരളീയർ മലയാളം സംരക്ഷിച്ചില്ലെങ്കിൽ ഈ ഭാഷ തന്നെ ഇല്ലാതാകും. ഇവിടെ നടക്കുന്ന ഭാഷാസംരക്ഷണ പ്രവർത്തനവും ഭാഷാനയങ്ങളുമാണ് കേരളത്തിന് പുറത്തുള്ള മലയാളത്തിന്റെയും ഭാവിയെ നിർണയിക്കുക. മാഹിയിലോ ലക്ഷദ്വീപിലോ ഉള്ള മലയാളത്തിന്റെ ഭാവിയെയും ഈ നയം ബാധിക്കും. വിദേശത്ത് കുടിയേറ്റം നടത്തുന്ന മലയാളികളുടെ ഭാഷയെ കുറിച്ചുള്ള സമീപനവും ഇതിനെ ആശ്രയിച്ചായിരിക്കും.

പല ആദിവാസിഭാഷകളെ സംബന്ധിച്ചിടത്തോളവും അവ സംസാരിക്കുന്ന ഏകസ്ഥലമായിരിക്കും അടിസ്ഥാന ഭാഷണ പ്രദേശം. ആ ജനതയായിരിക്കും അത് സംരക്ഷിക്കുന്ന ഏക ജനത. ഒരു പ്രത്യേക സ്ഥലത്തെയോ ഒരു പ്രത്യേക ജനതയുടെയോ ഭാഷയുടെ നിലനില്പ് ആ ഭാഷയുടെ പൊതുവായ നിലനില്പിനെ സ്വാധീനിക്കുന്നുണ്ടെങ്കിൽ ആ പ്രദേശത്തെ അടിസ്ഥാന ഭാഷണപ്രദേശം എന്നു വിളിക്കാം (അതിനു പുറത്ത് ആ ഭാഷ സംസാരിക്കുന്നവർക്ക് എന്തെങ്കിലും പദവി വ്യത്യാസമുണ്ടെന്ന് ഇതുകൊണ്ടു അർത്ഥമാക്കുന്നില്ല. പകരം ഭാഷാസംരക്ഷണത്തിന്റെയും ഭാഷാസൂത്രണത്തിന്റെയും യുക്തിക്കകത്തു മാത്രമാണ് ഈ സംവർഗം പ്രസക്തമാകുന്നത്). ചിലപ്പോൾ ഒന്നിലേറെ പ്രദേശങ്ങളോ സംസ്ഥാനങ്ങളോ രാഷ്ട്രങ്ങളോ ഒരു ഭാഷയുടെ അടിസ്ഥാന ഭാഷണ പ്രദേശമാകാം.

അമേരിന്ത്യൻ ഭാഷകൾ

സ്പെയിൻകാർ അമേരിക്കാഭൂഖണ്ഡത്തിലെത്തുമ്പോൾ അവിടെ നൂറു കണക്കിന് ഭാഷകളുണ്ടായിരുന്നു. തദ്ദേശീയ അമേരിക്കൻ ഭാഷ

കൾ എന്നും ഇവയെ വിളിക്കുന്നു. കോളനീകരണം ഭാഷയുടെ മേൽ നടത്തിയ കടന്നുകയറ്റത്തിന് ഏറ്റവും നല്ല ഉദാഹരണം അമേരിക്കയിലെ ഭാഷകൾക്കുണ്ടായ അനുഭവമാണ്. സ്വന്തമായ ലിപിയും ഗ്രന്ഥങ്ങളും ഈ ഭാഷകളിൽ പലതിലും ഉണ്ടായിരുന്നു. അധിനിവേശകർ ഈ ഗ്രന്ഥങ്ങൾ നശിപ്പിച്ചു.

ജോസഫ് ഗ്രീൻബർഗ് 1960- ൽ അമേരിക്കാ ഭൂഖണ്ഡത്തിലെ ഭാഷകളെ ഒരൊറ്റ ഭാഷാഗോത്രമായി സങ്കല്പിച്ചു. എന്നാൽ ഈ വാദം പൊതുവെ അംഗീകരിക്കപ്പെട്ടിട്ടില്ല. ഭാഷാരാഷ്ട്രീയത്തിന്റെ കാഴ്ചപ്പാടിൽ അവ തമ്മിലുള്ള ഘടനാപരമായ ചാർച്ചയല്ല, സ്പാനിഷ്, ഇംഗ്ലീഷ്, പോർച്ചുഗീസ്, ഫ്രഞ്ച്, ഡച്ച് അധിനിവേശത്തെ തുടർന്ന് നിലനില്പ് ഭീഷണിയിലായ ഭാഷകൾ എന്ന നിലയിലുള്ള രാഷ്ട്രീയമായ ഐക്യമാണ് ഇവയെ പരസ്പരം ബന്ധിപ്പിക്കുന്നത്.

അമേരിക്കൻ ഐക്യനാടുകളിലും കനഡയിലുമായി ഇപ്പോൾ 200 റെഡ് ഇന്ത്യൻ-എസ്കിമോ ഭാഷകളുണ്ട്. തെക്കെ അമേരിക്കയിൽ 700 റെഡ് ഇന്ത്യൻ ഭാഷകളുണ്ടെന്ന് കണക്കാക്കപ്പെടുന്നു. അത് ആയിരത്തോളവും ആയേക്കാം. ഈ ഭാഷകൾ മിക്കവാറും അവഗണനയിലാണ്. തെക്കെ അമേരിക്കയിലെ ക്വെച്ച ഭാഷ 70 ലക്ഷത്തോളം ആളുകൾ സംസാരിക്കുന്നു. അയ്മറ, ഗ്വറാനി, നഹ്വാതി തുടങ്ങിയവ മറ്റു പ്രധാനഭാഷകൾ. പരാഗ്വേയിൽ ഗ്വറാനിക്ക് ഔദ്യോഗിക ഭാഷാപദവിയുണ്ട്. പെറുവിൽ ക്വെച്ച ഭാഷയും ബൊളീവിയയിൽ അയ്മറ ഭാഷയും ഔദ്യോഗികാവശ്യങ്ങൾക്ക് ഉപയോഗിക്കാം. ഗ്രീൻലന്റ് 2009-ൽ തദ്ദേശീയ ഭാഷയായ കലാലിസുട്ടി (Kalaallisut)നെ ഔദ്യോഗിക ഭാഷയായി അംഗീകരിച്ചു. അമേരിക്കൻ ഐക്യനാടുകളിൽ 2 ലക്ഷം പേർ സംസാരിക്കുന്ന നവജോ ആണ് ഏറ്റവും വലിയ തദ്ദേശീയ ഭാഷ.

ആദിവാസിഭാഷകൾ

ആധുനിക ഭരണകൂടങ്ങളിൽനിന്ന് അകലെ ജീവിക്കുന്ന പരമ്പരാഗത ഗോത്ര സമൂഹത്തിന്റെ ഭാഷകൾ പല വിധ അധിനിവേശങ്ങൾക്ക് വിധേയമായി നഷ്ടപ്പെട്ടിട്ടുണ്ട്. ഇവരുടെ ഭാഷ സംരക്ഷിക്കുന്നത് ഇന്ന് പ്രധാനപ്പെട്ട ഭാഷാ പ്രവർത്തനമാണ്. ലിപിയില്ലാത്ത ഭാഷകൾക്ക് ലിപിയുണ്ടാക്കുക, അവയെ കഴിയുന്നിടത്തോളം വിദ്യാഭ്യാസ-ഭരണരംഗങ്ങളിൽ മാധ്യമമായി ഉപയോഗിക്കുക എന്നിവ ഈ പ്രവർത്തനങ്ങളിൽപ്പെടുന്നു. കേരളത്തിൽ അമ്പതിൽപ്പരം ആദിവാസി ഗോത്രങ്ങൾ ഉണ്ടെന്നും ഇവരുടെ വാമൊഴികളിൽ ചിലത് കൂടുതൽ അറിയപ്പെടുന്ന ദക്ഷിണദ്രാവിഡ ഭാഷകളോട് അടുത്തു നില്ക്കുന്നുവെന്നും

പഠിതാക്കൾ രേഖപ്പെടുത്തുന്നു. കൊറഗർ, പണിയർ, അടിയാർ, കുറുമ്പർ, തച്ചനാടൻ മൂപ്പൻ, ചോലനായ്ക്കർ, മുഡുഗർ, കുറുമ്പർ, കാടന്മാർ, മന്നാന്മാർ, പളിയർ, കുറുമ്പുലയർ, കരവഴിപ്പുലയർ, മലവേടർ, കാണിക്കാർ തുടങ്ങിയ ആദിവാസിഗോത്രങ്ങളെക്കുറിച്ചുള്ള പഠനങ്ങൾ നടന്നിട്ടുണ്ട്. ഇവരുടെ ഭാഷകളെ എങ്ങിനെ വിദ്യാഭ്യാസപദ്ധതിയിലേക്ക് കൊണ്ടുവരാമെന്നതിനെക്കുറിച്ചുള്ള ചില നിരീക്ഷണങ്ങളുണ്ടായിട്ടുണ്ട്. 'പണിയഭാഷയ്ക്ക് മലയാളത്തോടാണടുപ്പമെങ്കിൽ അവന് മലയാളം പഠിക്കാൻ അവസരം നൽകണം. നീലഗിരി ജില്ലയിൽ പെട്ടുപോയെന്നുവെച്ച് അവന്റെ മേൽ തമിഴ് കെട്ടിവെക്കരുത്. മുതുവാന് തമിഴ് പഠിക്കാൻ അവസരം കിട്ടണം. ഇരുള ഒരു സ്വതന്ത്രഭാഷയാണെങ്കിൽ ഇരുളയിൽ പാഠപുസ്തകം രചിച്ചാൽ ഒരു തരക്കേടുമില്ല' (ടി.ബി. വേണുഗോപാലപ്പണിക്കർ- 'കേരളത്തിലെ ആദിവാസി ഭാഷാപഠനങ്ങൾ')

ആശ്രിതത്വവും വികസനവും

ആശ്രിതത്വം വികസനമല്ല, മുരടിപ്പാണ് ഉണ്ടാക്കുക എന്നത് സമ്പദ്ശാസ്ത്രത്തിലെ സിദ്ധാന്തമാണ്. പോൾ ബറാൻ (1926-2011), പോൾ സ്വീസി (1910-2004), ഗുന്തർഫ്രാങ്ക് (1929-2005) തുടങ്ങിയവർ ഈ സങ്കല്പം മുന്നോട്ടുവെച്ചു. ഇത് ഭാഷയ്ക്കും ബാധകമാണ്. ആശ്രിതത്വത്തിൽ സംഭവിക്കുന്നത് അവികാസത്തിന്റെ വികാസമാണ്. പ്രാദേശികഭാഷ വിജ്ഞാനഭാഷയായി വികസിക്കാത്തതിന്റെ കാരണം അധീശഭാഷയുടെ ആശ്രിതത്വം സ്വീകരിക്കേണ്ടി വരുന്നതാണ്. ഭാഷയെ പുതിയ പ്രയോഗസാധ്യതകളിലേക്ക് തുറന്നിടാതെയിരുന്നാൽ ഭാഷ മുരടിക്കുന്നു. ശാസ്ത്രവും സാമൂഹ്യശാസ്ത്രവുമുൾപ്പെടെയുള്ള മേഖലകളിൽ മാതൃഭാഷ ഉപയോഗിക്കപ്പെടാതിരിക്കുമ്പോൾ അവിടങ്ങളിലെല്ലാം നാം അന്യഭാഷയെ ആശ്രയിക്കുകയാണ് ചെയ്യുന്നത്. മാധ്യമപരമായ ഈ ആശ്രയം മാതൃഭാഷയെ മുരടിപ്പിക്കുന്നു. പുതിയ വിജ്ഞാന സാഹചര്യങ്ങളിലേക്ക് തുറന്നിട്ടാലേ മാതൃഭാഷ വികസിക്കുകയുള്ളൂ. ഉന്നത വിദ്യാഭ്യാസത്തിലും ഗവേഷണത്തിലും മാധ്യമമായി മാതൃഭാഷ ഉപയോഗിക്കാൻ തുടങ്ങിയാലേ അതിന് പൂർണജീവിതമുണ്ടാവുകയുള്ളൂ. പുതിയ പ്രയോഗസാധ്യതകൾ ഭാഷയ്ക്ക് അർത്ഥപരിണാമം നൽകുന്നു. അത് ഭാഷയുടെ പുതിയ ജീവിതം ഉറപ്പിക്കുകയാണ് ചെയ്യുന്നത്. ഇംഗ്ലീഷിൽ 'ടോർച്ച്' എന്ന വാക്ക് കാർഷികവ്യവസ്ഥയിൽ നിന്ന് വ്യാവസായികഘട്ടത്തിലേക്ക് ഒരു തുടർച്ചയോടെ പരിണമിച്ചെത്തി. എന്നാൽ നമ്മുടെ 'ചൂട്ട്' എന്ന വാക്കിന് ഈ പരിണാമമുണ്ടായില്ല. അത് കാർഷികവ്യവസ്ഥയിലെ ഗൃഹാതുരത്വം കലർന്ന ഒരു വാക്കായി അവശേഷിക്കുന്നു. ആശ്രിതത്വത്തിൽനിന്ന് മോചനമുണ്ടായാലേ വാക്കുകൾക്കും ഭാഷയ്ക്കും

പുതിയ സാഹചര്യങ്ങളിൽ തുടർജീവിതം ഉണ്ടാവുകയുള്ളൂ. അപ്പോൾ മാത്രമേ ഭാഷയ്ക്കകത്തുനിന്നുള്ള ഭാവനാചക്രവാളം വികസിക്കുകയും സമകാലികവത്കരിക്കപ്പെടുകയും ചെയ്യുകയുള്ളൂ. തമിഴ് ഇക്കാര്യത്തിൽ ഏറെ മുമ്പിലാണ്. യന്തിരൻ എന്ന വാക്ക് തന്നെ അവർ ഉണ്ടാക്കിയല്ലോ.

ഇംഗ്ലീഷിന്റെ സ്ഥാനം/ ഇംഗ്ലീഷിൽ നിന്നുള്ള ഭീഷണി

ലോകത്തിൽ ഇംഗ്ലീഷ് മൂന്നു തരത്തിൽ ഉപയോഗിക്കപ്പെടുന്നുണ്ടെന്ന് കാണാം. ഇംഗ്ലീഷ് മാതൃഭാഷയായി ഉപയോഗിക്കപ്പെടുന്ന രാജ്യങ്ങളിലെ പ്രയോഗരീതിയാണ് ഒന്ന്. ബ്രിട്ടനും അമേരിക്കൻ ഐക്യനാടുകളും കാനഡയും ആസ്ത്രേലിയയും ന്യൂസിലാന്റും ഒക്കെ ഇത്തരം രാജ്യങ്ങളാണ്. ഇംഗ്ലീഷ് മറ്റു രാജ്യങ്ങളിൽ രണ്ടു തരത്തിൽ ഉപയോഗിക്കപ്പെടുന്നുണ്ട്.

1. ഒരിക്കലും ഇംഗ്ലീഷ് ഭരണത്തിന്റെ കീഴിൽ വരാതിരുന്ന രാജ്യങ്ങളിലെ ഇംഗ്ലീഷ് പഠനരീതി. അവർ പുറംലോകവുമായുള്ള ബന്ധത്തിന് മറ്റു ഭാഷകൾക്കൊപ്പം ഇംഗ്ലീഷും ഉപയോഗിക്കുന്നു (ഉദാ.സ്കാൻഡിനേവിയ, ജപ്പാൻ). ഇവിടങ്ങളിൽ വിദേശഭാഷകളിലൊന്നായി മാത്രമാണ് ഇംഗ്ലീഷ് പഠിപ്പിക്കുന്നത്. അവിടങ്ങളിലൊന്നും ഇംഗ്ലീഷ് പഠനമാധ്യമമോ ഭരണമാധ്യമമോ അല്ല.
2. നേരിട്ട് ബ്രിട്ടീഷ് ഭരണത്തിൻ കീഴിൽ വന്ന രാജ്യങ്ങൾ പഴയ അടിമത്തത്തിന്റെ തുടർച്ചയിൽ ഇംഗ്ലീഷ് ആധിപത്യത്തിന് വിധേയമാകുന്നതു വഴി വരുന്ന നയവും ഉപയോഗരീതികളും (ഉദാ. ഇന്ത്യ, പാക്കിസ്ഥാൻ, നൈജീരിയ തുടങ്ങിയ രാജ്യങ്ങൾ). ബ്രിട്ടീഷ് ഭരണത്തിന്റെ കീഴിൽ വന്ന ഇത്തരം രാജ്യങ്ങളിലാണ് രണ്ടാം ഭാഷയായി ഇംഗ്ലീഷ് പഠിപ്പിക്കുന്നത്. ഈ രാജ്യങ്ങളിലാണ് ഇംഗ്ലീഷ് വിദ്യാഭ്യാസത്തിന്റെയും ഭരണത്തിന്റെയും മാധ്യമമായി മാറി മാതൃഭാഷകൾക്ക് ഭീഷണി സൃഷ്ടിക്കുന്നത്. രണ്ടാംഭാഷ മാത്രമല്ല, ചില ഘട്ടങ്ങളിൽ അത് ഒന്നാംഭാഷയായും പരിഗണിക്കപ്പെടുന്നു. ഇതിനെയാണ് മാതൃഭാഷയ്ക്കു വേണ്ടി വാദിക്കുന്നവർ എതിർക്കുന്നത്. കേരളത്തിൽ മാതൃഭാഷയ്ക്കായി വാദിക്കുന്നവർ ഇംഗ്ലീഷിനെ രണ്ടാം ഭാഷയായോ വിദേശഭാഷയായോ പഠിപ്പിക്കുന്നതിന് എതിരല്ല.

ഉപഭാഷ/ഭാഷാഭേദം/പ്രാദേശിക ഭാഷ

ഒരു ഭാഷയുടെ തന്നെ വിവിധ രൂപങ്ങളെ ഉപഭാഷ എന്നോ ഭാഷാഭേദം എന്നോ പ്രാദേശികഭാഷയെന്നോ പറയാം. ഒരേ വ്യാകരണഘടന നിലനിർത്തിക്കൊണ്ട് ചില വാക്കുകളുടെ ഉച്ചാരണമോ അല്ലെ

ങ്കിൽ വ്യത്യസ്ത വാക്കുകളോ ശൈലികളോ ഉപയോഗിക്കുമ്പോഴാണ് അത് ഉപഭാഷയാകുന്നത്. മാനകഭാഷ എന്ന സങ്കല്പത്തിന് നേരെ എതിരായാണ് ഉപഭാഷ നിർവചിക്കപ്പെട്ടത്. ജനങ്ങൾ സംസാരിക്കുന്നത് മാനകഭാഷയല്ല, ഏതെങ്കിലും ഭാഷാഭേദമായിരിക്കും. അതിന് പ്രാദേശിക സ്വഭാവമുള്ളതുകൊണ്ട് അത് പ്രാദേശിക ഭാഷയാണെന്നും പറയാം. പ്രദേശം മാത്രമല്ല, മറ്റു സാമൂഹിക ഘടകങ്ങളും ഭാഷാഭേദങ്ങൾക്ക് കാരണമാകാം. പ്രാദേശിക ഭാഷയും ഭാഷാഭേദവും ഭാഷയ്ക്കകത്തെ ഉപഭാഷയാണെന്നും പറയാം. സർഗാത്മകവും സാഹിതീയവുമായ ഭാഷയുടെ ശക്തിചൈതന്യങ്ങൾ ഭാഷാഭേദത്തിലാണ് നിലകൊള്ളുന്നത്. ഒരു ഭാഷയ്ക്കകത്തെ ഭാഷാഭേദങ്ങൾ അതിന്റെ ബാധ്യതയെയല്ല, അതിന്റെ ശക്തിയെയാണ് വിളിച്ചോതുന്നത്. പുതിയ ദൃശ്യമാധ്യമങ്ങൾ ഏക മാനകഭാഷയെ അസ്ഥിരപ്പെടുത്തുകയും ഒരു ഭാഷണസമൂഹത്തിനു മുമ്പിൽ അതിനകത്തെ വിവിധ ഉപഭാഷകളെ പരിചയപ്പെടുത്തുകയും ചെയ്യുന്നുണ്ട്. മലയാളത്തിൽ അടുത്ത കാലത്തിറങ്ങിയ ചില സിനിമകൾ വിവിധ പ്രദേശത്തെ ഭാഷാഭേദങ്ങൾ നായക കഥാപാത്രങ്ങളെക്കൊണ്ട് പറയിപ്പിക്കുന്നതാണല്ലോ. ഭാഷാഭേദം അഥവാ ഉപഭാഷ ചിലപ്പോൾ പ്രത്യേക ഭാഷാപദവിക്കുള്ള വാദം ഉന്നയിച്ചെന്നും വരും. പല കണക്കെടുപ്പുകളിലും ഭാഷകളുടെ എണ്ണം മാറുന്നതിന് ഒരു കാരണം ഇതാണ്. (മാനകഭാഷ എന്ന വാക്കും നോക്കുക)

എട്ടാം പട്ടിക

ഇന്ത്യൻ ഭരണഘടനയിൽ എട്ടാംപട്ടികയിൽ പെടുത്തിയ ഭാഷകളും അല്ലാത്ത ഭാഷകളും എന്ന് ഔദ്യോഗികമായ തരംതിരിവുണ്ട്. എട്ടാംപട്ടികയിൽ ഭാഷകൾ വെച്ചത് ഭരണത്തിനും ശാസ്ത്രസാങ്കേതിക കാര്യങ്ങൾക്കും ഉപയോഗിക്കുക എന്ന ലക്ഷ്യം വെച്ചായിരുന്നു . ആദ്യഘട്ടത്തിൽ അതിന്റെ തെരഞ്ഞെടുപ്പിൽ നെഹ്റു നേരിട്ട് പങ്കാളിയുമായിരുന്നു. ഏതു ഗ്രൂപ്പിനും വേണ്ടത്ര എണ്ണം ജനങ്ങളുണ്ടെങ്കിൽ പ്രസിഡന്റിന്റെ അനുമതിയോടു കൂടി ആ ഭാഷയെയും ആ സംസ്ഥാനത്ത് ഭരണത്തിനും വിദ്യാഭ്യാസത്തിനും ഉപയോഗിക്കാം.

22 ഭാഷകൾ എട്ടാം പട്ടികയിൽ പെടുത്തിയിട്ടുണ്ട്. ഹിന്ദി, ബംഗാളി, ഗുജറാത്തി, തമിഴ്, തെലുങ്ക്, മറാത്തി, മലയാളം, കന്നഡ, ഒറിയ, ഉർദു, പഞ്ചാബി, അസ്സാമീസ്, മണിപ്പൂരി, കാശ്മീരി, കൊങ്കണി, നേപ്പാളി, മൈഥിലി, സാന്താളി, സിന്ധി, ബോഡോ, ദോഗ്രി, സംസ്കൃതം എന്നീ ഭാഷകൾ ഇതിൽ വരുന്നു. 90 ശതമാനത്തിലേറെ ജനങ്ങൾ ഈ ഭാഷകളുടെ പരിധിയിലാണ് വരുന്നത്. 1950- ൽ ഭരണഘടന നിലവിൽ

വരുമ്പോൾ എട്ടാം പട്ടികയിൽ 14 ഭാഷകളാണ് ഉണ്ടായിരുന്നത്. ആസാമീസ്, ബംഗാളി, ഗുജറാത്തി ഹിന്ദി, കാശ്മീരി, കന്നഡ, മറാത്തി, മലയാളം, ഒറിയ, പഞ്ചാബി, തമിൾ, തെലുങ്ക്, ഉർദു, സംസ്കൃതം എന്നിവ. സംസ്ഥാനം ഇല്ലാതെ തന്നെ സിന്ധിക്ക് പദവി ലഭിച്ചു. ഇതിന് ശേഷം ഗോവയിൽ കൊങ്കണിക്ക് വേണ്ട ജനങ്ങളുണ്ടെന്ന് കണ്ട് അതിനെയും പട്ടികയിൽ ഉൾപ്പെടുത്തി. ഗോവയുടെ ഔദ്യോഗിക ഭാഷ എന്ന പദവി ലഭിച്ചു.

എട്ടാംപട്ടികയിൽ പെടുത്തുമ്പോൾ ചില നേട്ടങ്ങളുണ്ട്. ഭരണഭാഷയാകുന്നതിനുള്ള ശക്തമായ സ്ഥാനാർത്ഥിത്വമാണ് ഇതിലൊന്ന്. വിദ്യാഭ്യാസത്തിനും വിവിധ പി.എസ്.സി. പരീക്ഷകൾക്കുമുള്ള മാധ്യമമാകുന്നു, പത്രമാധ്യമങ്ങളുടെ ഭാഷയാകുന്നു തുടങ്ങിയവയാണ് മറ്റു കാര്യങ്ങൾ.

എന്നാൽ എട്ടാം പട്ടികയും കേന്ദ്രസാഹിത്യഅക്കാദമിയുടെ അംഗീകാരവും തമ്മിൽ എപ്പോഴും ബന്ധമുണ്ടാകണമെന്നില്ല. എട്ടാം പട്ടികയിൽ പെടുത്തുന്നതിന് മുമ്പു തന്നെ കേന്ദ്രസാഹിത്യഅക്കാദമി ദോഗ്രി, രാജസ്ഥാനി, മൈഥിലി, മണിപ്പൂരി, നേപ്പാളി, കൊങ്കണി എന്നിവയെ അംഗീകരിച്ചു. 15 ഭാഷകളെ എട്ടാം പട്ടികയിൽ പെടുത്തിയപ്പോൾ തന്നെ സാഹിത്യ അക്കാദമി 22 ഭാഷകളെ അംഗീകരിച്ചു.

എട്ടാംപട്ടികയിൽപ്പെട്ട എല്ലാ ഭാഷകളെയും ഇന്ത്യൻ യൂനിയന്റെ ഔദ്യോഗികഭാഷകൾ എന്ന നിലയിൽ കണക്കാക്കാമോ എന്ന കാര്യം 2003 മുതൽ ഒരു സർക്കാർ സമിതി സജീവപരിഗണനയ്ക്കു വിധേയമാക്കിയിട്ടുണ്ട്.

എറിത്രിയ പ്രഖ്യാപനം

ആഫ്രിക്കൻ ഭാഷാപ്രവർത്തകർ നടത്തിയ പ്രഖ്യാപനം (ഭാഷയും മൂന്നാം ലോകവും എന്ന ലേഖനത്തിന്റെ അനുബന്ധം നോക്കുക)

ദേശീയ ഭാഷ/ ഔദ്യോഗികഭാഷ

ഭരണത്തിന്റെ ഭാഗമായി ഔദ്യോഗിക ആവശ്യങ്ങൾക്കായി ഒരു പ്രദേശത്തെ സർക്കാർ ഒരു പ്രത്യേക ഭാഷയെ ഔദ്യോഗിക ഭാഷയായി പ്രഖ്യാപിക്കാറുണ്ട്. ഇന്ത്യയിൽ ഔദ്യോഗിക ഭാഷ ഹിന്ദിയാണ്. 15 വർഷത്തേക്ക് ഇംഗ്ലീഷും ഉപയോഗിക്കാമെന്നായിരുന്നു ആദ്യത്തെ പ്രഖ്യാപനം. പിന്നീട് അതിന്റെ കാലയളവ് വർധിപ്പിച്ചു. ഔദ്യോഗികഭാഷയായതുകൊണ്ട് ദേശീയ ഭാഷയാകുന്നില്ല. ഇന്ത്യയ്ക്ക് ഒരു ദേശീയ ഭാഷയില്ല. കേരളത്തിലെ ഔദ്യോഗികഭാഷ മലയാളമാണ്. മലയാളമോ ഇംഗ്ലീഷോ എന്നായിരുന്നു 1969-ലെ നിയമം. അത് മലയാളവും ഇംഗ്ലീഷും എന്ന് 1973-ൽ ഭേദഗതി ചെയ്തു.

ന്യൂനപക്ഷഭാഷ/ ഭാഷാന്യൂനപക്ഷം

ഒരു പ്രദേശത്തു ഭൂരിപക്ഷം ജനങ്ങൾ സംസാരിക്കുന്ന ഭാഷയിൽ നിന്ന് വ്യത്യസ്തമായി ഉപയോഗിക്കപ്പെടുന്ന ഭാഷയാണ് ആ പ്രദേശത്തെ ന്യൂനപക്ഷഭാഷ. ഒരു രാഷ്ട്രീയസംവിധാനത്തെ മുൻനിർത്തിയാണ് ഇത് നിർവചിക്കപ്പെടുന്നത്. രാഷ്ട്രമോ സംസ്ഥാനമോ മറ്റോ ആണ് ഇവിടെ പ്രദേശത്തിന്റെ മാനദണ്ഡമാകുന്നത്. ഒരു ജനതയും പ്രദേശവുമായുള്ള ബന്ധത്തെ മുൻനിർത്തി ഇതു രണ്ടു തരത്തിലുണ്ടെന്നു പറയാം.

കുടിയേറ്റ ന്യൂനപക്ഷഭാഷ: കുടിയേറ്റത്തിന്റെ ഭാഗമായി വരുന്ന ഭാഷാ ന്യൂനപക്ഷങ്ങൾ-തൊഴിലന്വേഷിച്ചും മറ്റും എത്തിപ്പെട്ട ആളുകൾ ഒരു ഭാഷാ ന്യൂനപക്ഷമായി ഒരു രാജ്യത്തോ ഒരു പ്രദേശത്തോ മാറിത്തീരുന്ന പ്രക്രിയ സാധാരണമാണ്. ഇത് പലപ്പോഴും വ്യക്തികളെന്ന നിലയിലോ കുടുംബങ്ങളെന്ന നിലയിലോ മാത്രമുള്ള കുടിയേറ്റമായിരിക്കും. ഇത്തരം ആളുകൾക്ക് അവരുടെ നേരത്തെയുള്ള മാതൃഭാഷ അടുത്ത തലമുറ കഴിയുമ്പോൾ നഷ്ടപ്പെട്ടെന്നു വരാം. വിദ്യാഭ്യാസ മാധ്യമമായി ഇത്തരം ഘട്ടത്തിൽ മാതൃഭാഷ ഉപയോഗിക്കാൻ കഴിയണമെന്നില്ല. അവരുടെ ഭാഷയുടെ അടിസ്ഥാന ഭാഷണ പ്രദേശം അതായിരിക്കണമെന്നില്ല.

പ്രാദേശിക ന്യൂനപക്ഷഭാഷ: പരമ്പരാഗതമായി ജീവിച്ചു വരുന്ന ഒരു ജനതയുടെ ഭാഷ ഒരു പ്രത്യേക ഭരണപരിധിക്കകത്ത് ന്യൂനപക്ഷമായി തീർന്നെന്നു വരാം. കേരളത്തിൽ തമിഴ്, കന്നഡ ഭാഷാന്യൂനപക്ഷങ്ങൾ ഇത്തരത്തിലുള്ളവരാണ്. കേരളത്തിലെ ആദിവാസി ഭാഷകളെല്ലാം ഇങ്ങനെയുള്ളതാണ്. പലപ്പോഴും ആ പ്രത്യേക ഭാഷയുടെ അടിസ്ഥാന ഭാഷണ പ്രദേശം തന്നെ അതായിരിക്കും. ആദിവാസി ഭാഷകളിൽ ചിലത് അവർ മാത്രമായിരിക്കും സംസാരിക്കുന്നത്. അവരില്ലാതായാൽ അഥവാ അവർ ആ ഭാഷ ഉപയോഗിക്കാതിരുന്നാൽ ആ ഭാഷതന്നെ നഷ്ടപ്പെടുന്നു. എന്നാൽ തമിഴും കന്നഡയും കേരളത്തിന് പുറത്തുമുള്ളതിനാൽ അവയ്ക്ക് ഈ നഷ്ടം സംഭവിക്കുന്നില്ല

പാരിസ്ഥിതിക ഭാഷാശാസ്ത്രം

ഭാഷാസംരക്ഷണവുമായി ബന്ധപ്പെട്ടു കൂടി ഉയർന്നുവന്ന സങ്കല്പമാണത്. ഒരു പ്രദേശത്തെ ഭാഷ അവിടത്തെ പാരിസ്ഥിതികമായ സൂക്ഷ്മമായ അറിവുകളെ കൂടി ഉൾക്കൊള്ളുന്നു. അതിനാൽ ഭാഷാനഷ്ടം പാരിസ്ഥിതികമായ നഷ്ടംകൂടിയാണെന്ന തിരിച്ചറിവ് ഇന്നുണ്ട്. യുനസ്കോ ഈ കാഴ്ചപ്പാട് അംഗീകരിച്ചു.

ഭാഷാദ്രവമേഖല

ഒറ്റ ഭാഷ മാതൃഭാഷയായി ഉപയോഗിക്കുന്ന മേഖലകൾ ഉണ്ടാകാം. ഒന്നിലധികം ഭാഷകൾ മാതൃഭാഷയായി ഉപയോഗിക്കുന്ന വിവിധ വിഭാഗം ജനങ്ങൾ താമസിക്കുന്ന സ്ഥലവുമുണ്ടാകാം. ഇത്തരം സ്ഥലങ്ങളെയാണ് ഭാഷാദ്രവമേഖല എന്നു പറയുന്നത്. തുല്യനിലയിൽ അനേകം ഭാഷകൾ ഉപയോഗിക്കുന്ന സ്ഥലങ്ങളിൽ ഒറ്റ ഭാഷ മാതൃഭാഷയായി ഉപയോഗിക്കുന്ന സ്ഥലത്തെ ഭാഷാസൂത്രണമല്ല വേണ്ടത്. ഭരണഭാഷ, വിദ്യാഭ്യാസത്തിന്റെ മാധ്യമം എന്നിവയുടെ കാര്യത്തിൽ ഇവിടെ ബഹുഭാഷാസമീപനം സ്വീകരിക്കേണ്ടി വരും. ഉദാഹരണത്തിന് കേരളത്തിൽ കാസർകോട് വിവിധ ജനവിഭാഗങ്ങളുമായി ബന്ധപ്പെട്ട് ഒന്നിലേറെ മാതൃഭാഷകൾ നിലനില്ക്കുന്നുണ്ട്. അവിടത്തെ ഔദ്യോഗിക ഭാഷാനയം കേരളത്തിലെ മറ്റു ഭാഗങ്ങളിൽ നിന്ന് വ്യത്യസ്തമായിരിക്കണം.

ഭാഷാസൂത്രണം

ഒരു രാഷ്ട്രീയ സംവിധാനത്തിനകത്ത് ഭാഷയെ സംബന്ധിച്ചുള്ള ഭരണകൂടനയത്തെ ഭാഷാസൂത്രണം എന്നു വിളിക്കുന്നു. ഭരണത്തിലും വിദ്യാഭ്യാസത്തിലും കോടതിയിലും മറ്റും ഭാഷ എങ്ങനെയാണ് ഉപയോഗിക്കപ്പെടുന്നത് എന്നതും അതിനുള്ള നിയമസംവിധാനം എന്തെല്ലാമാണെന്നതും ഭാഷാസൂത്രണത്തിന്റെ പരിധിയിൽ വരുന്നു. ഭീഷണി നേരിടുന്ന ഭാഷകളെ സംബന്ധിച്ചിടത്തോളം അതിനെ സംരക്ഷിക്കുന്ന ഭാഷാസൂത്രണം ആവശ്യമാണ്.

ഭാഷാപരമായ മനുഷ്യാവകാശം

ഭാഷാരാഷ്ട്രീയവുമായി ബന്ധപ്പെട്ട് ഉയർന്നു വന്ന സുപ്രധാനമായ സങ്കല്പമാണ് ഭാഷാപരമായ മനുഷ്യാവകാശം. ഐക്യരാഷ്ട്ര സഭയും ഇത് അംഗീകരിക്കുന്നു. കാറ്റലൻ ഭാഷയ്ക്കും ബാസ്ക് ഭാഷയ്ക്കും വേണ്ടി നിലകൊണ്ടവരാണ് ഭാഷാപരമായ മനുഷ്യാവകാശം എന്ന സങ്കല്പം വികസിപ്പിച്ചത്. ഭാഷാപരമായ മനുഷ്യാവകാശം പോലും നിലവിലുള്ള അവസ്ഥയിൽ പാശ്ചാത്യ കേന്ദ്രിതമാണെന്ന് ടോവ് സ്കട്നാബ്- കാംഗാസ് പറയുന്നുണ്ട്.

ഭാഷാപരമായ വിദ്യാഭ്യാസ അവകാശം ഭാഷാപരമായ മനുഷ്യാവകാശത്തിന്റെ ഭാഗമാണ്. അതേ സമയം അത് വിദ്യാഭ്യാസ അവകാശത്തിന്റെ ഭാഗവുമാണ്. ഇന്ത്യയിലെ വിദ്യാഭ്യാസ അവകാശ നിയമത്തിലും ഈ കാര്യം പറയുന്നുണ്ട്. 2010-ൽ കേരളസർക്കാർ നിയമിച്ച ആർ.വി.ജി മേനോൻ കമ്മിറ്റി ഈ കാര്യം വ്യക്തമാക്കിയിട്ടുമുണ്ട്. ഭാഷാ

പരമായ വിദ്യാഭ്യാസ അവകാശം കുട്ടികളുടെ അവകാശത്തിന്റെ ഭാഗമാണെന്നും കാണാം.

ഭാഷാപരമായ സാമ്രാജ്യത്വം

കോപ്പൻ ഹേഗൻ ബിസിനസ് സ്കൂളിലെ ഇംഗ്ലീഷ് പ്രൊഫസറും ബ്രിട്ടീഷുകാരനുമായ റോബർട്ട് ഫില്ലിപ്സൻ (1942-)ഭാഷാപരമായ സാമ്രാജ്യത്വം *(ലിംഗ്വിസ്റ്റിക് ഇംപീരിയലിസം* 1992) എന്ന കൃതിയിൽ മുന്നോട്ടുവെച്ച ആശയം. എന്നാൽ അതിനു മുമ്പു തന്നെ ഈ ആശയം പ്രചരിച്ചിരുന്നു. എഡ്വേർഡ് സൈദിന്റെ സാംസ്കാരിക സാമ്രാജ്യത്വം എന്ന സങ്കല്പത്തോട് ചേർത്തുവെച്ച് ഇതിനെ കാണാവുന്നതാണ്. ഗൗരി വിശ്വനാഥൻ *കീഴടക്കലിന്റെ മുഖംമൂടി (മാസ്ക്സ് ഓഫ് കോൺക്വസ്റ്റ്)* എന്ന ഗ്രന്ഥത്തിൽ ഇംഗ്ലീഷ്ഭാഷാപഠനം ഇന്ത്യയിൽ ആരംഭിച്ചതിന്റെ പിന്നിലുള്ള സാമ്രാജ്യത്വപരമായ താത്പര്യം ചർച്ച ചെയ്യുന്നുണ്ട്.

ഭാഷാമരണം/ ഭാഷാപരമായ വംശഹത്യ

ലോകത്തിൽ ചില ഭാഷകൾ ഇല്ലാതാവുന്നതിനെ ഭാഷാമരണം എന്ന് പേരിട്ടു വിളിച്ചിരുന്നു. എന്നാൽ ഭാഷ മരിക്കുകയല്ല, ഭാഷയെ ചില ശക്തികൾ കൊല്ലുകയാണ് ചെയ്യുന്നത് എന്ന് പിന്നീടുള്ള പഠിതാക്കൾ വാദിച്ചു ('ഭാഷാമരണം-അപനിർമിക്കപ്പെടുമ്പോൾ-മാതൃഭാഷാസമരത്തിന്റെ അന്തർദ്ദേശീയ മാനങ്ങൾ' എന്ന ലേഖനം നോക്കുക) ഇതുമായി ബന്ധപ്പെട്ട് മറ്റു ചില സങ്കല്പങ്ങളുമുണ്ട്:

അപകടത്തിലായ ഭാഷ: ഒരു ഭാഷയിലെ ഭാഷകർ ആ ഭാഷ ഉപേക്ഷിച്ച് മറ്റൊരു ഭാഷ സ്വീകരിക്കുമ്പോൾ ആദ്യഭാഷ അപകടത്തിലാകുന്നു. ആഗോളവൽക്കരണം, നവകോളനീകരണം എന്നിവയാണ് ഈ പ്രവണതയ്ക്ക് പ്രധാന കാരണം.

ജീവൽ ഭാഷ: ഒരു ജനസമൂഹം സംസാരിക്കുന്നതും നിത്യവ്യവഹാരത്തിനുപയോഗിക്കുന്നതുമായ ഭാഷയെ ജീവൽഭാഷ എന്നു വിളിക്കുന്നു. എത്നോലോഗ് കണക്കു പ്രകാരം 7,358 ഭാഷകൾ ഇന്ന് ജീവൽഭാഷകളായുണ്ട്. ഇതിൽ 90 ശതമാനവും 2050- ഓടെ നഷ്ടപ്പെട്ടുമെന്ന് കണക്കാക്കപ്പെടുന്നു.

ഭാഷാനഷ്ടം/തിരോഭവിച്ച ഭാഷകൾ: തദ്ദേശീയ ഭാഷ അധിനിവേശഫലമായി മറ്റൊരു ഭാഷ കൊണ്ട് പകരം വെക്കപ്പെടുമ്പോൾ ആദ്യത്തെ ഭാഷ തിരോഭവിക്കുന്നു.

മൃതഭാഷ: ഒരു കാലത്ത് ഭാഷണപരമായ ഉപയോഗത്തിലിരുന്നതോ അല്ലാത്തതോ ആയ ഒരു ഭാഷ പിൽക്കാലത്ത് സാഹിത്യപരവും ശാസ്ത്ര

സംബന്ധിയുമായ പഴയകാല കൃതികളിൽ മാത്രം ഒതുങ്ങുമ്പോൾ അതിനെ മൃതഭാഷയെന്നു പറയുന്നു. ക്ലാസിക്കൽ ഭാഷകളായി കരുതപ്പെടുന്ന സംസ്കൃതവും ലത്തീനും മറ്റും ഇത്തരം ഭാഷകളായാണ് പരിഗണിക്കപ്പെടുന്നത്. പാലി, അർധമാഗധി തുടങ്ങിയ ഭാഷകളെയും ഈ നിലയിലാണ് കണക്കാക്കി പോരുന്നത്.

ഭാഷാപരമായ വിവേചനം (ലിംഗ്വിസിസം)

1986-ൽ ഫിൻലാണ്ടുകാരിയായ ടോവ് സ്കട്ട്നാബ്-കാംഗാസ് (1940-) രൂപപ്പെടുത്തിയ സങ്കല്പമാണ് ഭാഷാപരമായ വിവേചനം (ലിംഗ്വിസിസം). ഇതിന്റെ കാരണം ഘടനാപരമാകാം. ഉദാഹരണത്തിന് ഭരണകൂടത്തിന്റെ പൊതുവായ നിയമം, അല്ലെങ്കിൽ സ്കൂൾ പോലുള്ള സ്ഥാപനങ്ങളുടെ നിയമങ്ങൾ. ഈ വിവേചനത്തിന് പ്രത്യയശാസ്ത്രപരമായ തലവുമുണ്ട്. വംശീയവിവേചനം പോലെയും ലിംഗവിവേചനം പോലെയുമുള്ള വിവേചനമാണ് ഇതെന്ന് ഇന്ന് കണക്കാക്കപ്പെടുന്നു. നമ്മുടെ ഇംഗ്ലീഷ് മീഡിയം സ്കൂളുകളിൽ മലയാളം പറയാൻ പാടില്ലെന്ന നിയമവും മലയാളം പറഞ്ഞാൽ ശിക്ഷിക്കുന്ന സംവിധാനവും ഭാഷാവിവേചനത്തിന്റെ പ്രകടമായ ഉദാഹരണങ്ങളാണ്.

ഭാഷാസമരങ്ങൾ

ലോക മാതൃഭാഷാദിനമായി ആചരിക്കുന്ന ഫെബ്രു. 21 ബംഗ്ലാദേശിലെ ഭാഷാ സമരത്തിന്റെ രക്തസാക്ഷി ദിനമാണ്. ('ഫെബ്രുവരി 21, ലോകമാതൃഭാഷാദിനം' എന്ന ലേഖനം നോക്കുക), ആന്ധ്രയിൽ പോറ്റി ശ്രീരാമലു നടത്തിയ നിരാഹാരസമരം (1952 ഒക്റ്റോബർ 19 - ഡിസം 15), തമിഴ്നാട്ടിൽ 1965-66 കാലത്തും അതിനു മുമ്പും പിമ്പുമായി വിവിധ കാലങ്ങളിലായി നടന്ന ഹിന്ദി വിരുദ്ധസമരം, ഗോവയിൽ കൊങ്കണി ഭാഷയ്ക്കു വേണ്ടി നടക്കുന്ന സമരങ്ങൾ എന്നിവയാണ് ഇന്ത്യയിലെ പ്രധാന ഭാഷാസമരങ്ങൾ.

മലയാളം കമ്പ്യൂട്ടിംഗ്

നമ്മുടെ നാട്ടിൽ കമ്പ്യൂട്ടറിൽ ഉപയോഗിച്ചിരുന്ന ഭാഷ തുടക്കത്തിൽ ഇംഗ്ലീഷായതിനാൽ കമ്പ്യൂട്ടർ വ്യാപകമാകുന്നതോടെ മലയാളം പോലുള്ള ഭാഷകൾ ഇല്ലാതാകുമെന്ന് കരുതിയ ആളുകളുണ്ട്. എന്നാൽ സംഭവിച്ചത് മറ്റൊന്നാണ്. കമ്പ്യൂട്ടറിനെ മലയാളം പോലുള്ള ഭാഷകൾക്കു വേണ്ടി വഴക്കി എടുക്കുകയാണുണ്ടായത്. ഭാഷയുടെ സാങ്കേതികമായ ആധുനികീകരണത്തിൽ ഒഴിച്ചുകൂടാത്ത ഘടകമാണ് കമ്പ്യൂട്ടറിലുള്ള അതിന്റെ വികസനം. ഫോണ്ടുകൾ ഉണ്ടാക്കൽ, അക്ഷരത്തെറ്റും വ്യാകരണത്തെറ്റും

പരിശോധിക്കാനുള്ള സംവിധാനങ്ങൾ, ഓൺലൈൻ നിഘണ്ടുക്കൾ രൂപപ്പെടുത്തൽ, പരിഭാഷാസോഫ്റ്റ് വെയറുകൾ രൂപപ്പെടുത്തൽ, മാതൃഭാഷയിൽത്തന്നെ വിവരങ്ങൾ തിരയൽ, വിവരങ്ങൾ ക്രമപ്പെടുത്തൽ, ഇ-വായന എന്നിങ്ങനെ വിപുലമാണ് ഭാഷയും കമ്പ്യൂട്ടറുമായി ബന്ധപ്പെടുന്ന മേഖല. ടൈപ്പ് റൈറ്ററുകൾ വന്ന കാലത്ത് രൂപപ്പെടുത്തിയ പുതിയ ലിപിസംവിധാനം കമ്പ്യൂട്ടർ ഘട്ടത്തോടെ അപ്രസക്തമായിട്ടുണ്ട്. ഇപ്പോൾ പുതിയ ലിപിയോടൊപ്പം പഴയ ലിപി (ഉദാ. മീര, രചന)യും ലഭ്യമാണ്. മലയാളം കമ്പ്യൂട്ടിംഗുമായി ബന്ധപ്പെടുന്ന ചില സംവിധാനങ്ങൾ:

മലയാളം വിക്കിപീഡിയ: 2001 ജനുവരി 15 -ന് ഇംഗ്ലീഷ് വിക്കിപീഡിയ തുടങ്ങി. അമേരിക്കയിൽ ഗവേഷകനായ തിരുവനന്തപുരം സ്വദേശി എം.പി. വിനോദ് മേനോനാണ് 2002 ഡിസം 21-ന് വിക്കിപീഡിയയുടെ മലയാളം പതിപ്പിന് (ml.wikipedia.org) തുടക്കം കുറിച്ചത്. ആദ്യത്തെ രണ്ടു വർഷങ്ങൾ മിക്കവാറും അദ്ദേഹം തന്നെയാണ് വിക്കിപീഡയിയിൽ സംഭാവന ചെയ്തത്. 2004 ഡിസംബറിലാണ് 100 ലേഖനങ്ങൾ തികഞ്ഞത്. 2005 സെപ്തംബറിൽ 1000 ലേഖനം വന്നു. ഇപ്പോൾ 33,000 ത്തോളം ലേഖനങ്ങൾ മലയാളം വിക്കിപീഡിയയിലുണ്ട്.

യൂണികോഡ്: കമ്പ്യൂട്ടർ സാങ്കേതിക വിദ്യയെയും പ്രാദേശികഭാഷകളെയും ബന്ധിപ്പിക്കുന്ന ലിപിസംവിധാനമാണ് യൂണികോഡ്. ലിപ്യന്തരണം വ്യാപകമായതോടെ ഇംഗ്ലീഷ് കീബോർഡ് ഉപയോഗിച്ചും മലയാളം ടൈപ്പു ചെയ്യാമെന്നു വന്നു.അതോടെ ഇന്റർനെറ്റിൽ മലയാളപ്രയോഗം വ്യാപകമായി. വിക്കിപീഡിയയിലെ ലേഖനങ്ങൾ യൂണികോഡ് രീതിയിലാണ് സജ്ജമാക്കിയിട്ടുള്ളത്.

യന്ത്രതർജ്ജമ: കമ്പ്യൂട്ടർ സ്വയം നിർവഹിക്കുന്ന തർജ്ജമയാണ് യന്ത്രതർജ്ജമ. കേരള ഭാഷാ ഇൻസ്റ്റിറ്റ്യൂട്ട് സി.ഡാക്കിന്റെ സഹായത്തോടെ *പരിഭാഷിക* എന്ന പേരിൽ ഇംഗ്ലീഷ്-മലയാളം യന്ത്രതർജ്ജമയുടെ ഒരു സോഫ്റ്റ്‌വെയർ 2013-ൽ വികസിപ്പിച്ചിട്ടുണ്ട്. ഈ രംഗത്ത് ഇനിയും മലയാളം ബഹുദൂരം മുന്നോട്ടുപോകാനുണ്ട്.

മൊബൈൽ മലയാളം: മൊബൈൽ ഫോണുകൾ ഒരു കാലത്ത് ഇംഗ്ലീഷിൽ മാത്രമാണ് പ്രവർത്തിച്ചിരുന്നതെങ്കിൽ ഇപ്പോൾ മലയാളത്തിൽ സന്ദേശമയക്കാനും ഫോണുകൾ പ്രവർത്തിപ്പിക്കാനും കഴിയും. എങ്കിലും തമിഴിലെ പോലെ മാനുവൽ കീബോർഡുകൾ തന്നെ മലയാളത്തിൽ വരുന്ന മട്ടിലേക്ക് ഇത് വികസിച്ചിട്ടില്ല.

സ്വതന്ത്ര മലയാളം കമ്പ്യൂട്ടിംഗ് കൂട്ടായ്മ: മലയാളത്തിൽ സ്വതന്ത്ര സോഫ്റ്റ്‌വെയറുകൾ വികസിപ്പിക്കുകയും പ്രചരിപ്പിക്കുകയും ചെയ്യുന്ന

കൂട്ടായ്മയാണ് സ്വതന്ത്ര മലയാളം കമ്പ്യൂട്ടിംഗ്. 2002 ഒക്റ്റോബർ മുതൽ ഈ കൂട്ടായ്മ സജീവമായി രംഗത്തുണ്ട്. മലയാളം കമ്പ്യൂട്ടിംഗിന്റെ എല്ലാ മേഖലയിലും ഇവർ കനത്ത സംഭാവന നൽകുന്നുണ്ട്.

മാതൃഭാഷ

മാതാവ് സംസാരിക്കുന്ന ഭാഷയാണ് കുട്ടികൾ ആദ്യം അവരുടെ ഭാഷയായി ഉപയോഗിക്കുന്നത്. ആ അർത്ഥത്തിലാകാം മാതൃഭാഷ എന്ന വാക്ക് വന്നത്. എന്നാൽ എപ്പോഴും മാതാവ് സംസാരിക്കുന്ന ഭാഷയാകണം മാതൃഭാഷ എന്നില്ല. മാതാപിതാക്കൾ വ്യക്തികളെന്ന നിലയിൽ മറ്റൊരു സ്ഥലത്ത് കുടിയേറുമ്പോൾ അവിടെ ജനിച്ച് വളരുന്ന കുട്ടികൾ സംസാരിക്കുന്നത് അവിടുത്തെ ഭാഷയാകാം. അപ്പോൾ മാതൃഭാഷ ആ ഭാഷയാകാം. ദാന്തെയുടെ മാതൃഭാഷാ നിർവചനം നോക്കുക ('ഭാഷ, നവോത്ഥാനം, ജനാധിപത്യം' എന്ന ലേഖനം). ഇതുമായി ബന്ധപ്പെട്ടതാവുന്ന മറ്റൊരു സൈദ്ധാന്തിക സങ്കല്പമാണ് പിതൃഭാഷ.

പിതൃഭാഷ: ലക്കാനിയൻ മനോവിശ്ലേഷണം ഭാഷയെ പിതാവായാണ് കാണുന്നത്. ആ നിലയിൽ എല്ലാ ഭാഷകളും പിതൃഭാഷകളാണെന്നു പറയാം. ഭാഷ എന്ന പൊതുസങ്കല്പത്തെയാണ് ഈ നിലയിൽ പിതൃഭാഷ അഥവാ ഭാഷ എന്ന പിതാവ് എന്നു വിളിക്കുന്നത്. എന്നാൽ എല്ലാ ഭാഷകളിൽ നിന്നും വ്യത്യസ്തമാണ് ശിശു വളർന്നുവരുന്ന സാഹചര്യത്തിൽ സ്വാംശീകരിക്കുന്ന മാതൃഭാഷ. ആഗ്രഹങ്ങളും വികാരങ്ങളും ഇന്ദ്രിയ-സാമൂഹ്യലോകങ്ങളും തമ്മിൽ ബന്ധം സ്ഥാപിക്കുന്ന വ്യാകരണത്തിന്റെ ആദ്യപാഠങ്ങൾ അബോധമായി പഠിക്കുന്ന ഈ ഘട്ടം വികാരഘടനയിൽ പ്രസക്തമാണ്. ജൂലിയ ക്രിസ്തേവ ഈ ഘട്ടത്തെ ചിഹ്നപരം എന്നു പറയുന്നുണ്ട്. ഭാഷാനിയമങ്ങൾ പ്രവർത്തിക്കുന്ന പ്രതീകവ്യവസ്ഥയെക്കാൾ പ്രാഥമികമാണത്. വ്യാകരണനിയമങ്ങൾക്ക് പിടി തരാതെ നില്ക്കുന്ന സർഗാത്മകതയുടെ ചിഹ്നമണ്ഡലം മാതൃഭാഷയുടെ ലോകത്തിലാണ് പ്രസക്തമാകുന്നത്. അതുകൊണ്ടു തന്നെയാണ് ശിശുവിദ്യാഭ്യാസത്തിലും പ്രാഥമിക വിദ്യാഭ്യാസ ഘട്ടത്തിലും നിർബന്ധമായും മാതൃഭാഷയാകണം പഠനമാധ്യമമെന്നു പറയുന്നതും.

മാതൃഭാഷയും അന്യഭാഷയും, മാതൃഭാഷയോട് കൂട്ടിച്ചേർക്കൽ/മാതൃഭാഷ കുറയ്ക്കൽ: മാതൃഭാഷ വിദ്യാഭ്യാസത്തിന്റെയും ഭരണത്തിന്റെയും മറ്റും മാധ്യമമാകണമെന്നു വാദിക്കുന്നവർ അന്യഭാഷാവിരോധികളാണെന്ന് ചിലർ തെറ്റിദ്ധരിക്കുന്നുണ്ട്. മാതൃഭാഷ നഷ്ടപ്പെടുത്തി അന്യഭാഷ പഠിക്കുന്നതിനെയാണ് മാതൃഭാഷാവാദികൾ എതിർക്കുന്നത്. അന്യഭാഷാ പഠനമെന്നത് മാതൃഭാഷയെ കുറച്ചുകൊണ്ടു നടത്തേണ്ടതല്ല, പകരം

മാതൃഭാഷയെ നിലനിർത്തി അതിനോടൊപ്പം അന്യഭാഷ കൂട്ടിച്ചേർക്കുകയാണ് വേണ്ടത് എന്നാണ് മാതൃഭാഷയ്ക്കു വേണ്ടി നിലകൊള്ളുന്നവർ വാദിക്കുന്നത്. വ്യക്തിയെന്ന നിലയിൽ എത്രയധികം ഭാഷകൾ ഒരാൾ പഠിക്കുന്നുവോ അത്രയും നല്ലതാണ്.

മാനകഭാഷ

ഭാഷയുടെ പ്രാദേശികഭേദങ്ങളിൽനിന്ന് ഭരണപരമായ കാര്യങ്ങൾക്കും വിദ്യാഭ്യാസത്തിനും സാഹിതീയമായ ഉപയോഗത്തിനും വേണ്ടി രൂപപ്പെടുത്തുന്ന പൊതുഭാഷയാണ് മാനകഭാഷ. ഒരു ഭാഷയ്ക്കകത്തെ എല്ലാ പ്രദേശിക ഭേദങ്ങൾ സംസാരിക്കുന്നവരും അംഗീകരിക്കുന്ന വരമൊഴിയാണ് മാനകഭാഷ എന്നു പറയാം. അച്ചടിയുടെ വരവോടെയും ഗദ്യജനുസ്സുകളുടെ വികാസത്തോടെയും മാനകഭാഷ ഒരു അനിവാര്യതയായി വന്നു.

മാനകഭാഷയ്ക്ക് രണ്ടു തലങ്ങൾ പറയാം. ഒന്ന് ഭരണകൂടത്തിന്റെ ഭാഷാപ്രയോഗത്തിലൂടെ രൂപപ്പെടുന്നതാണ്. ജനങ്ങളെ ഭരിക്കാൻ ഉപയോഗിക്കുന്ന ഭാഷ, അത്തരം വിജ്ഞാനങ്ങൾ വിനിമയം ചെയ്യാനുപയോഗിക്കുന്ന ഭാഷ എന്ന് ഇതിനെ പറയാം. മറ്റൊന്ന് ജനങ്ങൾ പരസ്പരം ഇടപെട്ട് രൂപീകരിക്കുന്ന പൊതുഭാഷയാണ്. ആധുനിക പൊതുമണ്ഡലത്തിന്റെ ആവിർഭാവവുമായും ഇതു ബന്ധപ്പെടുന്നു. വാമൊഴിയിൽ നിന്ന് വ്യത്യസ്തമായി പത്രമാധ്യമങ്ങളിലും പുസ്തകങ്ങളിലും ഉപയോഗിക്കാൻ പൊതുഭാഷ വേണമെന്നായി. പ്രാദേശിക ഭാഷകൾ സംസാരിക്കുന്നവർ അച്ചടിയുടെ സഹായത്തോടെ പരസ്പരം വിനിമയം ചെയ്ത് ഒരു പൊതുമണ്ഡലം രൂപീകരിച്ചു. ആധുനികമായ ഈ പൊതുമണ്ഡലവും മാനകഭാഷയും തമ്മിൽ ബന്ധമുണ്ട്. മാനകഭാഷയുടെ ഈ രണ്ടു മണ്ഡലങ്ങൾ തമ്മിലും പ്രതിപ്രവർത്തിക്കുന്നുണ്ട്. മാനകഭാഷയിൽ ആ ഭാഷയ്ക്കകത്തുള്ള ഏതെങ്കിലും പ്രദേശത്തിന്റെയോ വർഗത്തിന്റെയോ വിഭാഗങ്ങളുടെയോ മേൽക്കോയ്മ സ്വാധീനം ചെലുത്താം. ഇടപെടലുകളിലൂടെ മാത്രമേ മാനകഭാഷയും ജനാധിപത്യവൽക്കരിക്കപ്പെടുകയുള്ളൂ. സാഹിതീയവും സർഗാത്മവുമായ ഭാഷ പലപ്പോഴും മാനകഭാഷയോട് ഇടഞ്ഞു നിന്നുവെന്നും വരും (ഉപഭാഷ/ഭാഷാഭേദം/പ്രാദേശിക ഭാഷ എന്ന വാക്കും നോക്കുക).

മേലാളഭാഷ/കീഴാളഭാഷ

ഇന്ത്യൻ സാഹചര്യത്തിൽ ജാതിപരമായ വ്യത്യാസം ഭാഷയെ സ്വാധീനിച്ചിട്ടുണ്ട്. ഒരു ഭാഷയ്ക്കകത്തു തന്നെ ഈ ഘടകങ്ങൾ പ്രവർ

ത്തിക്കുകയും ചെയ്യാം. നാട്ടുവാക്കുകൾക്കു പകരം സംസ്കൃതം കൂടുതൽ കലർന്നു പ്രയോഗിക്കുന്നിടത്ത് ഭാഷ സവർണമാകുന്നു എന്ന് കീഴാള ചിന്തകർ വിമർശിക്കുന്നു. കീഴാളഭാഷയാകട്ടെ നാട്ടുമൊഴികളെ സൂക്ഷിക്കുന്നു. സിനിമ പോലുള്ള കലകളിൽ ഉപയോഗിക്കപ്പെടുന്ന ഭാഷയിൽ നായക കഥാപാത്രങ്ങൾ ഉപയോഗിക്കുന്ന ഭാഷയല്ല അപ്രധാന കഥാപാത്രങ്ങളോ ഹാസ്യകഥാപാത്രങ്ങളോ ചിലപ്പോൾ വില്ലൻ പോലുമോ ഉപയോഗിക്കുന്ന ഭാഷ. അതിനാൽ പ്രതിനിധാനത്തിന്റെ രാഷ്ട്രീയം വിശകലനം ചെയ്യുന്ന സംസ്കാരവിമർശനത്തിൽ ഈ സങ്കല്പം പ്രസക്തമാകുന്നു.

യൂറോകേന്ദ്രിതത്വം

യൂറോപ്പാണ് ലോക കേന്ദ്രമെന്നും ലോകത്തിലെ എല്ലാ ജനവിഭാഗങ്ങളും വികസിക്കേണ്ടത് യൂറോപ്പിനെ പോലെ ആകുക എന്ന ലക്ഷ്യം വെച്ചായിരിക്കണമെന്നും കരുതുന്ന സമീപനത്തെയാണ് യൂറോകേന്ദ്രിതവാദമെന്നു പറയുന്നത്. എല്ലാ ജനവിഭാഗങ്ങളെയും യൂറോപ്പിനെപ്പോലെ ആക്കേണ്ടത് വെള്ളക്കാരന്റെ ചുമതലയും ഉത്തരവാദിത്തവുമാണ് എന്ന് കൊളോണിയൽ ഭരണകാലത്ത് വിചാരിച്ചിരുന്നു. യൂറോപ്യൻ മാതൃകയിൽത്തന്നെ അമേരിക്കൻ ആധിപത്യവും വന്നപ്പോൾ അത് യൂറോ-അമേരിക്കൻ കേന്ദ്രീകരണമായി. സർവ വിജ്ഞാനശാഖകളിലും ഇത് ഇന്നും ആധിപത്യം പുലർത്തുന്നു. യൂറോപ്പിലേക്കോ അമേരിക്കയിലേക്കോ ഉള്ള രേഖീയ പുരോഗതിയാണ് ചരിത്രമെന്ന് തെറ്റിദ്ധരിക്കുന്നു. ഏകധ്രുവ ലോക സങ്കല്പം ഇതിന്റെ നിർമിതിയാണ്. ഇതിനു പകരമായി മുന്നോട്ടു വെക്കേണ്ടത് ബഹുധ്രുവലോക സങ്കല്പമാണ്. ബഹുധ്രുവ ലോകം ബഹുഭാഷാലോകവുമായിരിക്കും. നമ്മുടെ അക്കാദമിക ലോകവും ആസൂത്രകരും ഈ ബദലിലെത്തിച്ചേരണമെങ്കിൽ ജ്ഞാനശാസ്ത്രപരമായ ഒരു അപകോളനീകരണത്തിലൂടെ കടന്നുപോകേണ്ടിയിരിക്കുന്നു.

ലോകഭാഷ

ലോകത്തിന് ഒറ്റ ഭാഷയുണ്ടാകുന്നത് നല്ലതായിരിക്കുമെന്ന് ചില ചിന്തകർ മുമ്പ് കരുതിയിരുന്നു. ആ നിലയിൽ വൊളാപുക് എന്ന ഭാഷ രൂപപ്പെടുകയും ചെയ്തു. എന്നാൽ ആ ഭാഷ അതിനു രൂപം കൊടുത്ത ജൊഹാൻ മാർട്ടിൻ ഷ്ലിയർ എന്ന പുരോഹിതനോടൊപ്പം ഇല്ലാതാകുകയാണ് ചെയ്തത്. കഴിഞ്ഞ നൂറ്റാണ്ടോടെ ഇംഗ്ലീഷ് ലോകഭാഷയായി ത്തീരുകയാണെന്ന് ചിലർ വാദിക്കാൻ ശ്രമിച്ചു. പതിനെട്ടാം നൂറ്റാണ്ടിൽ ഫ്രഞ്ചാണ് ലോകഭാഷ എന്നു കരുതിയിരുന്നു. മാതൃഭാഷയെന്ന നിലയിൽ ലോകത്തിൽ നാലാം സ്ഥാനമാണ് ഇംഗ്ലീഷിനുള്ളത്. ഭാഷാരാ

ഷ്ട്രീയത്തിന്റെ കാഴ്ചപ്പാടിൽ ഒരൊറ്റ ലോകഭാഷയില്ല. അഥവാ എല്ലാ ഭാഷകളും ലോകഭാഷകളാണ്. ചില പ്രത്യേക പ്രദേശത്തു താമസിക്കുന്നവർ ലോകപൗരനും അല്ലാത്തവർ പ്രദേശ വാസികളുമാണെന്ന തെറ്റിദ്ധാരണപോലെയാണിത് ('ഭാഷ, നവോത്ഥാനം, ജനാധിപത്യം' എന്ന ലേഖനം നോക്കുക).

വിജ്ഞാനഭാഷ

മാതൃഭാഷയ്ക്കു വേണ്ടിയുള്ള സമരങ്ങളിലെ പ്രധാനപ്പെട്ട ഒരു മേഖല അതിനെ വിജ്ഞാനഭാഷയെന്ന നിലയിൽ വികസിപ്പിക്കലാണ്. എല്ലാ വിഷയങ്ങളും കൈകാര്യം ചെയ്യാൻ കഴിയുന്ന വിധത്തിൽ മാതൃഭാഷയെ ശക്തിപ്പെടുത്തണമെന്നതാണ് വാദം. പ്രാഥമിക വിദ്യാഭ്യാസം മുതൽ സർവകലാശാലാതലത്തിലുള്ള പഠന-ഗവേഷണഘട്ടം വരെ മാധ്യമമായി മാതൃഭാഷയെ ഉപയോഗിക്കുകയാണെങ്കിൽ മാത്രമേ വിജ്ഞാനഭാഷയെന്ന നിലയിൽ ഒരു ഭാഷ വികസിക്കുകയുള്ളൂ.

സൗന്ദര്യാത്മക വിദ്യാഭ്യാസം

സാഹിത്യത്തിനും കലകൾക്കും വിദ്യാഭ്യാസത്തിൽ പ്രധാന പങ്കു വഹിക്കാനുണ്ടെന്നും യുക്തിബോധത്തെ വികസിപ്പിക്കുന്നതുപോലെ സൗന്ദര്യബോധവും വികസിപ്പിച്ചാലേ വിദ്യാഭ്യാസം പൂർണമാകൂ എന്ന കാഴ്ചപ്പാടു വെച്ചു കൊണ്ട് സാഹിത്യകലാദികളെ വിദ്യാഭ്യാസത്തിന്റെ എല്ലാ തലത്തിലും പഠിപ്പിക്കണമെന്ന വാദമാണിത്. 2009-ൽ ഉന്നത വിദ്യാഭ്യാസ കൗൺസിൽ സാഹിത്യപഠനത്തെ നിസ്സാരവൽക്കരിച്ചപ്പോൾ അതിനെതിരെ നടന്ന സമരത്തിലാണ് കേരളത്തിൽ ഈ വാദം ആദ്യമായി ഉന്നയിക്കപ്പെട്ടത്. തുടർന്ന് 2013-ലെ വിദ്യാഭ്യാസ പരിഷ്കരണ റിപ്പോർട്ടിൽ ഈ സങ്കല്പം എടുത്തു പറയുന്നുണ്ട്. ജർമൻകവിയായ ഫ്രെഡറിക് ഷില്ലറുടെ സങ്കല്പമാണ് സൗന്ദര്യാത്മക വിദ്യാഭ്യാസമെന്നത്. സൗന്ദര്യബോധത്തെയും അതിന്റെ രാഷ്ട്രീയത്തെയും സമകാലികമായി വികസിപ്പിച്ച ഫ്രഞ്ച് ചിന്തകനാണ് ഴാക് റാൻസിയെ. എല്ലാ വിഷയങ്ങൾക്കും സാഹിത്യവും കലകളുമുൾപ്പെടെ മാനവിക വിഷയങ്ങൾ പഠിപ്പിക്കണമെന്ന വാദവും ഇതിന്റെ ഭാഗമാണ്. ഉദാ. വൈദ്യമാനവികശാസ്ത്രം.

വൈദ്യമാനവികശാസ്ത്രം: വൈദ്യശാസ്ത്രമുൾപ്പെടെയുള്ള വിഷയങ്ങൾക്ക് സാഹിത്യവും മാനവികശാസ്ത്രങ്ങളും പഠിപ്പിക്കണം എന്ന വാദം ശക്തമാണ്. അമേരിക്കയുൾപ്പെടെ പല രാജ്യങ്ങളിലും ഈ സംവിധാനമുണ്ട് ('ഡോക്ടർമാരുടെ രോഗം' എന്ന ലേഖനം നോക്കുക)

ശ്രേഷ്ഠഭാഷാപദവി

ക്ലാസിക്കൽ എന്നതിന്റെ മലയാളവിവർത്തനമായി നാം ശ്രേഷ്ഠം എന്നുപയോഗിക്കുന്നു. ഭാഷകളെ ശ്രേഷ്ഠം എന്നും അല്ലാത്തത് എന്നും വേർതിരിക്കുന്നതിൽ ഒരു ജനാധിപത്യവിരുദ്ധതയുണ്ട്. ക്ലാസിക്കൽ സാഹിത്യം എന്ന സംവർഗം അംഗീകരിക്കുന്ന പലരും ക്ലാസിക്കൽ ഭാഷ എന്ന സംവർഗം അംഗീകരിക്കാതെയുണ്ട്. സുകുമാർ അഴീക്കോട് ഈ വാദം മാതൃഭൂമി ദിനപത്രത്തിലെ ഒരു ലേഖനത്തിൽ ഉന്നയിച്ചിരുന്നു. സഹായം നൽകേണ്ടത് കൂടുതൽ പദവിയുള്ള ഭാഷകൾക്കല്ല, അവഗണിക്കപ്പെടുന്ന ഭാഷകൾക്കാണെന്ന വാദവും ഉയർന്നുവന്നിട്ടുണ്ട്. എങ്കിലും ഇന്ത്യയിൽ സംസ്കൃതം, തമിഴ്, തെലുങ്ക്, കന്നഡ എന്നീ ഭാഷകൾക്ക് ക്ലാസിക്കൽപദവി ലഭിക്കുകയും മലയാളത്തിന് ലഭിക്കാതിരിക്കുകയും ചെയ്ത സാഹചര്യത്തിലും മലയാളം കേരളത്തിൽത്തന്നെ സമ്പൂർണ അവഗണന അനുഭവിക്കുന്ന സാഹചര്യത്തിലും ഈ പദവിയെയും അതുവഴി സാധ്യമാകുന്ന വികസന സാധ്യതകളെയും പൊതുവെ മലയാളികൾ അംഗീകരിക്കുകയാണ് ചെയ്തത്. ക്ലാസിക്കലായി ചില ഭാഷകളെ സങ്കല്പിച്ചത് ഭാഷാശാസ്ത്രജ്ഞരാണ്. തമിഴ് (2004), സംസ്കൃതം (2005), കന്നഡ (2008), തെലുങ്ക് (2008), മലയാളം (2013) എന്നീ ഭാഷകളാണ് ഇന്ത്യയിൽ ഈ പദവി നേടിയത്. തമിഴ് ഈ പദവിയിലെത്തുന്നതിനുള്ള സാഹചര്യമൊരുക്കിയത് കാലിഫോർണിയ സർവകലാശാലയിലെ തമിഴ് പ്രൊഫസർ ജോർജ് എൽ ഹാർട്ട് തമിഴിനെ ക്ലാസിക്കൽ ഭാഷയായി പരിഗണിക്കണം എന്നു 2000- ൽ തമിഴ്പണ്ഡിതരെ ഉപദേശിച്ചപ്പോഴാണ്. ചുരുക്കത്തിൽ ഇന്ത്യൻ ഭാഷകളെ ക്ലാസിക്കലായതും അല്ലാത്തതും എന്ന് തരംതിരിക്കുന്ന രീതി പുറത്തുനിന്ന് ഇറക്കുമതി ചെയ്യപ്പെട്ടതാണ്.

ശ്രേഷ്ഠഭാഷാ മാനദണ്ഡം

ഇന്ത്യയിൽ ശ്രേഷ്ഠഭാഷയായി പരിഗണിക്കാൻവെച്ച മാനദണ്ഡങ്ങൾ ഇവയാണ്.

1. 1500-2000 വർഷത്തെ പഴയ കൃതികൾ അഥവാ രേഖപ്പെടുത്തപ്പെട്ട ചരിത്രം ആ ഭാഷയിലുണ്ടായിരിക്കണം.
2. തലമുറകൾ അമൂല്യമായി കാണുന്ന ഒരു സംഘം കൃതികൾ ആ ഭാഷയിലുണ്ടാകണം
3. സാഹിത്യപാരമ്പര്യം മൗലികമാകണം. മറ്റൊന്നിൽനിന്ന് കടം വാങ്ങിയതാകരുത്.
4. ക്ലാസിക്കൽ ഘട്ടത്തിൽ നിന്ന് ആധുനികഘട്ടത്തിലേക്കുള്ള പരിണാമത്തിനിടയ്ക്ക് ഒരു ഇടർച്ചയുണ്ടാകണം.

മലയാളത്തിന് ശ്രേഷ്ഠഭാഷാപദവി ലഭിച്ചത് 23.5.2013 നാണ്. 2011 മെയ് 6- ന് മുഖ്യമന്ത്രി വി.എസ്. അച്യുതാനന്ദൻ, പ്രതിപക്ഷനേതാവ് ഉമ്മൻചാണ്ടി, വിദ്യാഭ്യാസ മന്ത്രി എം.എ. ബേബി, ഒ.എൻ.വി, പുതുശ്ശേരി രാമചന്ദ്രൻ, സുഗതകുമാരി, സച്ചിദാനന്ദൻ എന്നിവരടങ്ങിയ സംഘം പ്രധാനമന്ത്രിയെ കണ്ടു. ഒ.എൻ.വി കുറുപ്പ് ചെയർമാനും പുതുശ്ശേരി രാമചന്ദ്രൻ, നടുവട്ടം ഗോപാലകൃഷ്ണൻ എന്നിവർ അംഗങ്ങളുമായുള്ള പഠന സമിതിയാണ് മലയാളത്തിന്റെ ചരിത്രവും പ്രത്യേകതകളും വിവരിക്കുന്ന റിപ്പോർട്ട് തയ്യാറാക്കിയത്. 2010 നവം 24- ന് സാഹിത്യ അക്കാദമിയുടെ നേതൃത്വത്തിൽ തിരുവനന്തപുരത്ത് വിദഗ്ധരുൾപ്പെടുന്ന ശില്പശാലയിൽ വെച്ച് റിപ്പോർട്ടിന് അന്തിമ രൂപം നൽകി. നേരത്തെ സാഹിത്യ അക്കാദമിയുടെ പ്രത്യേക സമിതി കേരളത്തിന്റെ ആവശ്യം തള്ളിയിരുന്നു. ഭാഷാശാസ്ത്രജ്ഞൻ ബി.എച്ച്. കൃഷ്ണമൂർത്തിയുടെ റിപ്പോർട്ടിനെ മുൻനിർത്തിയാണ് തള്ളിയത്. തങ്ങളുടെ ഭാഗം കേൾക്കാതെയാണ് ഈ തീരുമാനമെന്ന് പരാതി ഉന്നയിച്ച് മുഖ്യമന്ത്രി ഉമ്മൻ ചാണ്ടിയുടെ നേതൃത്വത്തിലുള്ള സംഘം കേന്ദ്രത്തെ സമീപിക്കുകയും തുടർന്ന് വിദഗ്ധസമിതി പുനസംഘടിപ്പിക്കുകയുമാണ് ഉണ്ടായത്. പുതിയ സമിതിയിൽ കേരളത്തിൽനിന്നുള്ളവരെയും ഉൾപ്പെടുത്തി. സംഘസാഹിത്യം മലയാളത്തിനു കൂടി അവകാശപ്പെട്ടതാണെന്ന വാദത്തിലാണ് മലയാളത്തിന്റെ ശ്രേഷ്ഠഭാഷാപദവി അംഗീകരിക്കപ്പെട്ടത്.

ഭാഷാവിദഗ്ധരായ പ്രൊഫ. നടുവട്ടം ഗോപാലകൃഷ്ണൻ, പ്രൊഫ. ബി. ഗോപിനാഥൻ, മലയാള സർവകലാശാലാ വൈസ്ചാൻസലർ കെ. ജയകുമാർ, എം. ശ്രീനാഥ് എന്നിവരായിരുന്നു സംസ്ഥാനത്തിന്റെ പ്രതിനിധികൾ. കേന്ദ്രസാഹിത്യ അക്കാദമിയുടെ ക്ഷണിതാവായി കേരളത്തിൽ നിന്ന് എം.ജി.എസ്. നാരായണൻ ഉണ്ടായിരുന്നു. ഇവരുൾപ്പെട്ട വിദഗ്ധ സമിതി 2012 ഡിസം 19 ന് കേരളത്തിന്റെ ആവശ്യം അംഗീകരിച്ചു. കേന്ദ്ര മന്ത്രിസഭ 23.5.2013ന് ഇത് അംഗീകരിക്കുകയായിരുന്നു. ഭാഷയിലെ ലേഖനങ്ങൾക്കും പഠനങ്ങൾക്കുമായി വർഷത്തിൽ രണ്ട് അന്താരാഷ്ട്ര പുരസ്കാരങ്ങൾ ഏർപ്പെടുത്തും. ശ്രേഷ്ഠഭാഷാപഠനത്തിനായി മികവിന്റെ കേന്ദ്രം സ്ഥാപിക്കും. കേന്ദ്രസർവകലാശാലകളിൽ പ്രത്യേക ചെയറുകൾ സ്ഥാപിക്കാൻ യു.ജി.സിയോട് നിർദ്ദേശിക്കും തുടങ്ങിയ കാര്യങ്ങളാണ് ഇതിന്റെയടിസ്ഥാനത്തിൽ മലയാളത്തെ സംബന്ധിച്ച് തുടർന്ന് നടക്കാൻ സാധ്യതയുള്ളത്. ■

www.ingramcontent.com/pod-product-compliance
Lightning Source LLC
LaVergne TN
LVHW101404051026
849519LV00005BC/1649